ராவணன் - ஆர்யவர்த்தாவின் எதிரி

1974-இல் பிறந்த அமீஷ், IIM (கொல்கத்தா)வில் படித்து, போரடிக்கும் பேங்க் தொழில் செய்து, சந்தோஷமான எழுத்தாளராய் பரிணமித்தவர். *மெலூஹாவின் அமரர்கள்* என்னும் முதல் புத்தகம் (சிவா தொகுதியின் முதற்பகுதி) அடைந்த மாபெரும் வெற்றியால் உந்தப்பட்டு, பதினான்கு வருட நிதி-சார் பணியைத் துறந்து, எழுத்தில் இறங்கினார். வரலாறு, புராணவியல், தத்துவம் என்று பல விஷயங்களில் ஆர்வம் உண்டு. உலகின் அனைத்து மதங்களிலும் அர்த்தத்தையும் அழகையும் இனம் காண்பவர். இதுவரை ஏறக்குறைய 55 லட்சம் பிரதிகள் விற்றிருக்கும் அமீஷின் புத்தகங்கள், 19 மொழிகளில் மொழிமாற்றம் செய்யப்பட்டுள்ளன.

www.authoramish.com

www.facebook.com/authoramish

www.instagram.com/authoramish

www.twitter.com/authoramish

www.authoramish.com

அமீஷின் பிற நூல்கள்

சிவா முத்தொகுதி

இந்திய வெளியீட்டின் வரலாற்றில் மிக வேகமாக விற்பனையான புத்தகத் தொடர்

மெலூஹாவின் அமரர்கள் (சிவா முத்தொகுதியின் முதல் பாகம்)

நாகர்களின் இரகசியம் (சிவா முத்தொகுதியின் இரண்டாம் பாகம்)

வாயுபுத்ரர் வாக்கு (சிவா முத்தொகுதியின் மூன்றாம் பாகம்)

இராமச்சந்திரா தொகுதி

இந்திய வெளியீட்டின் வரலாற்றில் மிக வேகமாக விற்பனையான இரண்டாவது புத்தகத் தொடர்

ராம் - இக்ஷ்வாகு குலத்தோன்றல் (தொகுதியின் முதல் பாகம்)

சீதா - மிதிலைப் போர் மங்கை (தொகுதியின் இரண்டாம் பாகம்)

புனைவல்லாதது

நிலைத்த புகழ் இந்தியா:
இளமை இந்தியா, காலத்தை வென்ற நாகரிகம்

www.authoramish.com

‘இந்தியாவின் வளமான கடந்த காலத்தையும், கலாச்சாரத்தையும் பற்றிய அமீஷின் எழுத்துக்கள் மிகுந்த ஆர்வத்தை உருவாக்கியுள்ளன.’

- ஸ்ரீ நரேந்திர மோடி ஜி

(மாண்புமிகு பிரதம மந்திரி, இந்தியா)

‘அமீஷின் புத்தகம் தகவல் நிறைந்ததாகவும், ஆட்கொள்ளும் விதமாகவும், மனதை கவரும் வண்ணமாகவும் இருக்கிறது.’

- அமிதாப் பச்சன்

(நடிகர், வாழும் காலத்து ஆளுமை)

‘ஆழ்ந்த சிந்தனையுடன் கூடிய அமீஷ் மற்ற எந்த எழுத்தாளரைக் காட்டிலும் புதிய இந்தியாவின் பிரதிநிதியாக விளங்குகிறார்.’

- வீர் சாங்க்வி

(மூத்த பத்திரிகையாளர், கட்டுரையாளர்)

‘அமீஷ் இந்தியாவின் மிகப்பெரிய இலக்கிய ராக்ஸ்டார்.’

- சேகர் கபூர்

(விருது பெற்ற பட இயக்குனர்)

‘அவருடைய தலைமுறையில் சுயமாக சிந்திக்கும் தன்மை வாய்ந்தவர் அமீஷ்.’

- ஆர்னாப் கோஸ்வாமி

(மூத்த பத்திரிகையாளர், ரிபப்ளிக் டிவி. எம்டி)

‘அமீஷுக்கு கூர்ந்து கவனிக்கும் தன்மை, மற்றும் படிக்கத் தூண்டும் எழுத்து நடை, உள்ளது.’

- டாக்டர். சஷி தரூர்

(பாராளுமன்ற உறுப்பினர், எழுத்தாளர்)

www.authoramish.com

'அமீஷ் ஆழமாகச் சிந்திக்கும் தன்மையுள்ளவர், யாரும் சிந்தித்திராத, வழக்கத்துக்கு மாறான, ரசிக்கும் படியான தகவல்களை நம் கடந்த காலத்தைப் பற்றி வழங்குபவர்.'

- சேகர் குப்தா

(மூத்த பத்திரிகையாளர், கட்டுரையாளர்)

'புதிய இந்தியாவைப் புரிந்து கொள்ள அமீஷின் எழுத்துக்களைப் படிக்க வேண்டும்.'

- ஸ்வபன் தாஸ் குப்தா

(பாராளுமன்ற உறுப்பினர், மூத்த பத்திரிகையாளர்)

'அமீஷின் அனைத்து புத்தகங்களினூடே ஒரு முற்போக்காண சித்தாந்த்தம், முன்னேற்றத்திற்கு அழைத்துச் செல்கிறது: பாலினம், சாதி, அல்லது எந்த பிரிவிலும் நடக்கக்கூடிய பிரிவினை வாதம் பற்றி கண்டிப்பாக பதிவு செய்திருப்பார் பெரும்பான்மையான பிரதி விற்கும் இந்திய எழுத்தாளர்களிலேயே, உண்மையான, ஆழமான தத்துவ சிந்தனை கொண்டவர் - அவருடைய புத்தகங்களில் ஆழமான ஆராய்ச்சிகள் மற்றும் சிந்தனைகள் பின்னூட்டமாக விளங்கும்.'

- சந்தீபன் டேப்

(மூத்த பத்திரிகையாளர், ஆசிரியர், இயக்குனர், ஸ்வராஜ்யா)

அமீஷின் தாகம் அவருடைய புத்தகங்களையும் தாண்டி, இலக்கியம் தாண்டி, தத்துவ இலக்கியம் நிரம்பி, பக்தியில் ஊறி, இந்தியாவுக்கான அவருடைய ஆழமான அன்பை நிலை நிறுத்தும்.'

- கௌதம் சிகர்மேன்

(மூத்த பத்திரிகையாளர், எழுத்தாளர்)

'அமீஷ் ஒரு இலக்கிய நிகழ்வு.'

- அனில் தார்கர்

(மூத்த பத்திரிகையாளர், எழுத்தாளர்)

ராவணன்

ஆர்யவர்தாவின் எதிரி

இராமச்சந்திரா தொடர்
புத்தகம் 3

அமீஷ்

தமிழில்:
மீரா ரவிசங்கர்

eka

www.authoramish.com

First published in English as *Raavan – Enemy of Aryavarta* in 2019 by Westland Publications Private Limited

First published in Tamil as *Raavanan – Aryavarthaavin Ethiri* in 2020 by Eka, an imprint of Westland Publications Private Limited, in association with Mysticswrite Private Limited

Published in Tamil as *Raavanan – Aryavarthaavin Ethiri* in 2022 by Eka, an imprint of Westland Books, a division of Nasadiya Technologies Private Limited

No. 269/2B, First Floor, 'Irai Arul', Vimalraj Street, Nethaji Nagar, Allappakkam Main Road, Maduravoyal, Chennai 600095

ISBN: 9789395073813

10 9 8 7 6 5 4 3 2 1

Typeset by Mysticswrite Private Limited

Printed at Manipal Technologies Limited, Manipal

www.authoramish.com

ஓம் நமச்சிவாய

பிரபஞ்சமே சிவனுக்கு தலை குனிந்து வணங்குகிறது.

நானும் சிவனை வணங்குகிறேன்.

www.authoramish.com

உனக்காக,

நான் மூழ்கிக் கொண்டிருந்தேன்,
சோகம், ஆத்திரம் மற்றும் மன அழுத்தம் கொண்டேன்.
அமைதி என்ற வெளிக்கு என்னை நீ இழுத்தாய்,
சற்று நேரமே என்றாலும்,
என் வார்த்தைகளைக்குச் செவி சாயத்தாய்.

நான் சொல்லும்போது அவை
வேறு வார்த்தைகள் கிடையாது,
உனக்கு என்றுமே என்னுடைய
மௌனமான நன்றிக்கடன் உண்டு,
என்னுடைய அமைதியான
அன்பு எப்பொழுதும் உனக்குத்தான்.

‘அசாதாரணமான அதிர்ஷ்டமும் அசரவைக்கும்
மகிமையும் ஒருவருக்கு வந்தால்,
பின்வாங்கும் துரதிர்ஷ்டம் தன் சோகத்தின்
தன்மையை அதிகரித்துக் கொள்ளும்.’

- கல்ஹானா, *ராஜதரங்கிணி*

உங்களில் யாருக்கு சிறந்தவனாக விளங்க விருப்பம்?
உங்களில் யாருக்கு மகிழ்ச்சியின் வாய்ப்புகள்
அனைத்தையும் இழக்க விருப்பம்?
இந்தப் புகழும் மகிமையும் பெறுவதற்கு உகந்தது தானா?

நான் ராவணன்.
எனக்கு அனைத்தும் வேண்டும்.
எனக்குப் புகழ் வேண்டும். எனக்கு அதிகாரம் வேண்டும்.
எனக்கு செல்வம் வேண்டும்.
எனக்கு முழுமையான வெற்றி வேண்டும்.
என் புகழும் மகிமையும் துக்கத்துடன்
சரிசமமாக நடந்தாலும் பரவாயில்லை.

www.authoramish.com

முக்கியமான பழங்குடியினர் மற்றும் பாத்திரங்களின் பெயர் வரிசை

அகம்பனா: கொள்ளைக்காரன்; ராவணனின் நெருங்கிய துணைவன்

அரிஷ்டநேமி: மலயபுத்ரர்களின் படைத்தளபதி; விஸ்வாமித்ரரின் வலது கை

அஸ்வபதி: வடமேற்கு நாடான கேகயத்தின் மன்னன்; கைகேயியின் தந்தை மற்றும் தசரதனின் விசுவாசமான கூட்டாளி

பரதன்: ராமுடைய ஒன்று விட்ட தம்பி; தசரதன் மற்றும் கைகேயியின் மகன்

தசரதன்: கோசல நாட்டுச் சக்கரவர்த்தி, சப்த சிந்துவின் சாம்ராட்; ராம், பரதன், லக்ஷ்மன், சத்ருக்னனின் தந்தை

ஹனுமான்: நாகா, வாயுபுத்ர பழங்குடியினருள் ஒருவன்

இந்த்ரஜித்: ராவணன் மற்றும் மண்டோதரியின் மகன்

ஜனகன்: மிதிலையின் மன்னன்; சீதையின் தந்தை

ஜடாயு: மலயபுத்ர பழங்குடியின் தலைவன்; சீதை மற்றும் ராமின் நாகா நண்பன்

கைகேசி: ரிஷி விஷ்ராவாவின் முதல் மனைவி; ராவணன் மற்றும் கும்பகர்ணனின் தாய்

காரா: இலங்கைப் படையின் தலைவன்; சமிச்சீயின் காதலன்

கிரகச்சபாஹூ: சிலிகாவின் ஆளுநர்

குபேரன்: இலங்கையின் பிரதான-வணிகன்

கும்பகர்ணன்: ராவணனின் தம்பி; அவன் ஒரு நாகா

குஷத்வாஜ்: சங்கஷ்யாவின் மன்னன்; ஜனகனின் தம்பி

லக்ஷ்மன்: தசரதனின் இரட்டைக் குழந்தைகளில் ஒருவன்; ராமின் ஒன்றுவிட்ட தம்பி

மலயபுத்ரர்கள்: ஆறாவது விஷ்ணு பரசுராம் விட்டுச் சென்ற பழங்குடியினர்

மண்டோதரி: ராவணனின் மனைவி

மாரா: கூலிப்படை; கொலை செய்வதில் கெட்டிக்காரன்

மாரீச்சன்: கைகேசியின் அண்ணன்; ராவணன் மற்றும் கும்பகர்ணனின் மாமா; ராவணனின் நெருக்கமான துணைவன்

நாகாக்கள்: உடல் உறுப்புகளில் குறையுடன் பிறக்கும் மனிதர்கள்

ப்ரித்வி: டோடீ கிராமத்தில் வியாபாரி

ராவணன்: ரிஷி விஷ்ராவாவின் மகன்; கும்பகர்ணனின் அண்ணன்; விபீஷணன் மற்றும் சூர்ப்பனகையின் ஒன்று விட்ட அண்ணன்

ராம்: சாம்ராட் தசரதன் மற்றும் அவருடைய முதல் மனைவி கௌசல்யாவின் மகன்; நான்கு சகோதரர்களில் மூத்தவன்; பிறகு சீதையை மணம் முடித்தவன்

சமிச்சீ: காவல்துறையைச் சார்ந்தவள் மற்றும் மிதிலையின் நெறிமுறைகளை சீராக்கும் தலைவி; காராவின் காதலி

சத்ருக்னன்: லக்ஷ்மனின் இரட்டை; தசரதன் மற்றும் சுமித்ரையின் மகன்; ராமின் ஒன்றுவிட்ட தம்பி

ஷோசிகேஷ்: டோடீ கிராமத்து நிலச்சுவாந்தாரர்

சூர்ப்பனகை: ராவணனின் ஒன்று விட்ட தங்கை

சீதை: மிதிலை மன்னன் ஜனகன் மற்றும் அவன் மனைவி சுனைனாவின் மகள்; மிதிலையின் பிரதமமந்திரி; பிறகு ராமை மணம் முடித்தவள்

சுகர்மன்: டோடி கிராமவாசி; ஷோசிகேஷின் மகன்

வாலி: கிஷ்கிந்தையின் மன்னன்

வசிஷ்டர்: ராஜகுரு, அயோத்திய அரசவை பூசாரி; நான்கு இளவரசர்களின் குரு

வாயுபுத்ரர்கள்: சென்ற மஹாதேவ், ருத்ரக் கடவுள் விட்டுச் சென்ற பழங்குடியினர்

வேதவதி: டோடி கிராமவாசி; ப்ரித்வியின் மனைவி

விபீஷணன்: ராவணனின் ஒன்றுவிட்ட தம்பி

விஸ்ராவா: மதிக்கப்பட்ட ரிஷி; ராவணன், கும்பகர்ணன், விபீஷணன், மற்றும் சூர்ப்பனகையின் தந்தை

விஸ்வாமித்ரர்: மலயபுத்ர பழங்குடியினரின் பிரதான தலைவர்; ராம் மற்றும் லக்ஷ்மனின் தற்காலிக குரு

கதைப்போக்கைப் பற்றிய குறிப்பு

இந்தப் புத்தகத்தைக் கையில் எடுத்ததன் மூலம் என்னுடன் உங்கள் முக்கியமான விஷயமான நேரத்தைப் பகிர்ந்து கொண்டதற்கு நன்றி.

உங்களில் பலர் ராமச்சந்திரா தொடரில் மூன்றாவது புத்தகத்துக்காகப் பொறுமையுடன் காத்துக் கொண்டிருக்கிறீர்கள் என்று எனக்குத் தெரியும். கால தாமதத்துக்கு முதலில் வருத்தம் தெரிவித்துக் கொள்கிறேன். உங்கள் எதிர்பார்ப்புகளை நிறைவேற்றும் புத்தகமாக இது அமையும் என்று நம்புகிறேன்.

சிலர், ஏன் புத்தகத்தின் பெயரை நான் மாற்றிவிட்டேன் என்று கூட யோசிக்கலாம்: *ராவணன் - ஆர்யவர்தாவின் அநாதை* என்பதிலிருந்து *ராவணன் - ஆர்யவர்தாவின் எதிரி* என்று மாற்றியுள்ளேன். விளக்கம் அளிக்கிறேன். ராவணனின் கதையை எழுதும் பொழுது அவனைப் பற்றிய சில விஷயங்களை நான் உணர்ந்தேன். ராவணன் சிறுவனாக இருந்த காலத்திலிருந்தே, தன்னைச் சுற்றி நடந்தவற்றையும் தன் சூழ்நிலையையும் கண்டு கொதித்துப் போயிருந்தான். தன் விதியை தன் வசம் வைத்துக்கொண்ட மனிதன். முதலில் நான் நினைத்தது, ராவணனைத் தாய்நாட்டிலிருந்து ஒதுக்கி விட்டார்கள் என்றுதான். அதனால் ஒரு விதத்தில் அவன் அநாதை என்று எண்ணினேன். ஆனால் என் மனதில் கதை உருவாகி, வடிவம் கொண்ட பொழுது, அவனைத் தாய்நாட்டிலிருந்து பிரித்த நிகழ்வுகள் அவனால் தீர்மானிக்கப்பட்டவை அவன் எதிரியாக இருக்க நினைத்தான். அவனை யாரும் அநாதையாக்கவில்லை என்பதைப் புரிந்து கொண்டேன்.

சிலருக்கு என்னுடைய கதை சொல்லும் யுக்தி பரிச்சயமாக இருக்கும். (hyper link) மீத்தொடுப்பு வகையைச் சார்ந்தது. சிலர் இதை (multilinear) பல்வேறு நேரியல் பாணி என்றும் குறிப்பிடுகின்றனர். இது போன்ற கதையில் நிறைய கதை மாந்தர்கள் உள்ளனர்; எதோ ஒரு தொடர்பு அனைவரையும் இணைக்கின்றது. ராமச்சந்திரா தொடரில் மூன்று பிரதான கதை மாந்தர்கள் உள்ளனர்: ராம், சீதை மற்றும் ராவணன். ஒவ்வொரு பாத்திரத்திற்கும் வாழ்க்கை அனுபவங்கள் நேருகின்றன, அந்த அனுபவங்கள் அவர்களை வார்க்கின்றன; அது போக ஒவ்வொருவரும் ஒரு சாகசப்பயணம் மேற்கொள்கின்றனர், ஒவ்வொருவருக்கும் ஒரு பின்புலம், ஒரு சுவாரஸ்யமான கடந்த கால கதை உள்ளது. அவர்கள் மூவரின் கதைகளும் சந்திக்கும் இடம் சீதையின் கடத்தலில் தான்.

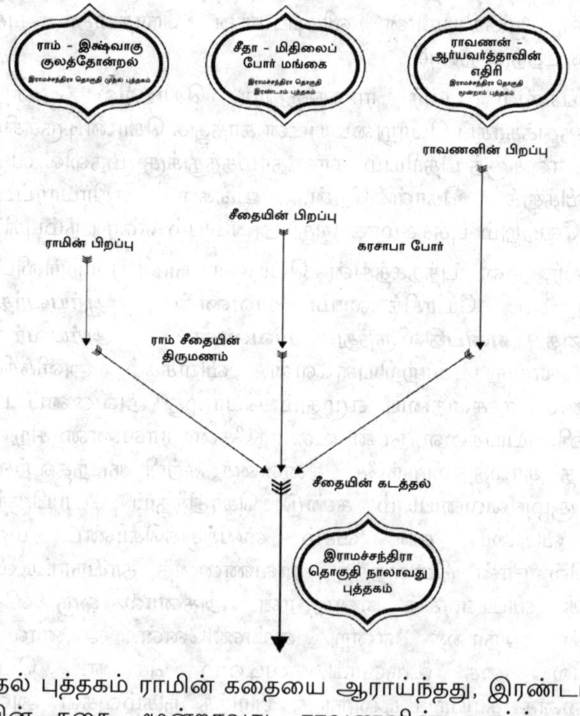

முதல் புத்தகம் ராமின் கதையை ஆராய்ந்தது, இரண்டாவது சீதையின் கதை, மூன்றாவது, ராவணனின் வாழ்க்கையைத் தோண்டி அறிகிறது, பிறகு அனைத்தும் நான்காவது புத்தகத்தில் ஒன்றாக சங்கமிக்கின்றன. சீதை மற்றும் ராமை விட ராவணன்

மூத்தவன்.வயது வித்தியாசம் அதிகம் என்பதை நினைவில் கொள்வது அவசியம். ராமின் தந்தை தசரதனை எதிர்த்து - ராவணனுக்கு ஒரு திருப்புமுனையாக விளங்கிய யுத்தத்தின் பொழுதுதான் ராம் பிறந்தான்! அதனால் இந்தப் புத்தகம் அதற்கும் முன்பான காலத்தில் பயணிக்கிறது. இரு பிரதான பாத்திரங்கள் ராம் மற்றும் சீதையின் - பிறப்புக்கும் முன்னால் இருந்த காலத்தைப் பற்றி இந்தப் புத்தகம் பேசுகிறது.

பல்வேறு நேரியல் பாணியில் மூன்று புத்தகங்கள் எழுது வதில் உண்டாகும் சிக்கலை நான் உணருவேன். அது அதிக நேரம் பிடிக்கும் விஷயம். ஆனால் நான் கண்டிப்பாக ஒப்புக் கொள்ள வேண்டும், இது எனக்கு மிகுந்த ஆர்வத்தையும், பரபரப்பையும் ஏற்படுத்தியது. உங்களுக்கும் இந்தப் புத்தகம் எனக்களித்த உற்சாகத்தையும், பிரமிப்பையும் அளிக்கும் என்று நம்புகிறேன். ராம், சீதை மற்றும் ராவணனின் குணா திசயங்களைப் புரிந்து கொண்டதால் அவர்களின் உலகில் வாழ எனக்கு உதவியாக இருந்தது. பல சிக்கல்கள் கொண்ட இந்தக் காவியத்தின் உள்ளே சென்று அதன் கதைக் களத்தை அறிய எனக்கு உதவியாக இருந்தது. நான் ஆசீர்வதிக்கப்பட்டவனாக நம்புகிறேன்.

நான் பல்வேறு நேரியல் பாணியைக் கடைபிடித்ததால் நான் பல தடயங்களை முதல் புத்தகத்திலும் (**ராம் - இக்ஷ்வாகு குலத்தோன்றல்**) இரண்டாவது புத்தகத்திலும் (**சீதா - மிதிலைப் போர் மங்கை**) விட்டிருந்தேன். அவற்றை மூன்றாம் புத்தகத்தில் விளக்கி விட்டேன். இங்கேயும் உங்களுக்கு ஆச்சரியங்களும் திருப்புமுனைகளும் காத்துக் கொண்டிருக்கின்றன. இனி மேலும் தொடரும்!

நீங்கள் **ராவணன்- ஆர்யவர்தாவின் எதிரியைப்** படித்து மகிழ்வீர்கள் என்று நம்புகிறேன். இதைப்பற்றி நீங்கள் என்ன நினைக்கிறீர்கள் என்று கண்டிப்பாக எனக்குத் தெரிவியுங்கள். என் சமூக ஊடகங்களின் விவரம் இதோ.

அன்பு,

அமீஷ்

www.facebook.com/authoramish

www.instagram.com/authoramish

www.twitter.com/authoramish

அங்கீகாரங்கள்

கடந்த இரண்டு ஆண்டுகள் எனக்கு கடுமையானதாக இருந்தன. என் வாழ்நாளிலேயே நடந்திராத அதீத சோகம் மற்றும் துயரம் என்று மீளா இருளில் தள்ளப்பட்டேன். சில சமயம் என் வாழ்வின் ஆதாரமே நிலைகுலைந்துவிட்டதோ என்று கூட அச்சப்பட்டேன். ஆனால் அப்படி எதுவும் ஆகவில்லை. நான் பிழைத்துக் கொண்டேன். என் வாழ்க்கைக் கட்டிடம் இன்றும் செங்குத்தாக நின்று கொண்டு தான் இருக்கிறது. இந்தப் புத்தகம் எனக்கு ஒரு மையக் கல்லாகத் திகழ்ந்தது. நான் கீழே அங்கீகரிப்பவர்கள் அனைவரும் என்னைத் தாங்கிப் பிடிக்கும் அண்டைச் சுவர்களாக இருந்து உதவியவர்கள். அவர்கள் என்னைச் சேர்த்துப் பிடித்து நிறுத்தினர்.

என் கடவுள், சிவன். இந்த இரண்டு ஆண்டுகள் என்னை மிகவும் சோதித்துவிட்டான். இனி கொஞ்சம் எளிதாக்குவான் என்று நம்புகிறேன்.

என் வாழ்நாளில் நான் பிரமித்த இரண்டு ஆண்கள் - துணிவு மற்றும் கௌரவம் என்ற பழமை வாய்ந்த நெறிகளைப் பின் பற்றிப் போற்றியவர்கள்; என் மாமனார் மனோஜ் வியாஸ், என் மச்சினன் ஹிமான்ஷு ராய். இருவருமே இப்பொழுது சொர்க்கத்தில் இருந்து என்னைப் பார்த்தபடி இருக்கிறார்கள். அவர்களைப் பெருமைப்படுத்த நினைக்கிறேன்.

என் பத்து வயது மகன், நீல்; நான் இப்படிச் சொல்லும் பொழுது, உன்னுடைய அப்பாவின் இந்தப் பெருமைப் பேச்சையும் உணர்ச்சியையும் மன்னித்துவிடு, 'என் மகன்தான் சிறந்தவன், இப்பொழுதும், எப்பொழுதும்!'

பாவ்னா, என் சகோதரி, அனீஷ் மற்றும் ஆஷீஷ், என் சகோதரர்கள் - அவர்கள் இந்தக் கதைக்குக் கொடுத்த உள்ளீடுகளுக்கு நன்றி. வழக்கம்போல் அவர்கள்தான் முதலில் என் எழுத்துப்பிரதியை வாசிப்பவர்கள். அவர்களின் அபிப்பிராயங்கள், கருத்துக்கள், ஆதரவு, அன்பு மற்றும் ஊக்கம் மதிப்பற்றவை.

என்னுடைய மற்ற குடும்பத்தினர்: உஷா, வினய், ஷேர்னாஜ், மீடா, ப்ரீத்தி, டோனேட்டா, ஸ்மிதா, அனுஜ், ருடா என் மீது எப்போழுதும் வைத்திருக்கும் நம்பிக்கைக்கும், அன்புக்கும். என் மகிழ்ச்சிக்காக முயற்சிகள் எடுக்கும் என் குடும்பத்தின் அடுத்த தலைமுறையினரான: மிடான்ஷ், டேனியல், ஐடன், கேயா, அனிகா மற்றும் ஆஷ்னாவுக்கும் நான் நன்றி சொல்லவேண்டும்.

கௌதம், என்னுடைய வெஸ்ட்லாண்ட் பதிப்பகத்தின் முதல்வர், கார்த்திகா மற்றும் சங்கமித்ரா என் உதவி ஆசிரியர்கள். என் குடும்பத்தையும் தாண்டி இந்தப் புத்தகத்தோடு நெருங்கி சம்பந்தப்பட்டவர்கள் என்றால், அவர்கள் இந்த மூவர்தான். ஆற்றல், பண்பு மற்றும் நயம் என்ற சக்திவாய்ந்த கலவைதான் இந்த மூவரும். இன்னும் தொடர்ந்து அவர்களுடன் வேலை செய்யும் ஆவலையும் எதிர்பார்ப்பையும் குறிப்பிட விரும்புகிறேன். வெஸ்ட் லாண்டின் மற்ற கெட்டிக்கார குழுவினர்: ஆனந்த், அபிஜீத், அங்கித், அருணிமா, பரணி, கிறிஸ்டினா, தீப்தி, தாவல், திவ்யா, ஜெய்சங்கர், ஜெயந்தி, கிருஷ்ணகுமார், குல்தீப், மது, முஸ்தபாஃ, நவீன் நேஹா, நிதி, ப்ரீத்தி, ராசு, சன்யோக், சதீஷ், சதீஷ், சத்ருகன், ஸ்ரீவத்ஸ், சுதா, விபின், விஸ்வஜ்யோதி மற்றும் பலர். பதிப்புலகில் சிறப்பான குழு.

அமன், விஜய், பிரேர்னா, சீமா மற்றும் என் அலுவலகத்தில் என்னுடன் பணியாற்றியவர்கள். அவர்கள் என் தொழிலை சிறப்பாக கவனித்துக் கொள்வதால், எனக்கு எழுத நேரம் கிடைக்கிறது.

ஹேமல், நேஹா, கேண்டீடா, ஹிதேஷ், பார்த், வினித், நடாஷா, பிரகாஷ், அனுஜ் மற்றும் பலர், இவர்கள் ஒக்டோபஜ் (Oktobuzz) குழுவைச் சார்ந்தவர்கள், இந்தப்புத்தகத்தின் அட்டையை வடிவமைத்தவர்கள், அதைத் திறம்பட செய்திருக்கிறார்கள். அவர்கள் இந்தப் புத்தகத்துக்கான 'ட்ரைலர்' மற்றும் என்னுடைய சமூக ஊடக விஷயங்களை

நன்கு கவனித்துக் கொள்கிறார்கள். அசாத்தியமான கல்பனா சக்தி நிறைந்த நிறுவனம்.

மாயன்க், ஷ்ரேயஸ், சரோஜினி, தீபிகா, நரேஷ், மாறவி, ஸ்னேஹா, சிம்ரன், கீர்த்தி, பிரியங்கா, விஷால், டேனிஷ் மற்றும் மோஸ் ஆர்ட்(Moe's Art) குழு, செய்தித்தொடர்பு, மற்றும் விற்பனையை கவனித்துக் கொள்ளும் நிறுவனம். அவர்கள் வெறும் ஒரு நிறுவனம் கிடையாது, என் ஆலோசகர்கள்.

சத்யாவும் அவன் குழுவும் புதிதாக என் புகைப்படத்தை எடுத்துள்ளனர். அதை இந்தப் புத்தகத்தின் உள் அட்டையில் பயன்படுத்திக் கொண்டோம். ஒரு சதாரனமானவனை சிறப்பாகக் காட்டியிருக்கிறார்கள்.

காலேப், ஃஷிட்ஜி, சந்தீப், ரோகினி, தாரவ், ஹீனா மற்றும் குழுவினர் - என் புத்தகங்களுக்கு தொழில், சட்டம் மற்றும் விற்பனை சார்ந்த ஆலோசனைகளை வழங்குபவர்கள்.

மிருனாளினி, பிரமாதமான சம்ஸ்கிருத பாண்டித்தியம் பெற்றவர், என் ஆராய்சிகளுக்கு உதவுபவர். அவருடன் நடக்கும் விவாதங்கள் அறிவு சார்ந்தவை. அவருடன் பேசி நான் வளர்த்துக் கொள்ளும் பல சிந்தனைகளை, நான் என் புத்தகங்களில் பயன்படுத்திக் கொள்கிறேன்.

ஆதித்யா, என் புத்தகங்களின் தீவிர ரசிகன், இப்பொழுது நல்ல நண்பன், ஆராய்ச்சியில் உதவுபவன்.

கடைசியாக, ஆனால் எந்த விதத்திலும் குறைவில்லா தவர்களான நீங்கள், என் வாசகர்கள். இந்தப் புத்தகம் ரொம்ப தாமதமாகிவிட்டது என்று எனக்குத் தெரியும். என் ஆழ்ந்த மன வருத்தத்தைத் தெரிவித்துக் கொள்கிறேன், என் வாழ்க்கை என்னைப் புத்தகத்திலிருந்து நகர்த்தி வேறு எங்கோ கொண்டு சென்றுவிட்டது. ஆனால் என்னைத் திரும்பவும் கொண்டு சேர்த்துவிட்டது. இனி நான் நேரம் கடத்தமாட்டேன். உங்கள் பொறுமைக்கும், அன்புக்கும், ஆதரவுக்கும், நன்றி.

அத்தியாயம் 1

3400 BCE, சால்செட் தீவு, மேற்கு கடற்கரை, இந்தியா

அந்த மனிதன் வலியில் கதறினான். அவனுடைய முடிவு நெருங்கிவிட்டதை உணர்ந்தான். இந்த வலியை இன்னும் அதிக காலம் தாங்க வேண்டியது இல்லை. ஆனால் அது வரை அவன் அந்த ரகசியத்தைக் காப்பாற்றியாக வேண்டும். அவன் செய்தே ஆக வேண்டும். இன்னும் சற்று நேரம் தான்.

அவன் தன்னைத் திடப்படுத்திக் கொண்டு அந்த மந்திரத்தைத் திரும்பவும் உச்சரித்தான். அந்த மந்திரத்திற்கு அதீத சக்தி இருந்தது. அவன் குடியினர் அனைவருக்கும் புனிதமான மந்திரம்: மலயபுத்ரா பழங்குடியினர்.

ஜெய் ஸ்ரீ ருத்ரா... ஜெய் பரசுராம்... ஜெய் ஸ்ரீ ருத்ரா... ஜெய் பரசுராம்.

ருத்ரனுக்கு வெற்றி. ரசுராமுக்கு வெற்றி.

அவன் கண்களை மூடிக் கொண்டு மந்திரத்தில் மனதை ஒருமுகமாகச் செலுத்தினான். தன்னுடைய தற்போதைய சூழலை மறக்க நினைத்தான்.

எனக்கு வலிமை கொடுங்கள். கடவுள்களே. எனக்கு வலிமை கொடுங்கள்.

அவனைப் பழி வாங்கும் தெய்வம் அவனைப் பார்த்தபடி நின்றது, அவன் மீது இன்னொரு படுகாயத்தை ஏற்படுத்தக் காத்திருந்தது. ஆனால் அந்தத் தெய்வம் தாக்குவதற்குள் அவன் முரட்டுத்தனமாக பின்னால் இழுக்கப்பட்டான். இழுத்தது ஒரு பெண்.

அடித் தொண்டையில் கிசுகிசுத்தாள், 'காரா, இது வேலைக்கு ஆகாது.'

காரா இலங்கைப் படையின் தளபதி. தன்னுடைய பால்ய காதலி சமச்சீயை எதிர்நோக்கினான். சில வருடங்களுக்கு முன் வரை அவள் தான் மிதிலாவின் தற்காலிகப் பிரதம மந்திரி. வட இந்தியாவில் ஒரு சிறிய நாடு. ஆனால் அவள் அந்தப் பதவியைத் துறந்துவிட்டு அவளுக்கு அந்தப் பதவியைத் தந்தவளைத் தேடும் முனைப்பில் இருந்தாள். ஒரு காலத்தில் அவள் பணியாற்றிய ராஜகுமாரி: சீதா.

'இந்த மலயபுத்ரா ஒரு கல்லுளிமங்கன்,' என்று காரா கிசுகிசுத்தான். 'அவன் விஷயத்தைக் கக்க மாட்டான், நாம் வேறு வழி தான் தேட வேண்டும்.'

'நமக்கு அதற்கான நேரம் இல்லையே!'

சமச்சீயின் கிசுகிசுப்பு, அவள் அவசரத்தைப் பிரதிபலித்தது. அவள் சொல்வது சரி என்பது காராவுக்கும் தெரியும். இப்போதைக்கு அவர்களுக்கு சரியான தகவல் சொல்லக் கூடியவன் அந்தக் கட்டையில் கிடத்தப்பட்டவன் தான் என்பதைக் காரா உணர்ந்திருந்தான். அவனால் மட்டும் தான் சீதா எங்கே இருக்கிறாள், அவள் கணவன் ராம் மற்றும் அவன் தம்பி லக்ஷ்மன், மேலும் அவர்களுக்கு உதவியாக இருந்த பதினாறு மலயபுத்ரா வீரர்களுடன் எங்கே ஒளிந்திருக்கிறாள், என்ற விஷயத்தைச் சொல்ல முடியும். இந்த விஷயத்தை அவனிடமிருந்து வரவழைக்க வேண்டியது எவ்வளவு அவசியம் என்பதையும் காரா அறிவான். சமச்சீயின் *உண்மையான தலைவனின்* நன் மதிப்பில் இடம் பெற இந்த விஷயம் அவசியம். அவனை அவள் *இறைவா* என்று அழைப்பாள் - ராவணன், இலங்கையின் அரசன்.

'நான் முயற்சி செய்கிறேன், ஆனால் அவன் ரொம்ப காலம் இப்படித் தாங்க மாட்டான்,' காரா மெல்லிய குரலில் பேசினான், தன் ஏமாற்றத்தை மறைத்துக் கொள்வதற்காக. 'அவன் பேசமாட்டான் என்று நினைக்கிறேன்.'

'நான் முயன்று பார்க்கிறேன்.'

காரா பதில் சொல்வதற்குள், சமச்சீ மேசை அருகே வேகமாக நடந்தாள். மலயபுத்ரா அங்கு கட்டப்பட்டுக் கிடந்தான். அவனுடைய வேட்டியை உருவி வீசினாள். அவன் கட்டியிருந்த லங்கோட்டையும் உருவினாள். அவன் அம்மணமாக அவமானத்தில் புலம்பியபடி கிடந்தான்.

காராவே திகிலடைந்தான். 'சமச்சீ, இது–'

சமச்சீ அவனை நிமிர்ந்து பார்த்து அவன் மீது கூர்மையான பார்வையை வீசினாள், அவன் மௌனமானான். சித்திரவதை செய்பவர்களுக்குக் கூட ஒரு வரைமுறை உண்டு. இந்தியாவில் அப்படித்தான். ஆனால் சமச்சீக்கு அவற்றைத் தூக்கி எறிவதில் எந்தக் கவலையும் இல்லை.

மலயபுத்ராவின் கண்கள் பரபரப்பில் விரிந்தன. வரவிருக்கும் பயத்தை எண்ணி அஞ்சினான்.

அருகில் இருந்த அரிவாளை சமச்சீ எடுத்தாள். ஒரு பக்கம் பயங்கர கூர்மையாகவும் மறுபுறம் பற்கள் கொண்டதாகவும் இருந்தது. அதிகப்படியான வலியைத் தூண்டுவதற்காகவே செய்யப்பட்ட விபரீத ஆயுதம். கையில் அரிவாளுடன் அவள் சித்திரவதை செய்வதற்காக எழுப்பப்பட்ட மேசை அருகே நெருங்கினாள். அவள் அதை மேலே உயர்த்தினாள், அதன் கூர் முனையைத் தொட்டாள், அவள் விரலில் ஒரு பொட்டு ரத்தம் துளிர்த்தது. 'நீ பேசுவாய். என்னை நம்பு. நீ பேசுவாய்,' அவள் பற்களை இறுக்கியபடி பேசினாள். மலயபுத்ராவின் கால்களுக்கு நடுவே அவள் அரிவாளைப் பிடித்தபடி நின்றாள். பயங்கரமான நெருக்கத்தில்.

அவள் மெனக்கெட்டு அரிவாளை மெதுவாகத் திருப்பினாள். மெலிதாக இருந்த மேல் தோலைக் கிழித்தபடி ஆழப் பதிந்தது. ஆழமாக இறங்கியது. அந்த இடத்தில் அத்தனை நரம்புகளும் முடிவடைவதால் அங்கு அதீதமான வலி உண்டானது.

மலயபுத்ரா அலறினான்.

அவன் கதறினான், நிறுத்தும்படி கெஞ்சினான்.

அவன் தன்னுடைய கடவுள்களை அழைத்து அழவில்லை, அவர்களையும் மீறி விட்ட சூழல். அவன் தன் அம்மாவை அழைத்தான்.

காராவுக்கு அப்பொழுது புரிந்தது. மலயபுத்ரா பேசுவான். எப்பொழுது என்பதில் தான் சிக்கல். அவன் உடைந்துவிடுவான், அவன் பேசுவான்.

புஷ்பகவிமானத்தின் உள்ளே ராவணனும் அவன் தம்பி கும்பகர்ணனும் சௌகரியமாக அமர்ந்திருந்தனர். ரொம்பப் பிரபலமான பறக்கும் வண்டி, அது அடர்ந்த காடுகளின் மேல் பறந்தது.

இலங்கையின் அரசன் மௌனமாகவும் கவலையுடனும் இருந்தான். உடல் கவலையில் முறுக்கியிருந்தது. கழுத்தில் அணிந்திருந்த பதக்கத்தை இறுகப் பற்றியிருந்தான் - அந்தப் பதக்கம் எப்பொழுதுமே ஒரு தங்கச் சங்கிலியில் கோர்க்கப்பட்டு அவன் கழுத்தில் தொங்கும். மனித விரல்கள் இரண்டின் எலும்பினால் செய்யப்பட்டது. எலும்புகள் ஜாக்கிரதையாகத் தங்கத்தில் கோர்க்கப் பட்டிருந்தன.

வீரமான எதிரிகளைத் தோற்கடித்தால் அவர்களின் உடலிலிருந்து எதோ ஒன்றை அடையாளமாக அணிந்து கொள்பவர்கள், அசுர வீரர்களின் குடி என்று இந்தியாவில் வெகு காலமாக ஒரு நம்பிக்கை ஓடிக் கொண்டிருந்தது. அப்படிச் செய்வதால் இறந்த வீரனின் துணிவு அவர்களுக்கு வரும் என்று ஒரு நம்பிக்கை. ராவணனுக்கு விசுவாசமாக இருந்த இலங்கை வீரர்கள் ஒரு கட்டுக்கதையை உலவ விட்டனர், அந்தப் பதக்கம் ராவணனின் வைரியின் மிச்சமிருந்த கையைக் கொண்டு செய்யப்பட்டது என்று. கும்பகர்ணனுக்கு மட்டுமே உண்மை தெரியும். ராவணன் பதக்கத்தைத் தன் கையால் இறுகப் பற்றினால், அதற்கு என்ன அர்த்தம் என்பது கும்பகர்ணனுக்கு மட்டுமே தெரியும். இப்பொழுது ராவணன் அதை அப்படித்தான் பிடித்துக் கொண்டிருந்தான்.

தன்னுடைய அண்ணன் தீவிர யோசனையில் இருப்பதை உணர்ந்து, அவனைத் தனிமையில் விட்டுவிட்டு கும்பகர்ணன் புஷ்பக விமானத்தைச் சுற்றி ஒரு நோட்டம் விட்டான். பிரம்மாண்டமான அந்த விமானம் கூம்பு வடிவத்தில் இருந்தது. அதன் கூர் பக்கம் மெலிதாகி மேலே நீண்டது. அடித்தளத்தில் இருந்த நிறைய சாளரங்கள் மற்றும் துவாரங்கள் கெட்டியான கண்ணாடியால் மூடப்பட்டிருந்தன. உலோகக் கதவுகள் திறந்திருந்தன. காலைக் கதிரவனின் கதிர் வீச்சுகள் கண்ணாடி வழியே ஊடுருவின. விமானத்தின் உள் புறத்தில் சற்று வெளிச்சம் வந்தது. அந்த வண்டி சத்தம் எழுப்பாமல் இருப்பதற்கு தான் வடிவமைக்கப் பட்டிருந்தாலும், அதன் தலை மீது சுற்றிய விசிறி போன்ற வடிவம் உரக்க சப்தம் எழுப்பியது. விமானத்தின் கீழ்த்தளத்தில் இருந்த விசிறிகளும்

சத்தத்தை அதிகரித்தன. அவை விமானத்தின் திசை மற்றும் பக்கவாட்டு திருப்பங்களை கவனித்துக் கொண்டன.

விமானத்தின் உள்ளே இடம் பெரியதாகவும், சௌகரியமாகவும் இருந்தது. ஆனால் அதிகப் பூச்சு வேலை இல்லாமல் இருந்தது. கும்பகர்ணன் அண்ணாந்து நோக்கிய போது ஒரே ஒரு அலங்காரம் மட்டும் அவன் கண்ணில் பட்டது - ஒற்றை முக ருத்ராக்ஷத்தின் ஓவியம். விமானத்தின் உள் பரப்பில் இருந்த கூரையில் இந்த ஓவியம் தீட்டப் பட்டிருந்தது. பழுப்பு வண்ணத்தில் வட்டம் அல்லாத ஒரு கொட்டை தான் ருத்ராக்ஷம், அதன் அர்த்தம், 'ருத்ரனின் கண்ணீர் துளி,' என்பதாகும். *கடவுள்களுக்குக் கடவுள், மஹாதேவ்வைக்* கும்பிடுபவர்கள் அனைவரும் ருத்ராக்ஷங்களைக் கோர்த்து உடலில் அணிவார்கள், அல்லது அவர்களுடைய பூஜை அறைகளில் வைப்பார்கள். ஓவியத்தில் தெரிந்த ருத்ராக்ஷத்தில் ஒரு மெல்லிய இழை ஓடியது. இந்த ஓவியத்துக்கு முன் மாதிரியாக இருந்த அந்த ருத்ராக்ஷம், ரொம்ப சிறியக் கொட்டை, அதன் பெயர் *ஏகமுகி*. அதைப் போன்ற அரிதான ருத்ராக்ஷம் கிடைப்பது கடினம். விலை கூடுதலும் கூட. ராவணனின் அரண்மனையில் அவனுடைய அந்தரங்கக் கோவிலில் தங்கக் கயிற்றில் சுற்றிய ஒரு ருத்ராக்ஷம் வைக்கப்பட்டிருந்தது.

ஓவியத்தைத் தவிர, விமானத்தில் வேறு எந்த அலங்காரப் பூச்சும் இல்லை - அது ஒரு ராணுவ வண்டி, சொகுசு வண்டி அல்ல. முக்கியத்துவம் பயனுக்கு தான் அதிகம், தோற்றத்துக்கு அல்ல, அதில் நூறு பயணிகள் ஒரு சேரச் செல்லலாம்.

வீரர்கள் மௌனமாக அமர்ந்திருந்ததைக் கும்பகர்ணன் திருப்தியுடன் கவனித்தான். அவர்கள் சீரான முறையில் அரை வட்டமாக அமர்ந்திருந்தனர். அவர்கள் அப்பொழுது தான் உணவை உண்டு முடித்திருந்தனர். உண்டு, ஓய்வெடுத்து விட்டதால் செயலில் இறங்கத் தயாராக இருந்தனர். சால்செட் தீவில் விமானம் தரை இறங்க இன்னமும் சில மணி நேரங்களே இருந்தன. கும்பகர்ணனுக்கு வந்த தகவலின்படி சமச்சீ, நாடு கடத்தப்பட்ட அயோத்தியா அரச குடும்பம் - ராம், சீதா அவன் மனைவி, லக்ஷ்மன் அவன் தம்பி - அவர்களை ஆதரிக்கும் மலயபுத்ரா ஆதரவாளர்களைப் பற்றிய முக்கியமான தகவலுடன் இவர்கள் வரவை எதிர்பார்த்து அங்கே காத்திருந்தாள்.

ராஜகுமாரன் லக்ஷ்மன் அவர்களுடைய மாண்புமிகு அரசனின் தங்கையான சூர்ப்பனகையைக் காயப்படுத்தின அவமானத்தைப் பழி தீர்க்க வேண்டும் என்ற எண்ணத்துடன் இலங்கையின் ராணுவப் படை வந்து கொண்டிருந்தது. அவள் மூக்குக்கு ஏற்பட்ட காயத்தை ஒட்டுறுப்பு அறுவை சிகிச்சையின் (plastic surgery) மூலம் குணப்படுத்திவிடலாம் என்றாலும் அவளுக்கு ஏற்பட்டிருக்கும் பெருத்த அவமானத்தைப் போக்க ரத்தக் காவு தேவை. வீரர்கள் அதை உணர்ந்திருந்தனர். அவர்களுக்கு அதைப் பற்றிய புரிதல் இருந்தது.

இளவரசி சூர்ப்பனகையும், இளவரசன் விபீஷணனும் ராவணனின் தந்தையின் இரண்டாம் தார வாரிசுகள்; அவர்கள் இருவரும் அவ்வளவு தொலைவில் தண்டகாரண்யத்தில் அப்படி என்ன தான் செய்து கொண்டிருந்தார்கள், அதுவும் நாடு கடத்தப்பட்ட, சக்தியற்ற அயோத்தியா அரச குடும்பத்தினருடன் என்ன செய்து கொண்டிருந்தார்கள் என்று வீரர்கள் சிலருக்குக் கேள்வி எழுந்தது.

'அவர்கள் முழு முட்டாள்கள்,' என்றான் ராவணன் சற்றே கோபமாக; ஆனால் குரலைத் தாழ்த்திப் பேசினான். மேலே இருந்த கம்பியிலிருந்து ஒரு திரைச்சீலை தொங்கியது. அது ராவணன் மற்றும் கும்பகர்ணன் அமர்ந்திருந்த இருக்கைகளை ஓரளவுக்கு மற்றவர்கள் பார்வையிலிருந்து மறைத்தது. 'அவர்களை நம்பி இந்தக் காரியத்தில் இறங்கியிருக்கக் கூடாது.'

ராமுடன் ஏற்பட்ட மோதலில் பரிதாபமாகத் தோற்ற பின் விபீஷணன் சூர்ப்பனகையையும் இலங்கை வீரர்களையும் அழைத்துக் கொண்டு துரித வேகத்தில், இந்தியாவின் மேற்குக் கடற்கரையில் இருந்த சால்செட் தீவுக்குத் திரும்பிவிட்டான். அங்கிருந்து ராவணனின் மகன் இந்த்ரஜித்தின் தலைமையில் கப்பல் ஏறி இலங்கைக்குத் திரும்பினர். அவர்கள் தோல்வியுற்றனர் என்பதை அறிந்தவுடன் ராவணன் தலை நகரத்திலிருந்து உடனடியாகப் புறப்பட்டான்; புஷ்பக விமானத்தில் எவ்வளவு வீரர்களை ஏற்ற முடியுமோ அவ்வளவு பேரையும் ஏற்றிக் கொண்டு புறப்பட்டுவிட்டான்.

கும்பகர்ணன் ஆழமான மூச்சை உள் வாங்கிவிட்டு தன் அண்ணனை நோக்கினான். 'அது எல்லாம் கடந்த காலமாக ஆகிவிட்டது, அண்ணா,'

‘எவ்வளவு பெரிய முட்டாள்கள்! விபீஷணனும், சூர்ப்பனகையும் அவர்களுடைய காட்டுமிராண்டி அம்மாவின் சரியான வாரிசுகள். ஒரு சின்ன வேலையைச் சரியாக முடிக்கத் துப்பில்லை.’

ரிஷி விஷ்ரவாவின் முதல் மனைவி கைகேசியின் மகன்கள் தான் ராவணனும், கும்பகர்ணனும். விபீஷணனும், சூர்ப்பனகையும் கூட அதே ரிஷியின் குழந்தைகள் தான் ஆனால் அவர்கள் க்ரேடயிஸ் என்ற இரண்டாம் மனைவிக்குப் பிறந்தவர்கள். க்ரேடயிஸ் ஒரு கிரேக்க இளவரசி, நோசோஸ் என்ற மத்தியதரைக் கடல் தீவிலிருந்து வந்தவள். ராவணனுக்கு இளையாளின் பிள்ளைகளைச் சுத்தமாகப் பிடிக்காது. ஆனால் தந்தை இறந்த பின்னர் அவனுடைய அம்மா அவனைக் கட்டாயப் படுத்தி அவர்களை ஏற்றுக் கொள்ளும்படி கூறினாள்.

‘ஒவ்வொரு குடும்பத்திலும் சில பல முட்டாள்கள் இருப்பார்கள், அண்ணா,’ என்று புன்முறுவலுடன் கூறினான் கும்பகர்ணன், அண்ணனைச் சமாதானப் படுத்த முயன்றான். ‘ஆனாலும் அவர்கள் நம் குடும்பத்தின் அங்கம் தான்.’

‘நீ சொன்னதை நான் கேட்டிருக்கணும். அவர்களை அனுப்பியிருக்கவே கூடாது.’

‘அதை மறந்துவிடுங்கள், அண்ணா.’

‘சில சமயம் எனக்குத் தோன்றுகிறது-’

‘நாம் இதைச் சமாளிப்போம், அண்ணா,’ கும்பகர்ணன் அவனை இடைமறித்தான். ‘நாம் அந்த விஷ்ணுவைக் கடத்திவிடலாம், அப்பொழுது மலயபுத்ரர்களுக்கு வேறு எந்தத் தேர்வும் இருக்காது, நாம் கேட்டதை வழங்குவதைத் தவிர. நமக்குத் தேவை அது தானே.’

ராவணன் தன் தம்பியின் கைகளைப் பிடித்துக் கொண்டான். ‘நான் உனக்கு சிரமங்களைத் தவிர வேறு எதுவும் கொடுத்ததில்லை, கும்பா. என்னோடு எப்பொழுதும் கூட நின்றதற்கு நன்றி.’

‘இல்லை, அண்ணா. நான் தான் பிறந்ததிலிருந்து உனக்குக் கஷ்டங்களைத் தவிர வேறு எதுவும் கொடுத்ததில்லை. நான் இன்று உயிரோடு இருப்பதற்கு முழு காரணம் நீதான். நான் உனக்காக சாகவும் துணிவேன்,’ என்றான் கும்பகர்ணன் உணர்ச்சிக் கொந்தளிப்புடன்.

'சுத்த பேத்தல்! நீ இப்பொழுதெல்லாம் இறக்க மாட்டாய். எனக்காக நீ சாகக்கூடாது. யாருக்காகவும் சாகக்கூடாது. இன்றிலிருந்து பலபல வருடங்களுக்குப் பிறகு மூப்படைந்து தான் நீ இறக்கணும்; அதற்குள் எவ்வளவு பெண்களைப் படுக்கைக்கு அழைத்துச் செல்ல முடியுமோ செய், எவ்வளவு மது குடிக்க முடியுமோ அவ்வளவு குடி; உன் மனம் போல வாழு!'

பல வருடங்களாக கும்பகர்ணன் பிரம்மச்சர்யத்தையும், மது அருந்தாமல் இருப்பதையும் கடைப்பிடித்து வருவதால், பலமாகச் சிரித்தான்.'நீ தான் நம் இருவருக்கும் சேர்த்து அனுபவிக்கிறாயே, அண்ணா!'

புஷ்பக விமானத்தை வலுவான காற்று உலுக்கியது. ஒரு பெரிய ராட்சஸக் குழந்தையின் கையில் இருக்கும் பொம்மையைப் போல விமானம் அதிர்ந்தது, குலுங்கியது. மழை வேகமாகப் பெய்தது. பாளம் பாளமாக மழை பெய்தது. கனமான கண்ணாடிகளால் மூடப்பட்ட விமானத்தின் சாளரங்கள் வழியாக அவர்கள் மழையை வேடிக்கை பார்த்தனர்.

'ருத்ரக் கடவுளின் மேல் ஆணையாகச் சொல்கிறேன், என் விதி ஒரு விமான விபத்தில் முடியக் கூடாது.'

அவனுடைய இருக்கையில் அவனை பாதுகாப்பாக பிடித்துக் கொண்டிருந்த உடலை பிடிக்கும் வார்கள் சரியாக இருக்கின்றனவா என்று ஒரு முறைக்கு இரு முறையாகச் சோதித்துப் பார்த்தான், ராவணன். கும்பகர்ணனும் அதையே செய்தான். இந்த வார்கள் பிரத்யேகமாக வடிவமைக்கப் பட்டிருந்தன. அழுத்தம் உட்கார்ந்திருப்பவர்களின் மேல் பகுதியில் முழுவதுமாகப் பரவி அவர்களை அலுங்காமல் பாதுகாக்கும். அவர்கள் தொடைகள் கூட வார்களால் பிணைக்கப்பட்டு பாதுகாக்கப் பட்டன.

ஆனால் இலங்கையின் வீரர்கள் சாதாரண வார்களால் தங்களைப் பிணைத்துக் கொண்டனர். இவை விமானத்தின் தரையிலிருந்தும் கூரையிலிருந்தும் தொங்கும் வார்கள். பெரும் பாலானோர் தங்களை அமைதியான நிலையில் வைத்துக் கொள்ளப் போராடினார்கள்; அவர்கள் வயிறும் அதற்கு

ஒத்துழைக்கவேண்டுமே என்று கவலையுற்றனர். ஆனால் சிலர், விமானத்தில் முதன் முறையாகப் பயணிப்பதால், நிறுத்தாமல் வாந்தி எடுத்தனர்.

கும்பகர்ணன் ராவணன் பக்கம் திரும்பினான். 'இது இந்தத் தட்பவெப்ப நிலைக்கு ஒவ்வாத புயல்.'

'அப்படியா நினைக்கிறாய்?' என்று ராவணன் இளித்தான். எதிர்ப்பைச் சந்திக்கும் போது தான் அவனுடைய உண்மையான போட்டி உணர்வு வெளிவரும்.

நான்கு விமான ஓட்டிகள் கருவிகளுடன் போராடிக் கொண்டிருப்பதை கும்பகர்ணன் பார்த்தான். காற்றுக்கு எதிராக விமானத்தைச் செலுத்த சிரமப்பட்டனர். தங்களுடைய உடலின் மொத்த வலுவையும் அந்த கருவிகளின் மீது செலுத்திக் கொண்டிருந்தனர்.

'அவ்வளவு அழுத்தம் கூடாது,' என்று கும்பகர்ணன் கத்தினான். அவன் குரல் ஊளையிடும் காற்றின் ஓசைக்கு மேல் ஒலித்தது. 'செலுத்தும் கருவிகள் உடைந்து விட்டால் நம் கதி அதோகதி தான்.'

நான்கு பேரும் கும்பகர்ணன் பக்கம் திரும்பினர். உலகிலேயே மிகவும் திறமையான விமான ஓட்டி உண்டென்றால் அது கும்பகர்ணன் தான்.

'காற்றுடன் கடுமையாகப் போராடாதீர்கள், அப்படி செய்தால் அதன் மீதுள்ள நம் கட்டுப்பாடு உடையும்,' என்று கும்பகர்ணன் உத்தரவிட்டான். 'அதன் போக்கில் விடுங்கள். அதே சமயம் கட்டுப்பாட்டை ரொம்பவும் தளர்த்திவிடக் கூடாது. விமானத்தை ஆடாமல் சீராகப் பறக்கும்படி பார்த்துக் கொண்டாலே போதும், நாம் தப்பித்துவிடுவோம்.'

செலுத்தும் கருவிகளைச் சற்றே தளர்த்தினார்கள், விமான ஓட்டிகள், விமானம் கீழே இறங்கி அதிகமாகக் குலுங்கியது.

'என்னை வாந்தி எடுக்க வைக்கப் போகிறாயா?' என்றான் ராவணன் முகத்தைச் சுளித்தபடி.

'வாந்தி யாரையும் சாகடித்ததாகக் கேள்விப்பட்டதே இல்லை,' என்றான் கும்பகர்ணன். 'ஆனால் விமானம் உடைந்தால் மரணம் எளிதாக நடந்தேறும்.'

ராவணன் கோபத்தில் முகத்தைச் சுளித்தபடி ஆழமாக மூச்சை இழுத்தான், கண்களை மூடிக் கொண்டான். கைகளில் இருந்த பிடியை இறுக்கமாகப் பற்றினான்.

'மேலும் இந்தப் புயலினால் ஒரு நல்லதும் உண்டு,' என்றான் கும்பகர்ணன். 'இந்த சத்தமான காடு நம்முடைய விமானத்தின் விசிறிகள் போடும் சத்தத்தை மறைத்துவிடும். அவர்களை தாக்கும் போது அவர்களை ஆச்சரிய அதிர்ச்சிக்கு உள்ளாக்கினால் அது நமக்குச் சாதகம்தான்.'

ராவணன் கண்களைத் திறந்து கும்பகர்ணனைப் பார்த்தான், அவன் புருவங்கள் நெரிந்தன. 'உனக்கு என்ன பைத்தியமா? அவர்களில் ஒருவனுக்கு எதிராக நாம் ஐந்து பேர் இருக்கிறோம், அவ்வளவு பெரிய படை நம்முடையது. நமக்கு அதிர்ச்சித் தாக்குதல் எல்லாம் அவசியம் இல்லை. நாம் பாதுகாப்பாகத் தரை இறங்கினால் போதும்.'

யுத்தம் சிறிது நேரம் தான் நடந்தது ஆனால் வெற்றி தீர்மானிக்கப் பட்டதாகவே இருந்தது.

இலங்கை வீரர்கள் யாரும் இறக்கவில்லை. மலயபுத்ரா வீரர்கள் தரப்பில், அவர்களின் தலைவன் ஜடாயு மற்றும் அவனுடைய இரண்டு வீரர்களைத் தவிர, மொத்தமும் இறந்துவிட்டார்கள், அல்லது மரணப் படுக்கைக்குச் செல்லும் அளவுக்குப் படுகாயம் அடைந்து விட்டனர். ஆனால் ராம், சீதா மற்றும் லக்ஷ்மன் கிடைக்கவில்லை.

அந்த மூவரையும் கண்டுபிடிப்பதற்காகக் கும்பகர்ணன் ஒரு படையைத் தயார் செய்து கொண்டிருந்தான். மல்லாக்கப் படுத்திருந்த ஒரு மலயபுத்ர வீரனை வெறித்துப் பார்த்துக் கொண்டிருந்தான் ராவணன். அவன் குத்துயிரும் கொலையுயிருமாக இருந்தான். ஒவ்வொரு மூச்சும் அவனை மரணத்தின் வாயிலுக்கு அழைத்துச் சென்றது.

ரத்தம் அவனைச் சுற்றி குளமானது. அது ஈரமணலில் தோய்ந்து பச்சை நிறப் புல்லின் நிறத்தை மாற்றிக் கொண்டிருந்தது. தொடையின் தசைகள் மொத்தமும் அறுபட்டிருந்தது. எலும்பு தெரியும் அளவுக்கு வெட்டப்பட்டிருந்தது. வெட்டுப்பட்ட நரம்புகளிலிருந்து ரத்தம் குபு குபு வென்று பொங்கியது.

ராவணன் வெறித்துக் கொண்டே இருந்தான். மெதுவான சித்திரவதையான மரணம் அவனைக் கவர்ந்தது.

கும்பகர்ணனின் குரல் அவன் காதில் விழுந்தது.

'ஜடாயு ஒரு துரோகி. அவன் மலயபுத்ரர்களுடன் கட்சி மாறுவதற்கு முன் அவன் நம்மில் ஒருவன். நீ அவனை என்ன செய்தாலும் எனக்கு அக்கறை இல்லை. அவனிடமிருந்து விஷயத்தைக் கற, காரா.'

'சரி, கும்பகர்ண வேந்தே,' என்றான் காரா. அவனுக்கு நிம்மதியாக இருந்தது. சமச்சீயும் அவனுமாகச் சேர்ந்து அவர்களின் காரியத்தையே கச்சிதமாகச் செய்து விட்டனர். அவர்கள் தங்கள் பலத்தைப் பிரயோகித்து எப்படியோ சரியான தகவலைக் கண்டறிந்துவிட்டனர். அவன் வணங்கிவிட்டு, ஜடாயுவை நோக்கி நகர்ந்தான்.

இறக்கும் மலயப்புத்ராவின் மீதே ராவணனின் கவனம் முழுவதும் இருந்தது. அவன் அதிகமாக ரத்தம் இழந்து கொண்டிருந்தான். அவன் வயிற்றிலிருந்த ஒரு சிறிய வெட்டு காயத்திலிருந்து ரத்தம் வெளியேறிக் கொண்டிருந்தது. ஆனால் வெட்டு ஆழமாக இருந்ததை ராவணனால் உணர முடிந்தது. சிறுநீரகம், கல்லீரல், வயிறு என்று அனைத்துமே வெட்டுப்பட்டு விட்டன. அந்த மனிதனின் உடல் துடித்துக் கொண்டிருந்தது. ரத்தம் வெளியேறியதால் அவன் நடுங்கிக் கொண்டிருந்தான்.

மறுமுறையும் அவன் முனைப்பைக் கலைத்தது, கும்பகர்ணனின் குரல்.

'எனக்கு ஏழு குழுக்கள் தேவை. ஒவ்வொரு குழுவிலும் இரண்டு பேர். பிரித்துக் கொள்ளுங்கள். அவர்கள் அதிக தூரம் சென்றிருக்க முடியாது. இளவரசர்களைக் கண்டுபிடித்தாலோ அல்லது இளவரசியைக் கண்டுபிடித்தாலோ அவர்களைப் பிடிக்கும் முயற்சியில் ஈடுபடாதீர்கள். ஒருவன் எங்களிடம் வந்து தகவல் சொல்லுங்கள், மற்றொருவன் அவர்களைப் பின் தொடரட்டும்.'

ராவணனின் கவனம் இன்னமும் அந்த மலயபுத்ரனின் மேல் தான் இருந்தது. அவனுடைய இடது கண் தோண்டி எடுக்கப் பட்டுவிட்டது. கைகளில் மறைத்துக் கொண்டு புலி நகங்கள் அணிந்த ஒரு இலங்கை வீரனின் கைவேலையாக இருக்கும். வெளியே வந்து விட்ட கண் முழி எதோ ஒரு நரம்பில் ஒட்டிக் கொண்டு, தொங்கிக் கொண்டிருந்தது. கண்ணின் வெள்ளைப் பகுதியிலிருந்து ரத்தம் மெதுவாக, திட்டு திட்டாகச் சொட்டிக் கொண்டிருந்தது.

மலயபுத்ரனின் வாய் திறந்திருந்தது. அவன் மார்பு விம்மியது. எப்படியோ சுவாசத்தை உள் இழுத்து உயிரைத் தக்க வைக்கும் அவதி.

அது ஏன் கடைசி நிமிடம் வரை ஆத்மா உடலை விட்டு பிரியாமல் வைராக்கியமாக ஒட்டிக் கொண்டிருந்தது? மரணம் தான் சிறந்த தேர்வு என்று அறிந்த பின்னும் கூட?

'அண்ணா,' அவன் யோசனையை இடைமறித்தது கும்பகர்ணனின் குரல். ராவணன் கையை உயர்த்தி அவனை அமைதிப் படுத்தினான். கும்பகர்ணன் உடனே கீழ்ப்படிந்தான். மலயப்புத்திரன் உயிர் மெதுவாக நீங்குவதை ராவணன் வேடிக்கைப் பார்த்துக் கொண்டிருந்தான். அவனுடைய மூச்சு திணறியது. அவன் ஆழமாக மூச்சை உள் இழுத்ததால் அவனுடைய அனைத்து காயங்களிலிருந்தும் ரத்தம் அதிகமாகப் பீரிட்டது.

சென்று விடு...

கடைசியாக உடல் ஒரு முறை அதிர்ந்தது. இறக்கும் மனிதனின் கடைசியான மூச்சு அவ்வளவு ஆழமாக இல்லை. ஒரு நிமிடத்திற்கு அனைத்தும் நிசப்தமாக இருந்தது. அவன் கண்கள் விரிந்து, கவலையில் இருப்பது போலக் கிடந்தான். அவனுடைய முஷ்டிகள் மடங்கி இறுகியிருந்தன. கால் விரல்கள் கோணலாக மடங்கி இருந்தன. உடல் கட்டையாகிவிட்டது.

பிறகு மெதுவாக அனைத்தும் அடங்கிவிட்டது.

சில நிமிடங்கள் கழித்து ராவணன் அந்தச் சடலத்திலிருந்து தன் பார்வையை அகற்றினான். 'நீ எதோ சொல்லிக் கொண்டிருந்தாயே?' என்று கும்பகர்ணனைப் பார்த்துக் கேட்டான்.

'அவர்கள் அதிக தூரம் சென்றிருக்க முடியாது,' என்றான் கும்பகர்ணன். 'விரைவிலேயே காரா ஜடாயுவிடம் இருந்து விஷயத்தை வாங்கி விடுவான். நாம் அந்த விஷ்ணுவைக் கண்டு பிடித்துவிடுவோம். அவளை உயிருடன் கைப்பற்றுவோம்.'

'ராம், லக்ஷ்மன் என்ன ஆனார்கள்?'

'அவர்களைத் துன்புறுத்தாமல் இருக்க நாம் முயற்சிகள் எடுப்போம். இது சூர்ப்பனகைக்கு அவர்கள் செய்த

கொடுமைக்கான பழி வாங்கும் படலம் என்று அவர்களை நம்ப வைப்போம். நீ விமானத்தில் சென்று காத்திருக்கிறாயா?'

ராவணன் வேண்டாம் என்று தலையசைத்து மறுத்தான். இல்லை.

'நான் சீதாவைப் பார்க்க வேண்டும்,' என்றான் ராவணன்.

'அண்ணா, நமக்கு நேரம் இல்லை. ராஜா ராமனும், இளவரசன் லக்ஷ்மனும் எங்கோ அருகில்தான் இருக்கிறார்கள். அவர்கள் அங்கே சீக்கிரம் வந்துவிடக் கூடும். அவர்களைக் கொல்வது நம் நோக்கம் கிடையாது. இது தான் சரியான சமயம். நாம் விஷ்ணுவைப் பிடித்து விட்டோம், அயோத்தியாவின் அரசன் என்று சொல்லப்படுபவனை நாம் காயப்படுத்தவில்லை. இப்பொழுது நாம் கிளம்ப வேண்டும். நாம் விமானத்திற்குள் சென்றதும், நீ அவளைப் பார்க்கலாம்.'

மலயபுத்ரர்கள் முகாமிட்டிருந்த ஒரு வெட்டவெளியில் இலங்கையின் வீரர்கள் குழுமியிருந்தனர். அடர்ந்த வனம் அவர்களைச் சூழ்ந்தது, மரங்களின் உயரத்தைத்தவிர வேறு எதுவும் கண்களுக்குப் புலப்படவில்லை. இளவரசர்கள் அந்த இடத்திற்கு வருவதற்குள் கிளம்ப வேண்டும் என்பதில் கும்பகர்ணன் ஆர்வமாக இருந்தான்.

ராவணன் ஒப்புக் கொண்டு விமானத்தை நோக்கி நடந்தான். அவனுக்கு முன்னால் அவனுடைய பாதுகாவலர்கள் நடந்தனர். கும்பகர்ணன் அவன் அருகே அவனுடன் நடந்தான். பெரும்பாலான வீரர்கள் அவர்களைத் தொடர்ந்தனர். மயக்கமடைந்த சீதாவை சிலர் கை கால்களைக் கட்டி படுக்க வைத்துத் தூக்கிக் கொண்டு வந்தனர். இவர்களுக்குப் பின்னால் காவலாகப் படை வந்தது.

ராம் மற்றும் லக்ஷ்மன் சுதந்திரமாக கைகளில் ஆயுதங்களுடன் சுற்றிக் கொண்டிருக்கிறார்கள் என்பதை அறிந்து படை உஷாராக இருந்தது. சட்டென்று ஒரு அம்புப் படை அவர்களைத் தாக்கக் கூடாதே என்ற ஜாக்கிரதை உணர்வில் அவர்கள் செயல்பட்டனர்.

அப்பப்போ ஒரு குரல், தொலைவில், விட்டு விட்டு கேட்டது. ஒவ்வொரு முறை அழைக்கும் பொழுதும் குரல் சற்றே பலமாகவும், அருகில் வருவது போலவும் ஒலித்தது.

'சீதாஆஆஆஆஆ!'

அது ராமின் குரல் தான், இறந்துவிட்ட, அயோத்திய ராஜ்ஜியத்தின் மன்னனான தசரதனின் மூத்த புதல்வனின் குரல். அயோத்தியா தான் மிகவும் சக்தி வாய்ந்த நாடு என்பதால், தசரதன் *சப்த சிந்துவுக்கும்*, *ஏழு நதிகள் பாயும் நிலம்* மாமன்னனாக திகழ்ந்தான். ஒரு *தெய்வீக அஸ்திரத்தை* அதாவது *கடவுளின் ஆயுதத்தை* மிதிலை போரில் அனுமதியின்றி ராம் பயன்படுத்தியதால் அவனை பதினான்கு ஆண்டுகள் நாடு கடத்திவிட்டு, பரதனை நாடாளும் இளவரசனாக நியமித்திருந்தார் தசரதர். ஆனால், தசரதர் இறந்த பின்னர், பரதனுக்கு முடி சூட்டும் விழா நடத்தத் தீர்மானித்தபோது, யாரும் எதிர்பார்க்காத வண்ணம் ராமின் பாதுகைகளை அரியாசனத்தில் வைத்து, தன்னுடைய அண்ணனின் பிரதிநிதியாக பரதன் நாட்டை ஆண்டான்.

அதனால் நாடு கடத்தப்பட்டிருந்தாலும், ராம் தான் அயோத்தியாவை அரசாளும் மன்னன், சப்த சிந்துவின் மாமன்னன்.அவன் இன்னும் முடி சூட்டப்படாமல் இருந்தாலும் அவன் தான் மன்னன். அவன் காயப்பட்டாலோ, கொல்லப்பட்டாலோ சப்த சிந்து மற்றும் பல நாடுகளுடன் செய்து கொள்ளப் பட்ட ஒப்பந்தம் அமலுக்கு வரும். அவர்களுடைய மாமன்னரை துன்புறுத்தியவர்களின் மீது படைதிரட்டி போர் புரிய கடமைப்பட்டவர்களாவார்கள். இலங்கை இப்பொழுது அப்படிப்பட்ட போருக்கு தயாராக இல்லை என்பதை ராவணன் உணர்ந்திருந்தான். இப்பொழுது கண்டிப்பாக இல்லை.

ஆனால் மாமன்னனின் மனைவியைப் பொறுத்தவரை அது போன்ற கடமைகள் எதுவும் கிடையாது.

வலி இழையோடிய குரல் திரும்பவும் கேட்டது. 'சீதாஆஆஆஅஆஆ...'

இராவணன் கும்பகர்ணனை நோக்கினான். 'அவன் என்ன செய்வான் என்று நீ நினைக்கிறாய்? சப்த சிந்துவின் படைகளை அவனால் திரட்ட முடியுமா?'

பிரம்மாண்டமான உருவம் என்றாலும் கும்பகர்ணன் வியக்க வைக்கும் முறையில் நளினமாக நகர்ந்தான்,

ராவணனுக்குச் சரி சமமாக நடந்தான். சிந்தனையுடன் பேசினான், 'நாம் எப்படி நடந்து கொள்கிறோம் என்பதைப் பொறுத்து இருக்கிறது. சப்த சிந்துவிலேயே கூட நிறைய பேர் ராம் மற்றும் அவன் குடும்பத்தை எதிர்க்கிறார்கள். சூர்ப்பனகைக்கு நடந்த இழுக்குக்குப் பழி வாங்கும் படலம் தான் சீதையின் இந்தக் கடத்தல் என்ற செய்தியைப் பரப்பினோமானால், சண்டையிட வேண்டாம் என்று இருக்கும் நாடுகளுக்கு, பின் வாங்குவதற்கு இது ஒரு நல்ல காரணமாகி விடும். மாமன்னனுக்கு ஏற்படும் அவமதிப்பைத் தவிர, அரச குடும்பத்தில் உள்ள வேறு யாரையும் காக்கும் பொறுப்பு அந்த ஒப்பந்தத்தில் இல்லை. அதனால் நாம் மாமன்னனின் மனைவியைக் கடத்தியதற்காக யாரும் ஒப்பந்தத்தின் பேரில் நம்மை தாக்க வேண்டிய கடமைக்குத் தள்ளப்பட மாட்டார்கள். விலகி நிற்பது என்று முடிவெடுப்பவர்கள் விலகிக் கொள்ளலாம். ஒரு பெரிய படையைத் திரட்ட வாய்ப்பு இல்லை.'

'அப்படி என்றால் அந்த முட்டாள்கள் விபீஷணன் மற்றும் சூர்பனகையால் எதோ ஒரு நன்மை கிடைத்திருக்கிறது.'

'பயனுள்ள முட்டாள்கள்,' என்றான் கும்பகர்ணன், கண்கள் மின்ன.

'நான் தான் அந்த வார்த்தையைப் பயன்படுத்தினேன், எனக்கு தான் அதற்கான உரிமை இருக்கு!'என்ற ராவணன் உரக்கச் சிரித்தபடி விளையாட்டுத் தனமாக கும்பகர்ணனின் வயிற்றைத் தட்டினான்.

சகோதரர்கள் புஷ்பகவிமானம் நின்ற இடத்தை அடைந்துவிட்டதால் அதனுள் ஏறிக் கொண்டனர்.

வீரர்கள் அவர்களைத் தொடர்ந்து விமானத்தில் ஏறிக் கொண்டு தங்கள் இடங்களில் வரிசையாக நின்றனர். விமானம் புறப்படுவதற்கான ஆயத்தங்களில் ராவணனும், கும்பகர்ணனும் தங்களைத் தயார்படுத்திக் கொண்டனர். விமானத்தின் கதவுகள் காற்றழுத்த விசையினால், உஸ்ஸ்ஸ் என்ற சத்தத்துடன் மூடிக் கொண்டன.

'அவள் ஒரு போராளி!' என்று சீதாவைப் பார்த்துக் கொண்டே, கும்பகர்ணன் ரசனையுடன் இளித்தான். இலங்கையின் படை வீரர்கள் அவளைச் சுற்றி குழுமியிருந்தனர், அவளுடைய மயங்கிய உடலை வார்கள் கொண்டு பிணைத்தனர்.

துணிச்சலான வீராங்கனையான இளவரசியைப் பிடிப்பது அவ்வளவு எளிதான காரியமாக இருக்கவில்லை.

சூர்ப்பனகைக்கும் இளவரசர்களுக்கும் இடையே நடந்த மோசமான சந்திப்புக்குப் பிறகு முப்பது நாட்கள் ஓடி விட்டன, அதனால் அயோத்தியாவின் வாரிசுகள் சற்றே அசிரத்தையாக இருந்து விட்டனர், இலங்கை வீரர்களால் இவர்களைக் கண்டு பிடிக்கமுடியாது என்ற மிதப்பில் இருந்து விட்டனர். அன்று அவர்கள் வெளியே வந்து ஒரு நல்ல சாப்பாட்டைச் சாப்பிட விரும்பினர். மக்ரந்த் என்ற மலயபுத்ர வீரனுடன் சீதா வாழை இலை வெட்டச் சென்றாள். ராமும் லக்ஷ்மணனும் மற்றொரு திசையில் வேட்டையாடச் சென்றிருந்தனர்.

சீதாவைக் கண்டுபிடித்த இலங்கை வீரர்கள் மக்ரந்தை உடனே கொன்று விட்டனர். ஆனால் சீதா அவர்களைக் கொன்றாள். மலயபுத்ர முகாமுக்கு மறைந்திருந்து சென்றாள். மரங்களின் மறைவுக்குப் பின்னால் நின்று தன்னுடைய வில்லையும் அம்புகளையும் கொண்டு நிறைய இலங்கை வீரர்களைக் கொன்று வீழ்த்தினாள். அவள் விரைவாகவும், நேர்த்தியாகவும் செயல்பட்டாள். மறைவிடங்களில் விரைந்து சென்றாலும் அவளால் ராவணனையும் கும்பகர்ணனையும் நெருங்க முடியவில்லை. இலங்கை வீரர்கள் அவர்களை மிக நன்றாக அரணமைத்துப் பாதுகாத்தனர். கடைசியில் தன்னுடைய நம்பிக்கைக்குப் பாத்திரமான தலைவன் ஜடாயுவைக் காப்பாற்றுவதற்காக அவள் மறைவிடத்திலிருந்து வெளியே வரவேண்டிய கட்டாயம் ஏற்பட்டது. அப்பொழுது தான் அவளை வளைத்துப் பிடித்து ஏதோ ஒரு மயக்க மருந்தைக் கொடுத்து மயங்க வைத்தனர். பிறகு அவளைக் கட்டிப் போட்டு விமானத்திற்குத் தூக்கிச் சென்றனர்.

'மலயபுத்ரர்கள் இவளை விஷ்ணு என்றே நம்பிக் கொண்டிருக்கிறார்கள்,' என்று ராவணன் சிரித்தான். 'இவள் சண்டைக் கலையில் வல்லமை படைத்தவள் என்று அவர்கள் நம்புகிறார்கள். அதனால் இவள் நல்ல வீராங்கனையாக இருக்கவேண்டும்!'

ஒரு பழமையான இந்திய வழக்கப்படி, மிகவும் சிறந்து விளங்கும் தலைவர்கள், சிறப்பிலும் சிறப்பானவர்கள், நல்லவற்றைப் பரப்பக் கூடியவர்களாக மாற தகுதி பெற்றவர்கள், புதிய வாழ்வை முழங்கிச் சொல்லக் கூடியவர்கள், அனைவருமே 'விஷ்ணு' என்ற பட்டப்பெயரால்

அறியப்பட்டனர். அது வரை ஆறு 'விஷ்ணு' வந்துவிட்டனர். மலயபுத்ர பழங்குடி இனத்தைத் தோற்றுவித்ததே ஆறாவது விஷ்ணுவான, பரசுராம் தான். இப்பொழுது மலயபுத்ரர்கள் ஏழாவது விஷ்ணுவை அடையாளம் கண்டு கொண்டுள்ளனர். இந்தியாவையே மாற்றும் தகுதி கொண்டவர்: சீதா. அவளைத் தான் ராவணன் கடத்திக் கொண்டு வந்திருக்கிறான்.

அவளைச் சுற்றி நின்றிருந்த வீரர்கள் கலைந்து தங்கள் இடத்திற்குச் சென்றனர்.

ராவணனிடம் இருந்து இருபது அடி விலகி, பத்திரமாகக் கட்டப்பட்டு, கீழே தூக்குப் படுக்கையில் கிடந்தாள். அவளுடைய மேலங்கி அவள் உடலைப் போர்த்தியிருந்தது. வார்கள் இறுக்கமாக நெஞ்சையும் கால்களையும் பிணைத்திருந்தன. அவள் கண்கள் மூடியிருந்தன. அவள் வாய் ஓரத்தில் எச்சில் கோடாக வழிந்தது. தீவிரமான விஷம் ஒன்று அவளுக்குக் கொடுக்கப்பட்டிருந்தது, அதனால் ஆழ்ந்த மயக்கத்தில் இருந்தாள்.

ராவணனும், கும்பகர்ணனும் அவர்களின் வாழ்க்கையில் முதல் முறையாக சீதாவின் முகத்தைப் பார்த்தனர்.

ராவணனுக்கு ஒரு நிமிடம் மூச்சே நின்று விடும் போலிருந்தது. அவன் அசையாமல் அமர்ந்திருந்தான், அவன் இதயம் வாதத்தில் விழுந்தது போல இயங்க மறந்திருந்தது. கண்கள் அவள் முகத்தை விட்டு அகலாமல் வெறித்தன.

சீதாவின் அரச குடும்பத்துக்கே உரித்த கம்பீரமான, வலிமையான, அழகான முகத்தை வெறித்தான்.

ஶ்ரீ

அத்தியாயம் 2

ஐம்பத்தி ஆறு ஆண்டுகளுக்கு முன், குரு விஷ்ராவாவின் ஆசிரமம், இந்திரப்ரஸ்த்தம், இந்தியா.

நான்கே வயதான ராவணன் தெளிவாகவும் வலுவாகவும் நகர்ந்தான்.

வயதுக்கு மீறிய அறிவுடன் செயல்பட்ட அந்தக் குழந்தை ரிஷி விஷ்ராவாவின் மகன். மிகவும் போற்றப்பட்ட அந்த ரிஷி நிறைய வயதான பிறகு திருமணம் முடித்தார், எழுபது வயதில். ஆனால் அவரைப் பார்த்தால் அவ்வளவு வயது சொல்ல முடியாது: அவர் மாய சக்தி நிறைந்த சோமபானம் தினமும் பருகி வந்ததால் இளமையுடன் திகழ்ந்தார். அவருடைய நீண்ட களப் பணியில் அவர் விஞ்ஞானி மற்றும் ஆன்மிகவாதி என்று பெயர் எடுத்திருந்தார். அவருடைய தலைமுறைக்கே அவர் மிகவும் அறிவாளி என்றும் அறியப்பட்டார்.

அப்படிப் புகழ் பெற்ற ரிஷியின் மகன் என்பதால் ராவணனின் பிஞ்சு தோள்களில் எதிர்பார்ப்பு என்ற பாரம் சுமத்தப்பட்டது. ஆனால் அவன் எதிர்பார்ப்பைப் பொய்ப்பவன் போல் தெரியவில்லை. அந்த இளம் வயதிலேயே அபாரமான அறிவைப் பெற்றுத் திகழ்ந்தான். அவனைச் சந்தித்த அனைவருக்கும் மனதில் தோன்றிய விஷயம், அவனுடைய தந்தையின் பராக்கிரமத்தை மிஞ்சி விடுவான் என்பதுதான்.

ஆனால் இந்தப் பிரபஞ்சம் அனைத்தையும் நடுநிலையில் வைக்கக் கூடியது. நேர்மறையுடன் கைகோர்த்து எதிர்மறையும் கூடவே அலையும்.

சூரியன் தொலைவில் அஸ்தமிக்கும் போது, தான் பிடித்த முயலின் மென்மையான கால்களை அங்கே கிடந்த மரத் துண்டுகளில், ராவணன் கட்டினான். அவை நிலத்தில் புதைந்திருந்த வெட்டுப்பட்ட மரத் துண்டுகள். முயல் துடித்தது. அந்தச் சிறுவன் தன் முட்டியால் ஊன்றி அதன் கயிற்றை இறுக்கினான். அது தன் கால்கள் பரத்தி பயத்தில் கிடந்தது. அடிவயிறும், நெஞ்சும் சூரியனை எதிர்நோக்கி மல்லாக்கக் கிடந்தது. சிறுவன் திருப்தியடைந்தான். இப்பொழுது அவன் தன் வேலையைத் தொடங்கலாம்.

முந்தைய தினம் ராவணன் ஒரு முயலைக் கூறு போட்டிருந்தான். அதன் தசைகளையும், தசை நார்களையும், எலும்புகளையும் நுட்பமாக ஆராய்ந்தான். அது இன்னமும் உயிருடன் இருந்தது. துடித்துக் கொண்டிருந்த இதயத்தை நெருங்க ஆவலாக இருந்தான். ஆனால் அந்த முயல் மிகவும் துன்பப்பட்டிருந்ததால், அவன் அதன் மார்புக் கூட்டை வெட்டி அதன் இதயத்தை நெருங்குவதற்கு முன் இறந்துவிட்டது. ராவணன் அதன் இதயத்தை அடைவதற்குள் அது இறந்திருந்தது.

இன்று அவன் அந்த மிருகத்தின் இதயத்திற்கே நேராகச் செல்லத் திட்டமிட்டிருந்தான்.

முயல் துடித்துக் கொண்டிருந்தது, அதன் நீண்ட காதுகள் வேகமாக நகர்ந்தன. சாதாரணமாக முயல்கள் அமைதியான விலங்குகள்.ஆனால் இது பதற்றமாகத் தெரிந்தது. அப்படி இருக்க அதற்குத் தகுந்த காரணமும் இருந்தது.

தன்னுடைய ஆள்காட்டி விரலை வைத்து கத்தியின் கூர்மையை ராவணன் சோதித்தான். ஒரு சிறு கோடு ரத்தம் வழிந்தது. அவன் விரலில் வழிந்த ரத்தத்தை வாயால் உறிஞ்சினான். முயலை வெறித்தான். சிரித்துக் கொண்டான்.

அவனுள் ஒரு அவசரம் தொத்திக் கொண்டது; அவனுடைய இதயம் படபடத்தது. அது அவன் தொப்புளைச் சுற்றி இருந்த ஒரு மந்தமான வலியை மறக்க அடித்தது. அந்த வலி அவனுள் நிரந்தரமாக இருந்தது.

இடது கையால் சிக்கிய விலங்கை அழுந்தப் பிடித்தான். கத்தியின் கூர்முனை அதன் நெஞ்சைத் தொடும்படி பிடித்திருந்தான்.

அவன் வெட்டப் போகும் சமயத்தில் அவன் அருகே நிழலாடியதைப் பார்த்தான். நிமிர்ந்தான்.

கன்னியாகுமாரி.

இந்தியாவின் பல பகுதிகளில் *கன்னியாகுமாரியை* வணங்கும் பழக்கம் உண்டு. கன்னியாகுமாரி - *கன்னி கழியாத கடவுள்.* ஆதி பரமேஸ்வரி, ஆதிக் கடவுள் சில சமயம் இது போன்ற தேர்ந்தெடுக்கப்பட்ட கன்னியாப் பெண்களின் உடலில் சில காலம் உறைவாள் என்ற நம்பிக்கை உண்டு. இந்தப் பெண்கள் உயிருடன் வலம் வரும் கடவுள்களாக வணங்கப் படுவார்கள். மக்கள் அவர்களை அணுகி ஆலோசனைகளும், குறிகளும் கேட்பார்கள் - ராஜாக்கள் மற்றும் ராணிகள் கூட அவர்களைப் பின் பற்றுபவர்களாக இருப்பார்கள் - அவர்கள் பூப்படையும் வரை இந்த சடங்கு சம்பிரதாயம் தொடரும். அந்த சமயம் பரமேஸ்வரி மற்றொரு பெண் உடலைத் தேடித் போய்விடுவாள் என்பது ஐதீகம்.

இந்தியாவில் நிறைய கன்னியாகுமாரி கோவில்கள் உள்ளன. இப்பொழுது ராவணனுக்கு எதிரே நின்று கொண்டிருந்தவள் இந்தியாவின் கிழக்குப் பகுதியில் உள்ள வைத்தியநாத்திலிருந்து வந்திருந்தாள்.

காஷ்மீரில் உள்ள அமர்நாத் குகை கோயிலுக்குப் புனித யாத்திரை போய்விட்டு, வைத்தியநாத்திற்கு திரும்பும் வழியில் ரிஷி விஷ்ராவாவின் ஆசிரமத்தில் தங்கியிருந்தாள். ஆண்டு முழுவதும் பனியால் மூடியிருக்கும் அந்தப் புனித குகைக்குள் பனியால் ஆன லிங்கம் இருந்தது. இந்தக் குகையில் தான் முதல் மஹாதேவ், படைப்பு மற்றும் வாழ்க்கையின் ரகசியங்களைப் பகிர்ந்து கொண்டதாக நம்பப்படுகிறது.

கன்னியாகுமாரியின் கோஷ்டி புனித யாத்திரையிலிருந்து தங்கள் ஆன்மாக்களைப் புதுப்பித்துக் கொண்டு வந்திருந்தாலும் உடல்கள் தளர்ந்து தான் போயிருந்தனர். யமுனை ஆற்றங்கரையில் ரிஷியின் ஆசிரமத்தில் சில வாரங்கள் தங்கி இளைப்பாற நினைத்தாள் அந்தக் கன்னிக் கடவுள். பிறகு தன் பயணத்தைத் தொடர நினைத்தாள். கன்னிக் கடவுளிடம் ஆன்மீகத்தைப் பற்றி பேசி தெளிவு பெற்று தன் புரிதலை வளர்த்துக் கொள்ள இது ஒரு நல்ல வாய்ப்பு என்று ரிஷி கருதினார். ஆனால் அவர் எவ்வளவு முயன்றாலும் அவள் யாருடனுமே பழகாமல் தனித்தே இருந்தாள். ஆசிரமத்தில் யாருடனும் உரையாடுவது இல்லை.

ஆனால் அவள் அப்படித் தனித்திருந்தது, அவளுடைய புதிரான தோற்றத்திற்கு ஒரு மர்மத்தையும், அதிசயத்தையும்

அளித்தது. தன் வேலையிலேயே மூழ்கியிருக்கும் ராவணன் கூட அவளைப் பார்த்தால் ஆச்சரியத்தில் ஆழ்ந்து விடுவான்.

இப்பொழுது அவளை நிமிர்ந்து பார்த்தான். செய்வதறியாமல் ஸ்தம்பித்து நின்றான். கத்தி அந்தரத்தில் ஆடியது.

கன்னியாகுமாரி அவன் எதிரே நின்றாள், அவள் முகபாவத்தில் எந்த மாற்றமும் இல்லை அமைதியாக இருந்தாள். முகத்தில் கோபமோ, வெறுப்போ இல்லை. வழக்கமாக ராவணன் இது போன்ற விஞ்ஞான ஆராய்ச்சியில் ஈடுபடும் பொழுது ஆசிரம வாசிகள் வர நேர்ந்தால் கோபம் அல்லது வெறுப்பின் சாயலைப் பார்த்திருக்கிறான். அவள் கண்களில் பரிதாபமோ, துயரமோ கூட இல்லை. ஒன்றுமே இல்லை. ஒரு பாவமும் இல்லை.

அவள் அங்கேயே, அப்படியே கற்சிலை போல் நின்றாள் - விலகி இருந்தாலும், வியப்பில் ஆழ்த்தினாள். அவளுக்கு மிஞ்சி மிஞ்சி போனால் எட்டு அல்லது ஒன்பது வயது இருக்கும். கோதுமை - நிறம், எடுப்பான கன்ன எலும்புகள், சிறிய கூர்மையான நாசி. நீண்ட கருத்த முடி பின்னலிடப் பட்டிருந்தது. சற்று அகண்ட கறுப்புக் கண்கள், கோடுகளே இல்லாத இமைகள். சிகப்பு வேட்டி, சட்டை மற்றும் அங்கவஸ்த்திரம் அணிந்திருந்தாள். அவளுடையது, இமாலய மலையின் மக்களின் கண்கள்.

உடனேயே தன்னிச்சையாக ராவணன் தன் வேட்டி மேல் கட்டியிருந்த இடுப்பைப் பிடிக்கும் அங்கியை சரி பார்த்துக் கொண்டான். அது சரியான இடத்தில் அவன் தொப்புளை மறைத்தபடி தான் இருந்தது. அவன் ரகசியம் பத்திரமாக இருந்தது. பிறகு தன் முகத்திலிருந்த அம்மை தழும்புகளை நினைத்துப் பார்த்தான், சிறு வயதில் அம்மைப் போட்ட போது ஏற்பட்ட தழும்புகள். முதன்முதலாக அவன் தன்னுடைய உடலைப் பற்றியும், தன்னைப் பற்றியும் நினைத்து வெட்கப்பட்டான்.

அந்த எண்ணத்தை வெளியேற்ற அவன் தன் தலையை அசைத்தான்.

'தேவி க...கன்னியாகுமாரி,' என்று கிசுகிசுத்தான். கத்தியைத் தரையில் போட்டான். *கன்னிக் கடவுளின்* மீதே கண்கள் நிலைத்தன.

ஒரு வார்த்தையும் பேசாமல், முக பாவத்தைக் கூட மாற்றாமல் கன்னியாகுமாரி முன்னால் நகர்ந்தாள். அவள் குனிந்து கத்தியை எடுத்தாள். நேர்த்தியாகவும் விரைவாகவும் அந்தப் பரிதாபமான முயலைக் கட்டியிருந்த கயிற்றை அறுத்தாள்.

அதைத் தூக்கி அதன் தலையில் மென்மையாக முத்தமிட்டாள். பதற்றத்தை மறந்து முயல் அவள் கைகளில் அமைதியாக இருந்தது. குரலற்ற அந்த விலங்கு, தான் இப்பொழுது பாதுகாப்பாக இருப்பதாக உணர்ந்தது.

ஒரு க்ஷண நேரத்திற்கு கன்னிக் கடவுளின் கண்களில் அன்பு மின்னியதாக ராவணன் உணர்ந்தான். பிறகு முகமூடி வந்துவிட்டது.

அவள் முயலைக் கீழே விட்டதும் அது துள்ளி ஓடியது.

கன்னியாகுமாரி ராவணன் பக்கம் பார்வையைத் திருப்பி அவனிடம் கத்தியை நீட்டினாள்.

முகம் வழக்கம் போல எந்த பாவமும் இன்றி இருந்தது.

ஒரு வார்த்தை கூடப் பேசாமல் அவள் திரும்பி நடந்தாள்.

அவள் ஆசிரமத்திற்கு வந்ததிலிருந்து இது முதல் முறையல்ல, ராவணன் பல முறை யோசித்துவிட்டான், அவள் கன்னிக் கடவுளாவதற்கு முன் அவள் பெயர் என்னவாக இருந்திருக்கும் என்று.

—ऽ᳚ो—

தன் அன்னை கைகேசி உறங்கியவுடன் ராவணன் வீட்டை விட்டு மெதுவாக வெளியேறினான். அவன் அவசரமாகத் தான் போக வேண்டிய இடத்தை நோக்கி விரைந்தான்.

அவனுக்கு இப்பொழுது வயது ஏழு. அவனுடைய தந்தையின் ஆசிரமம் மட்டுமின்றி பல ஆசிரமங்களில் அவனுடைய அறிவு தீக்ஷண்யம் பிரசித்தி பெற்றதாக இருந்தது.

தற்காப்புக் கலைகளிலும் அவன் தேர்ச்சி பெற்றிருந்தான். பெரிய எதிர்பார்ப்பை ஏற்படுத்தியிருந்தான். இவையெல்லாம் போதாது என்பது போல அவன் இசையிலும் தேர்ச்சி பெற்றிருந்தான். அவனுக்குப் பிடித்தமானவை தந்திகள்

உடைய வாத்தியங்கள், குறிப்பாக ருத்ர வீணை. அவன் அதைப் பயில ஆரம்பித்து சில மாதங்கள் தான் ஆகியிருந்தாலும், அவனுக்கு அதன் மீது அதீத பற்று.

முந்தைய மஹாதேவ் ருத்ராவின் பெயரில் தான் அந்த வீணைக்குப் பெயர் சூட்டப்பட்டிருந்தது. அவரை ராவணன் மிகுந்த பக்தியுடன் வணங்குவான். வாசிப்பதற்கு மிகவும் கடினம் என்று கருதப்பட்டது தான் ருத்ர வீணை. அதில் தேர்ச்சி பெற குறைந்தது பத்து ஆண்டுகள் தீவிரப் பயிற்சி எடுக்கவேண்டும் என்று கூறப்பட்டது - ஒவ்வொரு முறை அதைக் கேள்விப்படும் பொழுதும் அவன் தன்னை மேலும் வருத்திக் கொண்டு பயிலுவான். சிறப்பானவன் என்ற பதவிக்குக் குறைவாக ராவணனால் எப்படி இருக்க முடியும்?

அவன் இருட்டில் நடக்கத் தொடங்கினான். மறுநாள் ஏற்பாடு செய்யப்பட்டிருந்த போட்டியில் தான் அவன் கவனம் முழுவதும் இருந்தது. டாகர் என்று அழைக்கப்பட்ட ஒரு இசைக் கலைஞனுக்கும் ராவணனுக்கும் தான் போட்டி. இளைஞன் என்றாலும், ருத்ர வீணை இசைப்பதில் கெட்டிக்காரன் என்று பெயர் வாங்கியவன். அவன் ரிஷி விஷ்ராவாவின் ஆசிரமத்திற்கு வந்திருந்தான்.

அது ஒரு விளையாட்டுத் தனமான போட்டி தான் என்றாலும் ராவணனுக்கு அதில் தோற்க இஷ்டம் இல்லை.

முதல் முறை தான் விரும்பிய வாத்தியத்தைத் தொட்ட நாளை நினைவுபடுத்திப் பார்த்தான். அவன் மிகுந்த பக்தியுடன் தேக்கு மரத்தினாலான, கைவிரல்கள் கொண்டு மீட்டும் இடத்தைத் தொட்டுப் பார்த்தான். அவற்றை இரண்டு குடங்கள் போன்ற வடிவங்கள் ஏந்திக் கொண்டிருந்தன. அவை குடைந்தெடுத்து காயவைக்கப்பட்ட கறிகாய் சட்டிகள் என்று அவன் கேள்விப்பட்டிருக்கிறான். அந்த நீண்ட குழல் போன்ற உடலில் இரண்டு மயில்களின், வேலைப்பாடுகள் பொறிக்கப்பட்டிருந்தன. அவை ருத்ரனுக்கு பிடித்தமான பறவைகளாம். இருபத்தி இரண்டு கட்டைகள் மெழுகால் பொருத்தப்பட்டிருந்தன. மூன்று பாலங்கள் போன்ற அமைப்பு இருந்தன..

இந்த அற்புதமான வாத்தியத்திற்கு எட்டு கம்பிகள் இருந்தன - நான்கு முக்கிய கம்பிகள் (தந்திகள்) மற்றும் மூன்று கம்பிகள் வாசிப்பவர் பக்கமும் ஒரு கம்பி எதிர்

பக்கமும் இருந்தது. இவை அனைத்தும் ஸ்ருதியை கூட்டவோ குறைக்கவோ செய்வதற்கு ஏற்றதாக முடுக்கப் பட்டிருந்தன.

முதல் பாடத்தின் போது ஏற்கனவே பயிற்சி பெற்ற மாணவர்கள் தரையில் அமர்ந்து ஒரு குடுவையைத் தோளில் ஏந்திக் கொண்டனர். சிலர் தங்களுடைய இடது முட்டியில் ஏந்தினர். அப்பொழுது தான் ராவணனுக்குப் புரிந்தது, வாசிப்பவர்களுக்கு ஏற்றவாறு வீணை உருவாக்கப்பட்டது என்று; அனைவருக்கும் ஒரே அளவு என்ற பேச்சுக்கே இடம் இல்லை.

ருத்ரவீணையின் வடிவமைப்பைப் பார்த்த யாருமே அதை எளிது என்று கூற மாட்டார்கள். புரிந்து கொள்ளவே அரிதான வாத்தியம், மீட்டுவதற்குக் கூடுதல் சிரமமாகத் தான் இருக்கும். வலது கை விரல்களில், ஆள் காட்டி மற்றும் நடு விரல்களில், தொப்பி அணிந்து தந்திகளை மீட்டவேண்டும். தனியே இருந்த மூன்று கம்பிகளைச் சுண்டுவிரலின் நகத்தால் மீட்ட வேண்டும். கட்டையை இடது கை விரல்கள் அமுக்கி வாசிக்கும் போது, வலது கை கம்பிகளைத் தடுக்கும்.

தந்திகள் உள்ள மற்ற வாத்தியங்களிலிருந்து ருத்ரவீணை எப்படி வேறுபடுகிறது என்றால், அதிலிருந்து வரும் நாதம் அதி அற்புதமானது, இரண்டு பெரிய குடுவைகள் இரு பக்கமும் இணைந்து இருப்பதால் நாதம் குபீரென்று ஒலிக்கும். வலிமையும், மீட்டும் திறனும் தான் இசையின் இனிமையைக் கூட்டும்.

குடுவையில் கீறல் விழுந்தால், ஒளியின் அதிர்வு நாராசமாகும், இசை கெட்டுவிடும்.

இசை வாத்தியங்கள் வைத்திருந்த குடிசைக்குள் மெல்ல நுழைந்தான். டாகரின் வீணை அங்கே இருந்தது. இசைக் கலைஞர்கள் காலையிலும் இரவிலும் தங்கள் வாத்தியங்களைத் தொழுது கும்பிடுவார்கள். டாகரும் மற்றவர்களை விட வித்தியாசமானவன் அல்ல. பூஜை செய்த மலர்களும், எறிந்த ஊதுபத்திக் குச்சிகளும் ருத்ர வீணையின் அடியில் கிடந்தன.

ராவணன் நக்கலாகச் சிரித்துக் கொண்டான்.

இன்றிரவு டாகரின் பிரார்த்தனை எடுபடாது.

சத்தமின்றி ராவணன் செயல்பட்டான். வாத்தியத்தின் மீது போர்த்தப்பட்ட துணியை உருவினான். இடது குடுவையைத் திருகித் திறந்தான். உள்ளே கையை விட்டுப் பார்த்தான்.

பளபளவென்றும் வழுவழுப்பாகவும் இருந்தது. இடுப்பில் கட்டியிருந்த பையிலிருந்து குறடை எடுத்து அந்தக் குடுவையைக் கீறினான்.

டாகரால் உடனேயே அதிர்வுகள் சரியாக இல்லை என்று கண்டுபிடிக்க முடியாது. சுருதி சேர்க்கும் பொழுது கூட கண்டுபிடிக்க முடியாது. போட்டியில் ராகத்தை வாசிக்கும் பொழுது தான் கண்டுபிடிக்க முடியும். அதற்குள் அது சரி செய்ய முடியாத நிலைக்குச் சென்று விடும்.

ராவணன் வேலை செய்து கொண்டிருந்தாலும் அவன் கண்கள் கதவை நோக்கியே இருந்தன. அப்பொழுது யாராவது உள்ளே நுழைந்தால் அவனுக்கு எந்தக் காரணமும் சொல்ல முடியாது. ஆனால் அதைப் பற்றி கவலைப் பட இப்பொழுது நேரம் இல்லை. தன் சக்தி அனைத்தையும் தான் செய்து கொண்டிருந்த வேலையிலேயே செலுத்தியிருந்தான்.

போட்டி நடக்கவிருந்த காலை தெளிவாக விடிந்தது. நீல நிற ஆகாயம் பளிச்சென்று இருந்தது. ஆசிரம வாசிகள் ஆச்சரியப்படும்படியாக வைத்தியநாத்திலிருந்து கன்னியாகுமாரி வந்துவிட்டாள். மூன்று ஆண்டுகளுக்குப் பிறகு அவள் தக்ஷசீலத்துக்குப் போகும் வழியில் ஆசி ரமத்துக்கு வந்திருந்தாள். அது இந்தியாவின் வட-கிழக்குப் பகுதியில் ஒரு புகழ் பெற்ற பல்கலைக்கழகம், அங்கு அவள் தன்னுடைய கோஷ்டியுடன் வந்திருந்தாள். ரிஷி விஷ்ரவாவின் அமைதியான ஆசிரமம் தங்குவதற்குச் சௌகரியமாக அமைந்தது.

கன்னியாகுமாரியைச் சாட்சியாகக் கொண்டு இரண்டு இசைக் கலைஞர்களும் போட்டியைத் தொடங்கினார்கள். போட்டி ரொம்ப நேரம் நடக்கவில்லை. டாகரின் விரிசல் விட்ட வீணை பத்து நிமிடங்களுக்கு மேல் தாக்குப் பிடிக்க முடியவில்லை. டாகரை விட இளையவனான ராவணன் போட்டியில் ஜெயித்ததாக அறிவிக்கப் பட்டது.

விஷ்ரவாவுக்குத் தன் மகனைப் பற்றி நன்றாகத் தெரியும்.

போட்டி முடிந்ததும் அவர் ராவணனைத் தன்னுடைய சிறிய குடிசைக்குள் இழுத்துச் சென்றார்.

'என்ன செய்தாய்?' என்று சீறினார், வேறு யாரும் உரையாடலைக் கேட்கக் கூடாது என்பதற்காகக் கதவைச் சாத்தினார்.

'எதுவும் இல்லை!' என்று வீராப்பாகச் சொன்னான், ராவணனின் தலை தந்தையின் நெஞ்சளவுக்குக் கூட வரவில்லை; அந்த அளவுக்குத் தான் உயரம். கண்கள் பளபளக்கக் கூறினான், 'நீங்கள் வக்காலத்து வாங்கும் முட்டாளைக் காட்டிலும் நான் நன்றாக வாசித்தேன், அவ்வளவுதான்.'

'நாவை அடக்கு,' என்றார் விஷ்ராவா. கை முஷ்டி ஆத்திரத்தில் மடங்கியது. 'தற்காலத்தில் தலை சிறந்த, இளைய ருத்ர வீணை இசைக் கலைஞர்களில் ஒருவன் டாகர்.'

'என்னைத் தோற்கடிக்கும் அளவுக்குச் சிறந்தவன் இல்லையே,' ராவணன் நக்கலடித்தான்.

'கன்னியாகுமாரி இங்கே இருக்கிறாள். அவளுக்கு எதிரே எப்படி ஒரு கபட நாடகத்தை என்னால் அனுமதிக்க முடியும்?'

ராவணனுக்கு அந்த வார்த்தை புரியவில்லை, '*கப...* ?'

அவர்களுக்குப் பின்னால் நின்று கொண்டிருந்த கைகேசி மென்மையான குரலில் கூறினாள், 'விஷ்ராவா, ராவணன் பொய் சொல்லி ஏமாற்றிவிட்டான் என்று நீங்கள் கருதினால், எல்லோருக்கும் முன்னால் டாகர் தான் வெற்றி பெற்றான் என்று அறிவித்து விடுங்கள். ராவணன் புரிந்து கொள்வான். என்ன ஒரு வேளை கன்னியாகுமாரியே கூட–'

ராவணன் இடைமறித்தான். 'உங்கள் கணவனுமே தான் ஏமாற்றி இருக்கிறார். நான் பிறந்ததிலிருந்து பொய் சொல்லிக் கொண்டிருக்கிறார். அதைக் கன்னியா குமாரியிடம் ஏன் சொல்லவில்லை? அனைவரிடமுமே என்னைப் பற்றிய உண்மையை ஏன் சொல்வதில்லை?'

மூத்த ரிஷி ஆத்திரத்தில் தன் கையை உயர்த்தினார்.

'தயவு செய்து, வேண்டாம்!' என்று கைகேசி கெஞ்சினாள். ஓடிச்சென்று தன் மகனை வாரி அணைத்துக் கொண்டாள். 'நீங்கள் அவனை அடிப்பதை நிறுத்த வேண்டும்... அது தவறு... தயவு செய்து...'

'அமைதி! இது எல்லாமே உன் தவறுதான். உன் கர்மாவினால் நான் சிரமப் படுகிறேன். உன் தவறான கர்மா அவன் தொப்புளை காயப்படுத்தியிருக்கு! அவன் மனதையும் தான்!' விஷ்ராவாவின் குரலில் வெறுப்பு கொப்பளித்தது.

'ஹே!' என்று ராவணன் கோபமானான். 'அவர்களிடம் பேசாதீர்கள். என்னிடம் பேசுங்கள்.'

ஆத்திரத்தின் உச்சியில் விஷ்ராவா கைகேசியைப் பிடித்துத் தள்ளிவிட்டு, ராவணன் மீது பாய்ந்தார். அவன் கன்னங்களில் பளார் என்று அடித்தார். ஏழு வயதுச் சிறுவன் அறையின் கோடிக்கு எறியப் பட்டான். கைகேசி அலறியபடி தன் மகனைக் காப்பாற்ற ஓடினாள்.

தரையில் கிடந்த மகனைப் பார்த்தார் விஷ்ராவா. ராவணனின் இடுப்புப் பட்டை அவிழ்ந்துவிட்டது. அவன் தொப்புளில் இருந்து ஊதா வண்ணத்தில் ஒரு சதை வளர்ந்திருந்தது - அவன் பிறப்பிலிருந்தே இருந்த குறைபாடு. அவன் ஒரு நாகா என்பதற்கான அறிகுறி. இந்தியா முழுவதும், பிறப்பில் உள்ள குறைபாட்டுக்கோ, ஊனத்துக்கோ காரணம் அது சபிக்கப் பட்ட ஆன்மா என்று தான் பொருள் கொண்டனர். முந்தைய ஜென்மத்தின் பாபத்தை சுமக்க வேண்டிய தவறான கர்மா. அப்படி சபிக்கப்பட்டவர்களை நாகாக்கள் என்று அழைப்பர்.

கட்டுப்படுத்திக்கொள்ள முடியாத வெறுப்பில் விஷ்ராவா பேசினார். 'அதை மூடு!' தன் மனைவியை முறைத்தார். 'உன் மகன் என் பெயரைக் கெடுப்பான்.'

தன்னைப் பாதுகாப்பதற்காக அணைத்திருந்த தன் தாயின் கையை விலக்கினான், ராவணன். 'ஆமாம், நான் அப்படித்தான் செய்வேன். அனைவருக்குமே தெரியும் நான் உங்களை விட அனைத்திலும் சிறந்தவன் என்று.'

'அதிகப் பிரசங்கி! இந்திரக் கடவுள் தன் அருளைத் தவறான ஆளுக்கு வழங்கியுள்ளார்,' என்று உறுமியபடி அங்கிருந்து விலகுவதற்காகத் திரும்பினார்.

'ஆமாம், சென்றுவிடுங்கள்! ஒழிந்து போங்கள்! எனக்கு நீங்கள் தேவை இல்லை!' ராவணன் கத்தினான். கண்களில் நீர் கோர்த்துக் கொண்டதால் தன் குரலில் அழுகை தெரியாமல் இருக்கப் பிரயத்தனப் பட்டான்.

எப்பொழுதுமே தொப்புளைச் சுற்றி இருக்கும் வலி அதிகரித்தது. அதீதமானது.

தந்தையின் ஆசிரமத்துக்கு வெகு அருகில் இருந்த அகலமான யமுனை ஆற்றின் கரையில் ராவணன் அமர்ந்திருந்தான். கண்ணீர் காய்ந்திருந்தாலும், கன்னத்தில் வாங்கிய அடி இன்னும் கடுத்தது.

கைகளில் பூதக் கண்ணாடியை வைத்துக் கொண்டு நிலத்தைப் பார்த்தபடி இருந்தான். மிகுந்த சிரத்தையுடன் சூரியனின் கதிர்களை ஒரு முனைப்பாகக் கொண்டு வர முயற்சித்தான். அந்த கதிர்கள் சக்தி வாய்ந்த ஒளிக் கீற்றாக மாறி சாரி சாரியாக சென்று கொண்டிருந்த எறும்புகளைக் கொன்றது. கடுங்கோபம் தீரவில்லை. புசுபுசுவென்று மூச்சு வாங்கியபடி கருவிக் கொண்டிருந்தான். அவன் ரத்த நாளங்களில் ஆத்திரம் பாய்ந்தது. அவன் தொப்புள் வலியில் துடித்தது.

முதலில் வாசம் தான் அவன் மூக்கைத் துளைத்தது. அவன் மூச்சே நின்று விடும் போலிருந்தது.

அவன் தலையைத் திருப்பி அவளைப் பார்த்தான்.

கன்னியாகுமாரி.

அவன் உறைந்தான், பூதக்கண்ணாடியும் கையுமாக நின்றான். எரிந்து சுருண்ட எறும்புகள் அவன் காலடியில் கிடந்தன. சூரியக் கதிரின் முனைப்பு புல்லையே எரித்தது.

கன்னியாகுமாரி முகபாவம் ஏதும் இன்றி அமைதியாக நின்றாள். வெறுப்போ, ஆத்திரமோ காட்டவில்லை.

அவள் அருகே வந்து ராவணனின் கைகளில் இருந்து கண்ணாடியை வாங்கினாள்.

'நீ இதைவிட நல்லபடியாக நடந்துகொள்ளலாம்.'

ராவணன் பதில் ஏதும் சொல்லவில்லை. அவன் வாய் சட்டென்று உலர்ந்தது. சற்று நேரமாகப் பிடித்து வைத்திருந்த மூச்சை ஆழமாக விட்டான்.

கன்னியாகுமாரி லேசாகச் சிரித்தாள். தேவதை போன்ற சிரிப்பு. வாழும் கடவுளான தேவியின் தெய்வீகச் சிரிப்பு.

அன்று காலை இசைப் போட்டி நடந்த ஆசிரமத்தைச் சுட்டிக் காட்டினாள். 'அதை விடச் சிறப்பாகவும் நீ நடந்து கொள்ளலாம்.'

ராவணன் தன் உதடுகள் அசைவதை உணர்ந்தான். ஆனால் வார்த்தைகள் வரவில்லை. மூளையில் எந்த எண்ண ஓட்டமும்

இல்லை, நிச்சலனமாக இருந்தது. இலகுவான வார்த்தைகளோ, எண்ணங்களோ கூட வரவில்லை.

அவன் இதயம் படபடத்தது. அவனுடைய தொப்புளைச் சுற்றி இருந்த வலி மாயமாக மறைந்து விட்டது. ஒரு சில நொடிகளுக்கு.

'முயற்சியாவது செய்,' என்றாள் கன்னியாகுமாரி.

அவள் திரும்பிச் சென்றாள்.

'நீ எப்படியாக இருந்தாலும் போட்டியில் வெற்றி பெற்றிருப்பாய்,' என்றான் டாகர் சிரித்துக் கொண்டே.

சூரிய அஸ்தமனமாகி கொஞ்ச நேரம் ஆகியிருந்தது. ஆசிரமவாசிகள் நிறைய பேர் தங்கள் குடில்களுக்குச் சென்று விட்டனர். ராவணன் டாகரைச் சந்திக்க வந்திருந்தான், அவன் காலையில் வென்ற புனித தாமரை மாலையுடன். இஷ்டமின்றி, டாகரின் கண்களைச் சந்திக்காமல் தன்னுடைய தவறை ஒப்புக்கொண்டு முணுமுணுத்தான். மூத்த போட்டியாளன் கனிவுடன் ஏற்றுக் கொண்டான்.

அங்கு குழுமியிருந்த நிறைய மக்களைப் போல டாகருக்கும் தன் வீணையில் ஏதோ கோளாறு என்ற சந்தேகம் எழுந்தது. போட்டி முடிந்ததும் தன் வீணையைப் பரிசோதித்தான். உடனேயே என்ன பிரச்சனை என்பது புரிந்துவிட்டது. ஆனால் அவன் கோபப்படவில்லை. ராவணன் சிறுவன் தானே.

ராவணன் எதுவும் பேசவில்லை. தலை கவிழ்ந்து நின்றான். கன்னியாகுமாரியை நினைத்தான். அவள் மறுநாள் காலை கிளம்புவதாக இருந்தாள்.

பதினாறு வயது டாகர் ராவணனைக் காட்டிலும் உயரமாக இருந்தான். ராவணனின் தலையைக் கலைத்தான். 'உனக்குள் ஆற்றல் இருக்கு. அதை உபயோகித்து வெற்றி பெறப் பாரு. இப்படி ஏமாற்று வேலையில் இறங்க வேண்டியதில்லை.'

ராவணன் மௌனமாகத் தலையசைத்து ஆமோதித்தான். அவன் தலையை யார் கலைத்தாலும் அவனுக்குப் பிடிக்காது.

அவளைத் தவிர... அவன் எதை வேண்டுமானாலும் செய்யத் தயார், அவள் தலையைக் கோதுவாள் என்றால்.

'கவலைப் படாதே,' என்று சிரித்தான் டாகர். 'என் வீணை செப்பனிடப்படுகிறது. நிரந்தரமான கோளாறு எதுவும் இல்லை.'

ராவணன் நீளமான மூச்சை விட்டான். தொப்புளைச் சுற்றி இருந்த வலி மறையும் என்று எதிர்பார்த்தான், ஆனால் அப்படி நடக்கவில்லை.

'நீ இதை வைத்துக் கொள்,' என்று டாகர் தாமரை மாலையை அவனிடமே திருப்பிக் கொடுத்துவிட்டான்.

ராவணன் அதைப் பிடுங்கிக் கொண்டான். வீட்டை நோக்கி ஓடினான்.

அத்தியாயம் 3

இரண்டு வருடங்கள் உருண்டோடின. ராவணனுக்கு ஒன்பது வயது. கன்னியாகுமாரியின் வார்த்தைகளைக் கடைப்பிடிக்க ஒவ்வொரு நாளும் முயன்றான். *நீ இதை விடச் சிறப்பாக விளங்க முடியும்,* அவன் தனக்கே அடிக்கடி நினைவு படுத்திக் கொண்டான். அவன் எது செய்தாலும் அவள் என்ன சொல்லுவாள் என்ற பின்னணியிலேயே செய்தான். அது வேலை செய்வதாகவே பட்டது. ஆசிரம வாசிகளுடன் அவனுடைய உறவு இணக்கமாக இருந்தது; சிலருக்கு அவனைப் பிடித்தும் கூட இருந்தது.

வீட்டில் இருக்கும் போதும் அவன் தன் தொப்புளை இடுப்புப் பட்டை கட்டி மறைத்தான். தன்னுடைய மகன் ஒரு நாகா என்பது அவனுடைய அப்பாவுக்கு வருத்தத்தை அளித்தது என்பதை உணர்ந்தான். கடந்த இரண்டு வருடங்களாக அதை நினைவு கூறும் வகையில் நடந்து கொள்வதைத் தவிர்த்தான்.

அதன் விளைவால், அவன் தந்தையுடனான பிணக்கம் குறைத்து.

வலியும் கூடத் தான். இன்னும் இருந்தது. ஆனால் ராவணன் தொப்புளைச் சுற்றி வளர்ந்திருந்த சதையை மறக்கும் அளவுக்கு கம்மியாக இருந்தது.

மேற்கை நோக்கி ஒரு நீண்ட பயணம் மேற்கொள்வதற்காக ரிஷி விஷ்ராவா தன் ஆசிரமத்தை விட்டு வெளியேறினார். மத்தியதரைக் கடலில் உள்ள நோகூஸ் என்ற தீவிற்குச் சென்றார். நோகூஸின் மன்னன் இந்தப் பிரபலமான ரிஷியைச்

சந்திக்க விருப்பம் தெரிவித்திருந்தான். விஷ்ராவா அந்த அழைப்பை ஏற்றிருந்தார்.

அவர் பயணம் சென்ற சில நாட்களிலேயே கைகேசி தான் கர்ப்பம் என்பதை உணர்ந்தாள். அவரைத் திரும்பி வரும்படி தகவல் சொல்லி அனுப்பலாமா என்று யோசித்தாள். சரி வேண்டாம், திரும்பி வரும் பொழுது ஆச்சரியப்படுத்தலாம் என்று எண்ணினாள்.

உண்மையைச் சொல்ல வேண்டுமானால் உண்மை அவளுக்கு பாரமாக இருந்தது: *இரண்டாவது குழந்தையும் நாகாவாகப் பிறந்தால்?*

அம்மாவின் கவலையைப் பற்றி ஏதும் அறியாத ராவணன் இரண்டாவது குழந்தையின் வரவை மிகவும் ஆர்வத்துடன் எதிர்பார்த்தான். அவளைச் சுற்றியே நடந்தான், தன்னால் இயன்ற உதவிகளைச் செய்தான். அவளுக்குத் தேவையானவை அருகில் இருக்கின்றனவா என்று பார்த்துக் கொண்டான். கடைசியில் அந்த நாளும் வந்தது.

ஒரு சேடிப் பெண் கைகேசியைக் குடிலுக்குள் கவனித்துக் கொண்டாள். ராவணன் வெளியே காத்திருந்தான். மேலும் கீழுமாக நடந்தபடி இருந்தான். கிட்டத் தட்ட கவலை-கொண்ட-புதிதாகத்-தந்தையாகப் போகிறவன் போல நடந்து கொண்டான். தகவலுக்காகக் காத்திருந்தான்.

ஆசிரம வாசிகள் பலரும் அவனுடன் காத்திருந்தனர். ஆனால் அது நீண்ட நேர பிரசவ வலியாக இருந்தது. பன்னிரண்டு மணி நேரம் கடந்து விட்டது. மெதுவாக அனைவரும் அவரவர்களின் குடிசைகளுக்கு செல்லத் தொடங்கிவிட்டனர். கடைசியில் ராவணனும், கைகேசியின் சகோதரன் மாரீச்சனும் மட்டுமே காத்துக் கொண்டிருந்தனர். ரிஷி விஷ்ராவா இல்லாததால் மாரீச்சன் அவனுடைய சகோதரிக்குப் பிரசவ நேரத்தில் உதவியாக இருக்க வந்திருந்தான்.

நேரம் கடந்து கொண்டே போனதால் மாரீச்சனும் இரவு ஓய்வெடுக்கச் சென்றான். ‘ராவணா, நான் தூங்கப் போகிறேன். நீயும் தூங்கு. சேடிப் பெண் நம்மை வந்து அழைப்பாள். நான் அவளிடம் கண்டிப்பாக ஆணை பிறப்பித்துள்ளேன்.’

ராவணன் தலையசைத்து மறுத்தான். பலம் கொண்ட குதிரைகள் கூட அவனை அந்த இடத்திலிருந்து அப்புறப்படுத்தியிருக்க முடியாது.

'சரி,' என்ற மாரீச்சன், எழுந்தான். 'நான் பக்கத்தில்தான் இருப்பேன். சேடிப் பெண் தகவல் சொன்னால் உடனே வந்து என்னை எழுப்பு. புரிகிறதா?'

'புரிந்தது.'

'எதாவது தெரிந்தால், உடனே என்னைக் கூப்பிடு.'

'நீங்கள் முதல் முறை சொன்ன பொழுதே எனக்குப் புரிந்து விட்டது, மாமா.'

மாரீச்சன் மெல்ல சத்தமின்றிச் சிரித்தான். ராவணனின் தலை முடியை கலைத்தான்.

ராவணன் உடனேயே தலையை எரிச்சலுடன் சிலுப்பிக் கொண்டான்.

மாரீச்சன் இப்பொழுது சத்தமாகச் சிரித்துவிட்டு இரு கைகளையும் உயர்த்தி, கேலியாக மன்னிப்பு கோரினான்.

சத்தமின்றி தனக்குள்ளேயே சிரித்துக் கொண்டு மாரீச்சன் அங்கிருந்து விலகினான். ராவணன் தன் கேசத்தை சரி செய்து கொண்டான்.

தனியாக நின்ற அந்தச் சிறுவன், நட்சத்திரங்கள் அற்ற ஆகாயத்தை அண்ணாந்து பார்த்தான். ஒரு சின்ன பிறை போன்ற நிலவு இருட்டை விரட்ட முயற்சித்துக் கொண்டிருந்தது. குடில் முன்னால் விளக்குகள் ஏற்றப் பட்டிருந்தன. அவை லேசான வெளிச்சத்தை ஏற்படுத்திக் கொண்டிருந்தன.

அவன் இருட்டை வெறித்தான். தொலைவில் நிறைய நிழல்கள் ஆடியது போலிருந்தது. தென்றல் அந்த நிழல்களின் சத்தத்தை ஏந்தியபடி வந்தது, சற்றே அமானுஷ்யமாக இருந்தது. பேய்கள் கிசுகிசுப்பது போன்ற உணர்வு. ஒன்பது வயது சிறுவன் சிலிர்த்தான். அவன் உடலின் மையத்தில் வலியை உணர்ந்தான். தொப்புள் பயத்தில் துடித்தது.

அவன் தன் கைகளை குவித்து பிரார்த்தனை செய்ய ஆரம்பித்தான். *மஹா ம்ருத்யுஞ்சய* மந்திரத்தை ஓத ஆரம்பித்தான். *இறப்பை வெற்றி காணும் மந்திரம்.* இது கடவுள்களுக்குக் கடவுளான மஹாதேவ்வுக்குச் சொந்தமான மந்திரம். ருத்ரனை அழைப்பது.

அவன் அதைத் திரும்பத் திரும்பச் சொன்னான். பயம் குறைந்தது. நிதானமானான். அவன் தசைகள் தளர்ந்தன. இதயத்துடிப்பு மிதமானது.

அவனின் தொப்புள் வலி அமைதியானது.

அவன் இருட்டைப் புதிய தன்னம்பிக்கையுடன் உற்று நோக்கினான்.

யார் என்னிடம் சண்டையிடுவது? வாருங்கள்! யார் என்னிடம் சண்டையிடுவது?

ருத்ரன் என்னுடன் இருக்கிறான்.

அதிர்ச்சியாக, தொப்புள் திரும்பவும் வலித்தது.

அவன் இன்னும் தீவிரமாக மந்திரத்தை ஓதத் தொடங்கினான்.

சட்டென்று இரவைக் கிழித்துக் கொண்டு ஒரு அலறல் சத்தம் கேட்டது. 'ராவணா!'

அது கைகேசிதான்.

ராவணன் குடிலை நோக்கிக் குதித்து ஓடினான்.

'ராவணா!'

குழந்தை அழும் சத்தம் கேட்டது.

'ராவணா!'

அவன் அம்மாவின் குரலில் அவசரம் தெரிந்தது.

குடில் கதவைத் திறந்து கொண்டு ஓடினான்.

உள்ளே இருட்டாக இருந்தது. சில விளக்குகளின் ஒளி தரையில் நீண்ட நிழல்களைப் பரப்பின. அவன் அம்மா படுக்கையில் அமைதியாகக் கிடந்தாள். பலவீனமாக இருந்தாள். எழுந்து கொள்ள சிரமப்பட்டாள். அவள் கன்னங்களில் கண்ணீர் உருண்டோடியது.

சேடிப் பெண் குழந்தையைக் கையில் ஏந்தி இருந்தாள். அவள் அதன் ஒரு காலைப் பிடித்தபடி நின்றாள். அது ஒரு ஆண் குழந்தை. பிறந்த குழந்தைக்கு அது மிகவும் பெரிதாக இருந்தது என்பதை ராவணன் கவனித்தான். தனக்கு முன்னால் நடப்பவற்றை உணர்ந்தான். அந்தப் பெண் அந்தக் குழந்தையின் தலையைத் தரையில் போட்டு உடைக்க முற்பட்டாள்.

'நிறுத்து!' என்று அலறினான். முன்னால் நகர்ந்து தன்னுடைய சிறிய வாளை சட்டென்று உருவினான்.

வாள் தன் வயிற்றைக் குறி வைத்ததால் அந்த சேடிப் பெண் பயத்தில் உறைந்தாள்.

‘என் தம்பியை என்னிடம் கொடு, இப்பொழுதே!’ என்று ராவணன் கரகரப்பான குரலில் கத்தினான்,

‘நீ என்ன செய்கிறாய் என்று உனக்குப் புரியவில்லை! நான் உன் அம்மாவைக் காப்பாற்றுகிறேன்! உன்னையும் தான் காப்பாற்றுகிறேன்!’ என்று அவள் பதிலுக்கு அலறினாள்.

அப்பொழுது தான் ராவணன் அதன் காதுகளைப் பார்த்தான். அவை கூடுதலாக வளர்ந்த சதை போல் இருந்தன. அவை வீங்கிப் போய் சட்டிகள் போன்ற தோற்றத்துடன் இருந்தன. அதன் தோள்பட்டைகள் மீதும் அதே போன்ற கூடுதல் சதை வளர்ந்திருந்தது. அவை கூடுதல் கைகள் போன்ற தோற்றத்தில் இருந்தன. பிறந்த குழந்தையின் உடல் முழுவதும் புசுபுசுவென்று முடி வளர்ந்திருந்தது. குழந்தை கூக்குரல் இட்டு அழுதது.

ராவணன் அவள் தோளில் வாளை வைத்து அழுத்தினான். தோல் கிழிந்தது. ‘குழந்தையை என்னிடம் கொடு என்று சொன்னேன்.’

‘உனக்குப் புரியவில்லை. அவன் இறக்க வேண்டும். அவன் சபிக்கப்பட்டவன். அவன் ஊனமானவன். அவன் ஒரு நாகா.’

‘அவன் இறந்தால் நீயும் இறந்துவிடுவாய்.’

சேடிப் பெண் தயக்கமாகப் பார்த்தாள். அவள் வயிற்றைக் கிழித்துவிடும்படியாக இருந்தது வாளின் அழுத்தம். ஒரு வைத்தியர் உடனேயே சிகிச்சை அளித்தால் அவள் வயிற்றுக் காயத்திலிருந்து உயிர் தப்பிக்க முடியுமா என்று யோசித்தாள்.

‘நீ இதிலிருந்து தப்ப முடியாது,’ என்று ராவணன், அவள் மனதின் எண்ண ஓட்டத்தை உணர்ந்தவனாக உறுமினான். ‘என் வாள் உன் வயிற்றைக் கிழித்து உன் முதுகு எலும்பைக் கிழிக்கும் வரை பெரியதாக இருக்கு. நான் விலங்குகளின் மீது பழகிக் கொண்டிருக்கிறேன். மனித உடல்களையும் கூறு போட்டிருக்கிறேன். எந்த வைத்தியராலும் உன்னைக் காப்பாற்ற முடியாது. என் தம்பியை என்னிடம் கொடுத்துவிடு; நான் உன்னை விடுகிறேன்.’

சேடிப்பெண்ணுக்கு குழப்பமாக இருந்தது. அவளுக்கு உத்தரவுகள் பிறப்பிக்கப் பட்டிருக்கின்றன. அவள் அவற்றைக் கடைப் பிடிக்க வேண்டும். ஆனால் அதற்காக அவள் இறக்க விரும்பவில்லை. ராவணனின் பரிசோதனைகளைப் பற்றி

அவள் அறிவாள். அவன் கத்தி சுற்றும் லாவகம் அவளுக்குத் தெரியும். அனைவருக்குமே தெரியும்.

ராவணன் அவளை நெருங்கினான். 'என்னிடம் அவனைக் கொடு.'

ஒரு பயத்துடனேயே சேடிப் பெண் அவனுடைய கோபமான முகத்தை எதிர் கொண்டாள். இந்த ரத்த வெறியை அவள் முன்பே பார்த்திருக்கிறாள். போராடும் வீரர்களின் முகபாவத்தில் அவள் அப்படிப் பட்ட ரத்த வெறியைப் பார்த்திருக்கிறாள். அவர்கள் கொலை செய்யவும் அஞ்சமாட்டார்கள். சில சமயம் அவர்கள் கொலையில் ஈடுபடுவதே அவர்களுக்கு மகிழ்ச்சி அளிக்கத்தான்.

பிறகு அவள் அதை கவனித்தாள்.

ராவணனின் இடுப்புப் பட்டை அவிழ்ந்தது. அவன் தொப்புள் தெளிவாகத் தெரிந்தது. அங்கு வளர்ந்திருந்த அசிங்கமான சதை. அவனும் நாகா என்பதற்கான சான்று.

அதிர்ச்சியடைந்த அந்தப் பெண் அப்படியே வேரூன்றியது போல் ஸ்தம்பித்தாள்.

மக்கள் வாயிலருகே கூடும் சத்தம் கேட்டது. அவர்கள் அவளுக்கு ஆதரவு அளிப்பார்கள். அவர்களுக்கு என்ன செய்ய வேண்டும் என்று தெரியும்.

அவள் இறக்க வேண்டிய அவசியம் இல்லை. அவள் ராவணனின் கையில் குழந்தையைத் திணித்துவிட்டு வெளியே ஓடினாள்.

—ॐ—

வெளியே கோபமான குரல்கள் கேட்டன. விவாதங்கள். மக்கள் தார்மீகம், வழக்கம் என்று பேசிக் கொண்டனர்.

குடிலின் வாயில் கதவு மூடியிருந்தது. ஆனால் அதில் பூட்டு இல்லை. யார் வேண்டுமானாலும் கதவைத் தள்ளிக் கொண்டு உள்ளே நுழையலாம்.

அவன் உடல் கவலையில் முறுக்கேறியது. அவன் தன் மூச்சைச் சீர்படுத்த நினைத்தான். தன்னுடைய வாளை இறுகப் பற்றிக் கொண்டான். யார் உள்ளே நுழைந்தாலும் வெட்டிச் சாய்க்க தயாரானான். தன்னுடைய தம்பிப் பாப்பாவைத்

திரும்பிப் பார்த்தான். அது அவனுடைய அன்னையின் கைகளில் பாதுகாப்பாக இருந்தது. அவள் மார்பில் பால் அருந்திக் கொண்டிருந்தது. அவர்களைச் சூழ்ந்திருந்த அபாயத்தை உணரவில்லை.

அவன் அம்மாவின் முகம் மட்டும் பீதியில் ஆழ்ந்திருந்தது.

'நாம் என்ன செய்யப்போகிறோம், ராவணா?' என்றாள் கைகேசி.

ராவணன் பதில் ஏதும் கூறவில்லை. அவனுடைய உஷாரான கண்கள் கதவை நோக்கியபடியே இருந்தன. தனக்குப் பிரியமானவர்களை ஏதாவது செய்ய நினைத்து கதவைத் திறந்தால் அவர்களைத் தாக்குவதற்குத் தயாராக நின்றான்.

சட்டென்று கதவைத் திறந்து கொண்டு மாரீச்சன் உள்ளே நுழைந்தான். அவன் வாளை ஏந்தியபடி வந்தான். அதன் நுனியிலிருந்து ரத்தம் சொட்டிக் கொண்டு இருந்தது.

கைகேசி பயத்தில் முனகியபடி தன் குழந்தையை நெஞ்சே ாடு சேர்த்து அணைத்துக் கொண்டாள். தன் *அண்ணனைப் பார்த்துக்* கெஞ்சினாள், '*அண்ணா*, தயவு செய்து, எங்களைக் கொன்றுவிடாதே!'

குழந்தை அம்மாவிடமிருந்து விடுபடுவதற்காக நெளிந்தபடி அழுதது.

ராவணன் மாரீச்சனுக்கு முன்னால் நகர்ந்து நின்றான். தன் வாளைச் சுழற்றினான். வியக்கும்படி குரல் அமைதியாக இருந்தது. 'நீங்கள் முதலில் என்னுடன் சண்டையிட வேண்டும்,' என்றான்.

மாரீச்சன் அவனைப் பொறுமையின்றி பார்த்தான். 'வாயை மூடு ராவணா!' தன் தங்கையை நோக்கினான். 'உனக்கு என்ன பிரச்சனை கைகேசி? நான் உன் அண்ணன். நான் ஏன் உன்னைக் கொல்லவேண்டும்?'

கைகேசி அவனைக் குழப்பத்தில் பார்த்தாள்.

சற்று நேரமும் வீணடிக்காமல் சுவற்றின் ஆணியில் தொங்கிய ஒரு துணிப் பையை இழுத்தான் மாரீச்சன். அதை ராவணன் மீது எறிந்தான். 'இரண்டு நிமிடங்கள் தான். உன் தம்பிக்கும் அம்மாவுக்கும் என்ன வேண்டுமோ அவற்றை மூட்டைக் கட்டு.'

சிறுவன் நகராமல் அப்படியே நின்றான். வியந்தான்.

'உடனே செய்!' என்று மாரீச்சன் கத்தினான்.

ராவணனுக்கு உண்மை நிலைமை புரிந்தது. வாளை அதன் உரைக்குள் போட்டான். பையை எடுத்துக் கொண்டு மாமா பிறப்பித்த உத்தரவை நிறைவேற்ற விரைந்தான்.

மாரீச்சன் கைகேசி பக்கம் பார்த்தான். 'எழுந்திரு! நாம் கிளம்ப வேண்டும்!'

சில நிமிடங்களிலேயே அவர்கள் குடிலை விட்டு வெளியேறினர். ராவணன் துணிப்பையைத் தோளில் மாட்டியிருந்தான். அவனுடைய தம்பியை அவன் அம்மா பத்திரமாகத் தூக்கிக் கொண்டாள். தன்னுடைய வலது கையால் பிறந்த குழந்தையின் தலையைப் பாதுகாப்பாக ஏந்திக் கொண்டாள்.

ஆசிரமவாசிகள் கோபமாக குடிலின் முன்னால் குழுமியிருந்தனர். ஆத்திரமான முகங்கள் தீப்பந்தங்களின் வெளிச்சத்தில் தெரிந்தன.

மூன்று பிணங்கள் தரையில் கிடந்தன. மாரீச்சன் வாளுக்கு இறையாகியிருந்தன.

மாரீச்சன் தன் தங்கை மற்றும் அவளின் குழந்தைகளுக்கு முன்னால் வாளேந்தி நின்றான். கூட்டத்தை நோக்கி வாளைச் சுழற்றினான். ஆசிரமவாசிகளில் பலர் பாடம் நடத்தும் குருக்கள் அல்லது ஓவியம் தீட்டுபவர்கள். சமூகத்திலிருந்து விலகி நிற்க அறிந்தவர்கள். வாயால் கத்தி சண்டை போடத் தெரிந்தவர்கள். கூட்டமாகச் சேர்ந்தால் வன்முறை செய்யக் கூடியவர்கள். ஆனால் தேர்ச்சி பெற்ற வீரனுடன் போர் செய்யத் தெரியாதவர்கள்.

'விலகி நில்லுங்கள்,' என்று மாரீச்சன் உறுமினான்.

மெதுவாக வாளை உயரே ஏந்தியபடி அவன் குதிரை லாயத்தை அடைந்தான். அவன் கண்கள் கூட்டத்தின் மீதே தான் இருந்தது. சட்டென்று தன்னுடைய தங்கையை ஒரு குதிரையின் மீது ஏற்றினான். ராவணன் மற்றொன்றில் அமர்ந்து கொண்டான். கண் மூடித் திறப்பதற்குள் கதவுகளைத் திறந்தபடியே மாரீச்சன் ஒரு குதிரையின் மீது தாவினான்.

அவர்கள் ஆசிரமத்தை விட்டு வேகமாக வெளியேறினர்.

அந்த மூன்று பேரும் மணிக்கணக்காகக் குதிரைப் பயணம் செய்தனர். கிழக்கை நோக்கி பயணித்தனர். சூரியன் வெளுத்திருந்தது, மேலே உயரத்துக்கு வந்த வண்ணம் இருந்தது.

'அண்ணா, தயவு செய்து நில்லுங்கள். என்னால் இப்படி போய் கொண்டே இருக்க முடியவில்லை,' என்று கெஞ்சினாள்.

'இல்லை,' என்பது தான் தீவிர முகபாவத்துடன் இருந்த மாரீச்சனிடம் இருந்து வந்த ஒற்றைப் பதிலாக இருந்தது.

'தயவு செய்து!'

மாரீச்சன் குனிந்து கைகேசியின் குதிரையைச் சாட்டையால் அடித்தான். அது வேகமாக ஓடியது.

—ீ·I—

அவர்கள் ஓய்வெடுக்க அமர்ந்தபோது மதியமாகிவிட்டது.

ஆசிரமவாசிகளின் வாள் வீச்சின் லட்சணத்தை மாரீச்சன் அறிந்திருந்தாலும் அவன் பாதுகாப்பைக் கருதி வெகு நேரம் நிற்காமல் பயணித்தான். ஒவ்வொருமுறை மெதுவாக செல்லலாம் என்று கைகேசி கெஞ்சியபோதும் அவன் பதில் அதுவாகத் தான் இருந்தது, பாதுகாப்பு வருத்தப்படுவதைக் காட்டிலும் புத்திசாலித்தனம்.

அவர்கள் கங்கை ஆற்றுக் கரை சமவெளியை அடைந்திருந்தனர். அதிக கற்கள் அற்ற நல்ல மண் பகுதி என்பதால் இவர்களைத் தேடிவருபவர்களுக்கு இவர்களின் தடங்களைக் கண்டுபிடிக்க எளிதாக இருக்கும். அதனால் அவர்கள் பலமுறை பாதை மாறினர். சில சமயம் சிறிய ஓடைகளின் மீது பயணித்தனர். தண்ணீர் தேங்கி நிற்கும் வயல்கள் வழியே பயணித்தனர். மற்றவர்கள் அவர்களைத் தேடிக் கண்டு பிடிக்காமல் பாதுகாத்துக் கொள்ள இப்படிப்பட்ட பயணம் அவசியம் ஆகியது.

மூன்று குதிரைகளையும் பத்திரமாகக் கட்டினர். கைகேசி ஒரு மரத்தின் மீது சாய்ந்து ஓய்வெடுத்துக் கொண்டிருந்தாள். குழந்தை பால் குடித்துக் கொண்டிருந்தது. ராவணனைக் காவலுக்கு வைத்து விட்டு மாரீச்சன் அவர்களுக்கு உணவு தேடச் சென்றான்.

இரண்டு முயல்களுடன் விரைவாக வந்தான். அவன் தோளில் இருந்த பையில் சில வேர்களும் பழங்களும் இருந்தன.

உடனே சமைத்து உணவை உண்டனர்.

'இருபது நிமிடங்கள் ஓய்வெடுக்கலாம்,' என்றான் மாரீச்சன். 'பிறகு பயணம் தொடரும்.'

'அண்ணா,' என்றாள் கைகேசி சோர்வுடன். 'நாம் அவர்களை விட்டு வெகு தொலைவு வந்து விட்டோம் என்று நினைக்கிறேன். இன்னும் சற்று நேரம் ஓய்வு எடுத்துக் கொண்டால் என்ன?'

'இல்லை, நாம் கனௌஜ் செல்வது தான் பாதுகாப்பு. நம் குடும்பம் அங்கே இருக்கிறது. அவர்கள் நம்மைக் காப்பார்கள்.'

கைகேசி தலையசைத்து ஒப்புக் கொண்டாள். மாரீச்சன் ராவணனைப் பார்த்தான். அவன் உணவைத் தொடவே இல்லை என்பதைக் கவனித்தான். 'சாப்பிடு, மகனே.'

'எனக்குப் பசியில்லை.'

'உனக்கு பசியா, இல்லையா என்பதைப் பற்றி எனக்கு அக்கறை இல்லை. உன் அம்மாவையும், தம்பியையும் காப்பாற்ற வேண்டுமா, வேண்டாமா? அப்படி காப்பாற்ற வேண்டும் என்றால் உனக்கு அதற்கு உடல் வலிமை வேண்டும். அதற்கு நீ சாப்பிட வேண்டும்.'

ராவணன் புலம்ப ஆரம்பித்தான்.

'சாப்பிடு, ராவணா,' என்றாள் கைகேசி.

ராவணன் தன் அன்னையைப் பார்த்தான். பிறகு உணவைச் சாப்பிடத் தொடங்கினான்.

'ஆசிரமவாசிகள் ஏன் இப்படி நடந்து கொள்கிறார்கள் என்பது எனக்குப் புரியவே இல்லை,' என்றாள் கைகேசி. 'அவர்களின் குரு பத்தினி நான். அவர்களின் குருவின் குடும்பம் நாங்கள். அவர்களுக்கு என்ன ஒரு துணிவு!'

மாரீச்சன் தன் தங்கையை முறைத்தான். 'நீ என்ன ஒன்றும் புரியாதவள் போல நடிக்கிறாயா, கைகேசி? அல்லது புரிதல் வேண்டாம் என்று இருக்கிறாயா?'

'என்ன சொல்கிறீர்கள்?'

‘அவர்கள் தானாக இந்த முடிவை எடுத்தார்கள் என்றா நினைக்கிறாய், நீ?’

‘நீங்கள் என்ன சொல்ல வருகிறீகள், அண்ணா?’

‘மதிய வெய்யில் போல் விஷயம் பளீரென்று தெளிவாக இருக்கு. அவர்கள் உத்தரவைத் தான் செயல்படுத்தினார்கள்!’

கைகேசி நம்ப முடியாமல் தலையசைத்து மறுத்தாள். ‘அப்படி இருக்க முடியாது. என் கர்ப்பத்தைப் பற்றித் தெரிவதற்கு முன்னரே அவர் கிளம்பிவிட்டார்.’

‘அவர்தான் காரணம். அவர் இப்படி நடக்கலாம் என்று சந்தேகப்பட்டார். அதனால்தான் அப்படிப்பட்ட உத்தரவைப் பிறப்பித்தார். அவர்கள் உத்தரவை நிறைவேற்றும் மனிதர்கள் மட்டுமே.’

‘நான் இதை நம்ப மறுக்கிறேன்.’

‘உண்மையை நம்ப மறுப்பதால் உண்மையின் வீரியம் குறைவதில்லை. நாம் இதைப் பற்றிக் கனௌஜ்ஜில் கேள்விப் பட்டோம். நான் உன்னுடன் ஆசிரமத்தில் தங்குவதற்காக எதற்குப் புறப்பட்டு வந்தேன் என்று நினைக்கிறாய்?’

கைகேசி நம்பிக்கையின்றி தலையை ஆட்டியபடி இருந்தாள். ‘இல்லை, இல்லை, இது உண்மையாக இருக்க முடியாது.’

ராவணன் பேசினான், ‘என் தந்தை எங்களைக் கொல்லச் சொல்லி ஆணையிட்டிருந்தாரா?’

மாரீச்சன் ராவணனையும் கைகேசியையும் மாறி மாறி பார்த்தான். தங்கையிடம் பேசும்பொழுது சிறுவனும் கூட இருப்பதை மறந்துவிட்டான்.

‘நான் உங்களிடம் ஏதோ கேட்டேன்,’ என்றான் ராவணன்.

‘கைகேசி?’ என்றான் மரீச்சன் செய்வதறியாமல்.

‘மாமா, என் அப்பா நம்மைக் கொல்லும்படி ஆணை பிறப்பித்தாரா?’ என்று ராவணன் கேட்டான்.

‘கைகேசி...’ மாரீச்சன் திரும்பவும் அவளை அழைத்தான்.

அவனுடைய தங்கை மௌனம் காத்தாள். அவள் இன்னமும் தலையை அசைத்தாள். அவள் கன்னங்களில் நீர் வழிந்தது.

‘மாமா...’

மாரீச்சன் ராவணன் பக்கம் திரும்பினான். 'நீ தான் உன் குடும்பத்தைப் பார்த்துக் கொள்ள வேண்டும். அதனால் உனக்கு உண்மை தெரிவதில் தப்பில்லை.'

ராவணன் மௌனமானான். அவன் முஷ்டி மடங்கியது. அவனுடைய கேள்விக்கு விடை கிடைத்துவிட்டது. ஆனாலும் அவன் அதை அவர்கள் வாயால் தெரிந்து கொள்ள விரும்பினான்.

'எனக்கே கொஞ்சம்தான் தெரியும். அவர் உன்னையோ, உன் அன்னையையோ கொலை செய்யும்படி ஆணை பிறப்பிக்கவில்லை,' என்றான் மாரீச்சன். 'ஆனால் உன் தம்பி நாகாவாகப் பிறந்தால் அவனைக் கொல்லும்படி ஆணை பிறப்பித்திருந்தார்.'

ராவணன் ஆழமாக மூச்சை இழுத்தான். ஆத்திரமும் துயரமும் அவன் மனதை வாட்டியது. அம்மாவின் மடியில் அமைதியாகத் தூங்கும் தன் தம்பியைப் பார்த்தான். தோளில் வளர்ந்திருந்த கூடுதல் சின்னக் கைகள் தூக்கத்தில் தன்னிச்சையாக ஆடின. மொத்த உடம்பும் அசைவற்று தூக்கத்தில் ஆழ்ந்திருந்தது.

ராவணன் குனிந்து தன் தம்பியைத் தூக்கினான். தன் கைகளில் அவனை ஊஞ்சலாட்டினான். ராவணனின் கண்களில் அபரிமிதமான அன்பு மிளிர்ந்தது. 'உனக்கு ஒன்றும் ஆகாது. யாரும் உன்னைக் காயப்படுத்த மாட்டார்கள். நான் உயிருடன் இருக்கும் வரை அப்படி நடக்காது.'

அவன் தலையைத் தாண்டி மாரீச்சனும், கைகேசியும் பார்வைகளைப் பரிமாறிக் கொண்டனர். வியப்பில் ஆழ்ந்தாலும் அந்த அன்பும் வீரமும் அவர்களைத் தாக்கியது. மாரீச்சன் ராவணனின் தோளில் பரிதாபத்துடன் கையை வைத்தான். ராவணன் அந்த பச்சாதாபம் வேண்டாம் என்பது போல கைகளைத் தட்டிவிட்டுக் குழந்தையைக் கொஞ்சினான்.

அத்தியாயம் 4

விஷ்ராவாவின் ஆசிரமத்திலிருந்து கைகேசியையும் அவள் மகன்களையும் காப்பாற்றும் முயற்சியில் மாரீச்சன் இறங்கி இரண்டு நாட்கள் ஆகிவிட்டன.காட்டின் அடர்ந்த பகுதியில் தங்கியிருந்தனர். குதிரைகள் அவர்களைச் சுற்றிக் கட்டப்பட்டிருந்தன.

அன்றிரவு மூன்றாம் நாள் வளர்பிறை. அடர்ந்த காடு மேலும் பனி பொழிந்ததால் சில அடிகள் முன்னால் வரை மட்டுமே தெரிந்தது. அதனால் மாரீச்சன் ஒரு நெருப்பை மூட்டினான். குளிர் காயவும், பாதுகாப்பு கருதியும் நெருப்பு மூட்டப்பட்டது.

ஒரு பட்டையான மரத் தட்டு. அதில் சில குறிகள் வெட்டப்பட்டிருந்தன. அது நெருப்பூட்டும் பலகை. அவன் கையில் நீளமான மெலிதான மரத் துண்டு. அவன் கைகளைத் தேய்க்கும்போது அந்தத் துண்டு சுழன்றது. பொறுமையாக அந்தத் துண்டை வெட்டப்பட்ட பலகையில் பொருத்தினான். கனன்று கொண்டு நிற்கும் கரித் துண்டு போன்ற கருப்புப் புகைக்காக அவன் காத்திருந்தான். இது மிகவும் நேரம் பிடிக்கும் பழமையான முறை, ஆனால் காட்டில் அவனுக்கு வேறு வழி இல்லை.

அவன் காத்திருக்கும் போது மாரீச்சன் உண்டாக்கிய கனல் தூங்கிக் கொண்டிருந்த தங்கை மற்றும் அவள் குழந்தையின் உருவத்தின் மீது விழுந்தது. அன்றையப் பயணக் களைப்பில் உறங்கிக் கொண்டிருந்தனர். சில நாட்களே ஆன அந்தக் குழந்தைக்கு இப்பொழுது ஒரு பெயர் சூட்டப்பட்டிருந்தது: கும்பகர்ணன் - குடம் போன்ற காதுகளை உடையவன்.

ராவணன் தான் அந்தப் பெயரை ஆலோசனையாக வழங்கினான். கைகேசியும், மாரீச்சனும் உடனே ஒப்புக் கொண்டனர்.

தனக்கு வெகு அருகே அமர்ந்திருந்த ராவணனைப் பார்த்தான் மாரீச்சன். ஒன்பது வயதுப் பையனின் வாள் அதன் உரையை விட்டு வெளியே வந்திருந்தது. ராவணனின் முகபாவம் என்ன என்பதை அறிய மாரீச்சன் விரும்பினான்.

அவன் கண்கள் மூடி இருந்தனவா?

அவன் ராவணனைக் கோபித்து கொண்டு தனக்கு நெருப்பு மூட்ட உதவும்படி ஆணையிட நினைத்தான். ஆனால் கண் இமைக்கும் நேரத்தில் ராவணன் தன் கத்தியைச் சுழற்றினான். உரத்த அலறல் சத்தம் கேட்டது. மாரீச்சன் அவனைப் பார்த்துப் பிரமித்தான். இருள் சூழ்ந்திருந்ததால் அவனால் என்ன நடந்தது என்பதைப் புரிந்து கொள்ள முடியவில்லை, ஆனால் அவனுடைய மருமகன் ஒரு முயலை வெட்டிச் சாய்த்திருந்தான் என்பதைப் புரிந்து கொண்டான்.

சிலராலேயே, சரியாகப் பார்க்க முடியாவிட்டால் கூட, அம்பை குறி பார்த்து அம்பை அடிக்கமுடியும். ஆனால் சத்தத்தை வைத்து மட்டுமே கத்தியைப் பயன் படுத்த வெகு சிலரால் மட்டுமே முடியும். வேகமாகப் பாயக் கூடிய முயல் போன்ற விலங்கை வெறும் சத்தத்தைக் கொண்டே வெட்டிச் சாய்ப்பது என்பதை மாரீச்சன் கேள்வி பட்டது கூடக் கிடையாது.

ராவணனை ஆச்சரியத்தில் வாய் பிளந்து பார்த்தான். பெருகி வரும் புகை பலகையில் சேரத் தொடங்கியதால் அதில் கவனத்தைச் செலுத்தினான். அந்தப் புகையை அவன் சேர்த்து வைத்திருந்த சுள்ளியை நோக்கிக் காட்டினான். அவன் மெதுவாக ஊதி சுள்ளியைப் பற்றவைத்தான். அந்தச் சுள்ளிகளை ஒவ்வொன்றாக சேகரித்து வைத்திருந்த கட்டைகளின் மீது அடுக்கினான். நெருப்பு நன்றாக மூண்டது.

நெருப்பைப் பற்ற வைத்த வேலை முடிந்ததும் ராவணனை நோக்கித் தன் கவனத்தைத் திருப்பினான் மாரீச்சன். முயலின் பின்னங்கால்களின் தோலை லாவகமாக வெட்டிக் கொண்டிருந்தான் சிறுவன். விலங்கு இன்னும் உயிருடன் தான் இருந்தது என்பதை ஆச்சரியமாக உணர்ந்தான். அது பலவீனமான சத்தத்தை எழுப்பினாலும் தப்பிக்கத் துடித்தபடி

இருந்தது. நெருப்பின் ஒளியில் மாரீச்சனால் ராவணனின் முக பாவத்தைப் பார்க்க முடிந்தது.

அவன் முதுகுத் தண்டில் சிலீரென்ற உணர்வு எழுந்தது.

அவன் எழுந்து ஒரு சிறிய நகர்வில் தன்னுடைய கத்தியை எடுத்தான். ராவணனிடம் இருந்து முயலை வாங்கி அதன் இதயத்தில் கத்தியைப் பாய்ச்சி அதைக் கொன்றான். அதன் இதயத்திலேயே கத்தியைச் சற்று நேரம் ஆழப் புதைத்துப் பிடித்தான். முயல் அசங்காமல் கிடந்தது. பிறகு அதை ராவாணனிடம் கொடுத்தான். 'இந்த விலங்கு உன்னை ஒன்றும் செய்யவில்லையே,' என்றான்.

ராவணன் மாரீச்சனை முறைத்தான், முகபாவம் இன்றி. நீண்ட அமைதியான நிமிடத்திற்குப் பிறகு, முயலின் தோலை உரிக்க முற்பட்டான். மாரீச்சன் தன் பை கிடந்த இடத்தை அடைந்து, அதில் இருந்த காய்ந்த மாமிசத் துண்டை எடுத்தான். ஒரு மெல்லிய குச்சியில் அந்தத் துண்டைக் குத்தி அதை நெருப்பில் வாட்டத் தொடங்கினான்.

'மாமா.'

மாரீச்சன் நிமிர்ந்து பார்த்தான்.

'நான் உங்களுக்கு நன்றி சொல்லவில்லை,' என்றான் ராவணன்.

'அதற்கு எந்த அவசியமும் இல்லை.'

'இல்லை. அவசியம் இருக்கு. நன்றி. நான் உங்கள் கனிவான உதவியை மறக்க மாட்டேன். உங்கள் விசுவாசத்தை நினைவில் கொள்வேன்.'

மாரீச்சன், பெரியவனைப் போலப் பேசும் அந்த ஒன்பது வயதுச் சிறுவனைப் பார்த்து புன்முறுவலிட்டான். மாமிசத்தை வாட்டும் பணியில் ஈடுபட்டான்.

இரவு சீக்கிரம் கடந்து பகல் வந்து விடாதா என்று ஏங்கினான். அப்படிப் பகல் வந்துவிட்டால் அவர்கள் நாளை கனௌஜ் அடைந்துவிடுவார்கள்.

கனௌஜ் என்பது பழமையான நகரம்; இந்தியாவில் நிறைய மக்களுக்கு அருள் பாலித்துள்ளது.

புனித கங்கைக் கரையில் அமைந்திருந்த நகரம். நினைவுகளைப் பின்னோக்கி ஓடவிட்டால் இந்த நகரம் துணி நெய்வதிலும் விற்பதிலும் பேர் போனதாக விளங்கியது புரியும். வசீகரமான நறுமணங்களைத் தயாரிப்பதிலும் பிரசித்தி பெற்ற நகரம். இங்கே விவாத மேடைகள் பல உண்டு; வித்தகர்கள் பலர் தங்கள் விவாதங்களை இங்கே அரங்கேற்றியுள்ளனர். ஏழையாக இருந்தாலும் அறிவில் சிறந்த கன்னியாகுப்ஜ பிராமணர்களுக்குப் பெயர் போன ஊர். ஞானத்தின் கடவுளான சரஸ்வதி அவர்களிடம் பிரியமாக இருந்தாலும், செல்வத்துக்கு அதிபதியான லக்ஷ்மி அவர்களை மொத்தமாக ஒதுக்கி வைத்துவிட்டாள் என்று நகைச்சுவையாகக் கூட சொல்வது உண்டு.

அந்த நகரம் ஞானத்திற்குப் பெயர் போனது; சிறந்த சிந்தனாவாதிகள் மற்றும் தத்துவ ஞானிகள் வசிக்கும் இடம். ரிஷி விசுவாமித்ரர் கனௌஜ் அரச பரம்பரையில் பிறந்தவர். ஆனால் சோர்வுடன் ஓடி ஒளிய நினைத்தவர்களுக்குப் புகலிடம் கொடுக்கும் அளவுக்கு பச்சாதாப உணர்ச்சிகளைக் கொண்ட நகரமாக அது அமையவில்லை.

கைகேசி மற்றும் மாரீச்சனின் பெற்றோர்கள் அவள் ஒரு நாகா குழந்தையை ஈன்றெடுத்தாள் என்ற செய்தியைக் கேட்டவுடனேயே அவர்களைப் புறக்கணிக்க நினைத்துவிட்டனர். இதற்குள், ராவணனின் பிறப்பு ரகசியமும் கசியத் தொடங்கியது. அனைவருக்கும் அது கைகேசியின் குற்றம் என்றே பட்டது. அதாவது மதிக்கத்தக்க ரிஷி விஷ்ராவா இந்த தப்பான கர்மத்திற்கும, நாகா குழந்தைகளுக்கும் பொறுப்பாக மாட்டார் என்றே கருதினர்.

கைகேசி பாவம் என்று நினைத்தவர்கள் கூட ஊர் பெரியவர்களுடன் சண்டையிட்டு அவளுக்கு வக்காலத்து வாங்க முன் வரவில்லை.

கனௌஜ் வந்த ஒரே நாளில் மீண்டும் நால்வரும் நகர வாசலுக்கே தள்ளப்பட்டனர். புனித கங்கைக் கரையில் நின்றபடி எங்கே போவது என்று தெரியாமல் தவித்தனர்.

'நாம் இப்பொழுது என்ன செய்வது?' என்றாள் கைகேசி.

மாரீச்சன் கோபத்துடன் ஆற்றையே பார்த்தபடி நின்றான். தன் குடும்பமே தன்னை ஏற்காமல் இருப்பதை அவனால் ஒப்புக் கொள்ள முடியவில்லை. இவன் விஷ்ராவாவின்

ஆசிரமத்திற்குச் சென்று தன் தங்கையைக் காப்பாற்ற நினைப்பது நல்ல முடிவுதான் என்று ஆதரித்தவர்கள் கூட இப்பொழுது வேறு பல்லவியைப் பாடினார்கள். அவர்கள் அடாவடியாக இப்படிக் கூறினர், ‘கைகேசி நாகாவைப் பெற்றெடுப்பாள் என்று நாங்கள் நினைக்கவில்லை! அதை எப்படி நாங்கள் யோசிப்போம்?’

‘அண்ணா,’ என்றாள் கைகேசி திரும்பவும், ‘நமக்கு என்ன நடக்கப் போகிறது?’

‘எனக்குத் தெரியவில்லை, கைகேசி!’ என்றான் மாரீச்சன். ‘எனக்குத் தெரியவில்லை!’

தன் கத்திக்குக் கூர்மை ஏற்ற ஒரு வழுவழுப்பான கல்லை உபயோகப்படுத்தினான் ராவணன். அவன் நிமிர்ந்து பார்த்துச் சொன்னான், ‘எனக்குத் தெரியும். நாம் கிழக்கை நோக்கிப் பயணிக்கலாம். வைத்தியநாத் போகலாம்.’

‘வைத்தியநாத்தா?’ என்று மாரீச்சன் ஆச்சர்யப்பட்டான். ‘வைத்தியநாத்தில் என்ன இருக்கு?’

கன்னியாகுமாரி, என்று நினைத்தான் ராவணன். ஆனால் எதோ காரணத்தால் அதை அவன் உரக்கச் சொல்லவில்லை. தன் கத்தியைத் திரும்பவும் தீட்டத் தொடங்கினான். ‘அங்கே யார் இல்லை என்பது எனக்குத் தெரியும்: என் தந்தை.’

மாரீச்சன் மௌனமானான்.

‘நாம் உதிக்கும் சூரியனை நோக்கி கிழக்கில் செல்லலாம். நமக்கும் ஏதாவது விஷயம் புலப்படலாம்.’

‘நீயேவா இந்த வரியை யோசித்தாய்?’’ என்று மாரீச்சன் ஆச்சரியப்பட்டான்.

ராவணன் பெருமிதத்துடன் அவனைப் பார்த்தான். ‘இல்லை. நான் எங்கேயோ படித்திருக்கிறேன். நீங்களும் படியுங்கள், மாமா. அது ஒரு நல்ல பழக்கம்,’ என்றான்.

மாரீச்சன் கண்களை உருட்டிச் சலித்துக் கொண்டான். *திமிருபிடிச்ச பய.*

பிரபலமான வைத்தியநாத சாமி ஆலயத்திற்கு அருகில் ஒரு சிறிய கிராமத்தில் பயணிகள் தங்கும் இலவச

விடுதியில் அவர்களுக்கு இடம் கிடைத்தது. வைத்தியநாத் வைத்தியர்களுக்கு பெயர் போன இடம். கைகேசி கும்பகர்ணனை ஒரு வைத்தியரிடம் தூக்கிச் சென்று அவன் காதுகளையும் தோள் பட்டையில் வளரும் கூடுதல் சதையையும் சரி செய்ய முடியுமா என்று வினவினாள். ஆனால் அந்த வைத்தியர் அப்படிச் செய்ய வேண்டாம் என்று அறிவுரை வழங்கினார். அந்தக் கூடுதல் கைகளில் நிறைய ரத்த நாளங்கள் இருப்பதாகவும், அவற்றை முறையாக அறுவை சிகிச்சை செய்து எடுத்துவிட்டால் குழந்தை இறக்கக்கூடும் என்றார். அதோடு நில்லாமல், கும்பகர்ணன் ஒரு சந்தோஷமான குழந்தை. இந்தக் கூடுதல் வளர்ச்சி அவனுக்கு எந்த விதமான வலியையோ அசௌகர்யத்தையோ விளைவிக்காததால் அவற்றுடன் அவன் வளர்வதே அவனுக்கு நல்லது என்று அறிவுரை கூறினார்.

கைகேசிக்கு மிகுந்த வருத்தம். ராவணனுக்கும் தான். அவனுடைய வருத்தத்திற்கான காரணம் வேறு. ஆனால் அவன் அதைப்பற்றி யாரிடமும் பேசவில்லை.

மறுநாள் காலை பொழுது புலர்வதற்கு முன் அவர்கள் வைத்தியநாத சாமி கோவிலுக்குச் சென்றனர். காலை ஆரத்தி நேரம் வந்தது. மக்கள் அனைவரும் கூடி மஹாதேவ்வாகிய ருத்ரனுக்கு வழிபாடு செய்யும் சமயம்.

அடர்ந்த காடுகளுக்கு நடுவே நிறைய சிறு ஆலயங்களைக் கொண்ட கூட்டு ஆலயம் தான் வைத்தியநாத சாமி கோவில். சென்ற ஜென்மங்களின் விஷ்ணுக்களுக்காகவும், இந்தியாவைக் காத்த பல கடவுள்களான, இந்திரன், வருணன், அக்னி மற்றும் பலருக்கான கோவில் அது. அந்தக் கோவில்களிலேயே மிகவும் பிரம்மாண்டமானது ருத்ரனுக்கானது; மஹாதேவ், கடவுளுக்கெல்லாம் கடவுள்.

அடிக்கடி வெள்ளம் தாக்கும் இடம் என்பதால் கோவில் வளாகம், வெள்ளம் ஏற்படும் இடத்திலிருந்து விலகிக் காணப்பட்டது. அங்கிருந்த சக்தி நிலங்கள் வெள்ள நீரை உறிஞ்சிக் கொண்டன. மயூராக்ஷி ஆற்றில் பருவ மழை காலங்களில் வெள்ளப் பெருக்கெடுக்கும். ஆனாலும் கோவிலுக்கு எந்த அபாயமும் இல்லை. அந்தச் சதுப்பு நிலங்களில் நிறைய மூலிகைகள் வளர்ந்தன. அதனால் அந்தக் கோவில் மூலிகை மருந்துக்குப் பிரசித்தி பெற்றது. இந்த மூலிகைகளைக் கொண்டு பல நோய்கள் குணப்படுத்தப்பட்டன.

அந்த கோவிலின் பெயர்: வைத்தியநாத் என்று வரக் காரணமே இதுதான், மருத்துவர்களின் கடவுள் என்று பொருள்.

கோவிலின் முக்கிய பகுதி ஒரு தாமரை மலர் போல அமைக்கப்பட்டிருந்தது. சிக்கல் இல்லாத மையப் பகுதி. அங்கே ஒரு பெரிய கூடம், கர்ப்பக்ருஹம், பிறகு கல்லால் கட்டப்பட்ட நீண்ட த்வஜஸ்தம்பம். ஆகம விதிகளில் கூறியபடி கட்டப்பட்டிருந்தது. பிரதான கோபுரம், பதினைந்தடி அகலம், ஐம்பதடி உயரம். அடித்தளத்தில் மரத்தாலான நூற்றெட்டு 'மலரின் இதழ்கள்' பொறிக்கப்பட்டிருந்தன - கட்டிடக் கலையின் சிறப்பு என்றே சொல்லலாம். முழுதும் வளர்ச்சி பெற்ற நான்கு மனிதர்களின் அளவுக்கு இருந்தது ஒவ்வொரு மலர் இதழும். சால் மரங்களிலிருந்து செதுக்கப்பட்டவை. மரத்தில் செதுக்கிய பிறகு, ரசாயனம் கொண்டு பதப்படுத்தப்பட்டு, அவற்றுக்கு இளஞ்சிவப்பு வண்ணம் தீட்டப்பட்டிருந்தது. அவை நான்கு அடுக்குகளில் வைக்கப் பட்டிருந்தன. ஒன்றின் மீது ஒன்றாக ஒரு ராட்சஸத் தாமரை மலர் போன்ற காட்சி தந்தன. த்வஜஸ்தம்பம் தாமரை மலரின் சூலகம் போல மஞ்சள் வண்ணத்தில் நீண்டு இருந்தது. அடித்தளத்தில் தாமரையின் தண்டைக் குறிப்பதற்காகப் பச்சை வண்ணம் தீட்டப் பட்டிருந்தது. நீளமான அடித்தளம் ஒரு சுரங்கப் பாதை போல அமைக்கப்பட்டிருந்தது. அதுதான் கோவிலின் பிரதான வாயிலாக அமைந்தது.

அது நிஜத்திலிருந்து சற்றே விலகி மாயை போலிருந்தது. ஒவ்வொரு கட்டமைப்புக்கும் ஒரு சிறப்பான அடையாளம் இருந்தது.

குப்பைத் தண்ணீரில் வளர்ந்தாலும் தாமரை தன் இனிய மணத்தையும், அழகையும் தக்க வைத்துக் கொள்ளும். அது ஒரு மௌனமான போராட்டத்தை உணர்த்துகிறது. கோவிலுக்கு வருபவர்களிடம், உன்னைச் சுற்றி உள்ளவர்கள் தர்மத்தைக் கடைப்பிடிக்காவிட்டாலும் நீங்கள் கடைப்பிடியுங்கள் என்று சூசகமாகச் சொல்கிறது. இதழ்களின் எண்ணிக்கை - நூற்றி எட்டு - என்பதில் கூட ஒரு சூட்சுமம் இருக்கிறது. தர்மத்தைப் போற்றும் இந்திய மக்களுக்கு இது ஒரு சிறப்பான எண். பிரபஞ்சத்தில் திரும்பத் திரும்ப உபயோகப்படுத்தப்படும் தெய்வீக எண் என்று நம்பினார்கள். சூரியனின் சுற்றளவு, பூமியின் சுற்றளவைக் காட்டிலும் நூற்றிஎட்டு மடங்கு பெரியது. சூரியனின் சுற்றளவைக் காட்டிலும் நூற்றிஎட்டு

மடங்கு தூரத்தில் தான் சூரியன், பூமியைத் தாண்டி இருக்கிறது. நிலவின் சுற்றளவைக் காட்டிலும் நூற்றிஎட்டு மடங்கு தொலைவில் தான் நிலவு இருக்கிறது. இது போன்று நிறைய உதாரணங்கள் பிரபஞ்சத்தில் கொட்டிக் கிடக்கின்றன. பல நூற்றாண்டுகளாக இந்த எண்ணைச் சுற்றி பல பழக்க வழக்கங்கள் உருவாகிவிட்டன. உதாரணத்திற்கு, ஒரு மந்திரத்தை நூற்றி எட்டு முறை ஜபிப்பது.

கோவிலின் கோடியில், கர்ப்பக்ருஹத்தில் ஆளுயர ருத்ரனின் சிலை. பத்மாசனத்தில் யோகி போல் அமர்ந்திருந்தார் கடவுள். கண்கள் மூடி தியானத்தில் இருந்தார். அவருக்குப் பின்னால் மூன்று மீட்டர் உயரத்துக்கான லிங்கம் - ஆவுடை - பழமையாக ஒரு கடவுளைக் குறிக்கும் குறி. லிங்கம் அரை முட்டை போலிருந்தது, பலர் அது பிரம்மாண்டத்தைக் குறிக்கும் என்று கருதினர். இது பிரபஞ்ச முட்டை, இதிலிருந்து தான் உயிரினங்கள் ஸ்ருஷ்டி செய்யப்பட்டன என்றும் நம்பினார். பலர் இது ஆண்மையின் சக்தி என்று கருதினர். லிங்கத்தின் அடியில் இருந்த ஆவுடை 'யோனி' அல்லது பெண்ணின் கருவறை என்று கருதப்பட்டது. அது தான் உயிர் நாடி, பெண்மையின் சக்தி என்றும் கருதப்பட்டது. லிங்கமும் ஆவுடையும் ஒன்று சேரும் பொழுது உயிரினம் உருவாகும். அமைதியாக இருக்கும் வெற்றிடமும், இயங்கிக் கொண்டே இருக்கும் காலமும் ஒன்று கூடினால் அனைத்து உயிரினமும் உற்பத்தியாகும்.

கர்ப்பகிருஹத்துக்கு வெளியே தாமரையின் மத்தியில் இருந்த கோவிலில் பக்தர்கள் கூடும் பிரதான அறை இருந்தது.

ராவணனும் அவன் குடும்பமும் அதை அடைவதற்குள் அவர்களால் அதன் அழகையோ, அடையாளக் குறியீடு களையோ ரசிக்க முடியவில்லை. பிரதானக் கூடத்தில் ஆர்த்தி காட்ட ஆரம்பித்துவிட்டார்கள். பார்க்கக் கண் கொள்ளாக் காட்சியாக அது விளங்கியது.

முப்பது பெரிய மத்தளங்கள் பெரிய தாங்கிகளில் அறை முழுவதும் வைக்கப்பட்டிருந்தன. ஆஜானுபாஹுவான ஆட்கள் கைகளில் குச்சிகளுடன் அவற்றினருகே நின்று தாள லயத்துடன் அடித்தனர்.

தூம்-தூம்-தன-தூம்-தூம்-தன.

தாளமும் லயமும் ராவணனின் உடலைச் சிலிர்க்க வைத்தது. அவன் எலும்புகளில் ஒலி அலையை உணர

முடிந்தது. குழுமியிருக்கும் ருத்ரனின் பக்த கோடிகளைப் போல அவனும் நடனமாட நிர்ப்பந்தப்படுத்தப் பட்டான். குழந்தை கும்பகர்ணன் கூட தன் கை கால்களை ஆர்வமாக ஆட்டினான்.

தூம்-தூம்-தன-தூம்-தூம்-தன.

தூம்-தூம்-தன-தூம்-தூம்-தன.

தாள கதி விரைவாக ஆரம்பித்தது. ஆண் பெண் என்று பாராமல் அனைவரும் நடனமாடத் தொடங்கினர். கிட்டதட்ட இருநூறு மணிகள் தொங்கிக் கொண்டிருந்தன. அவற்றை மக்கள் அடிக்கத் தொடங்கினர். அனைத்தும் சுருதி சுத்தமாக இயங்கின.

மெல்லிய குரலில் அனைவரும் இரண்டு சப்தங்கள் கொண்ட வார்த்தைகளை ஜபிக்கத் தொடங்கினர். சக்தி வாய்ந்த வார்த்தைகள்.

'மஹா... தேவ்!'

'மஹா... தேவ்!'

'மஹா... தேவ்!'

ஜபிப்பது வலுவடையத் தொடங்கியது. குரல்கள் உரக்கக் கேட்டன. மஹாதேவ்வின் பக்தியில் லயித்துத் திளைத்தனர், சிறப்பான கடவுள், கடவுள்களுக்கு கடவுள், ருத்ரக் கடவுள்.

மத்தளங்கள் ஜெபத்தின் லயத்திற்கு இயங்கின.

தூம்-தூம்-தன-தூம்-தூம்-தன.

தூம்-தூம்-தன-தூம்-தூம்-தன.

ராவணன் தன்னைச் சுற்றிப் பார்த்தான். தன்னைவிடப் பெரிதான ஒன்றில் அவனும் பங்கு கொள்வதில் வாழ்க்கையில் முதல் முறையாக மிக்க மகிழ்ச்சி அடைந்தான். அவன் ருத்ரனின் பக்தன்.அனைவருமே பக்தர்கள் தான். இங்கு எந்த வேறுபாடும் இல்லை. கொஞ்சமும் இல்லை. செல்வந்தர்கள் கூட ஏழைகளுடன் நின்று சரி சமமாக நடனம் ஆடினர். மாணவர்கள் ஆசிரியர்களுக்கு அருகே நின்று தோளோடு தோள் ஆடினார்கள். ஊனம் உற்றவர்கள் திடகாத்திரமான உடல்கள் கொண்ட போர் வீரர்களுடன் நடனம் ஆடினார்கள். கோவில் பூசாரிகள் தங்கள் சுத்த பத்தத்தை மறந்து அகோரிகளுடன் ஆடினார்கள். பெண்கள், ஆண்களுடனும், திருநங்கைகளுடனும் ஆடினார்கள். குழந்தைகள் பெற்றோர்

களுடன் ஆடினார்கள். அனைத்து ஜாதியைச் சேர்ந்த மக்கள், இந்தியர்கள், இந்தியர்கள் அல்லாதவர்கள் என்று அனைவரும் ஒருங்கே ஆடினார்கள்.

ஒரு வேறுபாடும் இல்லை.

விடுதலை.

ஒருவர் மீது வைக்கப்படும் தீர்ப்புகளில் இருந்து விடுதலை. எதிர்பார்ப்புகளிலிருந்து விடுதலை. சரி, தவறு என்ற கோணங்களிலிருந்து விடுதலை. கடவுள், அசுரன் என்ற பாகுபாட்டிலிருந்து விடுதலை. தானாக விளங்குவதற்கான விடுதலை. ருத்திரனுடன் கலக்க விடுதலை.

தூம்-தூம்-தன-தூம்-தூம்-தன.

'மஹா... தேவ்!'

தூம்-தூம்-தன-தூம்-தூம்-தன.

'மஹா... தேவ்!'

ஆர்த்தி எடுக்கும் பொழுது உச்ச ஸ்தாயில் கூட்டம் அரற்றியது. குரல்கள் வைத்தியநாத் கோவில் முழுவதும் ஓங்கி ஒலித்தன.

'ஜெய் ஸ்ரீ ருத்ரா!'

ருத்ரனுக்கு ஜெயம் உண்டாகட்டும்.

யாரோ சொல்லிக் கொடுத்தது போல சட்டென்று மத்தளங்களும், மணிகளும் மௌனமாகின. எதிரொலிகள் மட்டுமே கேட்டன. ஆழ்ந்த பக்தி நிறைந்த அமைதி நிலவியது.

ஆர்த்தி ஐந்து நிமிடங்கள் தான் நடந்திருக்கும். ஆனால் அங்கு கூடியிருந்தவர்களுக்கு வாழ்க்கையில் மட்டற்ற மகிழ்ச்சயை அது வழங்கிற்று. ராவணன் தன்னைச் சுற்றி நோட்டம் விட்டான். அனைத்து முகங்களிலும் பக்தியின் கிளர்ச்சி தெரிந்தது. மாமா மாரீச்சனையும், அம்மா கைகேசி யையும் பார்த்தான். அவர்கள் கன்னங்களில் ஆனந்தக் கண்ணீர் உருண்டோடியது. தன் கன்னங்களைத் தொட்டுப் பார்த்த ராவணனுக்கு வியப்பு, அவை ஈரமாக இருந்தன.

தனக்குத் தானே கிசுகிசுத்துக் கொண்டான், 'ஜெய் ஸ்ரீ ருத்ரா!'

சட்டென்று கூட்டத்தில் உரத்த குரல்கள் கேட்கத் தொடங்கின.

‘கன்னியாகுமாரி!’

‘கன்னியாகுமாரி!’

ஆர்த்தி முடிந்தவுடன் வழக்கமாகக் கன்னியாகுமாரி தான் பூஜைகளைச் செய்ய வேண்டும். லிங்கத்துக்கும், யோனிக்குமான ருத்ராபிஷேகம். தன் கடமையைச் செய்யத் தான் கன்னிக் கடவுள் வந்திருந்தாள்.

அனைவரும் மேலே அண்ணாந்து பார்த்தனர். கழுத்தைத் திருப்பி நெளித்தபடி பார்த்தனர். கால் விரல்களில் எம்பி நின்று கூட்டத்தை விலக்கிப் பார்த்தனர். வாழும் கடவுளை ஒரு முறை பார்க்கும் ஆவல்.

ஆனால் ராவணன் அப்படிச் செய்யவில்லை. அவன் கண்கள் தரையைப் பார்த்தன. அவன் முஷ்டி இறுகி மடங்கியிருந்தது.

‘இது புது கன்னியாகுமாரியா?’ என்று கைகேசி வினவினாள்.

மாரீச்சன் தன் தங்கையை ஒரு முறை பார்த்துவிட்டு கன்னியாகுமாரியைக் கைகள் கூப்பி வணங்கியபடி பார்த்தான். ‘ஆமாம். முன்னால் இருந்த கன்னியாகுமாரி சில மாதங்களுக்கு முன் வயதுக்கு வந்துவிட்டாள் என்று கேள்விப் பட்டேன். அதனால் அவள் இடத்திற்குப் புதியவள் அடையாளம் காணப்பட்டிருக்கிறாள்.’

கைகேசி மெதுவாகக் கைகளை ஆட்டி கும்பகர்ணனைத் தூங்கச் செய்தாள். ‘அவர்கள் பிறகு என்ன ஆவார்கள் என்று எப்பொழுதுமே எனக்கு ஒரு கேள்வி உண்டு. எங்கே செல்வார்கள்? என்ன செய்வார்கள்?’

மாரீச்சன் தோள் குலுக்கினான், தெரியாது என்பது போல. ‘எனக்குத் தெரியாது. ஒரு வேளை அவர்கள் கன்னியாகுமாரி பதவியில் இல்லாததால் தங்கள் கிராமத்திற்கே திரும்பிச் செல்லலாம். ஆனால் அவர்களை யாரால் கண்டு பிடிக்க முடியும்? வெகு சிலருக்குத் தான் அவர்கள் பிறந்தபோது வைத்த பெயர் கூடத் தெரியும்.’

ராவணன் தலையை நிமிர்த்தி புதிய கன்னியாகுமாரியை நோக்கினான். அவன் கண்களில் வெறுப்பு மிளிர்ந்தது.

ஒரு சிறிய பைத்தியகாரத்தனமான நொடியில் அவள் மீது பாய்ந்து அவளை வெட்டி வீழ்த்தலாமா என்று கூட நினைத்தான். அவளை மொத்தமாக அழித்துவிடலாம்

என்று எண்ணினான்.ஆனால் அந்த எண்ணம் தோன்றிய வேகத்திலேயே அதை மாற்றிக் கொண்டான்.அதனால் ஒரு பயனும் இல்லை. மற்றொருவளை அடையாளம் காண்பார்கள். *அவனுடைய* கன்னியாகுமாரி வரவில்லை. அவள் எங்கே இருக்கிறாள் என்று அவனுக்குத் தெரியாது. அவள் பெயர் கூடத் தெரியாது.

ஒன்றுமே தெரியாது. அவள் வார்த்தைகள் நினைவிருந்தன. அவள் குரல். அவள் முகம்.

அவளுடைய தேவதை போன்ற முகம் அவன் மனதில் ஆழப் பதிந்துவிட்டது. அனைத்து வலிகளையும் விரட்டக் கூடிய முகம்.

அவன் இது வரை ஒதுக்கி வைத்திருந்த எண்ணம் நினைவுக்கு வந்தது. இனி அவளை அவன் பார்க்கப் போவதே இல்லை. அவன் வாழ்க்கையை விட்டு அவள் சென்றுவிட்டாள். என்றென்றும்.

அவனுக்கு மூச்சு அடைப்பது போல் இருந்தது. இறுக்கமான மூச்சுத் திணறல் ஏற்பட்டது.

தன்னுடைய அம்மாவின் கைகளைப் பற்றினான். ‘நாம் போகலாம்.’

‘என்ன? ஏன்? கன்னியாகுமாரி-’

‘அவள் ஆசீர்வாதத்தை நாளைப் பெறலாம். போகலாம் வா.’

ராவணன் திரும்பி நடக்கத் தொடங்கினான்.

அத்தியாயம் 5

'கிளம்புவதா?' என்று மாரீச்சன் வியப்பில் கேட்டான். 'ஏன்?'

தங்கும் விடுதியில் மாரீச்சன், கைகேசி, ராவணன் மற்றும் கும்பகர்ணன் இருந்தார்கள்.

ராவணனின் குரல் அமைதியாக இருந்தது. 'கும்பகர்ணனுக்கு இங்கே ஏதாவது மருத்துவ வசதி கிடைக்கும் என்று நினைத்தேன். ஆனால் இங்குள்ள வைத்தியர்கள் பெரிதாக எதுவும் செய்ய முடியாது என்று கூறிவிட்டனர். அதனால் இங்கே தங்கியிருப்பதில் அர்த்தம் இல்லை.'

'ஆனால் நாம் கும்பகர்ணனுக்கு உதவி தேடி மட்டும் இங்கே வரவில்லையே? இப்போதைக்குத் தங்குவதற்கு இது பாதுகாப்பான இடம்.'

'வெறும் பாதுகாப்பாக மட்டும் இருந்தால் போதாது. எனக்கு ஏதாவது சாதிக்க வேண்டும். அதை என்னால் இங்கிருந்து செய்ய முடியாது.'

மாரீச்சன் பெருமூச்சு வாங்கினான்.கொஞ்சம் அகந்தையுடன் இருந்த சிறுவனைப் பார்த்து எரிச்சலடைந்தான். 'ராவணா, உனக்கு ஒன்பது வயது தான் ஆகிறது. நீ வெறும் சிறுவன். நீ சமாதானமாக இரு. நாங்கள் பெரியவர்கள் பார்த்து–'

'நான் குழந்தை இல்லை,' என்றான் ராவணன் உறுதியான குரலில். மாரீச்சனை வெட்டிப் பேசினான், 'நான்தான் குடும்பத்துக்கு மூத்தவன். எனக்கு சில பொறுப்புகள் உள்ளன.'

சிரமப்பட்டுத் தன் சிரிப்பை அடக்கிக் கொண்டான், மாரீச்சன். 'சரி, மூத்தவனே! வைத்தியநாத்தை விடச் சிறந்த இடம் எது, என்று சொல்லு? இங்கே தன்னலமற்ற தொண்டு

செய்யும் பழக்கம் இருக்கு. உன் அம்மாவும், தம்பியும் இங்கே கிடைக்கும் இலவச உணவு மற்றும் தங்கும் வசதியைப் பயன்படுத்திக் கொண்டு வாழலாம். நாம் வேறு எங்காவது சென்றால் அவர்களுக்கு எப்படி உணவு கொடுப்பது?'

'கிழக்கில் பெரும் துறைமுகங்கள் பாலி மற்றும் மலே போன்ற நாடுகளுடன் வர்த்தகம், வியாபாரம் செய்கின்றன என்பதைப் பற்றி நான் படித்திருக்கிறேன். நாம் அங்கே போகலாம். அங்கே வேலை செய்யலாம்.'

'ராவணா, அங்கே வேலை கிடைப்பது எளிது என்று எண்ணாதே-'

'நான் ஏற்கனவே தீர்மானம் செய்துவிட்டேன், மாமா,' என்றான் ராவணன். 'நான் அம்மாவிடமும் இதைப் பற்றிப் பேசிவிட்டேன். கேள்வி என்னவென்றால் உங்களுக்கு என்ன செய்ய விருப்பம்?'

மாரீச்சன் தன் தங்கையை ஆச்சரியமாகப் பார்த்தான். ராவணனின் ஆசைக்கு அவள் இணங்கிவிட்டாள் என்பது அவனுக்குத் தெரியாது. கைகேசியின் முகத்தில் ஒரு இயலாமையும் செய்வதறியாத பாவமும் இருந்தது. பல ஆண்டுகள் கழித்தும் இது தான் முதல் விட்டுக் கொடுத்தல் என்பதை மாரீச்சன் நினைவில் கொள்வான். ராவணனுடனான அவனுடைய உறவு மாறிய தருணம். அவனுடைய இளம் மருமகன் என்பதை மீறி அவனுக்கு ஆணை பிறப்பிக்கும் தளபதியாக உயர்ந்தான்.

'சரி,' என்றான். 'நாம் கிழக்கு நோக்கி செல்வோம்.'

ராவணனின் குடும்பம் சிலிகா ஏரி அருகே கிழக்குப் பகுதிக்கு வந்து நான்கு வருடங்கள் ஓடிவிட்டன.

இந்தியாவின் கிழக்கு கடற்கரைப் பகுதியில் கிட்டத்தட்ட 1000 சதுர கிலோ மீட்டர் பரப்பளவில் வட கிழக்கிலிருந்து, தென் மேற்கு வரை பரவிக்கிடந்த உலகிலேயே மிகப் பெரிய நீர்பரப்பு தான் சிலிகா. வலுவான மகாநதியின் கிளை நதிகளான தயா மற்றும் லூனா நதிகள் தங்கள் நீரை இந்த நீர்ப்பரப்பில் வடியவிட்டன. இதைத் தவிர ஐம்பதுக்கும்

மேற்பட்ட சிற்றாறுகளின் தண்ணீரும் இந்த ஏரியில் கலந்தது. பருவமழை காலங்களில் ஏரியின் நீர் மட்டம் அதிகரித்தது.

கலிங்கா நாட்டுக்கு முதன் முறையாக வரும் பயணி மகாநதியின் கழிமுகத்தைப் பார்த்து, அதன் மண் வளத்தைப் பார்த்து, எப்பொழுதும் கிடைக்கக் கூடிய நல்ல நீர் வளத்தைப் பார்த்து பருவமழை தான் இதற்கு காரணம் என்று நினைத்தால் அதில் தவறேதும் இல்லை. நாட்டின் வளத்திற்கு முழு முதற்காரணம் விவசாயம் தான் என்றாலும், அதன் கஜானா நிரம்பி வழிவதற்கான காரணம் அக்கம்பக்கத்தில் நடக்கும் வியாபாரத்தினால்தான்.

இந்த வியாபார நடவடிக்கைகளின் மையப் பகுதி சிலிகா ஏரி தான்.

சிலிகா மிகவும் அகண்ட நீர்ப்பரப்பு என்பதால் அங்கே நிறைய துறைமுகங்கள் கட்டப்பட்டுள்ளன. தண்ணீரின் ஆழம் காரணமாக மிகப் பெரிய கப்பல்கள் கூட வந்து போக வசதியாக இருந்தது. கடற்கரைக்கு அருகிலேயே ஏற்பட்டிருந்த மணல்திட்டுகள் சிறிய கப்பல்களுக்கு, இயற்கைத் துறைமுகங்களாகச், செயல்பட்டன. இதனால் கப்பல்களுக்கு இடையே நெரிசல்கள் தவிர்க்கப் பட்டன. முக்கியமாக ஏரியின் கிழக்கு எல்லை அதைக் கிழக்குக் கடலிலிருந்து பிரித்ததால் நிறைய மணல் திட்டுகள் இருந்தன. இந்தத் திட்டுகள் புயலின்போது கடல் நீர் ஏரி நீருக்குள் வந்து அலை மோதாமல் பாதுகாத்தன. அதனால் ஏரி நீர் எப்பொழுதும் அமைதியாகக் கொந்தளிப்பு இல்லாமல் இருந்தது கப்பல்களுக்கு உதவியாக இருந்தது. மணல் திட்டுகளில் இரண்டு வாயில்கள் இருந்தன, வடக்கு பகுதியில் பெரிய வாயிலும், தெற்குப் பகுதியில் சிறிய வாயிலும் இருந்தன. இவை ஏரிக்குள் கப்பல்கள் சென்று வர உதவியாக இருந்தன. மேலும் சிலிகாவிலிருந்து மகாநதி வழியாகத் தெற்கு கோசலை நாட்டுக்குப் பயணிக்கலாம். பிறகு வடக்கே பயணித்து சப்த சிந்துவிற்குள் செல்லலாம்.

சிலிகா ஒரு பாதுகாப்பான துறைமுகம். இதன் மூலம் வளமான கடற்கரைக்குப் பின்னால் உள்ள நிலப்பரப்புக்குச் செல்லலாம். அது உலகிலேயே மிகவும் வளமான நிலப்பகுதி.

எந்த சமயமும் சில நூறு கப்பல்கள் சிறியதும் பெரியதுமாக ஏரியில் நிற்கும். சிறிய கப்பல்கள் புறப்படவும் துறைமுகம் திரும்பவும் காத்திருக்கும். கப்பல்களில் சாமான்களை ஏற்றுவதும் இறக்குவதுமான வேலை நடந்து கொண்டே

இருக்கும். வியாபாரிகள் உரக்க பேரம் பேசுவார்கள், சுங்க வரி விதிக்கும் அதிகாரிகள் வரி வசூலிக்கப் போராடுவார்கள். மாலுமிகள் கரைக்கும் கப்பலுக்குமாகப் போய் வந்தபடி இருந்தார்கள். ஓய்வு நாட்களில் மதுவையும், மாதுவையும் தேடி அலைந்தனர். மது விடுதியாளர்களும், பெண்களும் அவர்களின் கவனத்தை ஈர்க்கப் பாடுபட்டனர். சுற்றிலும் நடந்த குழப்பத்திலும் வேலையில் ஈடுபட்ட மாலுமிகள் அதில் கருத்தாக இருந்தனர்.

இந்தியாவில் உள்ள மற்ற இடங்களைப் போல் அல்லாமல் இங்கே வியாபாரத் தடைகள் அதிகம் இல்லை. அதனால் சிலிகாவை வியாபாரிகள் விரும்பித் தேர்ந்தெடுத்தனர்.

வைஸ்யர்கள் அல்லது வியாபாரிகள் பல காலமாக லஞ்சத்தில் கொழுத்து திளைப்பதால் பல ஆண்டுகளாக சப்த சிந்துவைச் சுற்றி இருந்த பகுதிகளில் வாழும் அரச குடும்பத்தினரும், சாமானியர்களும், இவர்களுக்கு எதிராகச் செயல்பட்டனர். வியாபாரத்தின் மேல பல தடைகள் விதிக்கப்பட்டிருந்தன. ஒவ்வொரு தளத்திலும் வியாபாரிகள் அங்கீகாரம் பெற்ற அனுமதி அட்டைகளைப் பெற வேண்டி இருந்தது. இந்தச் சான்றிதழ்களை வியாபாரிகள் அல்லாத நிர்வாகிகளிடம் பெற வேண்டி இருந்தது. அதனால் எதிர்பார்ப்புக்கு மாறாக - லஞ்சத்தை ஒழிப்பதற்கு பதிலாக - பெரும் தொகைகள் இந்த அனுமதிக்காகக் கை மாறின. நிர்வாகிகளும் தங்கள் அதிகார அகந்தையினால், இந்த வியாபாரிகளிடமிருந்து பெறும் லஞ்சத்தைத் தவறு என்றே கருதவில்லை. இந்தத் 'திருடர்களுக்கான தண்டனை' என்றே கருதினர்.

சற்றே அறிவுடன் யோசித்தால் ஒரு இனத்தில் ஒரு சிலர் செய்யும் தவறுக்காக மொத்த இனத்தின் மீதும் கண்டனம் தெரிவிப்பது என்பது கண்மூடித்தனமான செயல் தான் என்பது புரியும். ஒவ்வொரு சமூகத்துக்கும், போர்வீரர்களும், அறிவாளிகளும், ஓவியர்களும் எவ்வளவு தேவையோ, அவ்வளவு தேவை வியாபாரிகளும், தொழிலதிபர்களும். ஒரு இனத்தை மட்டும் ஆதரித்தால் சமமாக இயங்க முடியாது. அது பிரச்சனைகளில் தான் கொண்டு சேர்க்கும். ஆனால் துரதிர்ஷ்டவசமாக சப்த சிந்துவை ஆளும் அரச குடும்பத்தில் அறிவுக்குத் தட்டுபாடு இருந்தபடியால் வியாபாரிகள் தொடர்ந்து வாட்டப்பட்டனர்.

சப்த சிந்துவைச் சார்ந்த வியாபாரிகள் குபேரனின் தலைமையில் ஒன்று திரண்டனர். அவன் இலங்கையின் வியாபார-அதிபதி. வியாபாரத்தில் சூரன். குபேரன் சப்த சிந்துவின் பேரரசனுடனும், சுத்துப்பட்டுச் சிற்றரசர்களுடனும் ஒரு ஒப்பந்தம் செய்து கொண்டான். அங்கு நடந்த அனைத்து வியாபார வர்த்தகத்தையும் அவன் பொறுப்பில் எடுத்துக் கொண்டு லாபத்தில் ஒரு பெரும் பகுதியை அவர்களுக்குப் பங்காகக் கொடுத்தான். ஆனால் இதனால் வியாபாரிகளின் வாழ்வில் பெரிதாக எந்த மாற்றமும் ஏற்படவில்லை. தன்னுடைய லாபத்துக்காகக் குபேரன் அவர்களைக் கசக்கிப் பிழிந்தான். அவனுடன் கை கோர்த்ததால் வியாபாரிகளின் கதை கொதிக்கும் எண்ணையிலிருந்து அடுப்பில் குதித்த கதையாக மாறியது.

குபேரனுடன் கூட்டுச் சேராத, சப்த சிந்துவின் ஒரே ராஜ்ஜியம் கலிங்கா தான். அதனால் மற்ற இடங்களில் வியாபாரம் சிரமப்பட்டாலும் சிலிகாவில் அது தீவிரமடைந்தி ருந்தது. துறைமுகம் கலிங்க மன்னனின் கட்டுப்பாட்டில் இருந்தது. அவன் அதன் தலைநகரமான கட்டாக்கிலிருந்து ஆட்சி புரிந்தான். கட்டாக், சிலிகாவிலிருந்து எண்பது கிலோமீட்டர் வடக்கே இருந்தது. கட்டாக் என்றாலே ராணுவ முகாம் என்றுதான் அர்த்தம். கலிங்கர்களின் ராணுவ பாரம்பரியத்திற்கான ஒரு எடுத்துக்காட்டு. ஆனால் பல நூற்றாண்டுகளாக அவர்கள் அமைதியை நாடும் அஹிம்சைப் பிரஜைகளாக மாறி விட்டனர். அவர்களின் நாட்டம் இப்பொழுது வியாபாரம், கலை மற்றும் அறிவு சார்ந்த விஷயங்களில் தான் இருந்தது. இதனால் ஆட்சிப் பொறுப்பைப் பற்றிய விஷயங்களை அரசர்கள் சற்றே தளர்வான அடிப்படையில் தான் அணுகினார்கள். இதனால் பல வைஸ்ய குடும்பங்கள் கலிங்காவில் தங்கி தங்கள் வியாபாரத்தை மேற்கொண்டனர்.

ஆனால் இங்கேயும் சில மாற்றங்கள் மெதுவாகத் தொடங்கின. நாட்டில் வைஸ்யர்களின் மீது இருந்த வெறுப்பு கலிங்க நாட்டுக்கும் பரவத் தொடங்கியது. அனைவரும் பேரரசன் தசரதனின் நல்ல அபிப்பிராயத்தில் இருக்க விருப்பப்பட்டனர். அவன் அயோத்தியாவை ஆண்ட சக்தி வாய்ந்த மன்னன் மட்டும் அல்ல, மொத்த சப்த சிந்துவையும் தன் மேற்பார்வையில் கொண்ட பேரரசன். அயோத்தியாவில்

வைஸ்யர்களுக்கு எதிர்ப்பு என்பது தான் நிலவரம். மேலும் கலிங்காவிற்கு மிகவும் நெருக்கத்தில் உள்ள மகாநதியின் மேற்புறத்தில் உள்ள வலிமையான தெற்கு கோசல தேசம் அயோத்தியாவுடன் சம்மந்தம் பேசித் திருமணத்தை முடித்திருந்தது. பேரரசன் தசரதனின் முதல் மனைவியாக இளவரசி கௌசல்யா மணம் முடித்திருந்தாள்.

தன்னுடைய சக்தி வாய்ந்த தொடர்பினால் தெற்குக் கோசலமும் வியாபாரத் தடைகள் விதிக்கத் தொடங்கிற்று. தன்னுடைய அண்டை நாட்டின் போக்கைப் பார்த்து கலிங்காவும் மாற்றம் காண நினைத்தது. சிலிகாவின் ஒழுக்கமற்ற வியாபாரிகளை நெறிப்படுத்துவதற்காக வட கிழக்குப் பகுதியில் பாபிலோனில் உள்ள மெசொபொடேமியா நகரைச் சார்ந்த நகரின் நிர்வாகியை சிலிகாவின் ஆளுநராக்கியது. யாருக்குமே அவனுடைய உண்மையான பெயர் தெரியாது. அவன் ஒரு இந்தியப் பெயரைச் சூட்டிக் கொண்டான்: கிரகச்சபாஹு (ரம்பம் போன்ற கைகளை உடையவன் என்று பொருள்). வருத்தத்திற்கு உரிய விஷயம் என்னவென்றால் அவன் நடவடிக்கை அவன் பெயருக்கு ஏற்றாற்போல் இருந்தது. ஆனாலும் கலிங்க மன்னன் வெகு தொலைவில் இருந்ததால் அவன் ஆளுநர் கைகளிலேயே பொறுப்பு அனைத்தையும் ஒப்படைத்தான்.

சப்த சிந்துவின் மற்ற நாடுகளில் பல வியாபாரிகளும் படும் வரி, தீவிரவாதம் மற்றும் எண்ணற்ற தடைகளைக் கலிங்கத்து வியாபாரிகளும் எதிர் கொள்ள நேர்ந்தது. சிலிகாவிலேயே வர்த்தகத்தை நிறுவ முடியவில்லை என்றால் வேறு எங்கு தான் செல்வார்கள்? சோகத்தில் சிலர் வியாபாரத்துக்கே முழுக்குப் போட்டுவிடலாம் என்று எண்ணினர். ஆனால் பலரும் தொடர் முயற்சிகளில் ஈடுபட்டனர், அவர்களுக்கு தெரிந்த அனுபவம் மிக்க ஒரே தொழில் அது தான் என்பதால் விடா முயற்சியில் இறங்கினர். கிரகச்சபாஹுவின் தடைகளைத் தாண்டி ஏதாவது செய்ய வேண்டும் என்ற உணர்வு பரவலாக இருந்தது.

சில தினங்களிலேயே சப்த சிந்துவிலிருந்து கடத்தல் பொருட்கள் பல இடங்களுக்கும் பரவத் தொடங்கின. அயல் நாட்டிலிருந்து இந்தியர்களுக்குத் தேவையான பொருட்கள் வெகு சில தான்; ஏன் என்றால் மொத்த உற்பத்தியையும் உள் நாட்டிலேயே அவர்களால் செய்ய முடிந்தது. சுங்க அனுமதி பெறவில்லை என்றால் வெளி நாட்டுப் பொருட்கள்

சப்த சிந்துவின் எந்த நாட்டிலும் பறிமுதல் செய்யப்படலாம். அதனால் கடத்தல் பொருட்கள் ஏற்றுமதியை நோக்கித் தான் இருந்தன. உலகத்துக்குத் தேவையான பல பொருட்களை சப்த சிந்து தயாரித்தது. அவற்றை வெளி நாடுகளுக்கு கடத்தல் செய்வது நல்ல லாபத்தோடு, சுங்க வரியிலிருந்து தப்பிக்கவும் வசதி செய்து கொடுத்தது.

காலப் போக்கில் மூன்று அடுக்கு கடத்தல் சமாசாரம் நிகழ்ந்தது. முதல் நிலையில், சப்த சிந்துவில் தயாராகும் அனைத்து பொருட்களையும் சிலிகாவில் குவிப்பது. இது அவ்வளவு சிரமம் இல்லாத செயல். சட்டப்படி ஏற்றுமதி செய்ய அனுமதி வாங்கிய பொருட்களுடன் இவற்றையும் கலந்து இறக்கி விடலாம். இதில் அபாயமும் குறைவு - லாபமும் குறைவு - மற்ற கட்டமைப்புகளுடன் ஒப்பிட்டால் லாபம் குறைவு தான். இரண்டாம் நிலையில் செயல்படுபவர்கள் 'கட்டர்' என்று சொல்லக் கூடிய சிறிய படகுகளில் கிரகச்சபாஹுவின் சுங்க வரிகளை வசூலிக்கும் படகுகளிடம் இருந்து தப்பித்து, கண் காணாமல் கடலுக்குச் சென்று விடுவார்கள், அல்லது சுங்க வரி வசூலிக்கும் நிர்வாகிகளுக்கு லஞ்சம் அளித்துத் தப்பிவிடுவார்கள். மூன்றாவது நிலையில், கிழக்குக் கடலில் தொடங்கும். சிலிகாவின் தெற்கே பெரிய கப்பல்கள் நங்கூரம் பாய்ச்சி நின்று கொண்டிருக்கும். மற்ற கப்பல்களுக்கு நடுவே மறைந்து, துறைமுகங்களிலிருந்து புறப்பட ஆயத்தமாக இருக்கும். கட்டர் படகுகளில் இருந்து சரக்கை ஏற்றிக் கொண்டு அயல் நாடுகளுக்குப் பறந்துவிடும்.

இரண்டாம் நிலை தான் மிகவும் அபாயகரமானது. ஆனால் சிறு கடத்தல்காரர்கள் சிறிய படகுகளில் வேலை பார்த்தார்கள்; எப்படியாவது பணம் பண்ணவேண்டும் என்ற ஆசையில் இயங்கினர். லாபம் மொத்தமும் மூன்றாம் நிலையில் தான் பார்க்க முடியும்: பெரிய கப்பல்களின் சொந்தக்காரர்களுக்குத் தான் நிகர லாபம். ஒருவருக்கொருவர் மோத விட்டு, பேரத்தைப் பணிய வைத்து விடுவார்கள். ஆனால் அவர்களுக்கான கூலியில் எதையும் குறைத்துக் கொள்ள மாட்டார்கள். மேலும் அரேபியா, மலே மற்றும் கம்போடியாவில் உரிய, சட்டப்படி நிர்ணயித்த விலைக்கு விற்று லாபம் பார்ப்பார்கள்.

அவர்கள் முதலில் அங்கு வந்தடைந்தபோது மாரீச்சனும், ராவணனும் துறைமுகத்தில் கூலி வேலை தான் செய்தார்கள்.

கொஞ்சம் காலம் அந்தக் கடின வேலையில் இருந்தார்கள். ஆனால் சுற்றிலும் வாய்ப்புகள் ஏற்பட்டதால், ராவணன் ஒரு கட்டர் படகை வாடகைக்குப் பிடித்தான். இரண்டாம் நிலை கடத்தலில் ஈடுபட்டான். வெகு சீக்கிரத்திலேயே சாமர்த்தியமான இளைஞன் என்று பெயர் எடுத்தான். கை தேர்ந்த மாலுமியாக மாறினான். எந்த விதமான அபாயத்தையும் எதிர்கொண்டான்; கடும் எதிர்ப்புக்கு நடுவிலும் அவனால் எளிதாகக் கடத்த முடிந்தது. அதனால் மூன்றாம் நிலையில் செயல்பட்ட அகம்பனா என்ற மாலுமி அவனைத் தொடர்பு கொண்டதில் எந்த ஆச்சரியமும் இல்லை.

சாதரணமாக மூன்றாம் நிலையில் வேலை பார்ப்பவர்கள் தேர்ந்த கடல் மாலுமிகள்; லாபத்தில் கொழிப்பவர்கள். அகம்பனா இதில் பொருந்தாதவனாக இருந்தான். மூன்றாம் நிலையில் மிகவும் குறைந்த லாபம் ஈட்டுபவனாக இருந்தான். அவனுடைய குழுவுக்கு நேரத்துக்குப் பணம் பட்டுவாடா செய்யமாட்டான். சில சமயம் கூலியே கூட தரமாட்டான். ஆட்கள் அவனுடன் வேலை செய்ய மறுக்கும் அளவுக்கு நிலைமை மோசமானது. ஆனால் அவனிடம் ஒரு பெரிய சொத்து இருந்தது - அவனுக்குச் சொந்தமான பெரிய கப்பல். கடலில் பயணிக்கும் வலு பெற்ற பெரிய கப்பல்.

இரண்டாம் நிலையில் இருக்கும் கடத்தல்காரன் வாழ்வில் முன்னேற ஒரே வழி மூன்றாம் நிலைக்குச் சென்று, கப்பலைச் சொந்தமாக்கிக் கொள்ள வேண்டும் அல்லது அதில் வேலை பார்க்க வேண்டும். இந்த விஷயம் அறிந்ததால் ராவணன் அவனைச் சந்திக்கச் சம்மதித்தான்.

அடுத்த நாள் மாரீச்சனும், ராவணனும், அவர்களுடன் பணியாற்றிய ஐந்து அடியாட்களும் தங்களுடைய கட்டர் படகில் பயணித்து சிலிகாவின் தெற்குப் பகுதியில் மறைந்திருந்த ஒரு நீர்ப்பரப்புக்குச் சென்றனர். அங்குதான் அகம்பனாவின் வீடு இருந்தது.

அகம்பனாவின் கப்பலுக்கு வெகு அருகே படகைச் செலுத்தும்படி தன் குழுவுக்கு உத்தரவு பிறப்பித்தான். கரைக்கு அருகிலேயே கப்பல் நங்கூரம் பாய்ச்சியிருந்தது.

'வருண பகவான் மீது ஆணை,' என்றான் மாரீச்சன். கடல் மற்றும் மழைக்கான கடவுளை தன்னுடைய ஆச்சரியத்தில் விளித்தான். 'இந்த அகம்பனா இந்த கப்பலைச் சரியாகப் பழுது பார்க்க மாட்டானா?'

ஒரு கப்பலின் தரத்தை அதில் உள்ள கொடிக் கம்பங்களின் எண்ணிக்கையை வைத்து நிர்ணயிப்பார்கள். சிலிகாவுக்கு வரும் நிறைய கப்பல்கள் மூன்று கொடிக்கம்பங்கள் கொண்டவை. அகம்பனாவின் கப்பலிலும் மூன்று இருந்தன. ஆனாலும் கப்பல் ரொம்ப சேதமாகி இருந்தது, பாய் மரக் கப்பல் தான், ஆனால் அதன் பாய்கள் இற்றுப் போயிருந்தன. அதனால் காற்றை உந்தித் தள்ள முடியாது போல் காட்சி தந்தன. பாய்கள் காற்றினால் பாழ் அடையாமல் இருக்க அவைச் சுற்றி வைக்கப்படவில்லை. அந்த இடத்தில் அடிக்கடி வீசும் காற்றினால் அவை பழுதாக வாய்ப்புகள் அதிகம். கொடிக் கம்பங்களுக்குப் புதிய மரம் தேவை. பிரதான கொடிகம்பத்தின் மேலிருந்த காக்கையின் கூட்டில் பலகைகள் உடைந்து தொங்கின. கப்பலின் தரையில் பொத்தல் ஏற்படாமல் இருக்கத் தாரைக் காய்ச்சி ஊற்ற வேண்டும். அது கூட செய்யப் படவில்லை. ஓட்டைகள் இருக்கிறதா என்று சரி பார்க்க வேண்டும்.

'அகம்பனாவின் கப்பல் வேகத்துக்கு பேர் போனது என்றல்லவா நானும் நினைத்திருந்தேன்?' என்றான் ராவணன் ஆச்சரியமாக.

'நானும் அப்படித் தான் எண்ணினேன்,' என்றான் மாரீச்சன். 'இந்த மனிதனுடன் வேலை செய்யணுமா, என்ன?'

ராவணன் அந்தக் கப்பலையே வெறித்தபடி சிந்தனையில் மூழ்கினான். சட்டென்று தன் அங்கவஸ்திரத்தைத் தள்ளியபடி, 'இங்கேயே இருங்கள்,' என்றான்.

'என்ன செய்கிறாய்?' என்று மாரீச்சன் வினவினான்.

அவன் முடிப்பதற்குள், ராவணன் தண்ணீரில் இறங்கிக் கப்பலை நோக்கி நீந்தினான். அதன் அருகில் வந்தவுடன் ஜாக்கிரதையாக மிதந்தபடியே நோட்டம் விட்டான். பிறகு உள்ளே மூழ்கிக் கடலுக்கடியில் இருக்கும் பகுதி எப்படி இருக்கிறது என்று பார்வையிட்டான். பிறகு மேலே வந்து கப்பலின் நீளம் முழுவதும் நீந்திப் பார்த்தான். இம்முறை சும்மா பார்க்கவில்லை, கை விரல்களால் தடவியும், தட்டியும் பார்த்தான். அடிக்கடி நீருக்குள் முங்கி வெளியே வந்தான். மூச்சு வாங்கி விட்டுத் திரும்பவும் உள்ளே சென்றான். மாரீச்சனின் ஆணைப்படி கட்டர் படகும் கூடவே வந்தது. ராவணனுடன் சேர்ந்து அதுவும் கப்பலை வட்டமிட்டது.

கடைசியில் ராவணன் மேலே வந்தான். படகில் ஏறிக் கொண்டான், மாரீச்சன் அவனை மௌனமான கேள்விகளோடு பார்த்தான்.

'ஏதோ வித்தியாசமாக இருக்கிறது இந்தக் கப்பலில்,' என்றான் ராவணன்.

'என்ன?'

'கப்பலின் அடிப்பாகத்தில் ஒட்டிக் கொள்ளும் சிப்பி வகை, நத்தைகள், அல்லது புழுக்கள், இப்படி எதுவுமே கப்பலின் அடிப்பாகத்தில் இல்லை. கப்பல் கட்டப்பட்ட அன்று எப்படி இருந்திருக்குமோ அப்படியான வழவழப்புடன் இருக்கு!'

கப்பல் பயணம் எவ்வளவு பழமை வாய்ந்ததோ அவ்வளவு பழமை வாய்ந்த இந்தச் சிப்பி வகைகள், கப்பலின் அடிப் பாகத்தில் ஒண்டுபவை. கப்பலின் மரப் பாகம் அவற்றுக்கான இனப் பெருக்கத்துக்கு ஏதுவாக விளங்கும். கப்பலின் ஈரப் பகுதியில் ஒட்டிக் கொண்டு, குட்டி போட்டு, அந்தக் கப்பலின் மொத்தத்தையும் ஆக்கிரமித்துவிடும். சில கப்பல்களின் அடிப்பகுதி இவற்றின் ஆக்கிரமிப்பால் சேதமாகி, அதன் மரப் பகுதியே பார்க்க முடியாமல் போகும். இந்தச் சிப்பி வகை உயிரினங்கள் கப்பலில் ஒட்டிக் கொண்டு கப்பலின் வேகத்தைத் தடை செய்யும். மற்றொரு பிரச்சனை கப்பல் புழுக்கள். இவை சில சமயம் இரண்டு அடி நீளம் கூட வளரும். இவை அடிப்பகுதி மரத்தில் துளையிடும். மெதுவாக நீண்ட கால சேதத்தை உண்டாக்கும். அதனால் இவற்றைக் கடல் கரையான் என்று கூட அழைப்பார்கள். இது வரை கடலுக்கு சென்று வரும் கப்பல்களில் இவற்றின் ஆக்கிரமிப்பு இல்லாத கப்பலை ராவணன் பார்த்ததே இல்லை. ஆனால் விநோதமாக அகம்பனாவின் கப்பலில் அப்படிப்பட்ட பிரச்சனை இல்லை.

கப்பலின் அடிப்பகுதியைச் சுத்தம் செய்ய வேண்டுமானால் அதைத் தண்ணீரற்ற காய்ந்த மேடையில் வைத்து இந்த கடல் ஜந்துக்களைச் சுரண்டி சுத்தம் செய்ய வேண்டும். மரப் பலகைகள் மாற்றப் பட வேண்டும். ஆனால் கடத்தல் காரர்களுக்கு அப்படிப்பட்ட காய்ந்த மேடைகள் கிடைப்பது அபூர்வம். அதனால் ராவணனுக்குத் தெரிந்த வரையில் கடத்தல்காரர்கள் கப்பலை மணல் திட்டில் நிறுத்துவார்கள் - உயரமான அலைகள் வரும் இடத்தில் கப்பலைச்

சாய்த்து நிறுத்துவார்கள். பிறகு கப்பலின் அடிப்பகுதியில் இருப்பவற்றைச் செப்பனிடுவார்கள்.

யாரோ கூறியது போல அந்த நிமிடம் மாரீச்சன் பேசத் தொடங்கினான், 'ஒருவேளை அவர்கள் மணற்பரப்பில் நிறுத்தி அதைச் சுத்தம் செய்திருப்பார்களோ?'

ராவணன் இல்லை என்று தலையசைத்து மறுத்தான். 'விபத்தில் பாய்கள் கிழிந்துவிடும் என்று யோசித்து அவற்றைச் சுருட்டிக் கூட வைக்காத அகம்பனாவா அவ்வளவு செலவழித்துக் கப்பலைச் சுத்தம் செய்யப்போகிறான்?'

மாரீச்சன் ஆமோதித்தான், 'சரியான கருத்துதான்.'

தனக்கு முன்னால் இருந்த விஷயங்களை ராவணன் சீர் தூக்கிப் பார்த்தான். மற்ற கப்பல்களைவிட இரண்டு மடங்கு அதிக வேகமும் தூரமும் பயணிக்கக் கூடிய ஆற்றல் அகம்பனாவின் கப்பலுக்கு இருந்தது. இந்தப் போட்டியில் அது அவனுக்கு சாதகமாக அமையும் விஷயம்.

அவன் முடிவு செய்துவிட்டான்.

—⚬—

'அனைவருக்கும் சம்பளம் என்னால் கொடுக்க முடியாது,' என்றான் அகம்பனா, 'ஆனால் வரும் லாபத்தில் உங்களுக்கு ஒரு சிறு பங்கு அளிக்கமுடியும்.'

ராவணனும், மாரீச்சனும் தங்களின் குழு எனப்படும் ரவுடி கும்பலைச் சற்று தொலைவில் நிறுத்தியிருந்தனர். இவர்கள் பேசுவது அவர்கள் காதுகளில் விழக் கூடிய தொலைவைத் தாண்டி நிறுத்தியிருந்தனர். பேரம் பேச அது தான் எளிய முறை என்று கருதினர். சரியாகப் பராமரிக்கப்படாத ஒரு தோட்டத்தின் நடுவே மர நாற்காலிகளில் அமர்ந்து மூன்று பெரும் பேசினார்கள். எப்பொழுதோ சிறப்பாக விளங்கியிருந்த தோட்டம் இப்பொழுது அவலமாக இருந்தது. அதற்குப் பின்னாலே சிதிலமாக இருந்த அகம்பனாவின் பெரிய மாளிகை இருந்தது. கரைக்கு அருகே தான் வீடு கட்டப்பட்டிருந்தது. அமர்ந்திருந்த இடத்திலிருந்து அவர்களால் அகம்பனாவின் கப்பலைப் பார்க்க முடிந்தது.

அகம்பனா தரப்பு பேரத்தைக் கேட்டதும் ராவணன் என்ன சொல்லப் போகிறான் என்ற எதிர்பார்ப்பில் அவனை

நோக்கினான் மாரீச்சன். இந்த அற்ப பேரத்தைத் தன்னுடைய மருமகன் நிராகரிப்பான் என்று நினைத்தான். ஆனால் ராவணன் மௌனமாக இருந்தான், அவன் முகபாவத்தில் விடை எதுவும் தெரியவில்லை.

மெலிதான தேகம், மட்டான உயரம் என்று இருந்த அகம்பனா நெளிந்தான். அவன் தன் நெற்றியைத் தடவிக் கொண்டான். அவனறியாமல் அவன் இட்டுக் கொண்டிருந்த *நீளமான கருப்புத் திலகம்* கலைந்தது. பிறகு மௌனத்தை உடைத்தான்.

'கேளு', என்றான், 'நாம் வாழ்வாதாரத்துக்கு வேண்டிய சில விஷயங்களைப் பற்றிப் பேசிக் கொள்ளலாம், ஆனால்-'

கோபமான ஒரு பெண்ணின் குரல் அவனை வெட்டிப் பேசியது. 'இங்க என்ன இழவு நடக்கிறது?'

அவர்கள் திரும்பிப் பார்த்தனர். உயரமான, நல்ல களையான முகம் உடைய ஒரு பெண் அவர்களை நோக்கி வேகமாக வந்தாள்.

'நீ திரும்பவும் ஒரு குழுவை வேலைக்கு அமர்த்தப் போகிறாயா, அகம்பனா?' என்று அனைவருக்கும் புரியும் வண்ணம் அவளுடைய எரிச்சலை வெளிப்படுத்தினாள்.

அகம்பனாவின் படபடப்பு தெரிந்தது. 'கண்ணே, நாம் ஏதாவது வியாபாரம் செய்ய வேண்டாமா? இந்த ஆட்கள்-'

'வியாபாரமா? உனக்கு எப்படி வியாபாரம் செய்வது என்றே தெரியாது! எப்பவுமே இழப்பைத் தான் சந்திக்கிறாய். நான் இனி உனக்கு எந்தப் பண உதவியும் செய்வதாக இல்லை. என் நகையை இனி நான் விற்க மாட்டேன். நீ பேசாமல் அந்தக் கப்பலை விற்றுவிடு!'

'இல்லை, ஆனால்-'

'நீ ஒரு முட்டாள்!' என்று அந்தப் பெண் கத்தினாள். 'நீ அதைப் புரிந்து கொண்டு ஒரு வட்டத்துக்குள் செயல்பட்டால் உனக்கு நல்லது.'

'ஆனால் நமக்குத் தேவை-'

'என்ன ஆனாலும் வேண்டாம்! இந்த சபிக்கப்பட்ட கப்பலை விற்றுவிடு! நான் பேசாமல் அந்த கிரகச்சபாஹுவுடன் சென்றிருப்பேன், தெரியுமா? அவனுக்கு என் மீது மையல்

இருந்தது. சிலிகாவின் ஆளுநரை விட்டுவிட்டு உன்னைத் தேர்ந்தெடுத்தேன். ஆனால் உன் முட்டாள்தனத்துடன் இனி போராட முடியாது. அந்தக் கப்பலை விற்றுவிடு!'

அகம்பனா சங்கடத்தில் தன் முகத்தைத் திருப்பிக் கொண்டான். ஆனால் அவன் மௌனம் அவன் மனைவிக்கு மேலும் எரிச்சலை ஊட்டியது. அவள் குரலில் கோபம் ஏறியது. 'என்ன பிரச்சனை உனக்கு? நான் உண்மையைத் தான் சொல்கிறேன் என்பது உனக்குப் புரிகிறதா?'

'கண்டிப்பாக,' என்று அகம்பனா குழைந்தான். 'நான் எப்படி வேறு விதமாக நினைப்பேன்?'

அந்தப் பெண் தலையை அசைத்து, மாரீச்சனையும், ராவணனையும் முறைத்து விட்டு, சத்தமாக நடந்து சென்றாள்.

தன் மனைவியின் உருவத்தையே பார்த்தபடி நின்றான் அகம்பனா, அவன் முகத்தில் வெறுப்பு மண்டியது. பிறகு தன்னுடன் ஆட்கள் இருக்கிறார்களே என்பது நினைவுக்கு வர, தன் முக பாவத்தைச் சிரமப்பட்டு அடக்கினான். குரலைச் செருமியபடி மாரீச்சனை நோக்கி ஒரு தீனமான புன்முறுவலைப் பூத்தான். மாரீச்சன் சங்கடத்துடன் முகத்தைத் திருப்பிக் கொண்டான்.

ஆனால் இதனாலெல்லாம் ராவணன் பாதிப்பு அடையவில்லை.'நாம் இப்படித் தான் செய்யப்போகிறோம்,' என்றான் என்னவோ அவர்கள் பேச்சுக்குத் தடங்கலே ஏற்படவில்லை என்பது போல் தொடர்ந்தான். 'நாங்கள் கப்பலைக் கொண்டு போய் எங்கள் செலவில் பழுது பார்த்து அதை கடலில் பயணிக்க விடுவோம். உனக்கு விருப்பம் இருந்தால் நீயும் எங்களுடன் வரலாம். லாபத்தில் தொண்ணூறு-பத்து என்று பிரித்துக் கொள்ளலாம்.'

அகம்பனாவின் முகம் பிரகாசமடைந்தது. 'தொண்ணூறு என்பது சரியான அளவு.'

ராவணன் சோம்பேறித்தனமாக அவனைப் பார்த்தான். பிறகு அலட்டிக் கொள்ளாமல் சொன்னான், 'தொண்ணூறு எனக்கு, பத்து உனக்கு.'

'என்னது? ஆனால்... ஆனால் அது என்னுடைய கப்பல்.'

ராவணன் எழுந்தான். 'அது இங்கேயே மக்கிப் போகட்டும்.'

'கேளு. நான் வந்து-'

‘நான் உன்னுடைய மனைவியையும் கவனித்துக் கொள்கிறேன்.’

தன்னுடைய பதின்மூன்று வயது மருமகன் என்ன வேண்டுமானாலும் பேசுவான் என்று புரிந்து வைத்திருந்த மாரீச்சனுக்கே இந்த வாக்கியம் அதிர்ச்சியைத் தந்தது.

மனைவி சென்ற திக்கையே கவலையுடன் பார்த்தான் அகம்பனா, பிறகு ராவணனை நோக்கினான்.‘என்ன... என்ன சொல்கிறாய்?’

‘நீ யோசிக்கக்கூட பயப்படும் விஷயத்தை நான் செய்கிறேன் என்கிறேன்.’

அகம்பனா மிடறு விழுங்கினான். ஆனால் அவன் முகபாவனை அவன் ஆர்வத்தைத் தெரிவித்தது.

‘ஒப்பந்தம் முடிந்தது,’ என்று ராவணன் உறுதியாகச் சொன்னான்.

அத்தியாயம் 6

ராவணன் அகம்பனாவின் கப்பலுக்கு பொறுப்பேற்றுக் கொண்ட இந்த இரண்டு வருடங்களில் தன்னுடைய பதினைந்தாவது வயதிற்குள் அதை ஒரு லாபகரமான தொழிலாக மாற்றியிருந்தான். கப்பலைப் பழுது பார்த்த பிறகு அவன் பல கடத்தல் பணிகளைச் செய்து விட்டான். சரக்குகளைத் தொலைவிலும் அருகிலும் கொண்டு சேர்த்துப் பணத்தை அள்ளினான்.

வட இந்திய துறைமுகங்களில் வியாபாரம் நெருக்கடியாக மாறியபடியால், இந்தியப் பெருங்கடலின் பெரிய துறைமுகமாக இலங்கை உருவாகிக் கொண்டிருந்தது. கடந்த பன்னிரண்டு மாதங்களில் ராவணன் பல முறை இலங்கை சென்று திரும்பினான். அப்படிச் சென்ற ஒரு பயணத்தில் தான் வியாபார-அரசன் குபேரன் இவனுடைய குரு-சகோதரன் என்பதை அறிந்தான். குபேரன் விஷ்வராவாவின் சிஷ்யன். ஆனால் இதை இலங்கையில் யாருக்கும் ராவணன் தெரிவிக்கவில்லை. அவனுக்குத் தன்னுடைய தந்தையிடம் இருந்து எந்த உதவியும் தேவை இல்லை - அவர் பெயரோ, அவர் உதவியோ வேண்டாம் என்று நினைத்தான்.

கோகர்ணா - என்றால் பசுமாட்டின் காது என்று பொருள்; இலங்கையின் அந்த இடத்தையே தன்னுடையதாக ஆக்கிக் கொள்ள முடிவெடுத்தான் ராவணன். தீவின் வடகிழக்கில் அமைந்திருந்தது இந்த இடம். அது இயற்கைத் துறைமுகம். நிலம் கடலுக்குள் துருத்திக் கொண்டு நின்றது. அதனால் தண்ணீருக்கு இயற்கையில் தடையாக அமைந்தது. கப்பல்கள் பாதுகாப்பாக நங்கூரம் பாய்ச்சி நிற்க முடியும். வருடம்

முழுவதும் எந்தப் பருவமாக இருந்தாலும் கப்பல்கள் வந்து போகக் கூடிய சௌகரியம் இருந்தது. இது மிகவும் சாதகமான இடம்.

இலங்கையின் நீளமான ஆறு *மஹாவெளி* கங்கா கோகர்ணாவின் தெற்குப் பகுதியில் தன் தண்ணீரை நிரப்பியது. இதனால் கப்பல்கள் தீவுக்குள் வெகு தூரம் பயணம் செய்ய இந்த நீர் உதவியது. மலயபுத்ர இனத்தின் தலைவரான குரு விசுவாமித்ரர் தான் இதற்குப் பெயர் சூட்டியிருந்தார். இந்த ஆறு சென்ற விஷ்ணு, பரசுராமால் உருவாக்கப்பட்டது. தன்னுடைய சொந்த நாடான கனௌஜ் ஒட்டி இது ஓடுவதால் இதற்குச் *சிறந்த சண்டி கங்கா* என்று பெயர் இட்டிருக்கலாம்.

இலங்கையில் குரு விசுவாமித்ரருக்கு நிறைய மரியாதை, அவர் சிறந்த ரிஷி என்பதால் மட்டுமல்ல; அவர் தான் மக்கள் அங்கே குடியேறி, ஒரு கிராமத் தீவாக இருந்த இடத்தை இந்து மகா சமுத்திரத்தின் முக்கிய வியாபார வழித்தடமாக மாற்ற உதவியவர். ஒரு காலத்தில் மூழ்கியிருந்த சங்கத் தமிழ்நாட்டின் மிஞ்சியிருக்கும் ஒரு சிறு பகுதி என்ற அளவில் தான் இலங்கைக்கு அங்கீகாரம் இருந்தது - மிகப் பழமையான வேத கால இந்தியாவின் இரண்டில் ஒரு பகுதி என்று அழைக்கப்பட்டது. தங்கள் மூதாதையர் கட்டியிருந்த கோவில்களின் சிதிலங்களில் பிரார்த்தனை அளிப்பதற்காக இந்தியாவிலிருந்து இலங்கைக்குப் பயணித்தனர். ஆனால் இப்பொழுது எல்லாம் மாறிவிட்டது. செல்வந்தர்களாக ஆவதற்காக அவர்கள் இலங்கை வந்தனர். சமீபத்தில் வந்தவர்களில் பலர் கலிங்காவைச் சேர்ந்தவர்கள்.

நாட்டு நடப்பைப் பொறுத்தவரையில் பலரும் குபேரனின் ஆட்சியில் மகிழ்ச்சியாகத் தான் இருந்தனர். வியாபார -அரசனும் அவன் மக்களும் விசுவாமித்ரருக்கு நிறைந்த மரியாதையை அளித்தனர். சுமார் நூறு வருடங்களுக்கு முன் திரிசங்கு காஸ்யப மன்னருக்கு இலங்கையின் பெருந் தலைநகரமான சிகிரியாவை அமைத்துக் கொடுக்க உதவியவர் விசுவாமித்ரர்தான். ஆனால் பல ஆண்டுகளுக்கு பின் அந்த மன்னனின் ஆட்சி திருப்திகரமாக அமையாவிட்டாலும், விசுவாமித்ரர் மீதான மரியாதை மக்களுக்குக் குறையவில்லை.

கோகர்ணாவிலிருந்து தென் மேற்காக நூறு கிலோமீட்டர் பயணித்தால் தான் சிகிரியாவுக்குச் செல்ல முடியும். ராவணன் அங்கு சென்றதில்லை. ஆனால் கோகர்ணாவில் அழகான வீடு

ஒன்றை விலைக்கு வாங்கியிருந்தான். ருத்ரக் கடவுளுக்காகக் கட்டப்பட்ட கோணேஸ்வரம் கோவிலுக்கருகே இருந்தது அந்த வீடு.

பழங்காலத்தில் இந்து மஹா சமுத்திரத்தை நோக்கி நீட்டிக் கொண்டிருந்த கடல் முனையின் உயரத்தில், வடக்கு திசையில் இந்தக் கோவில் கட்டப்பட்டிருந்தது. ஆறு வயது கும்பகர்ணனையும் கூட்டிக் கொண்டு கைகேசி தினமும் இந்த ஆலயத்தை தரிசித்தாள். ராவணனுடன் பயணிப்பதற்குரிய வயதைக் கும்பகர்ணன் இன்னும் அடையவில்லை.

அன்று கைகேசி கோணேஸ்வரம் ஆலயத்திற்கு ஒரு காரணத்துடன் தான் சென்றாள். விசுவாமித்ரர் சிகிரியாவுக்குச் செல்லும் வழியில் அங்கு வந்திருக்கிறார் என்று கேள்விபட்டிருந்தாள். பல ஆண்டுகளுக்கு முன்னர் அவள் விஷ்வாரவாவின் ஆசிரமத்தில் விசுவாமித்ரரையும் அவருடைய வலது கையாக விளங்கும் அரிஷ்டநேமியையும் சந்தித்திருக்கிறாள். விசுவாமித்ரருடன் சற்று நேரம் தான் கழிக்க முடிந்தது, ஆனால் அரிஷ்டநேமியுடன் நிறைய நேரம் செலவழித்தாள். அவனைத் தன் சகோதரனாகவே கருதினாள். அவன் மீது தனக்கிருந்த செல்வாக்கைப் பயன்படுத்தி விசுவாமித்ரரைச் சந்திக்க ஏற்பாடு செய்து கொண்டாள். பல ஆண்டுகளுக்கு முன்னால் விசுவாமித்ரரின் தகப்பனான காதி மகாராஜாவும் கைகேசியின் தாத்தாவும் நெருங்கிய நண்பர்கள் என்ற உண்மையைப் பற்றியெல்லாம் இப்பொழுது சொல்லிக் கொள்ளவில்லை. காரணமாகத் தான்.

‘இந்தச் சந்திப்புக்கு நான் என் கணவனின் பெயரைப் பயன் படுத்தினேன் என்று தயவு செய்து யாரிடமும் சொல்லி விடாதே,’ என்று கைகேசி, கும்பகர்ணனின் கைகளை இறுகப் பிடித்தபடி அரிஷ்டநேமியிடம் கெஞ்சினாள்.

அரிஷ்டநேமி தலையசைத்து ஒப்புக்கொண்டான். விஷ்ராவாவுக்கும் அவருடைய முதல் மனைவியின் குழந்தைகளுக்குமான உறவு அவ்வளவு சுமுகமாக இல்லை என்பதை அவன் அறிவான். அதுவும் இப்பொழுது விஷ்ராவா இரண்டாவது திருமணம் முடித்த நிலையில்; நோகூசிலிருந்து ஒரு அயல் நாட்டுக்காரியை மனைவியாகக் கூட்டி வந்திருந்தார். ‘கவலைப் படாதே, நான் கூற மாட்டேன்.’

கைகேசி சிரித்தபடி, ‘நன்றி, சகோதரா,’ என்றாள்.

விசுவாமித்ரர், கோணேஸ்வரம் ஆலயத்தை ஒட்டி இருந்த விடுதியில் தங்கி இருந்ததால் அரிஷ்டநேமி அவர்களை அங்கே அழைத்துச் சென்றான். 'இங்கே ஒரு நிமிடம் காத்திரு,' என்றான்.

கைகேசி குழம்பினாள். 'ஆனால்...'

'நான் சொல்வது போல் நட,' என்று கூறிவிட்டு அரிஷ்டநேமி உள்ளுக்குள் மறைந்தான்.

கதவுக்கு வெளியே நின்ற கைகேசியின் காதில் பேச்சுக் குரல்கள் கேட்டன.

'எனக்கு இதற்கெல்லாம் நேரமில்லை, அரிஷ்டநேமி. உனக்குத் தெரிந்திருக்கணும்-'

கைகேசி கும்பகர்ணனையும் இழுத்துக் கொண்டு உள்ளே நுழைந்தாள்.

பத்மாசனத்தில் ஆஜானுபாஹுவாக வலிமையான ஒரு மனிதன் அமர்ந்திருந்தார். அவர் மார்பு அகலமாக இருந்தது. விசுவாமித்ரர் கைகேசி உள்ளே வருவதை உணர்ந்து நிமிர்ந்து பார்த்தார். விஷ்ராவாவின் மனைவி என்று அடையாளம் கண்டு கொண்டார். தன்னுடைய அப்பாவின் நெருக்கமான ஆலோசகர் அவள் தாத்தா என்பதையும் உணர்ந்தார்.

தன் எரிச்சலைக் கட்டுப்படுத்த அவர் எந்த முயற்சியும் எடுக்கவில்லை. 'இதைக் கேளு கைகேசி, என் அப்பாவின் மறைவுக்குப் பிறகு உன்னுடைய தாத்தா நிறைய குழப்பங்களை ஏற்படுத்தினார். அதனால் நான்-'

அவள் கையைப் பிடித்துக் கொண்டு நின்ற குழந்தையின் மீது அவர் பார்வை விழுந்ததும் அவர் பேச்சைப் பாதியிலேயே நிறுத்தினார். ஆறு வயதுக்குக் குழந்தை பெரியவனாக இருந்தான். பத்து வயது என்று கூறலாம். எக்கச்சக்கமான முடியிருந்தது அவன் உடலில். அவன் தோள்களிலும், காதுகளிலும் வளர்ந்திருந்த கூடுதல் சதையை ரிஷி பார்த்தார். அவன் நாகா என்பதை அவை பறைசாற்றின. அன்பே உருவான ஒரு அம்மாவின் கண்களுக்கு மட்டும் தான் அப்படிப்பட்ட குரூபிக் குழந்தை அழகாகத் தெரியும். ஆனால் விசுவாமித்ரருக்குப் பரந்த உள்ளம். பாதகத்துடன் பிறந்தவர்களின் மீது தனிக் கருணை. அவர் முகத்தில் முறுவல் பூத்தது. 'என்ன ஒரு அழகான குழந்தை.'

கைகேசி கண்களில் பெருமையுடன் கும்பகர்ணனை நோக்கினாள். 'ஆமாம் அவன் அழகன்.'

விசுவாமித்ரர் குழந்தையை அருகே அழைத்தார். 'இங்கே வா, குழந்தே.'

கும்பகர்ணன் பதற்றத்துடன் தன் அன்னை பின்னால் ஒளிந்து கொண்டான். அவள் மேலாடையை இறுகப் பற்றிக் கொண்டான்.

'அவன் பெயர் கும்பகர்ணன், மதிப்பிற்குரிய மகரிஷியே,' என்றாள் கைகேசி மரியாதையாக.

விசுவாமித்ரர் பக்கவாட்டில் குனிந்து குழந்தையின் கண்களை நோக்கினார். 'இங்கே வா, கும்பகர்ணா.'

கும்பகர்ணன் ரிஷியை எட்டிப் பார்த்தான். பிறகு அம்மாவின் பின்னால் மறைந்து கொண்டான்.

விசுவாமித்ரர் மெலிதாக நகைத்தார். அவர் அரிஷ்டநேமி பக்கம் திரும்பி ஒரு தட்டைக் கொண்டு வரச் சொன்னார். அதற்கு முன்னால் அவரைச் சந்திக்க வந்தவர்கள், வீட்டில் செய்த இனிப்புகளை கொண்டு வந்திருந்தனர். அரிஷ்டநேமி மகரிஷியிடம் தட்டைக் கொண்டு வந்தான்.

'என்னிடம் சில லட்டுகள் உள்ளன, கும்பகர்ணா,' என்றார் விசுவாமித்ரர். சிரித்தபடி ஒன்றை எடுத்து அவனிடம் நீட்டினார்.

அவனுக்கு மிகவும் பிடித்த இனிப்பு வகையின் பெயரைச் சொன்னவுடன் தயக்கத்துடன் முன்னால் வந்தான் கும்பகர்ணன். அவன் அண்ணாந்து தன் அன்னையைப் பார்த்தான். அவள் நகைத்தபடி தலையசைத்து சம்மதம் வழங்கினாள். அவன் மகரிஷியிடம் ஓடிச்சென்று லட்டைப் பிடுங்கிக் கொண்டான். விசுவாமித்ரர் சிரித்தபடி அவன் கைகளைப் பிடித்து இழுத்து தன்னருகே அமர்த்திக் கொண்டார்.

பதற்றம் குறைந்த கைகேசி அவரெதிரே மண்டியிட்டு அமர்ந்தாள்.

'சிறந்த மலயபுத்ரரே,' என்றாள் கைகேசி, 'உங்களிடம் ஒரு வேண்டுகோள்... என் மகன் கும்பகர்ணன்... அவன் வந்து...'

'ஆமாம், எனக்குத் தெரியும். சில சமயம் இதுபோன்ற கூடுதல் சதையிலிருந்து ரத்தம் வழியும். வலிக்கும். அதை நிறுத்தாவிட்டால் உயிருக்கே ஆபத்தாக முடியும்,' என்றார் விசுவாமித்ரர் கைகேசியின் கண்களை நேராக நோக்கியபடி. ஒருவரின் கண்களைக் கவனமாக நோக்கியே அவர்கள் மனதின் எண்ணங்களைப் படிக்கக் கூடிய அபூர்வ சக்தி

பண்டைய கால மகரிஷிகளுக்கு உண்டு. நவீன யுகத்தின் சிறந்த மகரிஷியான விசுவாமித்ரருக்கும் அந்த ஆற்றல் இருந்தது.

'உங்களுக்கு எல்லாமே தெரியும், குருஜி! உங்களால் உதவ முடியுமா?'

'என்னால் முழுவதுமாகக் குணப்படுத்த முடியாது. அது சாத்தியமும் அல்ல. ஆனால் ரத்தம் வழிவதைக் கட்டுப்படுத்தமுடியும். இந்த அன்பான குழந்தையைக் கண்டிப்பாக உயிருடன் வைத்திருக்க முடியும்.'

மனத்திருப்தியினால் கைகேசியின் கண்களில் கண்ணீர் வழிந்தது. விசுவாமித்ரரின் பாதத்தில் தன் சிரசை வைத்து மண்டியிட்டு வணங்கினாள் கைகேசி. 'நன்றி, நன்றி.'

விசுவாமித்ரர் கைகேசியின் தோள்களைத் தொட்டு எழுப்பினார். 'ஆனால் அவன் நான் கொடுக்கும் மருந்தைத் தினமும் அருந்தவேண்டும். அவன் அதை நிறுத்தவே கூடாது. எப்பொழுதும். அப்படி நிறுத்தினால் அவனுக்குச் சாவு நெருங்கிவிடும்.'

'சரி, குருஜி. நான் நிறுத்தவே-'

'இவை அரிதான மருந்துகள். கிடைப்பது கடினம். அரிஷ்டநேமி உங்களுக்கு அது எப்பொழுதும் கிடைக்கும்படி ஏற்பாடு செய்வான். பளீரென்ற விளக்கொளி மற்றும் சூட்டிலிருந்து மறைத்து வைக்கவேண்டும். அரிஷ்டநேமி சொல்லிக் கொடுப்பது போல் எடுத்துக் கொள்ளவேண்டும்.'

'நன்றி, நன்றி குருஜி. நான் உங்களுக்கு என்ன கைம்மாறு செய்வேன்?'

'எனக்குப் பல காலங்களுக்கு முன் இழைத்த தீங்கிற்கு உன் தாத்தாவை என்னிடம் மன்னிப்புக் கேட்கச் சொல்லு.'

கைகேசிக்கு என்ன சொல்வது என்றே தெரியவில்லை. அவள் தாத்தா உயிருடன் இல்லை. அவள் பயத்துடன், 'குருஜி, என் தாத்தா... அவர்...'

'இறந்துவிட்டாரா?' என்று வியப்புடன் கேட்டார் விசுவாமித்ரர். 'ஓ!'

'குருஜி,' என்றாள் கைகேசி, இப்பொழுது கண்களில் தடையின்றி கண்ணீர் பெருகியது.

'பரசுராமனின் பெயரால் ஆணையிடுகிறேன்! அழுகையை நிறுத்திவிட்டுப் பேசு.'

'சிறந்த மகரிஷியே...'

விசுவாமித்ரர் கைகேசியின் கண்களை ஊடுருவினார். 'வேறு ஒருவருக்கும் இதே நிலைமையா?'

கைகேசி தன் கண்ணீரைத் துடைத்தபடி கூறினாள், 'உங்களிடமிருந்து எதையும் மறைக்க முடியாது, குருஜி. என் மற்றொரு மகன், ராவணன்... அவனும் ஒரு நாகா தான்.'

விசுவாமித்ரர் மென்மையாக மூச்சு விட்டார். அவருக்கு இங்கே ஒரு வாய்ப்பு இருப்பதாகப் பட்டது. *ராவணனும் நாகாவா?*

'அவன் வந்து... அவனும்...'

விசுவாமித்ரர் இடைமறித்தார். 'அவன் ஒரு கடத்தல்காரன் என்பது எனக்குத் தெரியும்.'

கைகேசி கவலையாக அரிஷ்டநேமியைப் பார்த்தாள், பிறகு விசுவாமித்ரரை நோக்கினாள். மறுபடியும் கண்ணீர் உருண்டோடியது. 'நாங்கள் பல கஷ்டங்களை அனுபவித்தோம், குருஜி. அவன்... அவன் என்ன செய்யவேண்டுமோ அதைச் செய்தான். அவன் என் மகன், குருஜி... நான் அவனை நிறுத்தச் சொல்லி...'

விசுவாமித்ரர் அமைதியாக இருந்தார். ஆனால் அவர் எண்ணங்கள் மனதில் வேகமாக ஓடின.

நான் கேள்விபட்டது வரை ராவணனுக்கு ஏற்கனவே ஒரு பெயர் இருக்கிறது. அவன் இளைஞன், ஆனால் அவனால் பலரைத் தன் வசப்படுத்தித் தன்னைப் பின்பற்றச் செய்யும் திறமை உள்ளது. நேர்த்தியானவன். அறிவாளி. குரூரமானவனும் கூட. போர்வீரனுக்கான லட்சணங்கள் உண்டு. என் தேவைக்கு அவன் சரிப்படுவான். அவன் அன்னை இந்தியாவுக்கு உதவியாக இருப்பான்.

கைகேசி இன்னும் அழுது கொண்டிருந்தாள். 'அவன் தொப்புளைச் சுற்றி இருக்கும் அதிகப்படியான சதையிலிருந்து இப்பொழுது ரத்தம் வடியத் தொடங்கி உள்ளது, சிறந்த மலயபுத்ரரே, இப்படியே போனால் அவன் இறந்துவிடுவான். அவனுக்கு உதவி செய்யுங்கள். அவன் கெட்டவன் இல்லை. சூழ்நிலை தான் அவனை அப்படி ஆக்கியிருக்கிறது.'

அவனுடைய கூடுதல் சதையில் ரத்தம் வழியத் தொடங்கியிருந்தால், அவன் உயிருடன் இருக்க, அவனுக்கு

எப்பொழுதுமே என் மருந்தின் அவசியம் ஏற்படும். அவன் என் கட்டுப்பாட்டின் கீழ் இருப்பான். எப்பொழுதுமே.

'தயவுசெய்து, குருஜி,' கைகேசி விசுவாமித்ரரின் கால்களில் விழுந்து வணங்கினாள், 'தயவு செய்து எங்களுக்கு உதவுங்கள். நாம் இருவரும் கனௌஜில் இருந்து தான் வருகிறோம், நீ ங்களும், நானும். தயவு செய்து எனக்கு உதவுங்கள். என் மகனுக்கு உதவுங்கள்.'

விசுவாமித்ரர் புன்னகைத்தார். 'ஆமாம் உனக்கு சிரமமாகத் தான் இருந்திருக்கும். எனக்குத் தெரிகிறது.'

கைகேசி சத்தமின்றி கேவினாள். மகரிஷியின் காலடியில் மண்டியிட்டுத் தான் அமர்ந்திருந்தாள்.

விசுவாமித்ரர் பாசமாகக் கையை அவள் சிரசில் வைத்தார். 'இருவருக்குமே மாதாமாதம் நான் மருந்துகளை அனுப்பி வைக்கிறேன். நான் அவர்களை உயிருடன் வைத்திருக்கிறேன்; எவ்வளவு நாட்கள் தேவையோ, என்னால் முடிந்தவரை கண்டிப்பாக உயிருடன் வைக்கிறேன்,' என்றார்.

கைகேசியும், கும்பகர்ணனும் புறப்பட்டபின், அரிஷ்டநேமி குழப்பமாக இருந்தான். அவன் விசுவாமித்ரரை நோக்கினான்.

'குருஜி,' என்றான் ஜாக்கிரதையாக. 'நீங்கள் எதற்கு ராவணனுக்கு உதவி செய்ய ஒப்புக் கொண்டீர்கள்? கும்பகர்ணன் சிறுவன்தான். அவனுக்குத் தங்கள் உதவி தேவை. ஆனால் ராவணன்? அவன் கொடூரமானவன் என்று கேள்விப்பட்டிருக்கிறேன். அவனின் குரூரத்தைப்பற்றியும் தான். அவன் இன்னும் முழுமையான முதிர்ச்சி அடைய வில்லை. அவன் இன்னும் மோசமாகத்தான் மாறுவான்.'

விசுவாமித்ரர் சிரித்தார். 'ஆமாம். அவன் குரூரமானவன் தான். நீ சொல்வதும் சரி. அவன் இன்னும் மோசமாகத்தான் மாறுவான்.'

அரிஷ்டநேமி இன்னும் குழம்பினான். 'பிறகு அவனுக்கு எதற்கு உதவி செய்கிறீர்கள், குருஜி?'

'அரிஷ்டநேமி, நான் மலயபுத்ரர்களின் தலைவனாக இருக்கும் சமகாலத்தில் தான் விஷ்ணு அவதரிக்கப் போகிறார்.'

விஷ்ணு பரசுராமன் விட்டுச் சென்ற மலயபுத்ர இனத்துக்கு இரண்டு கடமைகள் உண்டு. தீமையை அழிக்கும் அவதாரமான அடுத்த மஹாதேவுக்கு உதவ வேண்டும். அவனோ, அவளோ, எந்த அவதாரமாக இருந்தாலும்; அடுத்து அவர்களுக்கு இடையே ஒரு விஷ்ணுவை அடையாளம் காண வேண்டும். சரியான சமயத்தில் அந்த விஷ்ணுவை அறிவிக்க வேண்டும், நன்மையை விளைவிப்பதற்காக.

அரிஷ்டநேமி அதிர்ச்சி ஆனான். 'குருஜி நான் உங்கள் தீர்ப்பைக் கேள்வி கேட்க விரும்பவில்லை, ஆனால் ராவணன் போய்... உங்களுக்குத் தெரியாதா... விஷ்ணுவின் அவதாரம், மிகவும்...'

'உனக்கு என்ன பைத்தியமா, அரிஷ்டநேமி? நான் ராவணனை விஷ்ணுவின் அவதாரத்துக்குப் பரிசீலிப்பேன் என்று எப்படித் தப்புக் கணக்கு போட்டாய்...?'

அரிஷ்டநேமி பதற்றத்தில் ஒரு சின்ன சிரிப்பை உதிர்த்தான். அவன் சமாதானம் அடைந்தான். 'அப்படி இருக்காது என்று எனக்குத் தெரியும்... இருந்தாலும்...'

'நான் சொல்வதைக் கவனமாகக் கேள். இந்தப் பழக்கங்கள் மற்றும் மாயை அனைத்தையும் எடுத்துவிட்டால், ஒரு சாமானிய இந்தியனுக்கு யார் அல்லது எது, விஷ்ணு?'

அரிஷ்டநேமி மௌனமாக நின்றான். எது சொன்னாலும் ஒரு வேளை தவறான பதிலாக இருக்குமோ என்று அஞ்சினான்.

விசுவாமித்ரர் விளக்கினார், 'விஷ்ணு என்பவன் அடிப்படையில் கதாநாயகன். மற்றவர்கள் அவனை முழு மனதுடன் பின் தொடர்ந்தனர். தங்கள் கதாநாயகன் மீது வைத்த நம்பிக்கையால் அவர்கள் பின் தொடருகிறார்கள்.'

'ஆனால் அதற்கும் ராவணனுக்கும் என்ன சம்பந்தம், குருஜி?'

'ஒவ்வொரு கதாநாயகனுக்கும் எது தேவை, அரிஷ்டநேமி?'

'ஒரு பொறுப்பு?'

'ஆமாம் அதுவும்தான். ஆனால் அதைத் தவிர?'

அரிஷ்டநேமி புன்னகைத்தான், அவனுக்குக் கடைசியாகப் புரிந்துவிட்டது. 'ஒரு தீயவன்.'

'மிகச் சரி. நம்முடைய கதாநாயகனின் பெருமைக்கு ஏற்ற தீயவன் தேவை. அப்பொழுதுதான் நம் கதாநாயகனைப் பாதுகாவலன் என்று மக்கள் நம்புவார்கள். அவனை விஷ்ணு என்று கொண்டாடுவார்கள். நாம் வகுத்த பாதையில் அவர்கள் விஷ்ணுவைப் பின் தொடருவார்கள். இந்த நாட்டின் சிறப்பை வலியுறுத்தும் பாதை. திரும்பவும் உலகத்துக்குச் சரியான பாதையைக் காட்டும் வழிகாட்டியாக விளங்கும். அது ஏழ்மையையும், பசியையும் விலக்கும். கொடுமைகளுக்கு முடிவு கட்டும். கீழ் ஜாதி மக்கள், ஏழைகள் மற்றும் ஊனமானவர்களுக்கு நடக்கும் கொடுமைகளை ஒடுக்கும்; இன்றைய இந்தியனை அவனுடைய மூதாதையர்களின் சிறப்பு நிலையை எட்டிப் பிடிக்க வைக்கும்.'

'எனக்கு இப்பொழுது புரிகிறது, குருஜி,' என்றான் அரிஷ்டநேமி, தலை குனிந்து வணங்கினான். 'நான் ராவணனைப் பற்றிக் கேள்விப்பட்ட விஷயங்கள் சரியென்றால் அவனுக்குத் தீயவனாக விளங்கும் அனைத்து சாத்தியக்கூறுகளும் உள்ளன.'

'அவன் ஒரு நேர்த்தியான தீயவன். அவனை தீயவன் என்று எல்லாரும் நம்பிவிடுவார்கள். அதோடு அல்லாமல் அவன் நம் கட்டுப்பாட்டுக்குக் கீழ்பணிவான்,' என்றார் விசுவாமித்ரர்.

'ஆமாம். அகஸ்த்திய கூடத்திலிருந்து நாம் கொடுக்கும் மருந்தை உட்கொள்ளாவிட்டால் அவன் இறந்துவிடுவான்.'

மலயபுத்ரர்களின் ரகசியத் தலைநகரம் அகஸ்த்திய கூடம். புனித நிலமான கேரளாவில் மலைகளுக்கு நடுவே மறைந்திருக்கும் இடம்.

விசுவாமித்ரர் தனக்குத்தானே தலையாட்டியபடி திட்டத்தை உறுதி செய்து கொண்டார். 'ராவணன் உயர்வதற்கு நாம் உதவி செய்வோம். சரியான நேரம் வரும்பொழுது அவனை அழித்துவிடுவோம். அன்னை இந்தியாவுக்கு நன்மை செய்வோம்.'

'அன்னை இந்தியாவுக்கு நன்மை செய்வோம்,' என்று அரிஷ்டநேமியும் எதிரொலித்தான்.

மனம் கடந்த காலத்தைப்பற்றி நினைக்கத் தொடங்கியவுடன் அவர் முகபாவம் மாறியது. அவர் பேச ஆரம்பித்தபோது சிரமப்பட்டு ஆத்திரத்தைக் கட்டுப்படுத்தியபடி பேசினார்.

'என் விதியை முடிக்கவிடாமல் அவன் இடையூறு செய்ய விடமாட்டேன்...'

அவர் யாரைக் குறிப்பிடுகிறார் என்று அரிஷ்டநேமிக்கு நன்றாகவே தெரியும்; அவருடைய பால்ய கால நண்பனாக இருந்து பின்னர் தீவிர எதிரியாக மாறிவிட்ட வசிஷ்டர் தான். ஆனால் அதற்குப் பதில் கூறாமல் இருப்பதே சிறந்தது என்று விட்டுவிட்டான். அந்தத் தருணம் கடப்பதற்காகப் பொறுமையாகக் காத்திருந்தான்.

—ऽ|‡—

'அண்ணா!' என்று கும்பகர்ணன் ஆர்வமாகக் கத்தினான். மாடிப்படிகளில் இறங்கி ஓடி வந்தான். அவனுடைய அண்ணன், மாரீச்சனுடனும், அகம்பனாவுடனும் வீட்டிற்குள் நுழைந்தான்.

அவன் ஈட்டிய அதிகப்படியான லாபத்தினால் பதினேழு வயது ராவணன் இலங்கையின் வியாபாரிகளிலேயே பெரிய செல்வந்தனாக விளங்கினான். ஆனால் அவன் வெற்றி அவனுக்கு மேலும் தீவிரத்தைத் தான் உண்டு பண்ணியது. முக்கால்வாசி நேரமும் அவன் கடலிலேயே கழித்தான், கடினமாக உழைத்தான். அவனுடைய ஆடம்பரமான மாளிகை, கோகர்ணத்தை சுற்றியிருந்த ஒரு மலையின் மீது கட்டியிருந்த மாளிகைக்கு அவன் வருவது குறைந்துவிட்டது. அப்படி அவன் அபூர்வமாக வருவது அவன் தம்பி, எட்டு வயது கும்பகர்ணனுக்கு உற்சாகத்தைக் கொடுத்தது.

'அண்ணா!' என்று உற்சாகமாகக் கத்தியபடி கும்பகர்ணன் அந்தப் பெரிய முற்றதிற்குள் ஓடி வந்தான். அது மாளிகையின் மையத்தில் இருந்தது. அவன் நேரே ராவணனை நோக்கி ஓடி வந்தான். அவன் ஓடும்பொழுது அவன் வயிறு குலுங்கியது.

அவன் கொண்டு வந்திருந்த பரிசுப் பொருட்களைக் கீழே வைத்துவிட்டு இரு கரங்களையும் நீட்டி சிரித்தபடி, 'மெதுவா, கும்பா! இது போன்ற விளையாட்டுக்கு நீ பெரியவனாகிவிட்டாய்!'

ஆனால் அதைக் கேட்கும் ஸ்திதியில் கும்பகர்ணன் இல்லை. அவன் ஆர்வமாக இருந்தான். அவனுக்கு எட்டு வயது தான் ஆகிறது என்றாலும் பதினைந்து வயது

சிறுவனுக்கான வளர்ச்சி. அவன் பரபரப்பானால் அவன் தோளில் இருந்த கூடுதல் கரங்கள் படபடவென்று துடித்தன. உடல் முழுவதும் இருந்த ரோமத்தால் அவன் பார்க்கக் கரடிக் குட்டியைப் போல இருந்தான்.

கும்பகர்ணன் தன்னுடைய அண்ணனின் கைகளுக்குள் குதித்தான்; அந்த வேகம் ராவணனைச் சற்றே பின்னுக்குத் தள்ளியது. அவன் தள்ளாடினான். கும்பகர்ணன் ஆனந்தத்தில் இளித்தான்.

ராவணன் சிரித்துக் கொண்டே தம்பியைச் சுழற்றினான். ஒரு சில நொடிகளுக்கு அவன் தொப்புளைச் சுற்றி இருந்த நிரந்தரமான வலி காணாமல் போனது.

வீட்டின் பின் கட்டில் இருந்த சமயலறையிலிருந்து கைகேசி வெளியே வந்தாள். அவள் கண்கள் சிவந்திருந்ததைப் பார்த்து அவள் அழுதிருக்கிறாள் என்பதை உணர்ந்தான். 'ராவணன்!'

கும்பகர்ணனைக் கீழே இறக்கிவிட்டு விட்டு அவளைப் பார்த்தான் ராவணன். அவன் முகபாவம் இயலாமைக்கு மாறியது. தொப்புளின் வலி திரும்பிவிட்டது. 'என்ன விஷயம், அம்மா?'

'ஒன்றும் இல்லை.'

ராவணன் கண்களை உருட்டி, 'என்ன?' என்றான்.

'நீ என்ன என்று கேட்க வேண்டும் என்றால், நீ நல்ல மகன் இல்லை.'

'அப்போ சரி; நான் நல்ல மகன் இல்லை,' என்றான் ராவணன் உறுதியாக. எப்பொழுதுமே சோகமாக இருந்த தன் அம்மாவைப் பார்த்தால் அவனுக்கு ஒரு எரிச்சலும் படபடப்பும் உண்டாகும். 'நான் இன்னும் ஒரு முறை தான் கேட்பேன். என்ன பிரச்சனை?'

'நீ நான்கு மாதங்களுக்குப் பிறகு வீட்டிற்கு வந்திருக்கிறாய். குடும்பத்துடன் பொழுதைக் கழிக்க வேண்டும் என்று தோன்றவில்லையா? நான் ஏன் எப்பொழுதும் இதை உனக்கு நினைவூட்ட வேண்டும்? உனக்குப் பணம் மட்டும்தான் முக்கியமா?'

'நான் உங்களுடனேயே எப்பொழுதும் தங்கி விடுகிறேன். நாம் ஒரு குடிசையில் பசியால் இறந்து விடலாம். அல்லது நான் உழைத்து உங்கள் அனைவரையும் சௌகரியமாக வைத்திருக்கலாம். நான் என் தேர்வைச் செய்துவிட்டேன்.'

மாரீச்சனும், அகம்பனாவும் அசௌகர்யமாகத் தங்கள் கால்களைத் தேய்த்தார்கள். கைகேசிக்கும் ராவணனுக்கும் இடையே ஏற்படும் இதுபோன்ற எரிச்சல் மிகுந்த உரையாடல்கள் அடிக்கடி நடக்கின்றன.

தன் நன்றிகெட்ட மகனிடம், தான் விசுவாமித்ரரிடம் கெஞ்சிக் கூத்தாடி வாங்கி வந்த மருந்தினால் தான் அவன் இன்று உயிருடன் வலம் வருகிறான் என்று சொல்லலாமா என்று நினைத்து பிறகு அதைக் கை விட்டாள். இப்பொழுது ராவணனுக்கு விசுவாமித்ரருடன் தனிப்பட்ட உறவு இருக்கிறது. அவள் உதவி அவனுக்குத் தேவை இல்லை.

சிறியவன் தான் என்றாலும் அம்மாவுக்கும் அண்ணனுக்கும் இடையே அமைதிப் பேச்சு நடத்துவது அவனாகத்தான் இருந்தான். அங்கே தெரிந்த பிரச்சனையின் வெம்மையை உணர்ந்து அவன் பேசத் தொடங்கினான், 'அண்ணா! உன்னுடைய ரகசிய அறையை எனக்குக் காட்டுவதாக வாக்குக் கொடுத்தாயே?'

தன் தம்பியைப் பார்த்து நகைத்தான் ராவணன். 'உன் பரிசுகள் உனக்கு வேண்டாமா?'

'எனக்குப் பரிசுகளில் இஷ்டம் இல்லை!' என்றான் கும்பகர்ணன். 'உன் அறையைத்தான் பார்க்க வேண்டும். நீ வாக்கு கொடுத்திருக்கிறாய்!'

ராவணனின் மாளிகையின் உச்சியில் இருந்த அறையைப் பார்க்கத்தான் கும்பகர்ணன் விருப்பம் தெரிவித்தான். யாருக்கும் உள்ளே அனுமதி இல்லை; எப்பொழுதுமே பூட்டப்பட்ட அறை. அதன் ஒரே சாவி எப்பொழுதும் ராவணனிடம் தான் இருந்தது. அதன் ஜன்னல்கள் கூட பூட்டப்பட்டிருந்தன. கோகர்ணத்துக்கு வந்தால் மணிக்கணக்கில் ராவணன் அந்த அறைக்குள் அடைந்து கிடப்பான். யாருக்கும் அனுமதி இல்லை. யாருக்குமே.

ஆனால் சென்ற முறை அவன் வீட்டிற்கு வந்தபொழுது கும்பகர்ணன் ராவணனிடம் இருந்து எப்படியோ ஒரு வாக்குறுதியை வாங்கிவிட்டான். அந்த ரகசிய அறைக்குள் அனுமதி அளிப்பதான வாக்குறுதி. ராவணனால் தன்னுடைய தம்பியிடம் அவன் பார்க்க சிறுவன் போல் இல்லாவிட்டாலும், எதற்கும் மறுப்பு தெரிவிக்க முடியாது.

ராவணன் அகலமாகச் சிரித்தபடி கும்பகர்ணனின் கைகளைப் பற்றினான். 'வா, கும்பா. போகலாம்.'

அவன் நடந்து செல்லும் பொழுது கீழே விழுந்த பரிசுப் பொருட்களைச் சுட்டிக் காட்டி, 'அம்மா, உன்னுடைய பரிசு அங்கு விழுந்திருப்பவைகளில் உள்ளது. எடுத்துக் கொள்.'

கும்பகர்ணன் எதிர்பார்த்ததை விட ராவணனின் ரகசிய அறை பெரிதாக இருந்தது. இருட்டாக இருந்தது. கடந்த சில மாதங்களாக படிந்திருந்த தூசு அவர்கள் உள்ளே நுழைந்ததால் பறந்து அவன் நாசியைத் தாக்கத் தொடங்கியது. கும்பகர்ணன் மெலிதாக இருமினான்.

'இங்கேயே நில்லு, கும்பா,' என்றான் ராவணன். அருகில் இருந்த சிறிய மேசையின் மேல் இருந்த கிண்ணத்தில் சாவியை வைத்தான்.கையில் தீப்பந்தத்தை ஏந்தியபடி அறைக்குள் நடந்தான். அறையில் இருந்த மற்ற பந்தங்களை ஏற்றினான். சுவர்கள் பூராவும் பெரிய பளபளப்பு ஏற்றப்பட்ட தாமிரத் தட்டுக்கள் பொருத்தப்பட்டிருந்தன. அவை தீப்பந்தங்களின் வெளிச்சத்தை அதிகரித்தன. அறையின் மூலை முடுக்குகளிலெல்லாம் வெளிச்சம் பரவியது.

'அடடா...' கும்பகர்ணன் ஆனந்தக் களிப்பில் கிசுகிசுத்தான். அவன் அம்மாவுக்குக் கூடத் தெரியாத அண்ணனின் ரகசிய அறைக்குள் அவனுக்கு மட்டும் அனுமதி கிடைத்துவிட்டது. அவன் திரும்பப் பார்த்து கதவை மூடித் தாளிட்டான்.

'உனக்குப் பிடித்திருக்கிறதா?' என்றான் ராவணன்.

கும்பகர்ணன் தலையைப் பலமாக ஆட்டினான். ஆச்சரியத்தில் மிதந்தான். அனைத்தையும் உள்வாங்க முயற்சித்தான்.

ஒரு கம்பீரமான ருத்ரவீணை சுவற்றில் வைக்கப் பட்டிருந்தது. மூடியிருந்த கதவுக்கு வழியாக அவன் அதன் தெய்வீக இசையைக் கேட்டிருக்கிறான். ஒவ்வொருமுறை ராவணன் வீடு திரும்பும் பொழுதும் அதை வாசிப்பதைக் கேட்டிருக்கிறான். சுவற்றில் மேலும் பல இசைக்கருவிகள் நிறுத்தப்பட்டிருந்தன - தப்லா, டோல், டமரூ, தவில், சிதார், சிகாரா, ஷெனாய், புல்லாங்குழல், ஜெண்ட மேளம் மற்றும் பல. தன் அண்ணன் இவை அனைத்தையும் வாசித்து கும்பகர்ணன் கேட்டிருக்கிறான்.

‘அது என்ன அண்ணா?’ என்றான் கும்பகர்ணன், அவன் இதுவரை பார்த்தோ படித்தோ இராத ஒரு வாத்தியத்தைச் சுட்டிக் காட்டிக் கேட்டான்.

தங்க முலாம் பூசப்பட்ட மேடையில் வைக்கப்பட்டிருந்தது, இரண்டு தந்திகள் கொண்ட அந்த வாத்தியம். அதை வாசிப்பதற்கான கம்பு (பௌ) அதன் பக்கத்திலேயே பொருத்தப்பட்டிருந்தது.

‘நானே கண்டுபிடித்தது. அதற்கு ‘ஹத’ என்று பெயர் வைத்துள்ளேன்.’

‘ஹதவா?’ என்றான் கும்பகர்ணன். ‘அதற்கு என்ன அர்த்தம்.?’

ராவணன் கும்பகர்ணனின் தலைமுடியைக் கலைத்துவிட்டு வேறு எங்கோ பார்த்து சிரித்தான். ‘ஹத’ என்பதற்கு பழமையான சமஸ்கிருதத்தில் ஒருவனின் வேதனை என்பது பொருள்.

‘நான் மற்றொரு முறை சொல்கிறேன்,’ என்றான் ராவணன், தொப்புளைச் சுற்றிய அந்த வலி ஆரம்பித்துவிட்டது.

‘நீ கண்டுபிடித்தது என்றால், அதற்கு உன் பெயரைத்தானே வைக்க வேண்டும், அண்ணா!’ என்றான் கும்பகர்ணன்.

ராவணன் சற்று நேரம் யோசித்தான். அவன் தம்பி சொன்ன ஆலோசனை சரி என்று பட்டது. அந்த வாத்தியத்தில் இருந்து எழும் சத்தம் அவனுடைய வேதனையின் குரல் போலவே தான் ஒலித்தது. ‘ஆமாம். நீ சொல்வது சரி. இனி அதை ராவணஹத என்று அழைக்கிறேன்.’

‘எனக்கு அதை வாசித்துக் காண்பிப்பாயா, அண்ணா?’

‘மற்றொரு சமயம். நிச்சயமாக வாசிக்கிறேன், கும்பா.’

கன்னியாகுமாரியின் நினைவாக ராவணன் அந்த வாத்தியத்தைக் உருவாக்கியிருந்தான். அதை வாசித்தால் அவள் நினைவுதான் அவனைத் துரத்தியது.

தொலைவில் இருந்த சுவற்றை ஒரு கண்ணைச் சுருக்கிப் பார்த்தான் கும்பகர்ணன். ‘அவை ஓவியங்களா?’

ராவணன் கும்பகர்ணனின் கைகளைப் பற்றினான். அறையை விட்டு அவனை வெளியேற்ற நினைத்தான். அவன் இதற்குத் தயாராக இல்லை. இன்னும் இல்லை. ஆனால் அவனுக்கே புரியாத ஏதோ ஒரு காரணத்தால் அவன்

கும்பகர்ணனைத் தடுக்கவில்லை. அவன் தன் வலியை இவ்வளவு காலமாக தனியாகவே அனுபவித்துவிட்டான். ஆழ்மனதில் கும்பகர்ணனுக்கு இந்த வலி தெரியட்டும் என்று விரும்பினான். வலியை அவனுடன் பகிர்ந்து கொள்ள நினைத்தான். தன்னுடைய அபிலாஷைகளையும் அவனுடன் பகிர்ந்து கொள்ள நினைத்தான்.

அவனறியாமலேயே அவன் கண்களில் கண்ணீர் வழிந்தது.

கும்பகர்ணன் ஓவியங்களின் அருகே ஓடினான்.

ராவணன் அவன் பின்னால் மெதுவாக நடந்தான். அவன் பார்க்காதபடிக்கு அந்த வாய்ப்பைப் பயன்படுத்திக் கொண்டு கண்களைத் துடைத்துக் கொண்டான். பிறகு ஆழமாக மூச்சு இழுத்து விட்டான். அது அவனுக்கு எப்பொழுதுமே அமைதியடைய உதவியது.

இடது கோடியில் இருந்த ஓவியத்தைக் கும்பகர்ணன் பார்த்தான்.

அது ஒரு பெண்ணின் ஓவியம். அவளுக்கு வயது பதினொன்று அல்லது பன்னிரண்டு இருக்கலாம். வட்டமான முகம். சிவந்த உடல். கன்ன எலும்புகள் மேல்நோக்கித் துருத்தியபடி இருந்தன. சின்ன கூரான மூக்கு. நீள கரிய முடி. பின்னலிடப்பட்டிருந்தது. கொஞ்சம் இடைவெளி விட்டு அமைந்த கரிய விழிகள். கோடுகள் அற்ற இமைகள். அவள் உடலில் நளினமான சிவந்த வேட்டி, மேலாடை மற்றும் அங்கவஸ்திரம்.

தெய்வீகம். தொலைவாகத் தெரிந்தாள். ஆச்சரியப்பட வைத்தாள்.

கும்பகர்ணனுக்கு அவள் பராசக்தி, கடவுள்களின் அன்னையாகத் தோன்றினாள்.

கும்பகர்ணன் தன் அண்ணனைப் பார்த்தான். 'நீ இந்த ஓவியத்தைத் தீட்டினாயா, அண்ணா?'

ராவணனுக்கு பேச முடியாதமல் தொண்டை அடைத்தது. அவன் தலையசைத்தான்.

'யார் இவள்?'

ராவணன் ஆழமாக மூச்சை உள் வாங்கினான். 'அவள்... கன்... கன்... கன்னியாகுமாரி.'

கும்பகர்ணன் ஓவியத்தை கவனமாகப் பார்த்தான். சிறியவனான அவன் கண்ணுக்கே கூட ஓவியத்தில்,

பிரார்த்தனை, அன்பு, வணங்குதல் என்பவை ஒவ்வொரு தூரிகை வரியிலும் தெரிந்தது.

அண்ணனின் சோகமான முகத்தைப் பார்த்தான், பிறகு ஓவியத்தைப் பார்த்தான். அப்பொழுதுதான் அவன் பார்த்துக் கொண்டிருந்த ஓவியத்துக்கு வலப்புறமும் ஒன்று இருப்பதைக் கவனித்தான்.

அதே பெண்தான். எல்லாமே ஒரே போலத் தான் இருந்தது. அவள் ஆடைகளின் நிறம் வேறாக இருந்தது. இப்பொழுது அவை வெண்மையாக இருந்தன.

அண்ணனைப் பார்த்துக் கேட்டான், 'இதில் அவள் சற்று பெரியவளாகத் தெரிகிறாள்.'

ராவணன் தலையசைத்தான். 'ஆமாம். சரியாக ஒரு வருடம் கூடுதல்.'

மெதுவாக கும்பகர்ணன் அந்தச் சுவற்றைச் சுற்றி நடந்தான். ஓவியங்களைப் பார்த்தபடி நடந்தான். ஒவ்வொரு ஓவியத்திலும் அதே பெண் தான்; ஆனால் அவளுக்கு வயது ஏறிக் கொண்டே போனது. அவள் மார்பகங்கள் திரண்டு தெரிந்தன. அவள் இடுப்பு ஒயிலாக வளைந்தது.

பத்தாவது ஓவியத்தை நெருங்கியதும் கும்பகர்ணன் வெகு நேரம் அமைதியாக இருந்தான். அது தான் கடைசி ஓவியம். அந்தப் பெண் இப்பொழுது மாதுவாக மாறியிருந்தாள். அவளுக்கு இப்பொழுது வயது இருபத்தி ஒன்று அல்லது இரண்டு இருக்கலாம். அவள் உடைகள் மெலிதான ஊதா வண்ணத்தில் இருந்தன: உலகின் மிகவும் விலை உயர்ந்த வண்ணம். வழக்கமாக அரச குடும்பங்கள் தேர்ந்தேடுக்கும் நிறம். அவள் உயரமாகவும் வசீகரமாகவும் இருந்தாள். நீண்ட கூந்தல். நல்ல திரட்சியான பெண்மை பொருந்திய தேகம். மிகவும் அழகாக இருந்தாள்.

இந்த உலகிற்கு அப்பாற்பட்டதாக இருந்தது அவள் அழகு. அவள் முகம். அவள் கண்கள். அவள் முகபாவம். அவள் கடவுள் போன்ற தோற்றத்தில் இருந்தாள். பராசக்தி, உலகத்தின் அன்னையாக விளங்கினாள்.

'ஒவ்வொரு ஆண்டும் அவள் நீ வரைவதற்காக நிற்பாளா?' என்று கும்பகர்ணன் குழம்பிப் போய்க் கேட்டான்.

சின்னப் பெண்ணாகத் தெரிந்த முதல் ஓவியத்தைச் சுட்டிக் காட்டினான் ராவணன். 'அது தான் நான் அவளைக் கடைசியாகப் பார்த்தது.'

'அப்போ, இதை எல்லாம் எப்படித் தீட்டினாய்?'

'என் மனக்கண்களில் அவள் வளர்வதைப் பார்க்கிறேன்.'

'அவளை ஏன் தீட்டுகிறாய், அண்ணா?'

'அவளைப் பார்க்கும்பொழுது, என் வலி மறைந்து விடுகிறது, கும்பா...'

'அவள் பெயர் என்ன?'

'அதுதான் சொன்னேனே.' ராவணன் கண்களை மூடிக் கொண்டான். ஆழமான மூச்சை உள் வாங்கி அமைதிப்படுத்திக் கொண்டான். 'க...கன்னியாகுமாரி...'

'அது வெறும் ஒரு பட்டம் தானே, அண்ணா. எனக்கே அது தெரியும். நிறைய கன்னியாகுமாரிகள் இருக்கிறார்கள். அவள் வளர்ந்த மாது என்றால் அவள் இனி கன்னியாகுமாரியாக இருக்க முடியாது. அவள் நிஜப் பெயர் என்ன?'

'எனக்குத் தெரியாது.'

'அவள் எந்தப் பழங்குடியைச் சேர்ந்தவள்?'

'எனக்குத் தெரியாது.'

'அவள் இப்பொழுது எங்கே இருக்கிறாள்?'

'எனக்குத் தெரியாது.'

கும்பகர்ணனின் இதயம் கனத்தது. அவன் கண்களில் கண்ணீர் துளிர்த்தது. அவன் ராவணனுக்கு அருகே சென்று அவனை அணைத்துக் கொண்டான். 'நாம் அவளைக் கண்டு பிடிக்கலாம், அண்ணா.'

ராவணனின் கன்னங்களிலும் கண்ணீர் வழிந்தோடியது. அவற்றை நிறுத்த வழியே இல்லை. அவன் தன் தம்பியை இறுக அனைத்துக் கொண்டான். அவன் தொப்புளைச் சுற்றிய வலி தாங்க முடியாமல் இருந்தது.

'அவளைக் கண்டு பிடிப்போம், அண்ணா, நாம் கண்டுபிடிப்போம்! நான் சத்தியம் செய்கிறேன்.'

அத்தியாயம் 7

கும்பகர்ணன் தன்னுடைய கூடுதல் கைகள் ஆட, பரபரப்பாகச் சொன்னான், 'வீட்டிற்கு வருவது தனி சுகம்தான்.' அவனுக்கு வயது பத்து தான் என்றாலும் அவன் குரல் உடைந்து பெரியவனைப் போல தொனித்தான்.

ராவணனின் ரகசிய அறைக்குள் இவனை அனுமதித்து இப்பொழுது இரண்டு வருடங்கள் ஓடிவிட்டன. நிகோபார் தீவுகளுக்குப் போய்விட்டு வீடு திரும்பிக் கொண்டிருந்தனர். தெற்கு ஆசிய நாட்டுக்கான முக்கியமான வழித் தடம். அது கும்பகர்ணனின் முதல் கடல் பிரயாணம். அது நீண்ட தூரமாகவோ அசௌகர்யமாகவோ இருக்கக்கூடாது என்பதில் ராவணன் கவனமாக இருந்தான்.

'எனக்கு வீட்டுக்கு வரவே பிடிப்பதில்லை. எனக்குக் கடல் தான் பிடித்திருக்கிறது,' என்றான் ராவணன்.

'ஆனால் வீடு வீடு தான், அண்ணா'.

'அம்மா... அம்மா தான்.... எப்பொழுதும் அழுது கொண்டே இருப்பதை என்னால் சமாளிக்க முடியவில்லை. என்னை எரிச்சல் படுத்துவதற்காகவே நினைத்த மாத்திரத்தில் கண்ணீரை வரவழைத்து கொள்கிறாளோ என்று கூட எனக்குத் தோன்றும். வரும் நாட்களில் நான் ஏதாவது...'

கும்பகர்ணனின் முகபாவம் மாறுவதைப் பார்த்து ராவணன் பேசுவதை நிறுத்தினான். தம்பிக்கு, தன்னை எவ்வளவு பிடிக்குமோ அவ்வளவு அம்மாவைக் குறை கூறுவது பிடிக்காது.

'சரி, சரி,' என்று கும்பகர்ணனின் தோளைத் தட்டிக் கொடுத்தான். 'நான் எதுவும் அட்டூழியமாகச் செய்யமாட்டேன் என்று உனக்குத் தெரியாதா? இந்த முறை அவள் கண்ணீரை நீ சமாளி.'

துறைமுகத்தின் வாயை எட்டும்பொழுது, கப்பலின் வேகம் குறைந்தது. வண்டியை ஓட்டும் மாலுமிகள் கப்பலை லாவகமாகத் திருப்பி, தங்களுக்கு என்று ஒதுக்கப்பட்ட இடத்தில் கப்பலை நிறுத்துவதைச் சகோதரர்கள் வேடிக்கை பார்த்தனர். மற்ற கப்பல்களைக் கடக்கும் பொழுது அனைவரும் பிரசித்தி பெற்ற அந்தக் கப்பலை வேடிக்கை பார்த்தனர். அதனுடைய வேகம் ராவணனுக்குக் கடத்தல் வியாபாரப் போட்டியில் மிகவும் சாதகமாக அமைந்தது. லாபம் அதிகரித்ததால் அவன் ஏற்கனவே ஐந்து கப்பல்களைத் தனக்குச் சொந்தமாக்கிக் கொண்டுவிட்டான்.

தன்னை அனைவரும் வேடிக்கை பார்க்கிறார்கள் என்பதை ராவணன் உணர்ந்தான். அந்தக் கவனிப்பை ரசித்தான். ஆனால் நேராகப் பார்த்தான்; அவர்களின் பிரமிப்போ, பொறாமையோ தன்னை பாதிக்கவில்லை என்பது போல நடந்து கொண்டான். அவர்களுக்கு எதிரே பெருமை பட்டு அவர்களுக்கு அந்தத் திருப்தியைக் கொடுக்க விரும்பவில்லை. அது அவனைப் பொறுத்தவரையில் ஒரு பலவீனம். பத்தொன்பதே வயதான ராவணன் தன்னுடைய பலவீனங்களை வெளியே காட்டிக் கொள்ள விரும்பவில்லை.

அவனை வியாபார-இளவரசன் என்று அழைத்தார்கள். அவனுக்கு அந்தப் பெயர் பிடித்திருந்தது.

'அண்ணா,' என்றான் கும்பகர்ணன், ராவணனின் கவனத்தை ஈர்க்க அவனை நிமிண்டினான்.

ராவணன் திரும்பினான். துறைமுகத்தில் அகம்பனா நின்று கொண்டிருந்தான். அவர்களுக்காகக் காத்துக் கொண்டிருந்தான், ஏதோ ஒன்று அவனுக்குப் பரபரப்பை ஏற்படுத்தியிருந்தது.

'ராவணா, நான் ரகசியத்தைக் கண்டு பிடித்துவிட்டேன்! நான் வந்து...'

'அமைதி!' ராவணன் கோபமாக அவனை அமைதிப் படுத்தினான். அவன் தலையைத் தட்டினான்.

அகம்பனா பேசுவதை நிறுத்தினான், திட்டியது புரிந்தது போல நடந்துகொண்டான்.

அவர்கள் இன்னும் துறைமுகத்தில் தான் இருந்தார்கள், மக்கள் அவர்களைச் சூழ்ந்தபடி இருந்தனர். எந்த ஒரு வியாபாரத்தின் வெற்றிக்குப் பின்னாலும் சரியான தகவல் தான் இருக்கும் என்பதை ராவணன் உணர்ந்திருந்தான். பல கப்பல்களில் ஏற்றிச் செல்லும் சரக்குகளின் விவரங்கள் சரியாகத் தெரிவது முக்கியம். அவை எந்த இடத்திற்குச் செல்கின்றன என்பதை அறிவதும் முக்கியம். ஒருவருடைய வியாபார ரகசியத்தை வெளியே விடக் கூடாது.

அவனுடைய பாதுகாவலர்கள் மக்களை விலக்கி அவனுக்கு வழி ஏற்படுத்தினர். அகம்பனா அவன் பின்னாடியே நடந்து வந்தான். தன் தலைமுடியைச் சரி செய்து கொண்டான். அவன் அழகாக வாரிக் கொண்டிருந்த முடியிலிருந்து ஒன்றிரண்டு பிரிந்து வந்து விட்டன. முடி லேசாகக் கலைந்துவிட்டது. ராவணன் தலையைத் தட்டியதால் கலைந்தது. தன்னுடைய உதவியாளன் கூடவே நடந்து வந்தான், அவனைத் திரும்பிப்பார்த்தான் அவன் கையில் துண்டு வைத்திருந்தான். தலையில் தடவியிருந்த வாசனை எண்ணை கைகளில் வழுக்கியது.

'இப்பொழுது,' என்றான் ராவணன். 'பேசத் தொடங்கு!'

ராவணனின் பிரமாதமான மாளிகையின் ரகசிய அறையில் அமர்ந்திருந்தனர். அவன் பயணம் சென்ற பொழுது வந்திருந்த பல தகவல்களைப் பார்வையிட்டுக் கொண்டிருந்தான் ராவணன். அவன் முன்னால் இருந்த பெரிய மேசைக்கு எதிர்ப்புறத்தில் மாரீச்சனும் அகம்பனாவும் அமர்ந்திருந்தனர். கும்பகர்ணன் ஜன்னலருகில் அமர்ந்து எலுமிச்சை ரசம் அருந்திக் கொண்டிருந்தான்.

'என்னை மன்னித்துவிடு ராவணா!' என்று அகம்பனா பயத்தில் கூறினான். 'நான் அந்த துறைமுகத்தில் அப்படிப் பேசியிருக்க கூடாது-'

'ஆமாம், ஆமாம்,' என்றன் ராவணன், அவனை வெட்டிப் பேசினான், கையை ஆட்டி அவன் பேசியதை இப்பொழுதும் மதிக்கவில்லை என்பது போல நடந்து கொண்டான். 'விஷயத்துக்கு வா. எனக்கு நாள் முழுவதும் அவகாசம் கிடையாது.'

அகம்பனா முன்னால் சாய்ந்தான். அவன் குரலில் இருந்த பரபரப்பு தெளிவாகத் தெரிந்தது. 'நான் கண்டு பிடித்துவிட்டேன். அது என்ன ரகசியம் என்று புரிந்து கொண்டேன்.'

ராவணன் தோல் மடலைச் சுருட்டினான். ஒரு இறகை எடுத்து எழுத ஆரம்பித்தான். அதை மசியில் தோய்த்து மடலின் அருகே எதோ எழுதிக் கொண்டான். 'எனக்கு புதிர் போட்டால் பிடிக்காது என்று தெரியும் தானே. ஒழுங்காக விஷயத்துக்கு வா. என்ன கண்டுபிடித்தாய்?'

'நாம் தேடிக் கொண்டிருந்த விஷயத்தைக் கண்டுபிடித்து விட்டேன். மன்னன் திரிசங்கு காஷ்யப் உறவினன் ஒருவனிடம் இருந்து விஷயத்தைக் கறந்து விட்டேன்.'

ராவணன் எழுதுவதை நிறுத்தினான். இறகை அதைச் சொருகும் இடத்தில் வைத்தான். நாற்காலியில் சாய்ந்து கொண்டான், 'மேலே சொல்லு.'

'திரிசங்கு காஷ்யப்பின் உடல் அவன் இறந்து விட்டான் என்று சொன்னதற்குப் பின் கிடைக்கவே இல்லை என்பது உனக்குத் தெரியும் தானே-'

'திரிசங்குவின் மொத்த கதையும் எனக்குத் தெரியும். எனக்கு வரலாறு பாடம் நடத்தாதே. விஷயத்துக்கு வா,' என்று ராவணன் எரிச்சலடைந்தான்.

நவீன உலகத்தில் இலங்கையின் முதல் மன்னன் திரிசங்கு காஷ்யப். விசுவாமித்ரரின் உதவியுடன் தான் தன்னுடைய ராஜ்ஜியத்தை அமைத்தான். ஆனால் காலம் செல்லச் செல்ல மக்கள் அவனுடைய தன்னலம் பேணும் குணத்தினால் அவன் மீது வெறுப்படைந்தனர். அவனை மன்னன் பதவியிலிருந்து தூக்கினர். விசுவாமித்ரரும் அவனுக்கு ஆதரவாகச் செயல் பட்ட தன் பிழையைத் திருத்திக் கொள்வதற்காக மக்களின் போராட்டத்திற்கு உதவினார்.

எல்லோர் மனதிலும் இருந்த கேள்வியை மாரீச்சன் வாய் விட்டுக் கேட்டான். 'நீ ரகசியத்தைக் கண்டுபிடித்தாயா?'

'ஆமாம்!' என்று அகம்பானா வெற்றிக் களிப்பில் கூறினான்.

ராவணனின் முக்கிய கப்பல், அதாவது முதலில் அகம்பனாவுக்குச் சொந்தமாக இருந்த கப்பலைப் பற்றிய ரகசியம் தான் அது. அதை எவ்வளவு பாழ்படுத்த முடியுமோ அப்படியெல்லாம் செய்தும் கூட அவனுடைய கப்பலில் சிப்பிகள் ஒட்டிக் கொள்ளவில்லை என்பது ஆச்சரியம் தான். அதனால் அதன் வேகம் இரட்டிப்பாக இருந்து, ராவணனுக்கு லாபத்தை ஈட்டித் தந்தது. அகம்பனாவுக்கே தன்னுடைய கப்பலின் மகிமை பற்றிய விஷயம் எதுவும் தெரியாது. அவனுக்குத் தெரிந்த ஒரே விஷயம், கப்பல் இதற்கு முன்னால் திரிசங்கு காஷ்யப்பின் உறவுக்காரனுக்குச் சொந்தமானது என்ற விஷயம் மட்டும் தான்.

'ஏதோ ஒரு விசேஷ வஸ்து இருக்காம். அதைப் பொடித்து எண்ணையில் குழைத்து - மெசொபொடேமியாவிலிருந்து வந்த எண்ணை - அதைக் கப்பலின் அடிப்பாகத்தில் இருபது வருடங்களுக்கு ஒரு முறை பூசினால் போதுமாம்,' என்றான் அகம்பனா. 'அது சிப்பிகளையும் மற்ற கடல் பிராணிகளையும் அண்ட விடாதாம். அந்த அளவுக்கு எளிமையான விஷயம்.'

ராவணன் முன்னால் சாய்ந்தான். 'இந்த விசேஷ வஸ்துவை ஒருவர் எங்கிருந்து பெறுவது, அகம்பனா?'

'அது உன் நண்பர்களிடம் இருக்கிறது. மலயபுத்ரர்கள். அவர்கள் அதை குகை வஸ்து என்று அழைக்கிறார்கள். ஏன் என்று தெரியாது.'

'ஒரு வேளை அதை குகைகளில் கண்டு பிடித்திருக்கலாம்,' என்று ராவணன் நக்கலடித்தான்.

'ஒரு வேளை நீ சொல்வது உண்மையாக இருக்கலாம்,' என்றான் அகம்பனா, வழக்கம் போல் நக்கலை உணராமல்.

ராவணன் கண்களை உருட்டி மாரீச்சனைப் பார்த்தான், 'அவர்களுடன் சட்டென்று ஒரு சந்திப்புக்கு ஏற்பாடு செய்.'

‘குகை வஸ்து உனக்கு எதுக்கு ராவணா?’ என்று விசுவாமித்ரர் வினவினார்.

எதோ ஒரு காரணத்திற்காகத் தற்செயலாக விசுவாமித்ரரும் அரிஷ்டநேமியும் சிகிரியா போகும் வழியில் கோகர்ணா வந்திருந்தனர். அவர்களைச் சந்திக்க, நேரத்தை வீணடிக்காமல் ராவணன் உடனேயே சென்றான். ஆனால் தான் தனியாகத் தான் செல்வேன் என்று உறுதியாகச் சொன்னான். அகம்பனாவும் வேண்டாம், ஏன் மாரீச்சன் கூட வேண்டாம் என்று கூறிவிட்டான்.

‘அதை வைத்துக் கொண்டு சில வியாபாரத் திட்டங்கள் வைத்திருக்கிறேன், குருஜி,’ என்று பதிலளித்தான் ராவணன். குனித்து தலை வணங்கியபடி நின்றான். விசுவாமித்ரரிடம் எப்பொழுதுமே, மரியாதையாகவும், பணிவாகவும் தான் ராவணன் நடந்து கொண்டான்.

‘எங்களை வெட்டி விட்டு நேராகக் குபேரனுக்குச் சரக்கு அனுப்ப விருப்பமா? எங்கள் லாபத்தைக் குறைக்க நினைக்கிறாயா?’

மலயபுத்ரர்கள் குபேரனுக்கு நேரிடையாக குகை வஸ்துவை விற்கிறார்கள் என்பதை ராவணன் அறிவான். அந்த வஸ்து, என்னவோ அது மனிதர்களுக்கு விஷமாக அமையும் என்று அகம்பனா ராவணனை எச்சரித்திருந்தான். அதைச் சுத்தம் செய்து தான் வைத்துக் கொண்டிருந்த வியப்பு மிகு பறக்கும் கருவியான புஷ்பக விமானத்துக்கு எரி பொருளாக அதை குபேரன் பயன்படுத்துகிறான் என்றும் கேள்விபட்டிருந்தான். அதனுடன் கலக்கும் மற்ற எரி பொருள்களும் ரொம்ப விலை உயர்ந்தவை. அதனால் தான் புஷ்பக விமானம் அபூர்வமாகப் பயன்படுத்தப்பட்டது. அதை போன்ற மற்ற விமானங்களும் உற்பத்தியாகாமல் இருந்தன. அவற்றை ஓட்டுவது மிகவும் விலை உயர்ந்த சமாச்சாரமாக இருந்தது.

இந்தக் கேள்விக்கு ராவணன் தன்னைத் தயார்படுத்திக் கொண்டிருந்தான். அவன் நிமிர்ந்து பார்த்து கை குவித்து நமஸ்கரித்தான். ‘இல்லை, குருஜி. அப்படிப்பட்ட காரியத்தை வலிமையான மலயபுத்ரர்களுக்கு நான் செய்வேனா? ஆனால் அது ஒரு புறம் இருக்க, பிரதான-வியாபாரியான குபேரன் அதை உங்களிடமிருந்து வாங்குவதில்லை, ஏன் என்றால் அது விலை உயர்ந்ததாக இருக்கிறது என்பதை அறிவேன்.

அவன் புஷ்பக விமானத்தைப் பயன் படுத்துவதைக் கூட நிறுத்திவிட்டான்.'

'அதனால் நீ அந்த புஷ்பக விமானத்தை வாங்கி ஓட்டப் போகிறாயா?'

குகை வஸ்துவைப் பயன்படுத்தினால் சிப்பி உயிரினங்கள் கப்பலின் அடிப் பாகத்தில் ஒட்டாது என்ற ரகசியம் மலயபுத்ரர்களுக்குத் தெரிய வாய்ப்பில்லை என்பதை ராவணன் உணர்ந்தான். அப்படித் தெரிந்திருந்தால் அவர்களின் கப்பல்களுக்கு அவர்கள் பயன்படுத்தியிருப்பார்களே. இப்பொழுது விஸ்வாமித்ரரின் கேள்வி அதை ஊர்ஜிதப் படுத்திவிட்டது. எல்லாம் சரியாக நடந்தால் இந்தக் கடத்தல் வியாபாரம் அவனுக்கு மட்டுமே கூடுதல் லாபமாக அமையும். அவனுடைய கப்பல்கள் ஏகபோக வேகத்தில் விரையும்.

'புஷ்பக விமானத்தை வாடகைக்கு எடுப்பதும் ஒரு யுக்தி தான், குருஜி. பிரதான-வியாபாரி கூடுதல் வருமானம் வரும் எதையும் மறுக்க மாட்டார் என்பது நீங்கள் அறிந்ததே!'

'புஷ்பக விமானத்தை வைத்துக் கொண்டு நீ என்ன செய்யப் போகிறாய்?'

'ஓ! இது கொஞ்சம், அது கொஞ்சம் செய்யப் போகிறேன்.'

அதை ஓட்டும் செலவுக்கு அதை வியாபாரத்துக்குப் பயன்படுத்த முடியாது, நஷ்டம் தான் ஏற்படும் என்று ராவணன் நன்கு அறிந்திருந்தான். இருப்பினும் ராவணன் அதைப் பயன்படுத்த எண்ணினான். எப்பொழுதுமே தயாராக இருக்கும் மலயபுத்ரர்களை அவன் விமானம் ஓட்டத்தான் குகை வஸ்து கேட்கிறான் என்பதை நம்ப வைக்க வேண்டுமே. தொழிலை ஆராய, விடுமுறைக்குச் செல்ல என்று பயன்படுத்தலாம்!

அவன் மனதைப் படிப்பதற்காக, விசுவாமித்ரர் அவனைக் கூர்ந்து கவனித்தார். ஆனால் அவர் ஒரு வெற்றுச் சுவரைத் தான் பார்க்க முடிந்தது. ரொம்ப சக்தி வாய்ந்த ரிஷி கூட தன் மனதைப் படிக்க முடியாத அளவுக்கு மனத்தைக் கட்டுக் கோப்பாக வைத்திருக்கும் கலையில் ராவணன் தேர்ச்சி பெற்றிருந்தான்.

'சரி,' என்றார் விசுவாமித்ரர். 'ஒரு முறை வாங்கும் வஸ்துவுக்கு நீ ஐநூறு ஆயிரம் பொற்காசுகளைத் தர

வேண்டும். வருடத்திற்கு மூன்று முறையாவது வஸ்துவை நீ வாங்க வேண்டும்.'

அது ரொம்பவும் கூடுதலான விலை. குபேரன் கூட அந்த விலைக்கு வாங்கவில்லை. மேலும், மூன்று முறையாவது வாங்க வேண்டும் என்ற கட்டாயம் எல்லாம் இது வரை கேள்விப்பட்டதே இல்லை.

ஆனால் ராவணன் முகபாவத்தைக் கூட மாற்றிக் கொள்ளவில்லை. அவன் தன் கணக்குகளை ஏற்கனவே போட்டுப் பார்த்துவிட்டான். 'நீங்கள் சொல்லும் விலைக்கு நான் கட்டுபடுகிறேன், குருஜி. ஆனால் குறைந்தபட்சம் மூன்று முறையாவது வாங்க வேண்டும் என்ற விதியை ஒப்புக்கொள்ள முடியாது. நான் எவ்வளவு முறை விமானத்தை ஓட்டுவேன் என்று எனக்கே தெரியாது. என்னால் முடிந்த வரை மூன்று முறை வாங்க முயற்சிக்கிறேன். ஆனால் சில வருடங்கள் அப்படிச் செய்ய இயலாமல் போகலாம். அதற்கான தண்டனை எதுவும் எனக்கு விதிக்கக்கூடாது.'

விசுவாமித்ரர் தலையசைத்தார், 'சரி,' என்றார்.

அருகில் நின்ற அரிஷ்டநேமிக்குத் தன் காதுகளையே நம்ப முடியவில்லை. ஒருமுறை எடுப்பதற்கு ஐநூறு ஆயிரம் பொற்காசுகளா! அந்தப் பணத்தைக் கொண்டு மலயபுத்ரர்கள் தெய்வீக அஸ்திரங்களைத் தேடும் பணியில் தீவிரமாக ஈடுபடலாம். மொத்தமாக அழிக்கும் வலிமை கொண்டவை தான் தெய்வீக அஸ்திரங்கள். சென்ற மஹாதேவ் ருத்ரக் கடவுள் அவற்றின் பயன்பாட்டிற்குத் தடை விதித்திருந்தார். அவர் விட்டுச் சென்றிருந்த இனமான, வாயுபுத்திரர்களின் அனுமதி இன்றி அவற்றைப் பயன்படுத்த முடியாது என்று தீர்மானித்திருந்தார். ஆனால் விசுவாமித்ரரின் திட்டங்கள் வேறாக இருந்தன. அவர் வாழும் சமயத்தில் விஷ்ணு அவதரிக்க வேண்டும் என்று விரும்பினார். அது ஏற்படவும், அப்படி நேர்ந்தால் நடக்கும் நிகழ்வுகளைக் கட்டுக்குள் கொண்டு வரவும், தெய்வீக அஸ்திரங்களின் மீது அவருக்கு சுதந்திரமான சக்தி வேண்டும். ராவணனின் இந்த ஒப்பந்தத்தினால் கிடைக்கப் போகும் பணத்தைக் கொண்டு அவற்றைத் தயாரிக்கத் தேவைப்படும் பொருட்களை ஈட்டலாம். நடக்கும் நாடகத்தின் சூட்சமத்தைக் கண்டு அரிஷ்டநேமியால் புன்னகைக்காமல் இருக்க முடியவில்லை:

வாயுபுத்ரர்களைச் சார்புற்று வாழும் அவர்களின் அவலங்களை உடைக்கப் போவது ராவணன் என்ற கடல் கொள்ளைக்காரன்.

'உங்களுக்கு மிக்க நன்றி, குருஜி,' என்றான் ராவணன், மகரிஷியின் காலைத் தொட்டுக் கும்பிட்டான்.

'*ஆயுஷ்மான் பவ,*' என்று விசுவாமித்ரர் ராவணனுக்கு நீண்ட ஆயுளை ஆசீர்வதித்தார்.

—⚲—

'அவன் என்ன செய்யப்போகிறான் என்று புரியவில்லையே, குருஜி,' என்றான் அரிஷ்டநேமி.

'எனக்கும் குழப்பமாகத் தான் இருக்கிறது,' என்றார் விசுவாமித்ரர். 'புஷ்பக விமானத்துக்கு எரி பொருள் என்பதைத் தவிர அந்த குகை வஸ்துவுக்கு வேறு எந்தப் பயனும் அல்ல; அது விஷமாகத் தான் மாறும்.'

'ஆனாலும், அந்த விஷமும் பயனற்றது என்றே தான் சொல்லவேண்டும்.'

அரிஷ்டநேமி சரியாகச் சொன்னான். குகை வஸ்து மிகவும் மெல்ல வேலை செய்யும் விஷம். பல வாரங்கள் கொஞ்சம் கொஞ்சமாகக் கொடுத்தால் தான் ஏதாவது பயனளிக்கும். அதை விஷமாக மாற்றினால், அதிலிருந்து வரும் துர்வாடை அது விஷம் என்பதைக் காட்டிக் கொடுத்துவிடும். யார் மீது பயன்படுத்த நினைக்கிறோமோ அவர்கள் மைல்களுக்கு அப்பால் இருந்தாலே அதை மோப்பம் பிடித்துவிடுவார்கள்!

'ஒரு வேளை அவன் கடனாளியாக மாறினாலும் பரவாயில்லை, தான் ஒருவன் தான் புஷ்பக விமானத்தை ஓட்ட வேண்டும் என்று நினைக்கிறானோ? ராவணன் நம் திட்டத்துக்குப் பயன்படுவான் என்று நினைத்திருந்தேன். அவன் ஒரு பிரமாதமான கொடியவனாக விளங்குவான் என்று கருதினேன். ஆனால் அவன் வெறும் வறட்டுப் பெருமைக்கு அடிமையாகி விட்டான் என்று தோன்றுகிறது,' என்றார் விசுவாமித்ரர், மனம் வருந்தி.

'அவன் இப்பொழுதும் நமக்குப் பயன்படுவான், குருஜி. அவ்வளவு தங்கம் நம்மிடம் சேர்ந்தால் நாம் தெய்வீக அஸ்திரங்களைத் தேடும் முயற்சியில் இறங்கலாமே.'

'ஆமாம் தான். ஆனால் குகை வஸ்துவைக் கண்டுபிடிப்பது கடினம்.'

'அதை பற்றிய கவலையை விடுங்கள், குருஜி,' என்றான் அரிஷ்டநேமி. 'நமக்குத் தேவையான அனைத்துப் பொருட்களையும் தருவிப்பது என் பொறுப்பு.'

'ராவணா, உனக்கு என்ன பித்துப் பிடித்து விட்டதா?' என்று மாரீச்சன் முகத்தில் அடித்தது போலக் கேட்டான். இரும்புப் பார்வை பார்த்து ஜாடை காட்டிய மருமகனைப் பார்த்துத் தன்னைக் கட்டுப்படுத்திக் கொள்ள முயன்றான். குரலின் தொனியை மட்டுப்படுத்தி, 'நான் சொல்வதைக் கேளு, ராவணா. நாம் அரும்பாடு பட்டு... அதாவது நீ அரும்பாடு பட்டு இவை அனைத்தையும் உருவாக்கினாய். ஒரு முறை வஸ்துவைப் பெறுவதற்கான விலை ஐநூறு ஆயிரம் பொற் காசுகள் என்பது மிக அதிகம். நம்மால் கண்டிப்பாக எப்பொழுதுமே-'

'என்னுடைய கணக்கு எப்பொழுதும் தப்பானது இல்லை. நாம் உடனே, தாமதமின்றி இருநூறு கப்பல்களை உருவாக்கி அவற்றைப் பிரதான வியாபார தடத்தில் தொடர்ந்து ஓட்டினால் - மசாலா, பஞ்சு, தந்தம், உலோகம், வைரம் - நாம் போட்ட முதலை மூன்றே வருடங்களில் ஈட்டிவிடலாம். அதற்குப் பிறகு வரும் அனைத்துமே லாபம்தான்.'

'இருநூறு கப்பல்களா? ராவணா, எனக்கு உன் தன்னம்பிக்கை பிடித்திருக்கிறது. உன் இலக்கில் எனக்கு எப்பொழுதும் நம்பிக்கை உண்டு. ஆனால் இந்த அளவு நம் கை மீறியது. நினைத்துக் கூடப் பார்க்க முடியாது. அபாயம் மிகவும் அதிகம்.'

'மாறாக நாம் வியாபாரத்தை அதிகரித்தால் அபாயங்கள் குறையும்.'

'ஆனால், ராவணா, இதுவரை எந்த வியாபாரியும் இருநூறு கப்பல்களுக்குச் சொந்தம் ஆனதில்லை! இது கேள்விப்படாத காரியம்!'

'ஏன் என்றால், இதுவரை ராவணன் என்ற வியாபாரி இருந்ததில்லை.'

அகம்பனா பேச்சின் நடுவே புகப் பார்த்தான். 'மலயபுத்ரர்களுடன் பேசிப்பார்த்தால் என்ன? குரு விசுவாமித்ரரும் அவர் சிஷ்யர்களும் அதிகம் செலவழிக்காமல் இருக்கும் வாழ்க்கை முறையைத் தான் கடைப் பிடிக்கிறார்கள். இவ்வளவு பணம் அவர்களுக்கு எதற்கு என்று எனக்குப் புரியவில்லை. ஒரு வேளை பேரத்திற்கு இடம் இருக்கிறதோ...'

'நான் ஏற்கனவே கையொப்பம் இட்ட பேரத்தில் திரும்பவும் பேச்சுவார்த்தை நடத்த முடியாது,' என்றான் ராவணன் உறுதியாக.

'அப்பொழுது நாம் நிதானமாக வளர்ச்சி அடைந்தால் என்ன? முதலில் இருபது கப்பல்களில் ஆரம்பிக்கலாம். ஒரு முறை வாங்கும் குகை வஸ்து அதற்குப் போதுமானதாக இருக்கும். அது எப்படி வேலை செய்கிறது என்பதைப் பரிசோதித்து விட்டு, பிறகு-'

ராவணன் வெட்டிப் பேசினான். 'இல்லை. நாம் இருநூறில் தான் தொடங்கவேண்டும்.'

'இல்லை, ராவணா,' என்று பதற்றமாகத் தன் கையில் உள்ள மோதிரங்களை உருட்டினான் அகம்பனா. 'இருநூறு கப்பல்கள் கட்ட வேண்டுமானால் நமக்கு பத்து முறை குகை வஸ்து வாங்க வேண்டும். அப்படியென்றால் ஐந்து கோடி பொற்காசுகள் கொடுக்க வேண்டும்.'

'அது சரியான கணக்கு.'

'ராவணா, நான் சொல்வதைக் கேள்,' என்றான் மாரீச்சன். 'சப்த சிந்துவில் இருக்கும் ராஜ்ஜியங்களில் கூட ஆண்டு வருமானம் அவ்வளவு தேறாது. நம்மிடம் இருக்கும் அனைத்தையும் அடகு வைத்தால்தான் அந்த அளவு பணத்தைத் திரட்ட முடியும்.'

'அப்பொழுது நாம் அதைத்தான் செய்ய வேண்டும்.'

'அண்ணா,' என்று கும்பகர்ணன் இடைமறித்தான்.

ராவணன் தன் தம்பியைத் திரும்பிப் பார்த்து, 'என்ன?' என்றான்.

'எனக்கு ஒரு யோசனை தோன்றுகிறது.'

'என்ன அது?'

'நான் ஒரு குழந்தை தானே என்று எண்ணி என் எதிரே எல்லோரும் அனைத்து விஷயங்களையும் பேசுகின்றனர், அதனால்-'

'சட்டென்று விஷயத்துக்கு வா, கும்பகர்ணா. நீண்ட பத்திகளில் ராவணனுக்கு விருப்பம் இல்லை என்பது உனக்கு தெரியும் தானே,' என்று அகம்பனா இடைமறித்தான். ராவணனிடம் ஒப்புதலுக்காக அவனை நோக்கினான். ஆனால் ராவணனின் கோபப் பார்வை அவன் முகத்தை வாட வைத்தது. கும்பகர்ணன் பேசவேண்டும் என்றால் ராவணனுக்கு நிறைய நேரம் இருந்தது.

'நாம் பணத்தைக் கடனாகப் பெற வேண்டாம்,' என்று கும்பகர்ணன் அமைதியாகத் தொடர்ந்தான். 'நாம் அதைத் திருடிவிடலாம்.'

ராவணன் தலையசைத்து மறுத்தான். 'அது சரியான யோசனை அல்ல. நிறைய பேரிடமிருந்து திருடினால் தான் ஐந்து கோடி ஈட்ட முடியும். ஒவ்வொரு முறை குறி வைக்கும் போதும் அபாயம் அதிகரிக்கும்.'

'இல்லை, அண்ணா. நமக்குத் தேவை ஒரே ஒரு பெரிய குறி தான்.'

'நாம் அரசு கஜானாவைக் குறி வைக்க முடியாது, கும்பா. அவற்றுக்குப் பலத்த காவல் இருக்கும்.'

'நான் அரசு கஜானாவைக் குறிப்பிடவில்லையே.'

'இந்தியாவில், மன்னனைத் தவிர, ஐந்து கோடி பொற்காசுகள் வைத்திருப்பவன் இருக்கானா?' ராவணனின் புருவம் ஆவலில் உயர்ந்தது.

'கிரகச்சபாஹு, சிலிகாவின் ஆளுநர்.'

ஏலக்காய் தட்டிப் போட்ட பாலைக் குடித்துக் கொண்டிருந்த மாரீச்சனுக்குப் புரை ஏறியது. 'கிரகச்சபாஹுவா? அவனிடம் இருந்து எப்படித் திருட முடியும்? மொத்த கலிங்க நாட்டுக் கப்பலும் நம் பின்னால் வரும். இந்து மஹா சமுத்திரத்தில் நமக்கான பாதுகாப்பான துறைமுகமே இருக்காது.'

'ஆனால், மாமா,' என்று கும்பகர்ணன் மரியாதையாகத் தொடர்ந்தான், 'இந்தப் பணத்தை கிரகச்சபாஹு, கலிங்க நாட்டு மன்னனிடம் இருந்து திருடியது. பல ஆண்டுகளாக சுங்க வரியில் ஒரு பகுதியைத் தனக்காக ஒதுக்கி வைத்துவிட்டான். அவனுடைய மாளிகையில் தரைக்கடியில் ஒரு ரகசிய அறையைக் கட்டி அதில் பதுக்கி வைத்திருக்கிறான். அந்தப் பணம் அவனுடையது என்பதை ஒத்துக் கொள்ளவே அவனால்

முடியாது. ஒரு திருடனிடம் இருந்து திருடுவதில் அதுதான் லாபம்; அவனால் எந்தப் புகாரும் கொடுக்க முடியாது.'

'ஹ்ம்ம்ம்...' என்ற ராவணனின் கண்கள் மிளிர்ந்தன.

'நான் கேள்விப்பட்டவரை அவனுடைய மொத்த செல்வமும் சௌகரியமான சிறு கற்களாக இருக்கின்றன. சிறிய, விலைமதிப்பற்ற, எளிதில் திருடக்கூடிய கற்கள். இந்து மஹா சமுத்திரத்தின் எந்தத் துறைமுகத்திலும் அவற்றை தங்கமாக மாற்றிவிட முடியும்.'

பெருமையான முறுவலுடன் ராவணன் அகம்பனாவையும், மாரீச்சனையும் பார்த்தான். 'என் தம்பி!' என்றான்.

'ஆனால், ராவணா,' என்றான் அகம்பனா, 'நாம் அப்படியே கிரகச்சபாஹுவின் மாளிகைக்குள் நடந்து செல்ல முடியாது. இந்தியாவிலேயே பலத்த பாதுகாப்புடன் இருக்கும் மாளிகை அது. அவனுடைய பாதுகாவலர்களில் முக்கால் வாசிப்பேர் அவனுடைய சொந்த ஊரான நஹரிலிருந்து வந்தவர்கள் தான்.'

இந்த ஆலோசனையை வரவேற்ற மாரீச்சன் உடனே அகம்பனாவை மறுத்து, 'ஆமாம், ஆனால் அந்தக் காவலர் படையின் தலைவன் பெயர் ப்ரஹஸ்த்.'

அந்தப் பெயரைக் கேட்டதும் ராவணன் நகைத்தான். 'அவன் எனக்குக் கடன் பட்டிருக்கிறான்.'

'ஆமாம்,' என்றான் மாரீச்சன். 'அவன் உயிரை நீ ஒருமுறை காப்பாற்றினாய். அதிலிருந்து அவனுக்கு உன்னுடன் வேலை செய்ய ஆசை. அதிலும் அவன் பேராசைக்காரன், மற்றும் குரூரமானவன் என்பது அவனை இந்த வேலைக்கு சரியான நபராக ஆக்குகிறது.'

'நாம் அதற்கான ஆயத்தங்களில் இறங்கலாம். ஒரு மாதத்தில் நாம் சிலிகா செல்கிறோம்.'

௸

அத்தியாயம் 8

'திட்டம் தெளிவாக இருக்கு, அண்ணா,' என்றான் கும்பகர்ணன்.

கும்பகர்ணன் கிரகச்சபாஹுவிடம் திருடலாம் என்று சொல்லி கிட்டதட்ட இரண்டு வாரங்கள் ஆகிவிட்டன. மாலை நேரம், சகோதர்கள் தங்கள் திட்டத்தை திரும்ப ஒருமுறை அசை போட்டனர். ராவணனின் மரங்களாலான நூலகத்தில் அமர்ந்திருந்தனர். அதில் ஆயிரக்கணக்கான கைப்பட எழுதிய புத்தகங்கள் இருந்தன.

இந்தியாவைப் பொறுத்தவரை ஞானம் மிகவும் மகத்தானது. பல இல்லங்களில் சிறிய, கைப்பட எழுதிய மடல்கள் இருந்தன. பல்கலைக் கழகங்களும், கோவில்களும் தான் நிறைய மடல்களைத் தங்கள் நூலகங்களில் சேகரித்து வைத்திருந்தன. ராவணனைத் தவிர வேறு எந்தத் தனி நபரும் அவ்வளவு மடல்களைச் சேர்த்து வைக்கவில்லை என்று உறுதியாகச் சொல்லலாம். அதிலும் சிறந்தது அவன் அவை அனைத்தையும் படித்திருந்தான் என்பதுதான்.

'நான் தானே திட்டம் தீட்டினேன்,' என்றான் ராவணன். 'அதனால், அது கண்டிப்பாக நன்றாகத் தான் இருக்கும்!'

'இருக்கலாம். ஆனால் குறி வைத்தது நான் தான்!'

'சரி, சரி', என்று ராவணன் சிரித்தான். 'நீதான் அனைத்திற்கும் அரசன், கும்பா.'

நாடகத்தனமாக குனிந்து தன்னுடைய பாராட்டை ஏற்றுக் கொண்டு கும்பகர்ணனும் கூடச் சிரித்தான். 'எனக்கு ஏதாவது

நல்லதாகப் படிக்க வேண்டும், அண்ணா. நீ ஏதாவது பரிந்துரைக்க முடியுமா?'

ராவணன் தன்னுடைய பிரம்மாண்டமான நூலகத்தைச் சுற்றிப் பார்த்தான். அவனுடைய மடல்களைச் சாதரணமாக அவன் யாருக்கும் தருவதில்லை. அவற்றைப் படிப்பதற்காக யாருக்கும் அவன் கொடுப்பதில்லை. கும்பகர்ணனைத் தவிர. அவனால் கும்பகர்ணனுக்கு இல்லை என்றே சொல்ல முடியாது. 'நான் உனக்கு ஒரு கவிதை வாசிக்கட்டுமா?'

'கவிதையா?'

'ஆமாம்.'

'யார் எழுதியது?'

ராவணன் மௌனமாக இருந்தான். அவன் சங்கடமாகத் தெரிந்தான்.

கும்பகர்ணன் தன் புருவங்களை உயர்த்தினான். 'நீ எழுதினாயா, அண்ணா?'

'ஆமாம்.'

'சரஸ்வதியின் அருளால் இந்த அற்புதம் எப்பொழுது நிகழ்ந்தது? உனக்கு கவிதை வடிக்கத் தெரியும் என்பது எனக்குத் தெரியாதே!'

'நீ அமைதியாகக் கவிதையைக் கேட்கிறாயா, இல்லையா?'

'கண்டிப்பாக!'

ராவணன் சற்றே பதற்றமாகத் தெரிந்தாலும் மடலை எடுத்து வாசிக்கத் தொடங்கினான். தொண்டையைச் செருமினான். பிறகு, 'இதன் பெயர் ''சூரியனுக்கும், பூமிக்குமான பாட்டு'',' என்றான்.

'ரொம்ப சுவாரஸ்யமாக இருக்கே! எனக்கு இப்பொழுதே பிடித்துவிட்டது.'

'வாயை மூடிக் கேளு, கும்பா.'

'மன்னித்துவிடு. நான் ஒழுங்காகக் கேட்கிறேன். கவிதை என்பது நகைச்சுவைக்கானது அல்ல,' என்று விஷமத்தனமாகக் கூறினான் கும்பகர்ணன்.

'இது கவிதையோடு சேர்ந்த ஒரு கதை. சரி கேளு:

'சூரியனுக்கும் பூமிக்குமான பாட்டு

மேகங்கள் மலைகளிடம் நெருங்குகின்றன...'

கும்பகர்ணன் இடைமறித்தான். 'இங்கே மேகங்களும் மலைகளும் என்ன செய்கின்றன? இது பூமி மற்றும் சூரியனைப் பற்றியது என்றல்லவா நினைத்தேன்?'

ராவணன் கும்பகர்ணனை முறைத்தான். அவன் உடனே மன்னிப்புக் கோரும் விதத்தில் கைகளைக் கூப்பினான்.

'இனி எந்தத் தடையும் வரக் கூடாது என்று உன்னை எச்சரிக்கிறேன்,' என்றான் ராவணன். அவன் ஆழ்ந்த மூச்சு விட்டுத் திரும்பவும் ஆரம்பித்தான்.

சூரியனுக்கும், பூமிக்குமான பாட்டு

மேகங்கள் மலைகளை நெருங்குகின்றன,
அவை அவனை லேசாக வருடுகின்றன,
அவனுடைய கவனத்தை ஈர்க்க முயல்கின்றன,
மேலே எழுந்து அவன் இதழ்களை முத்தமிடத்
தவிக்கின்றன.
மலை தங்களைக் காதலிப்பதாக மேகங்கள்
கருதுகின்றன,
அவன் மேலெழும்பி அவர்கள் பாதையை அதனால்
தான் தடுக்கிறானோ,
அவன் அசௌகரியமாக அசையாமல், ரிஷியின்
தியானம் போல் நிற்கிறான்,
ஒவ்வொரு ஆண்டும் அவர்களின் வரவுக்காகக்
காத்திருக்கிறான்.
அவர்கள் மனதில் எந்தச் சந்தேகமும் இல்லை:
மலை அவர்களைக் காதலிக்கிறான்.

அவர்களுக்கு எப்பொழுதுமே தெரியாத சோகம்
மலைக்கு அவர்கள் மீது எந்த அக்கறையும் இல்லை,
அவர்கள் ஏந்தும் நல்ல மழை மட்டுமே அதற்குத்
தேவை,
அவன் மேலே எழும்பி அவர்களை இடிப்பது
முத்தமிட அல்ல,
அவர்களை உடைத்துத் தேவையைத் தீர்த்துக் கொள்ள,

அவர்களுக்கு அது புரிவதற்குள்
நேரம் கடந்து விடுகிறது.

ஒரு மேகமும் தப்பித்து மற்றவர்களை எச்சரிப்பதே
இல்லை என்பது தான் சோகம்.

ஆறு கடலை நோக்கி ஓடுகிறது,
அது தான் அவள் விதி என்று அவளுக்கு ஒரு
சமிஞை.

அவள் காதல் கதைகள் கேட்டு வளர்ந்திருக்கிறாள்,
கண்மூடித்தனமான காரணமற்ற அன்பே பிரதானம்
என்ற கதைகள்,
அதனால் சந்திக்க அவசரப்படுகிறாள்,
அவள் காதலனை, உணர்கிறாள், யோசிப்பதில்லை.
ஆனால் கடலைச் சந்தித்தபின்,
அவனுடைய பிரம்மாண்டம், ஆழம், சக்தி,
இதைப் பார்த்துத் தயங்கி அவள் அலைகிறாள்.
ஆனால் கவித்துவமான காதல் தான் வெல்கிறது,
அவன் கைகளில் சந்தோஷமாகக் கலக்கிறாள்.

சோகம் என்னவென்றால் அவளுக்கு எப்பொழுதுமே
புரியாது

கடல் அவளைக் காதலிக்கவில்லை என்று,
தன்னுடைய சிறப்பிலேயே அவன் மூழ்கிவிட்டான்
ஆற்றை பார்க்கக் கூட அவனுக்கு நேரம் இல்லை.
அவளுடைய ஆதூரமான அணைப்பு கடலை
மாற்றுவதில்லை,
கடலிடமிருந்து அவள் பரிசாகப் பெற்ற நீர்
அவளுக்குச் சூரியன் கொடையாகக் கொடுத்தது.

சோகம் என்னவென்றால் இந்த உண்மை ஆற்றுக்குப்
புரிவதற்குள்,
அவள் தன் அடையாளத்தைத் தொலைத்துவிடுகிறாள்.

பிறகு இருப்பது இந்த பூமி.

மற்றவர்களைக் காட்டிலும் இவள் உணர்வதைவிட
அதிகம் யோசிக்கிறாள்,

அவள் மனம் அவள் இதயத்தை விட சக்திவாய்ந்தது,

அவள் சூரியனைப் பார்க்கிறாள்,

ஒளியும் துணிவும் தனிமையும் சிறப்பும் கொண்டவன்,

தனக்குள் நிறைய விஷயம் இருப்பினும் அவற்றை
வீணடிக்கிறான்.

பூமி சாமர்த்தியசாலி,
சூரியனின் வீணாகப் போகும் சக்தியைப்
பயன்படுத்திக் கொள்கிறாள்,

தன்னைப் போஷாக்காக வளர்த்துக் கொள்கிறாள்,
குணம், மனம், உடல், ஆவி என்று நிறைகிறாள்.
தன்னுடைய சாமர்த்தியத்தில் திளைக்கிறாள்
தன் வாழ்வை உயர்த்தியதை எண்ணிக் களிக்கிறாள்.
சூரியனையும் அவனின் அபரிமிதமான சக்தியையும்
கண்டு அஞ்சுகிறாள்,
கடவுள் கொடுத்த பரிசை வீணடிப்பதை வெறுக்கிறாள்.

சோகம் என்னவென்றால் அவளுக்கு எப்பொழுதுமே
புரியாது, சூரியன் அவளை விட்டுச் செல்லலாம்,

ஆனாலும் அவன் தனியே அங்கே நிற்கிறான், பூமிக்கு
வழங்குவதற்காக.

அவன் தன்னை எரித்துக் கொள்கிறான், அவள்
பயனடைவதற்காக,

அவனுக்கு நெருங்க ஆசை, ஆனால் அவனால்
முடியாது என்று தெரியும்,

அவனுடைய ஆசை ரொம்ப வலிமையானது, அது
அவளைக் காயப்படுத்தும்,

அதனால் விலகி நின்று தன் பெண்ணை
ஆராதிக்கிறான்.

சோகம் என்னவென்றால் யாருமே இதை பூமிக்கு
விளக்கவில்லை

சூரியன் அவளை எவ்வளவு காதலிக்கிறான் என்று
புரியவைக்கவில்லை.

ராவணன் மடலைச் சுருட்டிவிட்டு தம்பியின் பதிலுக்காகக் காத்திருந்தான்.

கும்பகர்ணன் யோசனையில் ஆழ்ந்திருந்தான்.

'அண்ணா, அது ரொம்பத் தீவிரமாக இருந்தது,' என்றான் சற்று நேரம் பொறுத்து.

ராவணன் சிரித்தான். 'உனக்குப் பிடித்திருந்ததா?'

'எனக்கு மிகவும் பிடித்திருந்தது! என்னை நம்பு அண்ணா! ஒரு சமயம் வரும், அப்பொழுது மஹாதேவ்களும், விஷ்ணுக்களும் இதை மேற்கோள் காட்டுவார்கள்!'

ராவணன் உரக்கச் சிரித்தான். 'உனக்கு என்னை ரொம்பவே பிடித்திருக்கிறது, தம்பி...'

'அது அப்படித் தான்! ஆனால் உண்மையில் அண்ணா, உன்னால் இசையை வாசிக்க முடிகிறது, நீ பாடுகிறாய், கவிதை எழுதுகிறாய், நீ ஒரு மாவீரன், நீ செல்வந்தன், நீ நன்கு படித்திருக்கிறாய், நீ மஹா ஞானி. உன்னைப் போல இந்தப் பரந்த உலகில் வேறு யாரும் இல்லை!'

ராவணன் தன் நெஞ்சை விளையாட்டுத்தனமாக விரித்தான். 'நீ சொல்வது சரி தான். என்னைப் போல யாரும் இல்லை!'

இருவரும் சேர்ந்து பலமாகச் சிரித்தனர்.

—೭ʘI—

கிரகச்சபாஹுவிடம் திருடலாம் என்று தீர்மானித்து ஒரு மாதம் கடந்துவிட்டது. அந்த நாள் ராவணனும் அவனுடைய குழுவும் கோகர்ணா துறைமுகத்திலிருந்து பயணிப்பதாக நிச்சயிக்கப்பட்டது. கப்பல் செல்லும் வேகத்தை கணித்தால் அவர்கள் சில நாட்களிலேயே சிலிகா அடைந்துவிடுவார்கள். அகம்பனா, மாரீச்சன் மற்றும் நூறு வீரர்கள் அவனுடன் செல்வார்கள். கும்பகர்ணனும் வருவேன் என்று அடம் பிடித்தான். ராவணன் எவ்வளவோ எடுத்துச் சொல்லித்

தடுக்கப்பார்த்தான், இயலவில்லை. அதனால் அவனையும் கூட கூட்டிச் செல்வதாக ஒத்துக்கொண்டான்.

மாரீச்சனும், அகம்பனாவும் ஏற்கனவே ப்ரஹசஸ்திடம் ஒரு ஒப்பந்தம் பேசிவிட்டனர். அவன் முதலில் கிரகச்சபாஹூவிடமிருந்து திருடுவதற்கு ராவணனுக்கு உதவி செய்வான். பிறகு அவர்களுடனே பயணித்துவிடுவான். இவர்களுக்கு சௌகர்யம் செய்து கொடுப்பதற்காகவே இந்த சமயத்தைத் தேர்ந்தெடுத்து கிரகச்சபாஹூ தனது சொந்த நாடான நஹருக்கு பயணித்தான். அது யூப்ரடீஸ் மற்றும் டைக்ரிஸ் ஆறுகளுக்கிடையே அமைந்த இடம். சிலிகாவிலிருந்து அரை உலகம் தள்ளி இருந்தது அவன் சொந்த ஊர்.

திருட்டு நடப்பதற்கு முந்தைய இரவு ராவணன் தனக்கு பிடித்த தாசியின் வீட்டிற்குச் சென்றான். அவள் பெயர் டடிமிகளி. கோகர்ணாவிலேயே இருந்த தாசிகளுள் மிகவும் விலையுயர்ந்தவள். அவனுக்கு எப்பொழுதுமே சிறப்பான விஷயங்களில் தான் நாட்டம்!

அவன் கட்டிலில் கிடந்தான். இடுப்பு வரை ஒரு போர்வை போர்த்தியிருந்தது. ராவணனின் தொடையில் தன் தலையை வைத்தபடி டடிமிகளி தன் வயிற்றில் குப்புறப் படுத்திருந்தாள். பிறந்த மேனியில் இருந்தாள். அவள் உடல் சிறிய அமைப்பு, ஒல்லியான தேகம். ஆனால் வளைவுகள் சரியான இடத்தில் இருந்தன.

'நாளை என்னால் சரியாக நடக்க முடியும் என்று தோன்றவில்லை,' என்று இளித்தாள். அவள் ராவணன் பக்கம் திரும்பி, கைகளை அவன் உடலில் ஊன்றிக் கொண்டு மேலே நகர்ந்தாள். 'ஆனால் நீ அடுத்த முறைக்குத் தயாராகி விட்டாய் என்பதை உணர்கிறேன்.'

ராவணன் தன் கைகளை நீட்டிச் சொடுக்கு போட்டான். 'உன்னால் தாங்க முடியாது,' என்றான்.

டடிமிகளி அவன் முகத்தைக் காதலுடன் பார்த்தாள், 'உன்னிடமிருந்து நான் எதையும் ஏற்றுக் கொள்வேன் என்று உனக்குத் தெரியாதா?'

ராவணன் முகத்தைத் திருப்பிக் கொண்டான். அலுப்பாக இருந்தது. டடிமிகளியின் காதல் அவனை உபத்ரவித்தது. சில மாதங்களுக்கு முன்னால் அவன் கொன்ற நாயின் மீது அவன் எண்ணங்கள் தாவின. அது அவனையே சுற்றி வந்தது.

பரிதாபமான சொறி நாய். அருவருப்பாக இருந்தது, அதன் துன்பத்திலிருந்து அதற்கு நிவாரணம் தேவைப்பட்டது.

'ராவணா?'

ராவணன் பதில் பேசவில்லை. அவன் தன் மூச்சைச் சீராக்குவதில் கவனம் செலுத்தினான். வெகு காலமாக அவனுக்குள் தூங்கிக் கொண்டிருந்த மிருகம் லேசாக விழித்துக் கொண்டது.

'ராவணா,' என்று டடிமிகளி கிசுகிசுத்தாள். 'நான் உன்னை காதலிக்கிறேன்.'

தூங்கும் மிருகம் விழித்து அசைவதை உணர்ந்தான் ராவணன்.

டடிமிகளி எழுந்து துணிகளற்ற தன் மார்பை அவன் மீது அழுத்தினாள். அவள் கண்களில் காதல் வழிந்தது. 'நீயும் என்னைக் காதலிப்பதாக சொல்ல வேண்டாம். எனக்குப் புரிகிறது. நான் உன்னை காதலிப்பதை நீ புரிந்து கொண்டால் போதும்.'

'எதை வெறித்துப் பார்க்கிறாய்?' என்று ராவணன் உறுமினான்.

அவனுடைய மாநிறம் நிறைய பெண்களுக்கு வசீகரம் அளிக்கும் என்பதை அவன் உணர்ந்தான். ஆனால் அவன் முகத்தில் இருந்த அம்மைத் தழும்புகள் அவனுக்குக் கூச்சத்தை அளித்தன. அவன் மீசையும் தாடியும் வளர்த்து ஓரளவுக்கு தழும்புகளை மறைக்க முயற்சித்தான்.

டடிமிகளி அவனையே ஆசையாகப் பார்த்தாள். 'உன்னுடைய அழகான வதனத்தைத் தான் பார்த்துக் கொண்டிருக்கிறேன்,' என்றாள்.

அவள் அருகே நகர்ந்து வாயைக் குவித்து முத்தமிடத் தயாரானாள். ராவணன் அவள் தலை முடியைப் பற்றி அவளைப் பின்னால் இழுத்தான்.

'என் முகத்தின் எந்தப் பகுதியை வெறித்துப் பார்க்கிறாய்?' என்று ஆங்காரமாகக் கேட்டான்.

சில சமயம் ராவணனுக்கு வெறித்தனமான செயல்களில் ஈடுபடுவதில் மோகம் உண்டு என்பதை டடிமிகளி அறிவாள். அவள் மல்லாக்காகப் படுத்துக்கொண்டு தன் கைகளைத் தலைக்கு மேல் மடக்கிப் பிடித்தாள். மொத்தமாக சரணாகதி

அடைந்தாள். 'நான் உன் அடிமை. உனக்கு என்ன செய்ய வேண்டுமோ செய்து கொள்,' என்றாள்.

ராவணனுக்கு மோகமும் இச்சையும் அதிகரித்தது. டடிமிகளியின் முகத்தில் உள்ள தோலை உரித்து அதன் அடியில் இருக்கும் இளஞ்சிவப்புச் சதையைப் பார்க்கும் இச்சை அதிகரித்தது. அதை வெட்டும் ஆசை வந்தது. அவளுடைய தசைகளையும் நரம்பையும் துண்டாக்கும் ஆசை. எலும்பை எட்ட ஆசை. எலும்பை அறுக்க ஆசை. பரபரப்பில் அவன் மூச்சு விடும் வேகம் அதிகரித்தது. அவனுள் இருந்த விலங்கு கர்ஜித்தது.

ராவணனின் பரபரப்பை புரிந்து கொள்ளாமல் டடிமிகளி அவன் அருகே நெருங்கினாள். அவனை மென்மையாக முத்தமிட்டாள். தன்னையே அவனுக்கு வழங்கினாள், பணிவுடன்.

அவள் உதடுகளைக் கடித்தான். நறுக்கென்று கடித்ததால் ரத்தமே வந்தது. அவள் கத்தவில்லை. அவள் அசங்காமல் இருந்தாள். ராவணன் மேலும் என்ன செய்வானோ என்று காத்திருந்தாள்.

ராவணின் மூச்சின் வேகம் அதிகரித்தது. அவன் ஆரம்பித்ததை முடிக்கச் சொல்லி அவன் தேகம் அவனைக் கட்டளையிட்டது. அவனுக்கு போதை ஏறியது. ஆழ்மனதிலிருந்து ஒரு குரல் கேட்டது.

அண்ணா...

கும்பகர்ணனின் குரல். குழந்தைத்தனமானது, ஒரு காழ்ப்புணர்ச்சியும் இல்லாத குரல். பயம் நிறைந்த குரல்.

இல்லை. இவள் இல்லை. என்னால் இங்கே அமைதியாக இருக்க முடியாது. கும்பகர்ணனுக்குத் தெரிந்துவிடும்...

ஆனால் உள்ளே இருந்த விலங்கு உரக்கக் கர்ஜித்தது.

இதை வெளியில் தெரியாதபடி அமுக்க வேண்டிய பணம் என்னிடம் இருக்கிறது.

டடிமிகளியின் விசுவாசமான கண்களைப் பார்த்தான். குவித்த வாய், படபடக்கும் நெஞ்சம்.

அவளுக்கு வேண்டும். அவள் கேட்கிறாள். அவள் பரிதாபமாக இருக்கிறாள். அருவருப்பாக இருக்கிறாள். அவள் பிரச்சனையிலிருந்து அவளை மீட்க வேண்டும்.

அவள் உடலைத் தன் கைகளால் சுற்றி இறுக்கினான். அவளை நொறுங்கச் செய்தான். அவள் லேசாக முனகினாள். எதுவும் போராடவில்லை.

'நான் உன்னுடையவள். என்னை என்ன வேண்டுமானாலும் செய்...'

சட்டென்று ராவணனின் மனதில் ஒரு பரிச்சயமான அமைதியான குரல் கேட்டது.

நீ இதைவிட சிறந்தவனாக விளங்க முடியும்.

கன்னியாகுமாரியின் குரல். வாழும் கடவுளின் குரல்.

அவன் தொப்புள் துடித்தது. வலி அதிகரித்தது.

டடிமிகளியைத் தள்ளிவிட்டு படுக்கையிலிருந்து துள்ளி எழுந்தான் ராவணன். அவள் அவன் கையைப் பற்றி அவன் செல்வதைத் தடுக்க நினைத்தாள். 'என்ன நடந்தது? நான் என்ன தவறாக சொல்லிவிட்டேன்?'

'என்னிடமிருந்து விலகி நில்,' என்று சீறினான்.

அவள் கண்களில் நீர் மல்கியது. 'என்னை விட்டுப் போகாதே... தயவு செய்து...'

ராவணன் திரும்பி அவள் முகத்தில் அறைந்தான். ஆக்ரோஷமாக. அவள் படுக்கையில் விழுந்தவுடன் தன்னுடைய துணிகளை அள்ளிக் கொண்டு ஆவேசமாக அந்த அறையைவிட்டு வெளியேறினான்.

ராவணனும் கும்பகர்ணனும் கப்பலின் மேல் தளத்தில் நின்று கொண்டு கடலை ரசித்துக் கொண்டிருந்தனர். அவர்கள் சிலிகா ஏரிக்குள் நுழைந்து விட்டனர். மாரீச்சனும் அகம்பனாவும் கீழ் தளத்தில் இருந்தனர். ஏரியின் மையப் பகுதியில் இருந்த நளபன் என்ற தீவிற்குள் லாகவமாகக் கப்பலை நுழைப்பதை மேற்பார்வையிட்டுக் கொண்டிருந்தனர்.

மொத்த தீவுமே கிரகச்சபாஹுவின் உபயோகத்திற்காக ஒதுக்கப்பட்டிருந்தது. தீவின் மத்தியில் இருந்த ஒரு குன்றின் மேல் அவன் மாளிகை கட்டப்பட்டிருந்தது. குன்று மனிதனால் உண்டாக்கப்பட்டது. பெரிய கப்பல்கள் நுழைவதற்காக ஏரியை ஆழப்படுத்துவதற்காகத் தோண்டப்பட்ட மணல்தான் குன்றாக

மாறியிருந்தது. வீட்டைச் சுற்றி இருந்த நிலப்பரப்பு அப்படியே விடப்பட்டிருந்தது. பச்சை பசேலென்று இயற்கை நிறைவாக இருந்தது. நளபனின் இயற்கை வளத்தினால் நிறைய பறவை இனங்கள் அங்கே குளிர்காலத்தில் தஞ்சம் புகுந்தன.

கிரகச்சபாஹு எளிமையானவன், தன் வேலையிலேயே குறியாக இருப்பவன் என்ற தோற்றத்தை ஏற்படுத்தி இருந்தான். இயற்கை அன்னையிடம் அவன் காட்டிய மரியாதை, மேலும் அவனுடைய ஆளுநருக்குரிய மாளிகையில் அவனுண்டு அவன் வேலையுண்டு என்ற போக்கில் இருந்ததால், கலிங்கா அரசு அவனை நம்பியது; அவனும் தன் பங்குக்குப் பணத்தைச் சுருட்டினான். உண்மை என்னவென்றால் அவன் சட்டவிரோதமாகச் சேர்த்து வைத்திருந்த செல்வத்தை எடுத்துக் கொண்டு நாட்டை விட்டே ஓடுவதற்கான திட்டத்தில் இருந்தான். அவன் நிறைய செல்வத்தைப் பதுக்கி வைத்திருந்தான், அதை கொண்டு ஒரு ராணுவப் படையைத் திரட்டி, நஹர் மீது படையெடுக்க எண்ணினான். தன் சொந்த நாட்டை ஆள வேண்டும் என்பது அவனுடைய நெடு நாள் கனவு.

ஆனால் அவனுடைய கனவைத் தகர்க்க இலங்கையிலிருந்து ஒரு சின்ன வியாபாரி புறப்பட்டிருக்கிறான் என்பது அவன் அறியாதது.

'என் உத்தரவுகள் உனக்கு நினைவிலிருக்கிறது தானே?' என்று ராவணன் தன் தம்பியைக் கேட்டான்.

'நினைவிருக்கு. ஆனால் நான் உன்னுடன் வர முடியாதா?'

'இல்லை. வர முடியாது. நாம் இதைப் பற்றி ஏற்கனவே பேசிவிட்டோம். நான் சொன்னவற்றை திரும்பச் சொல்லு.'

'நாம் தீவின் இரண்டாவது துறைமுகத்திற்குச் செல்வோம். நாம் தாய்லாந்திலிருந்து வந்திருக்கும் வியாபாரக் கப்பல் என்பது போன்ற சான்றுகளைக் காட்டுவோம். நீங்கள் அனைவரும் காலிப் பெட்டிகளைத் தூக்கிக் கொண்டு இறங்குவீர்கள். அதில் கிரகச்சபாஹுவின் தங்கம் மற்றும் கற்களைக் கொண்டு நிரப்புவீர்கள். பிறகு நம் கப்பல்களுக்குத் தூக்கி வருவீர்கள்.'

ராவணன் சிரித்தபடி கும்பகர்ணனின் முடியைப் பாசத்துடன் கலைத்தான். 'கும்பா, அதைத்தான் நான் செய்யவேண்டும். நீ என்ன செய்யவேண்டும் என்பதைச் சொல்.'

'ஓ! அதுவா...? நான் உங்களுக்காகத் துறைமுகத்தில் காத்திருப்பேன். ஏதாவது பிரச்சனை என்று அறிந்தால் நான் கப்பலின் ஒலிப்பானை ஒலிக்கச் செய்துவிட்டு அங்கிருந்து கிளம்பிவிடுவேன். தீவின் மறுபக்கத்திலிருக்கும் துறைமுகத்தில் உங்களுக்காகக் காத்திருப்பேன். நீங்கள் என்னை அங்கு சந்திப்பீர்கள்.'

கப்பலில் இருந்து சரக்கு ஏற்றி இறக்கும் பழைய இடம் சில மாதங்களாகச் சேதம் அடைந்திருந்தது. ஒரு கப்பல் நிலைகுலைந்து அதன் மீது மோதி அதை உடைத்துவிட்டது. அது செப்பனிடப்படுவதால் அனைத்து கப்பல்களும் இரண்டாவது இறக்கும் இடத்தில் தான் நங்கூரம் பாய்ச்சின.

'நீ சொன்னது அனைத்தும் சரி. நான் சில ஆட்களை உன்னுடன் விட்டுச் செல்கிறேன். ஆனால் ஏதாவது பிரச்சனை ஏற்பட்டால் அநாவசியமாகத் துணியாதே. நீ அமைதியாகப் பயணித்து உடைந்த முதல் துறைமுகத்துக்கு வந்து சேரு.'

'சரி, அண்ணா.'

ராவணன் குனிந்து கும்பகர்ணனைப் பார்த்தான். 'நீ எதுவும் முட்டாள்தனமாகச் செய்யாமல் பயணம் செய்வாய் என்று எனக்கு வாக்கு கொடு.'

'நான் உன்னுடைய உத்தரவு எதையாவது மீறி இருக்கிறேனா, அண்ணா?' என்று கும்பகர்ணன் வருத்தத்துடன் கேட்டான்.

'பல சமயம்,' என்று ராவணன் நக்கலடித்தான். 'சரி. சத்தியம் செய். ருத்ரனின் மீது சத்தியம் செய்.'

'அண்ணா, நான் அப்படி விளையாட்டுத்தனமாக ருத்ரனின் பெயரை எடுக்க முடியாது.'

'சத்தியம் செய்!'

'நல்லது! ருத்திரனின் மீது ஆணையிட்டுக் கூறுகிறேன். ஏதாவது பிரச்சனை என்று தோன்றினால் நான் கப்பலை முதல் துறைமுகத்துக்கு எடுத்துச் செல்வேன்.'

'நல்லது.'

'அட இந்திரனின் பெயரால் வியக்கிறேன்!' என்றான் ராவணன் அந்த இளஞ்சிவப்பு வைரத்தைக் கையில் உருட்டியபடி. 'இந்த

சிறு கல்லின் விலை நானூறு ஆயிரம் பொற்காசுகள் என்று நம்பவே முடியவில்லை.'

வைரத்தின் வண்ணம் தான் அதன் விலையை நிர்ணயித்தது. ஒரு வெள்ளை வைரம் மஞ்சள் வண்ணத்துடன் இருந்தால் அதன் விலை குறையும். அது இளஞ்சிவப்பாக இருந்தால் அது சற்றே அபூர்வம் என்பதால் விலை அதிகரிக்கும்.

மாரீச்சன் அருகில் வந்து வைரத்தின் அழகை ரசித்தான். 'எந்தக் கற்பனையிலும் இந்தக் கல்லைச் சிறியது என்று சொல்ல முடியாது, ராவணா! நான் பார்த்ததிலேயே இது பெரிய வைரக்கல்.'

அகம்பனா ஒரு பக்கமாக நின்றான். பதற்றமாகத் தெரிந்தான்.

'உள்ளிருந்து அதில் ரத்தம் வடிவது போல் இல்லை?' என்று ராவணன் அதிசயப்பட்டான். 'அதற்கு இளஞ்சிவப்பு நிறம் எப்படி வந்தது?'

வைரத்திற்கு வண்ணம் எப்படி வந்தது என்று சிந்தித்தார்கள். பல நூற்றாண்டுகள் அதன் மீது ஏற்பட்ட அழுத்தத்தால் என்று எண்ணினர். சிலர் நில நடுக்கத்தால் அந்த வண்ணம் வந்ததாக நினைத்தனர். சிலர் இளஞ்சிவப்பு வண்ணம் துரதிர்ஷடம் என்று கருதினர், அது தீய கர்மாவைச் சுட்டிக் காட்டியது என்று கூட எண்ணினார்கள்.

'உனக்குத் தெரியுமா?' என்றான் ராவணன், வைரத்தை அகம்பனாவிடம் காட்டியபடி.

'ராவணா, அது எப்படி இளஞ்சிவப்பு ஆனது என்ற கேள்வியை விடு. அது இளஞ்சிவப்பாக இருக்கு... அதோடு விடு. நாம் கிளம்பலாம், தயவு செய்து...'

ராவணன் மென்மையாகச் சிரித்தான். 'அகம்பனா, எப்பொழுதுமே பதற்றமாகத் தான் இருக்கிறாய்.'

கனமான சுவற்றின் பின்னால் கட்டப்பட்டிருந்த அந்த ரகசிய அறையிலிருந்து நகர்ந்தான். அறையின் கோடியில் நின்றிருந்த ப்ரஹஸ்தைப் பார்த்தான். கைகளில் வாள்களை ஏந்தி அவனுடைய விசுவாசமான படை வீரர்கள் சூழ்ந்து நின்றனர். வாள்முனைகளில் ரத்தம் சொட்டியது. அவர்கள் எதிரே மண்டியிட்டபடி மூன்று திருநங்கைகள் நின்றனர். அவர்கள் ஆளுநர் கிரகச்சபாஹுவின் நஹர் நாட்டுக் காவல் படையைச் சார்ந்தவர்கள். அவர்களுக்கு இழைக்கப்பட்ட

கொடூரங்களின் அடையாளங்களுடன் நின்றனர். அவர்கள் ரகசிய அறையில் இருக்கும் விலைமதிப்பற்ற கற்கள் இருக்கும் இடத்தைக் காண்பிக்கும் வரை துன்புறுத்தப்பட்டனர்.

ராவணன் ப்ரஹஸ்த்தைப் பார்த்து தலையசைத்தான். உடனே அவனுடைய ஆட்கள் திரும்பி அவர்கள் தலைகளைக் கொய்தனர். ராவணனின் உத்தரவுகள் தெளிவாக இருந்தன. திருட்டை கண்ணால் பார்த்த எந்தச் சாட்சிகளையும் உயிருடன் விடக் கூடாது. மாளிகையில் இருந்த அனைவரும் - காவலர்கள், வேலைக்காரிகள், சமையல் செய்பவர்கள், உதவியாளர்கள் - அனைவரும் கொல்லப்பட்டனர் கொடூரமாக.

பாதி காவல்படையை தன்னுடைய விசுவாசத்திற்கு மாற்றியிருந்தான் ப்ரஹஸ்த் பல ஆண்டுகளாக. இந்தச் சில வாரங்களில் அவர்களுக்குத் தங்கம் தருவதாக ஆசை காட்டி விலை பேசியிருந்தான். மற்ற நஹரின்களின் மீது இவனுடைய படை தாக்குதல் நடத்தியது. வேகமாகவும் துப்புரவாகவும் காரியத்தை முடித்தது.

வெளியில் இருந்த யாருக்கும் மாளிகைக்குள் நடந்த பெரிய படுகொலைகளைப் பற்றித் தெரியாது. கிரகச்சபாஹுவை குழப்புவதற்காக இறந்த சடலங்கள் மாளிகைக்குள் கொண்டுவரப்பட்டன. அவற்றின் முகங்கள் அடையாளம் தெரியாத அளவு சிதைக்கப்பட்டிருந்தன. திருட்டின் பொழுது ப்ரஹஸ்த் மற்றும் அவன் படையும் கொல்லப்பட்டனர் என்று சிலிகாவின் ஆளுநரை நம்பவைப்பதற்கான ஒரு யுக்தி.

அது ஒரு கொடூரமான திட்டம். ஆனாலும் நேர்த்தியான யதார்த்தமான திட்டம். ராவணனின் குணத்தைப் போலவே அமைந்திருந்தது அவன் திட்டமும். சிதைந்த துறைமுகத்தைச் செப்பனிட்டுக் கொண்டிருந்த தொழிலாளர்களைப் ப்ரஹஸ்த்தின் ஆலோசனையின் பேரில் விட்டுவிட்டான். அவர்கள் ஆளுநர் மாளிகையிலிருந்து சற்று விலகிதான் வேலை செய்தார்கள். அவர்களை அனைவர் முன்னிலையிலும் கொல்வது அவ்வளவு உசிதம் அல்ல. அதோடு மட்டுமல்லாமல் அந்தத் தொழிலாளர்கள் ஒருபோதும் மாளிகைக்கோ, இரண்டாவது துறைமுகத்துக்கோ அனுமதிக்கப்பட்டதில்லை. அதனால் அவர்கள் ராவணனையும் அவன் குழுவையும் அடையாளம் கண்டு கொள்வார்கள் என்ற சாத்தியத்திற்கு இடம் இல்லை.

மாளிகையிலிருந்த தங்கத்தை பெரிய பெட்டிகளில் ராவணனின் ஆட்கள் கடத்திவிட்டனர். இப்பொழுது அவை கப்பலில் ஏற்றப்பட்டுக் கொண்டிருந்தன. அவன், மாரீச்சன், அகம்பனா மேலும் சில விசுவாசமானவர்களுடன் தங்கி விலை மதிப்பற்ற கற்களைத் திருடுவதற்காக மாளிகையில் இருந்தான். இந்தக் கற்கள் மட்டுமே இரண்டு கோடி பொற்காசு களைப் பெற்றுக் கொடுக்கும்.

நஹரின் திருநங்கைகளின் கழுத்துகள் வெட்டப்பட்டுக் கிடந்த சடலங்களை ராவணன் பார்வையிட்டான். அவர்களின் வெட்டப்பட்ட கழுத்துகளிலிருந்து ரத்தம் வடிந்து கொண்டிருந்தது. அவன் மெய்மறந்து அதைப் பார்த்தபடி நின்றான். தன முன்னால் ஏற்பட்டிருந்த ரத்தக் களரியைப் பார்த்தான்.

அவன் குனிந்து எந்த நரம்புகளின் வழியாக ரத்தம் வடிந்தது என்பதை ஆராய்ந்தான். உடல்களில் உயிர் இல்லை. ஆனால் அவர்களின் இதயங்களிற்கு அந்தச் செய்தி செல்லவில்லை போலும். அவை இன்னமும் துடித்தபடி இருந்தன. பலவீனமாகத் துடித்தன. இல்லாத தலைகளுக்கு ரத்தத்தை அனுப்பிக் கொண்டிருந்தன.

அகம்பனா ராவணனின் கைகளைத் தொட்டான். ‘ராவணா...’

ராவணன் தன் மயக்கத்திலிருந்து தெளிந்தான். கையில் இருந்த கல்லை இடுப்பு பட்டியில் கட்டியிருந்த பைக்குள் பத்திரப்படுத்தினான். மற்ற கற்களுடன் அதுவும் இடித்து சத்தம் எழுப்பியது. அவன் ஆழமான மூச்சை இழுத்து விட்டு மற்றவர்களை நோக்கி, ‘போகலாம்,’ என்றான்.

அதே சமயம் கப்பலின் ஒலிப்பான் உரக்க ஒலித்தது. ஒலித்தபடியே இருந்தது.

‘ஓடுங்கள்!’ என்று ராவணன் கத்தினான்.

அனைவரும் உடனே ஓடத் தொடங்கினார்கள். அவர்களுக்கு என்ன செய்யவேண்டும் என்று தெரியும். திட்டம் தெளிவாக இருந்தது. அவர்கள் தங்களின் குதிரைகள் கட்டியிருந்த இடத்திற்கு ஓடி அவற்றில் ஏறிக் கொண்டு பழைய துறைமுகத்திற்கு விரைய வேண்டும். ராவணனின் கப்பலில் கும்பகர்ணன் அவர்களுக்காகக் காத்திருப்பான்.

—ƪ—

'ஹையா!'

ராவணனின் ஆட்கள் குதிரைகளை வேகமாக விரட்டினர். பத்து பேர் இருந்தனர். மாரீச்சன் தான் முதலில் சென்றான். ராவணன் கடைசியில் பாதுகாப்பாக வந்தான். அவர்கள் குன்றின் சரிவில் வேகமாக விரைந்தனர்.

'வலது பக்கம்,' என்று குறிப்பிட்டுக் காட்டியபடியே மாரீச்சன் குதிரையை ஓட்டினான். பாதை இரண்டாகப் பிரிந்தது. வலது பக்கப் பாதையில் குன்றின் சரிவில் சென்றால் முதல் துறைமுகத்தைப் பிடித்து விடலாம். இடது பாதை நேரே இரண்டாவது துறைமுகத்திற்குக் கொண்டு சேர்க்கும். தொலைவிலிருந்தே துறைமுகம் தெரிந்தது. அங்கே தான் ராவணனின் கப்பல் இருந்திருக்க வேண்டும். ஆனால் அது அங்கு இல்லை. அவர்கள் இருந்த உயரத்திலிருந்து வேறு ஒரு கப்பல் அங்கே நிற்பது தெரிந்தது. அது அப்பொழுது தான் உள்ளே நுழைந்திருக்க வேண்டும். இன்னும் அதன் பாய்கள் கூட சுற்றப்படவில்லை. அதன் கொடியும் தெளிவாகத் தெரிந்தது. அது கிரகச்சபாஹுவின் கப்பல். அவன் சீக்கிரமே திரும்பிவிட்டான்.

'வேகமாக!' என்று ராவணன் உத்தரவிட்டான்.

இரண்டாவது துறைமுகத்திலிருந்து குதிரையில் ஆட்கள் நகர்வதை ராவணனால் பார்க்க முடிந்தது. அவர்கள் பிரதான சாலையை நோக்கி வந்து கொண்டிருந்தனர். குன்றின் மேல் ஏறிக் கொண்டிருந்தனர். இவர்களை நோக்கி வந்து கொண்டிருந்தனர். ஒரு வேளை கிரகச்சபாஹு ஏதோ தவறு நடந்திருக்கிறது என்பதை யூகித்திருக்கலாம்.

'அந்தத் துறைமுகம்!' என்று அகம்பனா கிரீச்சிட்டான். அவன் குழுவின் நடுவில் சென்று கொண்டிருந்தான். சூடான உலோகக் கூரையில் துள்ளும் பூனை போல பதறினான்.

குதிரைகள் சட்டென்று வலது பாதையில் திரும்பின. ஐந்து நிமிடங்களில் குன்றின் சரிவில் பயணித்ததால் துறைமுகத்தைப் பிடித்துவிடலாம். கிரகச்சபாஹுவின் ஆள் அவர்களை நோக்கி வேகமாகப் பயணித்து வருவதை ராவணன் பார்த்துவிட்டான்.

ராவணன் தன் கத்தியை அதன் உரையிலிருந்து உருவிக் கொண்டான். குதிரையின் கடிவாளத்தைத் தன் வாயில் கடித்தபடி வேகமாகச் சென்றான். ஒருமுனைப்பாக சிந்தனையைச் செலுத்தினான். தன் மூச்சை இழுத்துப்

பிடித்தபடி கத்தியால் வந்தவனைத் தாக்கினான். அவனுடையை தொண்டையைப் பதம் பார்த்தது. அவன் குதிரையிலிருந்து விழும் பொழுது ராவணன் சட்டென்று வலது பக்கம் குதிரையைத் திருப்பினான். தன்னுடைய ஆட்களின் பின்னால் வேகமாகப் பயணித்தான்.

'ஹையா!'

சிதிலமடைந்த துறைமுகத்தை நோக்கி அவர்கள் விரைந்தனர். அடர்ந்த காட்டுப் பிரதேசத்தைக் கடக்க நேர்ந்தது. ஆனாலும் ராவணனுக்குப் பாதை தெளிவாகத் தெரிந்தது. இப்பொழுது நேர் பாதையில் அவர்கள் துறைமுகத்துக்குச் செல்ல வேண்டும். கிரகச்சபாஹுவின் வில்லாளர்கள் குதிரைகளில் வந்தால் இவர்களை எளிதில் தாக்கலாம். இவன்தான் குழுவின் பின்னால் இருந்ததால், முதல் குறி ராவணனாகத்தான் இருப்பான்.

அடச்சே!

சட்டென்று யோசித்து அவன் தோள்களின் குறுக்காகக் கட்டப்பட்டிருந்த கேடயத்தைப் பின்னால் இருந்து கழற்றி உயரே பிடித்தான். முதுகில் அம்பு பாய்ந்தால் கூடத் தப்பிவிடலாம், ஆனால் தொண்டையில் பாய்ந்தால் தப்பிக்க வழி இல்லை.

துறைமுகம் வெகு அருகே தான் இருந்தது. பாதை குறுகலானது. அதைச் சுற்றி, செப்பனிடுவதற்காக நிறைய கம்பங்களை எழுப்பி இருந்தனர். சிலர் கம்பங்களில் நின்றனர். சில தொழிலாளிகள் பாதையில் நின்றனர்.

குதிரையில் சென்றவர்கள் இடி போன்ற வேகத்தில் நகர்ந்தனர்.

'ஓடுங்கள்!' என்று மாரீச்சன் ஆணை பிறப்பித்தான். அவன் வேகமாகப் பறந்தான்.

தொழிலாளர்கள் வழியிலிருந்து நகருவதற்காக இங்கும் அங்கும் ஓடினர். சட்டென்று ஒரு பதற்ற நிலைமை உருவானது. துரதிர்ஷ்டவசமாக ஒரு தொழிலாளி அகம்பனாவின் குதிரையின் காலடியில் சிக்கினான். ஆனால் யாரும் வேகத்தைக் குறைக்கவில்லை. அகம்பனாவின் பின்னால் வந்தவர்களின் குதிரைகளின் கால்களிலும் அவன் அகப்பட்டு உருண்டான். ராவணன் அவன் அருகே வருவதற்குள் அவன் மிதிபட்டு கூழாகிப் போயிருந்தான்.

துறைமுகத்தில் கப்பலைக் கட்ட எந்த விதமான கம்புகளும் இல்லாததால் கும்பகர்ணன் நங்கூரத்தைப் பாய்ச்சி கப்பலை நிறுத்தியிருந்தான். துறைமுகத்தின் எல்லையில் கப்பலை நிறுத்தியிருந்தான். கொக்கிகள் கப்பலை இழுத்துப் பிடித்தன. வலிமையான மாலுமி நங்கூரத்தின் கயிற்றை இழுத்துப் பிடித்திருந்தான். அவன் கையில் பிரம்மாண்டமான கோடாரியைப் பிடித்திருந்தான். ராவணனும் அவனுடைய ஆட்களும் கப்பலில் ஏறிய மறு தருணம் கோடாரியால் கயிற்றை வெட்டி கப்பலைத் தண்ணீரில் மிதக்க விடுவதற்கான ஆயத்தம்.

கப்பலுக்கும் துறைமுகத்தின் எல்லைக்கும் இடையே பெரிய இடைவெளி இருந்தது. இலங்கையின் குதிரைகளுக்கு இடைவெளிகளைக் கடக்க பயிற்சி அளிக்கப்பட்டிருந்தது. இது போல சட்டென்று தப்பிக்க நேரும் தருணங்களுக்கு உதவியாக அவைகளுக்குப் பயிற்சி அளிக்கப்பட்டிருந்தது. இப்பொழுது அது கை தந்தது.

சிதிலமடைந்த துறைமுகத்தை அடைந்த பின்னும் மாரீச்சன் வேகத்தைக் குறைக்கவில்லை.

'ஹையா!'

அவன் தன் குதிரையின் காதில் கிசுகிசுத்து வெறி ஏற்றினான். அது இன்னும் வேகமாக ஓடியது. வேகம், வேகம். துறைமுகத்தின் எல்லை வந்தது. அவன் '**தஷா**!' என்று அலறினான்.

தஷா என்பது சமஸ்கிருதத்தில் எண் பத்து என்பதைக் குறித்தது. யாருமே ராவணன் எதற்காக இந்த வார்த்தையைப் பயன்படுத்திக் குதிரைகளுக்குப் பயிற்சி கொடுக்கச் சொன்னான் என்பதை அறியமாட்டார்கள். ஆனாலும் அவனுடைய ஆட்கள் கேள்வி கேட்காமல் அவன் சொன்னதை அப்படியே கடைபிடித்தனர், வழக்கம் போல.

மாரீச்சனின் குதிரைக்கு இந்த ஆணை நன்றாகவே தெரியும். அது குதித்தது. உயரமாகத் தொலைவாகக் குதித்தது. கப்பலின் மேல் தளத்தில் இறங்கியது. மாரீச்சன் மேலும் சில அடிகள் வேகமாக நகர்ந்து மற்றவர்களுக்கு வழி விட்டான்.

ஒவ்வொருவராகக் கப்பலுக்குள் குதித்தனர். ப்ரஹஸ்த்தின் நஹாரின் ஆள் ஒருவன் தப்பாகக் குதித்துவிட்டான். குதிரை தண்ணீருக்குள் விழுந்தது. கப்பலின் பலகைகளில் அவன்

தலை மோதியது. அவன் கழுத்து உடைந்தது. அவன் உடனேயே இறந்துவிட்டான். யாருக்கும் அவனைத் திரும்பிப் பார்க்கக் கூட நேரம் இல்லை.

‘வாருங்கள்!’ என்று மாரீச்சன் கத்தினான். கப்பலின் கைப்பிடிகளை பிடித்தபடி நின்றான் மாரீச்சன். குதிரையிலிருந்து இறங்கி விட்டான். ப்ரஹஸ்த் வேகத்தை அதிகரித்துத் தாண்டி நேர்த்தியாகக் குதித்து கப்பலுக்குள் வந்துவிட்டான். அடுத்து ராவணன். அவன்தான் கடைசி.

கிரகச்சபாஹுவின் ஆட்கள் இவர்களை நெருங்கினர். இருநூறு மீட்டர் தொலைவில் இருந்தனர்.

‘அண்ணா, வா!’ என்று கும்பகர்ணன் அலறினான்.

கிரகச்சபாஹுவின் வில்லாளன் ஒருவன் குதிரையின் கடிவாளத்தை வாயில் கடித்தான், தன்னுடைய வில்லை மார்புக்கு நேரே பிடித்தான். ஒரு அம்பை விட்டான்.

அது ஒரு அதிர்ஷ்டமான குறி. நகரும் குறியில் அம்பு எய்தினான்.

குதிரையின் வலது பின்னங்காலில் உள்ள தசைகளில் அம்பு பாய்ந்தது. அது நேர்த்தியாகக் காலை வெட்டியது. பார்த்தால் பெரிய காயமாகத் தெரியவில்லை. ரத்தம் கூட வழியவில்லை. ஆனால் ஓடிக் கொண்டிருந்த விலங்கின் வேகத்தை மட்டுப் படுத்தியது. வலது காலால் பளுவைத் தூக்க முடியாமல் குதிரை மடங்கியது. அது ஓடிக் கொண்டிருந்த வேகத்தினால் அது படாரென்று விழுந்தது, அதன் தலை தரையில் மோதியது. அதன் கழுத்து கோணலாகத் திரும்பியது.

ராவணன் எப்பொழுதுமே எச்சரிக்கையாக இருப்பவன். அவன் தன்னுடைய கால்களைப் பிணைத்திருந்த கம்பிகளில் இருந்து கால்களை விடுவித்துக் கொண்டு விட்டான். குதிரை கீழே விழும் பொழுது அவன் குதிரையிலிருந்து நளினமாக இறங்கி விட்டான். தரையில் உருண்டு சட்டென்று எழுந்து நின்றான். அதே வேகத்தில் நில்லாமல் ஓடினான்.

‘அண்ணா!’ கும்பகர்ணனின் குரலில் பதற்றம், கவலை மற்றும் பயம் தெரிந்தது.

அவனைச் சுற்றி இருந்த அனைவருக்கும் அதே எண்ணம்தான் மனதில் ஓடியது.

ராவணனால் கப்பலை அடைய முடியாதோ.

மாரீச்சன் கும்பகர்ணனைப் பார்த்துவிட்டு ராவணனை நோக்கினான். 'ருத்ரனே, உன் கருணையைக் காட்டு...'

குதிரைகளே குதிக்கச் சிரமப்பட்ட இடைவெளியை ஒரு சாமானிய மனிதனால் கடக்க முடியாது.

ஆனால் இது சாமானியன் அல்ல. இது ராவணன்.

அவன் துறைமுகத்தின் எல்லைக்கு ஓடினான். அதன் எல்லையில் குதித்தான். சரக்கு ஏற்றுவதற்காக வைத்திருந்த பாரம் தூக்கும் கருவியைக் குறி வைத்தான். பல மாதங்களாக அதை அவர்கள் பயன்படுத்தவில்லை. இப்பொழுது அதற்கு ஒரு புது பயன் வந்துள்ளது. எதிர்பாராத பயன்.

கிரகச்சபாஹுவின் ஆட்கள் அவன் மீது அம்பு மழை பொழிந்து கொண்டிருந்தனர். சில ராவணனைக் கடந்து சென்றன. பல அவனை விட்டு விலகிச் சென்றன. ஆனால் எதுவுமே அவன் மீது பாயவில்லை.

துறைமுகத்தின் எல்லையை அடைந்ததும், ராவணன், உயரக் குதித்து, பளு தூக்கும் கருவியின் கொக்கியைப் பிடித்துக் கொண்டான். ஒரு காலை கத்திரிக்கோல் போல் குறுக்கே போட்டு இழுவையை இழுத்தான். அவன் அதை மிகத் துல்லியமாகச் செய்தான். இழுவை சட்டென்று அவிழ்ந்து கயிற்றைக் கீழே தள்ளியது. கொக்கியைப் பிடித்துக் கொண்டிருந்த ராவணனைத் தண்ணீருக்கு அப்பால் தூக்கிக் கப்பலில் போட்டது கருவி. அவனைச் சுற்றி அம்புகள் பறந்தன.

கும்பகர்ணனும் குழுவும் கால்களுக்கடியில் வேர்கள் முளைத்தது போல் அசையாமல் அவர்கள் இடங்களில் நின்றனர். இப்படி ஒரு நேர்த்தியான தடகள கண்காட்சியைக் கண்டு மயங்கி நின்றனர்.

சரியான உயரத்திற்கு ராவணன் வந்ததும் அவன் வேகத்தைக் கூட்டி, தன் உடலை முன்னால் தள்ளி கொக்கியின் பிடியை விட்டான். அவன் வேகமாகக் காற்றின் உயரே பறந்து சரியாக கப்பலின் மேல் தளத்தில் இறங்கினான். அழகாக உருண்டு, சரியாக எழுந்து நின்றான்.

அவன் ஆட்கள் அவனைச் சூழ்ந்தனர். பிரமித்தனர். மௌனமாக நின்றனர்.

'போகலாம்!' என்று ராவணன் கத்தினான்.

கும்பகர்ணன் நங்கூரத்தைப் பிடித்திருந்த மாலுமியைப் பார்த்துக் குரல் கொடுத்தான். 'வெட்டு!'

மாலுமி கோடாரியால் ஒரே போடு போட்டான். ஒரே வெட்டில் அந்த கனமான கயிறு அறுபட்டது. பிடித்துக் கொண்டிருந்த மற்ற கொக்கிகளையும் அவிழ்த்தனர்.

'கப்பலை ஓட்டு! சீக்கிரம்!' என்றான் கும்பகர்ணன்.

அவனின் உத்தரவின் பேரில் வேகத்தைக் கூட்ட அறிவிக்கும் மத்தளக்காரர்கள் மத்தளங்களை அடிக்கத் தொடங்கினர். மாலுமிகள் துடுப்புகளை வேகமாகப் போட்டனர். கப்பல் முன்னேறியது. துறைமுகத்தில் இருந்து வெளியேறியது.

கிரகச்சபாஹுவின் ஆட்கள் தொடர்ந்து அம்பு வீசினர்.

'கீழே படுங்கள்!' என்று ராவணன் ஆணையிட்டான்.

ஆட்கள் முட்டிகளில் மண்டியிட்டனர், கம்பிகளின் பின்னால் ஒளிந்து கொண்டனர்.

'வேகமாக!' என்று கும்பகர்ணன் அறிவித்தான். மத்தளக்காரர்கள் வேகத்தைக் கூட்டும் சமிக்ஞையை அடித்தனர். துடுப்பு போடுபவர்கள் வேகத்தை அதிகரித்தனர்.

'பாய்மரங்களை விரியுங்கள்!'

கப்பலின் கூடாரத்தில் ஒளிந்து கொண்டிருந்த ஒரு மாலுமி, இழுவையை இழுத்தான். இது ராவணன் நேர்த்தியாக ஏற்பாடு செய்திருந்த ஒரு தொழில் நுட்ப அதிசயம். பாய்மரங்களை இழுவை கொண்டு நேர்த்தியாக விரிக்க முடியும். கம்பத்தில் ஏறாமல் மேல் தளத்தில் இருந்து கொண்டே விசையைத் திருப்பி பாய்மரத்தை விரிக்கச் செய்யும் தொழில் நுட்பம். அதைப் பயன்படுத்தியவுடன் பாய்மரம் விரிந்து, காற்றின் வேகத்தைப் பிடித்துக் கொண்டு கப்பல் பயணிக்கத் தொடங்கியது.

கப்பல் நகர்ந்துவிட்டதால், தொலைவில் கிரகச்சபாஹுவின் ஆட்களின் கோபமான ஏசல்கள் கேட்டன. கம்பிக்குப் பின்னால் பாதுகாப்பாக நின்றபடி கும்பகர்ணனைப் பார்த்துப் புன்னகைத்தான் ராவணன்.

மாரீச்சன் ராவணனின் தோளில் தட்டினான். 'நாம் சாதித்து விட்டோம், ராவணா! நாம் சாதித்து விட்டோம்!'

ராவணன் முறுவலித்தான். அவன் எழுந்து நின்று ஒரு அசிங்கமான சைகையைக் கிரகச்சபாஹுவின் ஆட்களுக்கு

காட்டினான். ஒரு நஹரின் அடித்த அம்பு அவன் முகத்திற்கு வெகு அருகே சென்றது.

மாரீச்சன் தன் மருமகனைக் கீழே தள்ளினான். 'நீ என்ன செய்கிறாய்? நாம் இன்னும் அபாயத்திலிருந்து விடுபடவில்லை. கீழே குனி!'

ராவணனின் முகம் வெளிறியது. அவன் உடல் விநோதமாக அசைவற்று இருந்தது.

'அண்ணா?' என்றான் கும்பகர்ணன் கவலையாக. ராவாணனின் உடலில் ஏதாவது காயம் பட்டிருக்குமோ என்று சோதனை செய்தான்.

ராவணன் கும்பகர்ணனை ஒருபுறம் தள்ளிவிட்டு எழுந்து நின்றான். கம்பங்களின் அருகே நடுங்கியபடி நின்ற தொழிலாளிகளின் பக்கம் தன் பார்வையைச் செலுத்தினான் ராவணன். மற்றொரு அம்பு அவனைக் கடந்து சென்றது. ஆனால் ராவணன் குனியவில்லை.

மாரீச்சன் அவனைத் திரும்பவும் கீழே தள்ளினான். 'உனக்கு என்ன பிரச்சனை? கீழே இருக்க மாட்டியா?'

ராவணன் தள்ளாடி விழுந்தான். அவன் ஏதோ ஒரு விபரீதத்தைப் பார்த்தவன் போல் இருந்தான். அவன் மூச்சு தாறுமாறாக இருந்தது. அவன் மாரீச்சனைத் தள்ளிவிட்டு திரும்பவும் எழுந்து நின்றான்.

இம்முறை ஒரு அம்பு அவன் தோளில் வேகமாகப் பாய்ந்தது. அதன் அசுர வேகத்திலும் ராவணன் கொஞ்சம் கூட முகம் சுளிக்கவில்லை. அவன் கண்கள் கம்பங்களிலேயே வெறித்து நின்றன.

'அண்ணா!' என்று கும்பகர்ணன் பதற்றத்தில் கத்தினான். அவனைக் கீழே பிடித்து இழுத்தான்.

தன் அண்ணனின் கண்களில் சட்டென்று திரண்ட கண்ணீரைக் கண்டான்.

'க...' ராவணன் அழத் தொடங்கினான். 'கன்னியா...'

இம்முறை கும்பகர்ணன் எழுந்து நின்றான். அவன் கண்களைச் சுருக்கி வேகமாக மறைந்து கொண்டிருந்த கரையை உற்று நோக்கினான். எழுப்பப்பட்ட கம்பங்கள், தொழிலாளிகள்... நடுவில் நின்று கொண்டிருந்த ஒரு நபரைக் குறிப்பாகப் பார்த்தான்.

அது அவள்தான்.

ஓவியங்களிலிருந்து அவன் அவளை அடையாளம் கண்டு கொண்டான்.

அனைவரும் பயந்து நடுங்கிக் கொண்டிருந்த போதிலும் அவள் அசையாமல் நின்றாள். நேராக நிமிர்ந்து நின்றாள். வாழும் கடவுளுக்கே உரித்தான கம்பீரத்துடன் நின்றாள். கடினமான உடல் உழைப்பு அவள் உடலில் சில அடையாளங்களை ஏற்படுத்தியிருந்தது. ஆனாலும் அவள் முகம் ஒளி வீசியது. கப்பல் மிதப்பதைப் பார்த்துக் கொண்டிருந்தாள். அவள் முகம் அமைதியாகவும், கம்பீரமாகவும் இருந்தது. அவளிடம் ஒரு அமைதியான கண்ணியம் தெரிந்தது. வன்முறையை நிறுத்துங்கள் என்று சொல்வது போல் இருந்தது. அவளுடைய தார்மீக சக்தியைப் பயன்படுத்தி நிறுத்தச் சொன்னது போல இருந்தது.

சந்தேகமே இல்லை. அவள்தான்.

மற்றொரு அம்பு அவர்களைக் கடந்ததால் மாரீச்சன் கும்பகர்ணனைக் கீழே இழுத்துப் பிடித்தான். அவன் தன்னுடைய மருமகன்களைப் பார்த்து ஆத்திரத்துடன் கத்தினான், 'உங்கள் இருவருக்கும் என்னவாயிற்று?'

கும்பகர்ணன் ராவணனைப் பார்த்தான். ராவணனால் சொல்ல தைரியமில்லாத விஷயத்தைச் சொன்னான், 'கன்னியாகுமாரி...'

அந்த தெய்வீக வார்த்தையைக் கேட்டதும் புதிய உந்துதல் வந்தது போல் ராவணன் தோளில் குத்தியிருந்த அம்பின் பின் பகுதியை உடைத்தான். அவன் திரும்பவும் எழுந்து நின்று திரும்பிப் பார்த்தான். அவன் ஏரியில் குதிக்கத் தயாரானான். அவளிடம் நீந்திச் செல்ல நினைத்தான்.

'ராவணா!' என்று மாரீச்சன் அவனை இழுத்துப் பிடித்தான். 'இந்த மடத்தனத்தை நிறுத்து,' என்று கத்தினான்.

'என்னைப் போக விடு!' என்று ராவணன் கரகரத்த குரலில் கூறினான். தன்னை விடுவித்துக் கொள்ளப் போராடினான். 'என்னைப் போகவிடு!'

கப்பலில் இருந்த அனைத்து ஆட்களும் தங்கள் தலைவனை உற்றுப்பார்த்தனர். என்ன நடக்கிறது என்று புரியாமல் வியந்தனர்.

கும்பகர்ணன் ராவணனை இறுகப் பற்றினான். 'அண்ணா, நீ இப்பொழுது திரும்பிப் போக முடியாது. அவர்கள் உன்னைக் கொன்று விடுவார்கள்!'

'என்னைப் போகவிடு!' ராவணன் மற்றவர்களைத் தள்ளிவிட்டு எழுந்து கொள்ளப்பார்த்தான்.

'அண்ணா! நான் சொல்வதை தயவு செய்து கேளு. அவளை அடைவதற்கு முன் நீ இறந்து விடுவாய்!'

'என்னைப் போகவிடு!'

'நான் அவளுக்காகத் திரும்ப வருகிறேன், அண்ணா! நான் அவளைக் கண்டுபிடிக்கிறேன்!'

'என்னைப் போகவிடு!' என்று ராவணன் சொன்னதையே திரும்பத் திரும்பச் சொன்னான் தன் இயலாமையினால்.

மாரீச்சன் ஸ்தம்பித்துப் போய் விட்டான். ராவணனை இப்படி ஒரு நிலைமையில் அவன் பார்த்ததே இல்லை.

'அண்ணா!' கும்பகர்ணன் தன் அண்ணனை விடாமல் இறுகப் பற்றிக் கொண்டான். 'தயவு செய்து என்னை நம்பு. நான் அவளுக்காகத் திரும்ப வருகிறேன். நான் அவளைக் கண்டு பிடிக்கிறேன். நான் வாக்கு அளிக்கிறேன். ஆனால் தற்சமயம், நீ எங்களுடன் தான் இருக்க வேண்டும்.'

'என்னைப் போகவிடு!' ராவணன் குரல் உடைந்தது.

'அண்ணா, நான் அவளைக் கண்டு பிடிக்கிறேன். இது சத்தியம்!'

'என்னைப் போகவிடு...'

பாய்மரம் முழுமையாகத் திறந்து காற்றை ஏந்தி வேகமாக நகரத் தொடங்கியது. கரையைத் தாண்டி கப்பல் நகரத் தொடங்கியது. கிரகச்சபாஹுவின் அம்புகளில் இருந்து விலகித் தொலைவில் சென்றது.

அவளிடமிருந்து விலகிச் சென்றது.

கன்னியாகுமாரியிடமிருந்து விலகிச் சென்றது.

'என்னைப் போகவிடு...'

அத்தியாயம் 9

ஒரு மாதத்திற்குள்ளாகவே கும்பகர்ணன் கலிங்காவுக்குத் திரும்பினான். நளபன் தீவில் நடந்த துணிச்சலான திருட்டுக்குப் பிறகு, அவர்கள் இலங்கைக்கு உற்சாகமின்றித்தான் திரும்பினர். ஒன்றரை-நாளில் அவர்கள் கோகர்ணாவுக்குத் திரும்பிவிட்டனர்; அவர்கள் கொண்டு வந்த விலைமதிப்பற்ற சரக்கை உடனேயே இறக்கி ராவணனின் மாளிகையின் கீழ் தளத்தில் இதற்காகவே கட்டப்பட்ட ரகசிய அறையில், நல்ல பாதுகாப்புடன் பல பூட்டுகளைப் போட்டு, கூடுதல் காவலில் காபந்து படுத்தினர். கும்பகர்ணன் உடனேயே தீவுக்கு புறப்படுவதற்கான ஆயத்தங்களில் இறங்கினான். ராவணனின் அடையாளம் அற்ற ஒரு புது கப்பலை வாங்கினான். தெற்கு ஆப்பிரிக்காவிலிருந்து வந்த இளம் மாலுமி படையை வேலைக்கு அமர்த்தினான். இவை அனைத்தையும் மூன்றே வாரங்களில் செய்து முடித்தான்.

பிறகு கும்பகர்ணன் புறப்பட்டுவிட்டான். வடக்கே சென்றான். சிலிகா ஏரி நோக்கிச் சென்றான். கன்னியாகுமாரி இருக்கும் இடம் சென்றான்.

இதற்குள் ஒரு செய்தி வெளி வந்தது. ஒரு சிறிய படை ஆளுநருடன் சேர்ந்து நஹரை கைப்பற்றுவதாக இருந்தது. ஆனால் அது அந்தப் போராட்டத்தைக் கைவிட்டு ஆளுநரை ஏமாற்றி அவரையே சிறை பிடித்து விட்டது என்ற செய்தி கசிந்தது. கிரகச்சபாஹுவை கைதியாக கூட்டிக் கொண்டு அந்தப் படை நஹர் சென்றது. அவனை அந்த மன்னனிடம் ஒப்படைக்கும் திட்டத்தில் இருந்தது. ஒரு போராட்டம் தடம் மாறினால் போராளிகளுக்கு லாபம் என்னவென்றால்

தலைவனையே காட்டிக் கொடுப்பது தான். போராட்டத்தை எந்த மன்னனுக்கு எதிராக நடத்தத் தீர்மானித்தார்களோ அந்த ஆளும் மன்னனிடமே அவனைக் கைதியாக ஒப்படைத்துத் தங்கள் உயிரைக் காத்துக் கொள்ளத் தீர்மானித்தனர். அவன் இவ்வளவு காலமாகக் கொள்ளையடித்த தங்கம், பணம் இல்லாமல் போராட்டத்தை அவனால் நடத்த முடியவில்லை. நஹர் போராட்டம் இறந்துவிட்டது.

இருப்பினும் நேராக ஏரிக்குப் பயணிப்பது அபாயகர மானது என்று கும்பகர்ணன் அறிந்திருந்தான். அவன் சிறுவனாக இருந்தாலும் எச்சரிக்கையானவன். இன்னமும் கிரகச்சபாஹுவின் விசுவாசிகள் சிலிகாவில் இருக்கலாம்.

அதனால் கும்பகர்ணன் வடக்கு நோக்கிப் பயணித்தான். சிலிகாவைத் தாண்டி கலிங்காவை மகாநதி துவாரம் வழியாக அணுக நினைத்தான். அவன் வழியில் பிரசித்தி பெற்ற பூரி ஜகன்னாதர் கோவிலைத் தரிசிக்க ஆசைப்பட்டான். அது ஏரிக்குத் தெற்காகவும், ஆற்றுக்கு வடக்கிலும் அமைந்திருந்தது.

இந்தியாவின் தெய்வீகம் நிறைந்த இடங்களில் ஒன்று ஜகன்னாதர் கோவில் அது கரைக்கு அருகில் இருந்தது. கடலில் இருந்து கூட அதைப் பார்க்க முடிந்தது. கும்பகர்ணன் கடலிலேயே தன் கப்பலுக்கு நங்கூரம் பாய்ச்சிவிட்டுத் துடுப்புப்போடும் ஒரு சிறு படகை எடுத்துக் கொண்டு கரைக்கு வந்தான். அவனுடன் பத்து ஆப்பிரிக்கக் காவலாளிகளும் வந்தனர்.

கோவில் வளாகத்தில் முப்பது கோவில்கள் இருந்தன. பத்து ஏக்கர் பரப்பளவில் கல் பீடத்தில் கோவில்கள் கட்டப்பட்டிருந்தன. மத்தியில் இருந்த கோவில் இந்தியாவிலேயே உயரமான, பெரிய கோவில் என்று அறியப்பட்டது. அது தான் *ஜகன்னாதர்* ஆலயம். *பிரபஞ்சத்தின் ஆண்டவனுக்காக* ஒதுக்கப்பட்ட கர்ப்பகரஹம். விஷ்ணு. மற்ற அனைத்து விஷ்ணுக்களும் முன்னால் தோன்றிய விஷ்ணு. இந்த விஷ்ணு தான் *சாட்சியாக* நின்றவர்.

மற்ற கோவில்களைப் போல அல்லாமல், இந்த மூர்த்தி கல்லிலோ, உலோகத்திலோ ஆனவர் இல்லை. இந்தச் சிலை மரத்தால் ஆனது. வேப்ப மரத்தால் செய்யப்பட்டது. பன்னிரெண்டு ஆண்டுகளுக்கு ஒரு முறை புதிய மரத்தால் ஆன சிலையை மாற்றுவார்கள்.

கருப்புச் சிலையின் தலை பிரம்மாண்டமாக இருந்தது. மார்பிலிருந்து நேரே தலைதான் தெரிந்தது. கழுத்து கிடையாது. கைகள், மேல் உதடுக்கு வரிசையாக அமைந்திருந்தன. கண்கள் பெரிதாக உருண்டையாக இருந்தன.

இந்த சாக்ஷின் விஷ்ணு சாட்சியாக விளங்கினார். வளமான *கருப்பு நிறம், கிருஷ்ணா*, என்ற பழைய சமஸ்கிருத வார்த்தை, இதன் தோற்றத்துக்குச் சாட்சியாக விளங்கியது. இந்தக் கடவுள் காலத்துக்கு முன்பே தோன்றிய மூத்த கடவுள். ஒளி கூட உருவாக்கப் படவில்லை. அதற்கு முன் அனைத்தும் இருட்டாகத் தான் இருந்தது. அனைத்தும் கருப்பாக விளங்கியது. கைகள் இல்லாதது, அவன் தானாக எந்தக் கர்மாவையோ, செயலையோ செய்ய மாட்டான் என்பதை அறிவித்தது. கால்கள் இல்லாததால் அவன் உன்னிடமோ, அல்லது உன்னைத் தவிர்த்து பின்னாலோ நகர மாட்டான் என்பதைக் குறித்தது. அவன் நடுநிலையானவன். மக்களிடையே நடக்கும் சில்லறைத்தனமான போட்டி பொறாமைகளில் அவன் பங்கேற்க மாட்டான். அவன் விருப்பு வெறுப்புக்கு அப்பாற்பட்டவன்.

சிலர் அந்தக் கடவுளை ஆண் பெண் என்று பால் பிரித்துப் பார்ப்பதே தவறு என்று கருதினர். இப்படிப்பட்ட சின்ன வித்தியாசங்களுக்கு அப்பாற்பட்டவன் என்று வாதித்தனர். அவன் ஒன்றானவன். அவன் தான் மூலாதாரம்.

முக்கியமாக அவனுக்கு இமைகள் இல்லை. அவன் கண்கள் எப்பொழுதும் திறந்தே இருக்கும். அவன் பார்த்துக் கொண்டே இருப்பான்.

மூதாதையர்களைப் பொறுத்தவரை இது சாமானியர்கள் புரிந்து கொள்ளக் கூடிய மிகவும் உயர்ந்த தெய்வீகம். சாக்ஷி விஷ்ணு தான் முழு முதற் பொருள். காலத்தில் மிதப்பவன். மக்கள் வாழும் வாழ்க்கைகளுக்கான சாட்சி, பிரபஞ்சம் தன் கர்மாவை நிறைவேற்றுவதற்கான சாட்சியாக விளங்குபவன்.

பக்தர்கள் ஜகன்னாதன் ஆலயத்துக்கு அவன் ஆசீர்வததைத் தேடிச் செல்வதில்லை. அவர்கள் வேறு பெரிய காரணத்துக்காகச் சென்றனர். அவர்களுக்கு விதிக்கப்பட்டிருக்கும் முக்கியமான கர்மாவைச் செய்யத் துணியும்போது சென்றனர். அவர்கள் செய்துவிட்டார்கள் என்பதை இந்த மூலவனின் நினைவில் பதிப்பதற்காகச் சென்றனர். இவர்களின் கர்மாவை சாட்சி

விஷ்ணுவின் நினைவில் பதித்துவிட்டால், இவர்களுக்கு மறுபிறவி என்ற காலச் சுழலில் இருந்து விடுபடும் நிலை வந்து விட்டதா என்பதை அவன் நிர்ணயிப்பான்.

தன்னுடைய வாழ்வின் மிகப் பெரிய கர்மாவை நிறைவேற்றச் செல்வதாகக் கும்பகர்ணன் நம்பினான். அந்தச் சிறந்த மூர்த்தியின் முன் மண்டியிட்டான். அவன் முதுகு வளைந்து அவன் தலை தரையைத் தொட்டது. மந்திரங்களை ஜபித்தான். பிறகு எழுந்து, ஒவ்வொரு பக்தனும், அவரை நேருக்கு நேர் பார்க்கும் போது சாட்சி விஷ்ணுவிடம் சொல்லும் அதே விஷயத்தை அவனும் சொன்னான்: 'எனக்கு சாட்சியாக விளங்கு, கடவுளே!'

நான் என்னுடைய சிறந்த கர்மாவைச் செய்யும் போது எனக்கு சாட்சியாக விளங்கு.

நளபன் திருட்டு நடந்து மூன்று வருடங்கள் ஓடிவிட்டன. இருபத்தி-இரண்டு வயது ராவணன் சந்நியாசி போல் வாழ்ந்தான். கோகர்ணாவை விட்டு வெளியேறுவது என்பதே அபூர்வமாக இருந்தது. அவன் இன்னமும் வியாபாரத்தில் ஈடுபட்டான், முக்கியமான யுக்திகளையும், திட்டங்களையும் தீட்டுவதும், ஆலோசனைகள் வழங்குவதும் அவன் தான். ஆனால் அவன் கடலில் பயணிப்பது இல்லை. குன்றின் மேல் இருந்த மாளிகையில் நின்றபடி கடலை வேடிக்கை பார்த்தான். கும்பகர்ணனுக்காகக் காத்திருந்தான்.

அவ்வளவு ஆண்டுகளாகக் கும்பகர்ணன் ராவணனுக்கு, கலிங்காவிலிருந்து தகவல்கள் அனுப்பிக் கொண்டே தான் இருந்தான். துறைமுகத்தைச் செப்பனிட்ட தொழிலாளிகள், கன்னியாகுமாரியை அவர்களுடன் தான் கடைசியாகக் கண்டனர், அவர்கள் மேற்குப் பக்கம் வேறு வேலைக்குச் சென்றுவிட்டனர். கலிங்காவின் உள்ளுக்குள் சென்றுவிட்டனர். அடுத்த முறை ராவணனுக்குக் கும்பகர்ணன் அனுப்பிய செய்தி, அவர்கள் வைத்தியநாத்துக்கு வெகு அருகில் மயூராக்ஷி ஆற்றுக்குப் பக்கத்தில் முகாம் இட்டிருந்தனர் என்பதுதான். அது கலிங்காவிலிருந்து வெகு தொலைவில் இல்லை.

இந்தச் சமயத்தில் ராவணனின் பறந்து விரிந்த வர்த்தக சாம்ராஜ்ஜியத்தின் பொறுப்பு முழுவதையும் மாரீச்சன் ஏற்றுக் கொண்டான். கிரகச்சபாஹுவிடமிருந்து கொள்ளையடித்த பணத்தைக் கொண்டு பெரிய புது கப்பல்கள் கட்ட ஏற்பாடு செய்தான். கோகர்ணாவில் கப்பல் கட்டும் ஆட்கள் மற்றும் சுத்துவட்டாரத்தில் இருக்கும் அனைத்து கப்பல் கட்டுபவர்களுக்கும் ராவணனின் கப்பல்கள் கட்டுவதே முழு நேர வேலையாக மாறியது. ஒவ்வொரு மாதமும் ஐந்து அல்லது ஆறு கப்பல்கள் வாங்கினான்; இதுவரை எங்குமே நடந்திராத அதிர்ச்சி சம்பவமாக இந்து மஹா சமுத்திர எல்லையில் உள்ள வியாபாரிகள் அனைவரும் இதைப்பற்றி பேசிக் கொண்டனர்.

நிதானமாக, ராவணன் இருநூறு கப்பல்கள் கொண்ட வியாபாரத்தை நிறுவினான். குகை வஸ்துவுக்கான முன் பணம், மலயபுத்ரர்களுக்குக் கொடுக்கப்பட்டது. ஒவ்வொரு புது கப்பல் தயாரானதும், ராவணனின் ஆட்கள் அதை தெற்குக் கரையில் மறைந்திருந்த உனவாடுனா எனும் உள்வாங்கிய நிலத்துக்கு எடுத்துச் சென்றனர். அவர்கள் அங்கே கப்பலைக் கவிழ்த்திப் போட்டனர். குகை வஸ்துவுடன் பிற உபகரணங்களும் கலந்து பிசைந்து அவற்றை சர்வ ஜாக்கிரதையாகக் கப்பலின் அடிப்பாகத்தில் பூசினர். அது நீளமான, கடினமான வேலை. இதை ரகசியமாக விசுவாசமான ஒரு சிறு கும்பல்தான் செய்தது. இந்தக் குழுவுக்கு இதற்கான சிறந்த பரிசுகளும் வழங்கப்பட்டன.

ராவணனின் கப்பல்களின் எண்ணிக்கை உயரும் பொழுதே அவனின் வேகம் பற்றிய செய்தியும் பரவியது. உற்பத்தியாளர்களும், கலை ஆர்வலர்களும் அவனுடன் வியாபாரம் பேசுவதில் ஆதாயம் கண்டனர். மற்ற வியாபாரிகளைக் காட்டிலும், ராவணனை அணுகினால், அவர்களின் சரக்குகள் வேகமாகக் கையாளப்பட்டு நல்ல விலைக்கு விற்பனையாகும் என்பதை உணர்ந்தனர். ராவணனின் உத்தரவின் பேரில் மாரீச்சன், அவர்களுடைய உயர்ந்த கப்பல் படையை உபயோகித்து இந்து மஹா சமுத்திரத்தில் பயணிக்கும் மற்ற வியாபாரக் கப்பல்களைக் கொள்ளையடிக்கவும் செய்தனர். கடலில் கொள்ளை யடிக்கும் இக்கப்பல்கள் காற்றின் வேகத்தில் வரும், கொள்ளை யடித்துவிட்டு, மாலுமிகளைக் கொல்லும்; பிறகு தங்கள் குற்றம்

வெளியே தெரியாத வண்ணம் கப்பல்களை மூழ்கடித்துவிடும். அவர்கள் மூழ்கடித்த பல கப்பல்கள் குபேரனுக்குச் சொந்தமானவை. சாட்சிகள் யாரும் இல்லாததால் யாருமே இந்தக் குற்றங்களை ராவணனுடன் இணைக்கவில்லை. எதொ ஒரு கடல் கொள்ளைக் கூட்டத்தின் வேலை என்றே கருதினார்கள்.

மற்ற கப்பல்களை பணத்துக்காகக் கொள்ளையடிப்பதோடு ராவணனின் திட்டம் முடியவில்லை. கடல் கொள்ளை ஏற்படுத்தியிருந்த பீதியைத் தனக்குச் சாதகமாக்கிக் கொண்டு ப்ரஹஸ்த்தின் உதவியுடன் ஒரு காவல் படையைத் தயாரித்தான். இது கடல் கொள்ளைக்கான பாதுகாப்புப் படை என்று அறிவித்தான். ஒரு வியாபாரியிடம் எப்படி பயிற்சி பெற்ற காவல் படை இருக்கும் என்ற கேள்வி எழுப்பாமல் லாபத்தைத் தொலைக்காமல் இருக்க இது சிறந்த வழி என்று வியாபாரிகள் ஏற்றுக் கொண்டனர். சில வியாபாரிகள் ராவணனின் காவல் படையை வாடகைக்கு எடுத்துக் கொண்டனர். ராவணன் இந்த காவல் படை மூலம் லாபம் சம்பாதித்ததுடன், அவர்கள் மூலம் அவனுக்குப் பல விஷயங்களைக் கறக்கவும் முடிந்தது. அவனுடைய எதிரிகள் மற்றும் போட்டியாளர்களைப் பற்றிய செய்திகளைச் சேகரிக்க இந்தப் படை பெரிதும் உதவியாக இருந்தது.

லாபம் படு வேகமாகக் கொட்டியது. கோகர்ணாவின் வியாபாரிகளுள் பெரிய செல்வந்தனாக ராவணன் திகழ்ந்தான். சீக்கிரத்திலேயே உலகின் வியாபாரிகளுள் பெரிய செல்வந்தனாக மாறும் நிலையில் இருந்தான். அவனுடைய செல்வம் கொழித்ததில் இந்த கிரஹத்திலேயே பெரும் செல்வந்தனான குபேரன் இவனைக் கவனிக்க ஆரம்பித்தான்.

மலயபுத்ரர்கள் இவன் குகை வஸ்துவை எதற்குப் பயன்படுத்துகிறான் என்பதைக் கண்டுபிடிக்கக் கூடாது என்பதற்காகவும், அவர்களுக்குச் சந்தேகம் எழாமல் இருப்பதற்காகவும் மாரீச்சன் புஷ்பக விமானத்தை குபேரனிடம் இருந்து வாடகைக்கு எடுத்தான். அவன், வாடகையைக் கடினமாக பேரம் பேசி இந்த ஒப்பந்தம் மிகவும் உண்மையானது போன்ற தோற்றத்தை உருவாக்கியிருந்தான். மிகவும் யதார்த்தவாதியான குபேரன் இதில் பார்த்த லாபத்திற்காக உடனேயே ஒப்புக் கொண்டான். விமானத்தை ஓட்டுவது ரொம்ப விலைபிடித்த விஷயமாக இருந்ததால்

அவன் அதை ஓட்டுவதையே நிறுத்தி வைத்திருந்தான். எந்த யந்திரமாக இருந்தாலும் ஓட்டாமல் நிறுத்தி வைத்திருந்தால் அது துருப்பிடித்து போகும். அதனால் அவனைப் பொறுத்தவரை ஓடவில்லை என்ற நிலைமையை விட எந்த பேரமும் சிறந்ததுதான்.

மாரீச்சன் புஷ்பக விமானத்தை வாடகைக்கு எடுத்ததும் செய்த முதல் வேலை அதில் ஆடம்பரத்துக்காகப் பொருத்தப்பட்டிருந்த அனைத்தையும் எடுப்பதுதான். தங்க முலாம் பூசிய கட்டிலும் அதன் மீது விரிக்கப்பட்டிருந்த மென்மையான படுக்கையும் வெளியே எடுக்கப்பட்டன. மிகவும் சிறந்த வித்தியாசமான உணவு தயாரிப்பதற்கான சமையல் அறையும், அதன் சாமான்களும். யதார்த்தமான உபயோகத்திற்குப் பயன்படாத அனைத்து ஆடம்பரமும் நீக்கப்பட்டன. இவற்றை எடுத்ததால், விமானத்தின் எடை மிகவும் குறைந்தது. பாரம் குறைந்ததும் அதை ஓட்டத் தேவைப்பட்ட குகை வஸ்துவின் அளவும் கணிசமாகக் குறைந்தது. இதனால் விமானத்தை ஓட்டும் பணமும் குறைந்தது.

விமானத்தின் பயன்பாட்டையும் மாரீச்சன் குறைத்தான். விமானம், தொலைவில் இருக்கும் நாடுகளுக்குச் செல்ல மட்டுமே பயன்படுத்தப்படும். தகவல்கள் சேகரிக்கவும், மிகவும் பளு குறைந்த பொருட்களைக் கடத்தவும் உபயோகப் படுத்தப்பட்டது - உதாரணத்திற்கு மிகவும் விலைமதிப்பற்ற கற்களைக் கடத்த உபயோகிக்கப்பட்டது. இது போன்ற பயணங்களில் ராவணன் மாரீச்சனுடன் விமானத்தில் சென்றான்.

அது போன்ற ஒரு பயணத்தைப் பற்றிப் பேசத்தான் மாரீச்சன் ராவணனைச் சந்திக்க வந்திருந்தான்.

'இந்த தகவல் பற்றி உறுதியாகத் தெரியுமா?' என்று ராவணன் கேட்டான். உடற்பயிற்சி செய்து கொண்டே மூச்சு வாங்கப் பேசினான்.

ராவணனின் மாளிகையின் முதல் மாடி மாடத்தில் நின்று பேசிக் கொண்டிருந்தனர். மலை கடலை நோக்கி நீட்டிக் கொண்டிருந்த பரப்பில் அந்த மாளிகை கட்டப்பட்டிருந்தது. கண்ணுக்கு எட்டிய தூரம் வரை இந்து மஹா சமுத்திரம் தெரிந்தது. அதற்கு அப்பாலும் பார்க்க முடிந்த கண் கொள்ளாக் காட்சி. தினமும் காலை *சூர்ய நமஸ்காரம்* செய்வதற்காக

ராவணன் வருவான். சூர்ய பகவானை வணங்குவதற்காக. உடற்பயிற்சி மற்றும் ஆன்மீகத்தின் கலவை.

'ஆமாம், மாலுமி தென் ஆப்பிரிக்காவைச் சேர்த்தவன்,' என்றான் மாரீச்சன். 'இது உண்மையான தகவல்தான். அவன் பேசும் விஷயங்களை அவன் கண்ணால் கண்டுள்ளான்.'

அவர்கள் லேதாபோ என்பவனைப் பற்றித் தான் பேசினார்கள். கலிங்காவுக்குக் கும்பகர்ணனுடன் பயணித்தவன். சில மாதங்களுக்கு முன்னால் ராவணனுக்கு ஒரு செய்தி கொண்டுவந்தான். அவனுக்கு அடிபட்டு விட்டதால் அவனால் கும்பகர்ணனுடன் திரும்பவும் இணைய முடியவில்லை. கும்பகர்ணன் இப்பொழுது வைத்தியநாத்தில் இருந்தான். கோகர்ணா ஆயுராலயத்தில் சிகிச்சை பெற்றுக் கொண்டிருந்தவனைச் சந்திக்க மாரீச்சன் சென்றிருந்தான். அப்படித்தான் அவன் விலைமதிப்பற்ற கற்களின் சுரங்கங்களைப் பற்றிக் கேள்விப்பட்டான். ஆப்பிரிக்க கண்டத்தின் தெற்கு மூலையில் அவை இருந்தன. அதைக் குறி வைப்பது போல ஒரு பெரிய மலை இருந்தது. அங்கே வாழும் மக்கள் அதை மேசை மலை என்று அழைத்தனர்.

'ஹ்ம்ம்...' என்று ராவணன் எதுவும் சொல்லாமல் யோசித்தான். தன் வழக்கமான பயிற்சிகளையும் சூர்ய நமஸ்காரத்தையும் தொடர்ந்தான்.

'ராவணா, அங்கே புஷ்பக விமானத்தை எடுத்துச் செல்வது சிறந்ததாக இருக்கும். சில கற்களை மட்டும் கண்டுபிடித்தாலும் நாம் அங்கு சென்று வந்த பயணச் செலவை அது ஈடுகட்டும். அப்படி நாம் சுரங்கங்களைக் கண்டுபிடித்தால், நான் உன் கற்பனைக்கு விட்டுவிடுகிறேன்.'

ராவணன் மாடத்தின் கைபிடிச்சுவரில் கைகளை வைத்து தொலைவில் பார்த்தான். அவன் சமுத்திரத்தையும் தொடுவானத்தையும் வேடிக்கை பார்த்தான்.

'ராவணா?'

ராவணன் மௌனம் சாதித்தான்.

'ராவணா, உன் முடிவு என்ன?'

பதில் எதுவும் இல்லை.

மாரீச்சன் பெருமூச்சு விட்டான். தன்னுடைய மருமகன் அருகே நடந்து அவன் தோளைத் தொட்டான்.

'ராவணா...'

'கும்பா...'

'என்ன?' தொடுவானத்தின் அருகே வரும் ஒரு கப்பலைச் சுட்டிக் காட்டினான் ராவணன். அதன் பாய்மரங்கள் மேலோங்கித் தெரிந்தன. கொடி பறந்தது. கும்பகர்ணனின் கொடி.

'இவ்வளவு தொலைவிலிருந்து கொடியின் அடையாளத்தை உன்னால் எப்படி அறிய முடிந்தது?' என்று நம்பமுடியாமல் மாரீச்சன் கேட்டான்.

'அவன்தான். எனக்குத் தெரியும்,' என்ற ராவணனின் முகத்தில் ஆனந்தக் களிப்பு பளீரென்று தெரிந்தது.

அவன் திரும்பி வேகமாக ஓட ஆரம்பித்தான். காவலாளிகளைப் பின் தொடரும்படி ஆணையிட்டான். அவன் ஒரு கப்பலில் ஏறி நடுவழியிலேயே தம்பியைச் சந்திக்க ஆசைப்பட்டான். அவனுக்குக் காத்திருக்கும் பொறுமை இல்லை.

அவளைப் பற்றிய செய்தியை அவன் உடனே அறிந்தாக வேண்டும்.

கன்னியாகுமாரியைப் பற்றிய தகவல்.

'உனக்கு உறுதியாகத் தெரியுமா?'

சற்றும் நேரத்தை வீணடிக்காமல் ராவணன் தன்னுடைய தம்பியைச் சந்திப்பதற்காகக் கோகர்ணா துறைமுகம் தாண்டிப் பயணித்தான். ராவணனின் திடீர் வரவைக் கண்டு கும்பகர்ணன் வியந்தான். ஆனாலும் அண்ணனின் ஆதங்கம் புரிந்தது. மூன்று வருடங்கள் ஓடிவிட்டன.

இருவரும் உணர்ச்சிபொங்க ஆரத் தழுவினர். கும்பகர்ணனைத் தனியாகக் கூட்டிச் சென்றான் ராவணன். கப்பலின் மேல் தளத்தில் ஒரு மூலையைத் தேர்ந்தெடுத்தான். கேள்விகளைத் தொடுத்தான். கன்னியாகுமாரியைப் பற்றிய கேள்விகள்.

'ஆமாம், அண்ணா, நான் உறுதியாகத் தான் கூறுகிறேன். நானே அவளை என் கண்ணால் பார்த்தேன்.'

ராவணனின் கண்களில் ஒளி மின்னியது. 'நீ பார்த்தாயா?'

கும்பகர்ணன் சிரித்தான். 'ஆமாம், நான் அதிர்ஷ்டசாலி!'

ராவணனின் புன்னகை அகலமானது. 'ஆமாம். ஆனால் இங்கிருந்து எவ்வளவு தொலைவில் இருக்கிறது அந்த இடம்?'

'அவள் தங்கும் கிராமம் மிகவும் உள்ளடங்கி இருக்கிறது. சொல்லப்போனால் வைத்தியநாத் கோவிலுக்கு அருகில் உள்ளது.'

'வைத்தியநாத் கோவிலா? நிஜமாகவா? நீ குழந்தையாக இருந்த பொழுது நாம் சில காலம் அங்கே தங்கியிருந்தோம்.'

'ஆமாம், எனக்குத் தெரியும்,' என்றான் கும்பகர்ணன். 'அம்மாவிடமிருந்து முழு கதையும் கேட்டிருக்கிறேன்.'

'அங்குள்ள கன்னியாகுமாரி ஆலயத்திற்கு வெகு அருகே தானே வைத்தியநாத் கோவில் இருக்கிறது? அப்படித்தானே? அந்த இடத்தின் பெயர் என்ன? திரிகூடா? அவள் ஏன் சாமானியப் பெண்ணாக வாழ வேண்டும்? அவளைக் கடவுளாகக் கும்பிட்ட அதே நிலத்தில்?'

'கேள்விப்பட்ட வரையில் கன்னியாகுமாரிகள் தாங்கள் தேர்ந்தெடுக்கப்பட்ட கோவில்களின் அருகேயே வாழ்க்கையை நடத்துகின்றனர். வாழும் கடவுளாகக் கோலோச்சிய அதே இடத்தில் வாழ்கின்றனர். திரிகூட் கன்னியாகுமாரி கோவிலில் மட்டும் அல்ல, பல கன்னியாகுமாரி கோவில்களிலும் இப்படித்தான் நடக்கிறது. இந்தியா முழுவதுமே இப்படித்தான் நடக்கிறது. பல கன்னியாகுமாரிகள் சுற்றி இருப்பது ஒருவருக்கொருவர் ஆதரவாக விளங்க முடிகிறது. அவர்கள் வாழ்வைத் திரும்பவும் தொடங்க முடிகிறது.'

'ஹ்ம்ம்...,' என்றான் ராவணன், கும்பகர்ணன் சொல்வதைக் கேட்டதாகவே தெரியவில்லை.

நான் முன்பே வைத்தியநாத்துக்கு சென்றிருக்க வேண்டும். அதுதான் சரியான செயலாக இருந்திருக்கும். அங்கே தேடியிருக்க வேண்டும். நான் எவ்வளவு முட்டாள்தனமாக இருந்திருக்கிறேன்! பல வருடங்களை வீணடித்துவிட்டேன்.

'அண்ணா...'

'என்ன?' என்று ராவணன் தன் மனதை நிகழ்காலத்துக்குக் கொண்டு வந்தான்.

'ஒரு சிறிய பிரச்சனை இருக்கிறது.'

‘என்ன பிரச்சனை?’

‘உம்ம்ம்...’

‘அட, சொல்லு! உன் அண்ணாவால் சரி செய்ய முடியாதது எதுவும் கிடையாது.’

‘அண்ணா, அந்த கன்னியாகுமாரி... அவள்... திருமணமானவள்.’

ராவணன் அது ஒரு பொருட்டே இல்லை என்பது போல் கையசைத்தான். ‘அது ஒன்றும் பிரச்சனையே இல்லை. நாம் அதைக் கையாளலாம்.’

‘கையாளலாமா? எப்படி?’ என்றான் கும்பகர்ணன் கவலையோடு.

‘முட்டாள் மாதிரி பேசாதே, கும்பா,’ ராவணன் கேலி பேசினான். ‘அவள் கணவனைக் கொலை செய்ய மாட்டோம். அதை எப்படிச் செய்ய முடியும்? அவன் கன்னியாகுமாரியின் கணவன் அல்லவா? அவனை விலை கொடுத்து வாங்கி விடலாம்.’

‘ஆனால்...’

‘நீ அதை என்னிடம் விட்டுவிடு. நாம் எவ்வளவு விரைவில் வைத்தியநாத்துக்குச் செல்ல முடியும்?’

‘இன்னும் சில நாட்களில் செல்லலாம்.’

‘நல்லது!’

கும்பகர்ணன் சிரித்துவிட்டு, கேலியாக ராவணனுக்கு வணக்கம் வைத்தான். ‘உங்கள் ஆணைப்படியே, இறைவா!’

அகம்பனா ராவணனுக்குப் பயன்படுத்தும் பட்டப்பெயர் இறைவன். ‘உண்மையான பரம்பொருள்’ என்பது அர்த்தம். அகம்பனாவின் சொந்த நாட்டில் பேசப்படும் வட்டார வழக்கு மொழியின் வார்த்தை அது. வடமேற்கு திசையில் உள்ள பஷ்து நாட்டைச் சேர்ந்தவன் அவன். அதனால் அந்தப் பட்டப் பெயர் தொற்றிக் கொண்டது. ராவணனின் பல மாலுமிகளும் அவனை அப்படித்தான் அழைத்தார்கள்.

ராவணன் தன்னுடைய தம்பியைக் கட்டிப்பிடித்து அவன் தலையைப் பாசமாகக் கலைத்தான். ராவணனைக் காட்டிலும் ஒன்பது வயது இளையவனாக இருந்தாலும் கும்பகர்ணன் அவன் உயரம் இருந்தான்.

'ஆனால் நீ ரொம்பவும் முக்கியமான கேள்வியை என்னிடம் கேட்கவில்லையே, அண்ணா,' என்றான் கும்பகர்ணன். 'நான் வெகு காலம் உன்னை விட்டுப் பிரிந்திருந்திருக்கிறேன் என்று நினைக்கிறேன். காலம் கடக்கும் பொழுது நீயும் சற்று தாமதமாகச் செயல்படுகிறாய் போல!'

ராவணன் கும்பகர்ணனை விடுவித்துவிட்டு முகம் சுளித்தான். 'அது என்ன கேள்வி?'

'பல வருடங்களாக நீ அறிந்து கொள்ள நினைப்பது. கேளு. என்னிடம் அதற்கான பதில் இருக்கு.'

ராவணனுக்குப் புரிந்துவிட்டது. முகம் பிரகாசமானது. 'உனக்குத் தெரியுமா? அவள் பெயர் உனக்குத் தெரியுமா?'

கும்பகர்ணன் ஆமாம் என்று தலையசைத்து மென்மையாகச் சிரித்தான்.

ராவணன் தன் தம்பியின் தோள்களைப் பிடித்து இழுத்தான். 'சொல்லு, முட்டாளே! அவள் பெயர் என்ன?'

'வேதவதி.'

ராவணன் மூச்சை இழுத்துப் பிடித்தான். அந்த திவ்யமான பெயர் மனதில் எதிரொலிக்கக் காத்திருந்தான். அவன் உடல், அவன் ஆவி என்று அந்தப் பெயர் படர்ந்தது.

வேதவதி.

வேதங்களின் முழுப் பொருள்.

ராவணன் தம்பியிடமிருந்து முகத்தைத் திருப்பினான். கடலை நோக்கினான். அந்த தெய்வீகப் பெயரின் உச்சரிப்பில் அவன் இதயமே விரிந்து உடைந்துவிடும் போலிருந்தது. அதை தைரியமாக உரக்கச் சொல்ல முடியவில்லை. அவன் ஆன்மாவால் அதை ஏற்கமுடியாது. அவன் மனதில் அந்த பெயர் மென்மையாக எதிரொலித்தது.

வேதவதி...

அத்தியாயம் 10

சகோதரர்கள் மறுநாள் காலை கிளம்ப இருந்தனர். அவர்களின் கப்பல்களிலேயே வேகமாகச் செல்லும் கப்பலை ஏற்பாடு செய்திருந்தனர்.

சூர்யக் கடவுள் அன்றைய தினத்துக்கான இரவை அறிவித்திருந்தான். அதிர்ஷ்டவசமாக சோம் என்ற நிலவுக் கடவுள் ஒளி வீசும் பொறுப்பை ஏற்றுக் கொண்டிருந்தான். முழு நிலவு அழகாக ஒளி வெள்ளம் பாய்ச்சியது. கடலின் சில பகுதிகளும், அற்புதமான கோகர்ணா கடற்கரையும் நிலவொளியில் அழகாக மின்னின. மேகங்கள் அதிகம் இல்லாததால் நட்சத்திரம் மின்னும் ஆகாயம் நகைகள் பூண்ட குடை போல பிரகாசித்தது. ஈரமான கடல் காற்று இந்திரியங்களுக்கு சுகமாக இருந்தது. நகரத்தின் இரைச்சல் மட்டுப் பட்டிருந்தது. ராவணன் ஆகாயத்தை நோக்கினான்.

காற்றில் காதல் மிதந்தது. கடல்-கொள்ளைகாரன் மற்றும் வியாபாரியான ராவணன் காற்றை ஆழமாக சுவாசித்தான்.

'என்னால் நாளை வரை காத்திருக்க முடியாது!' என்றபடி மதுவை அருந்தினான்.

கும்பகர்ணன் சிரித்தான். அவன் தன் அண்ணனிடம் மது அருந்தப் போவதில்லை என்று திட்டவட்டமாகக் கூறி விட்டான். அவர்களின் அம்மா வீட்டில் இருந்தாள்.

மதுவின் வாசத்தையும் சுவையையும் ரசித்தபடி ராவணன் கையில் இருந்த கோப்பையைப் பார்வையிட்டான். குப்பியை நோக்கினான். பிறகு கும்பகர்ணனின் கைகள் காலியாக இருப்பதைக் கவனித்தான்.

'நிஜமாகவா?' என்று வினவினான். 'என்னுடைய கெட்ட பழக்கங்களைப் பின்பற்றாதே, என்று அம்மா கூறினாளா? சில சமயம் நான் வந்து வெறுமனே-'

கும்பகர்ணன் அண்ணனை இடைமறித்தான். 'அண்ணா, அதனாலென்ன? அவள் நம் அம்மா...'

ராவணன் ஆழமாக மூச்சை இழுத்து விட்டபடி மேலும் மது அருந்தினான்.

அம்மாவின் எதிரில் கும்பகர்ணன் அவள் சொன்னவற்றை மதித்து நடந்தாலும், கைகேசி சொன்ன பொதுவான பல விஷயங்களையும், எச்சரிக்கைகளையும் காதில் வாங்காமல் தான் இருந்தான்.

கும்பகர்ணன் ராவணனைப் போற்றி வணங்கினான். அவனுடைய அண்ணன் அவனுக்கு எப்பொழுதுமே கதாநாயகன். கெட்ட பழக்கங்களா? ராவணனின் *அனைத்துப்* பழக்கங்களையும் வழி மொழிந்து பின்பற்ற நினைத்தான். அண்ணன் செய்யக் கூடாது என்று அவன் நினைத்த ஒரே விஷயம், அம்மாவை எதிர்த்துப் பேசி அவமதிக்கக் கூடாது என்பது மட்டுமே.

'சரி, அவளைப் பற்றி மேலும் விவரங்கள் சொல்லு,' என்றான் ராவணன். 'கன்னியாகுமாரியைப் பற்றி...'

அவள் பெயரை அறிந்திருந்தாலும் ராவணனால் அதைச் சொல்ல முடியவில்லை என்பதை கும்பகர்ணன் புரிந்துகொண்டான். வேதவதியைப் பற்றி வேறு என்ன தகவல்கள் சொல்வது என்று யோசித்தான். அவள் பார்க்க எப்படி இருப்பாள் என்ற வடிவமைப்பைப் பற்றி ஏற்கெனவே சொல்லிவிட்டான். ராவணனின் ஓவியங்களில் இருந்த பெண்ணும் வேதவதியும் ஒரே மாதிரி இருந்தது அவனுக்கு ஆச்சரியத்தைத் தந்தது.

'அவள் நிஜமாகவே அசாதாரணமானவள், அண்ணா,' என்றான் கும்பகர்ணன். 'மக்களுக்குச் சாதாரணமாகவே வாழ்க்கை எவ்வளவு கடினம் என்பதை உணர்வீர்கள், தானே? வரிகள் உயர்ந்துவிட்டன, வேலை கிடைப்பது கடினமாகி விட்டது.'

சப்த சிந்துவின் வணிகர்களுக்கு எதிரான சட்ட திட்டங்கள், வர்த்தகத்தை வெகுவாகப் பாதித்தது. அதனால் அவற்றில் இனம் காணாச் சரிவு ஏற்பட்டது. வரிப் பண வரவும்

மேலும் குறைந்து விட்டது. ஆனால் அதே சமயம் அரசுச் செலவுகள் போர்களினால் அதிகரித்து விட்டன. அதனால் வரிகள் உயர்த்தப்பட்டன. இது வர்த்தகத்தையும், வேலை வாய்ப்புகளையும் மேலும் தாக்கியது. இது போன்ற இயலாமை மற்றும் இல்லாமையினால், குற்றங்களும் அதிகரித்தன. அதனால் சாமானியர்கள் அதிகம் அல்லலுற்றனர். ஊருக்கு ஊர் போராட்டங்களும் கலவரங்களும் அதிகரித்தன. நாட்டை ஆண்டவர்களுக்குச் சேவகம் புரியும் பிரபுக்களுக்கும், நிலச் சொந்தக்காரர்களுக்கும் எதிராகக் கலவரங்கள் வெடித்தன. ஆனால் மக்களின் நிலைமையை அறிந்து கொள்ளும் ஆவல் ராவணனுக்கு இப்பொழுது இல்லை.

'கன்னியாகுமாரியைப் பற்றிச் சொல்லு...'

'அவள் கதை இதனுடன் தொடர்புடையது, அண்ணா. கன்னியாகுமாரியின் கணவன்...'

ராவணனின் தாடைகள் இறுகுவதைக் கண்டு கும்பகர்ணன் பேச்சை நிறுத்தினான்.

ராவணன் ஒருமுறை வேறு எங்கோ முகத்தைத் திருப்பிப் பார்த்துவிட்டு, பிறகு தம்பியை நோக்கினான். 'சரி, அவனைப் பற்றி என்ன?'

கும்பகர்ணன் தொடர்ந்தான், 'அவன் பெயர் ப்ரித்வி. அவன் முதலில் பலுசிஸ்தானில் தொழிலதிபனாக இருந்தான். இந்தியாவின் மேற்குக் கோடியில் வசித்து வந்தான். பல வருடங்களுக்கு முன்னால் அவன் வைத்தியநாத்தில் தங்கியிருந்தான். அங்கே சில வியாபாரங்களில் ஈடுபட்டான். ஆனால் படு நஷ்டம் அடைந்தான்.'

'ஏமாளி!'

ராவணனின் பொறாமையான வார்த்தைகளுக்குப் பதில் எதுவும் சொல்லாமல் கண்டு கொள்ளாமல் இருந்தான் கும்பகர்ணன். அவனுக்குக் கிடைத்த தகவல்படி ப்ரித்வி உண்மையானவன், நாணயமானவன், நயமானவன். அவன் வியாபாரத்தில் கொடி கட்டிப் பறக்காவிட்டாலும் கண்ணியமானவன்.

'இந்த வியாபாரங்களில் நடந்த நஷ்டங்கள்,' என்று கும்பகர்ணன் தொடர்ந்தான், 'அங்கிருந்த நிலச்சொந்தக் காரரிடம் பெரும் கடனை வாங்க வைத்தன. அவன் கடனாளி

ஆனான். அதனை அடைக்க இப்பொழுது அவனுக்கடியில் வேலை பார்க்கிறான்.'

'அவளுடைய முட்டாள் கணவனால் கன்னியாகுமாரியும் இப்பொழுது சில்லறை வேலைகள் செய்ய வேண்டியிருக்கிறதா?'

'அவள் தன் சுய தேர்வில் அங்கிருப்பதாகத் தான் தெரிகிறது, அண்ணா. அவளும் அந்த நிலச் சொந்தக்காரருக்கு வேலை பார்க்கிறாள். அங்கிருக்கும் அனைவருக்கும் அவள் முன்னாள் கன்னியாகுமாரி என்று தெரியும், அதனால் அவளை மதிக்கிறார்கள். அதனால் நிலச்சொந்தக்காரருக்கும் தொழிலாளிகளுக்கும் இடையே வேறுபாடுகள் வந்தால் அவற்றைச் சரி கட்டி அமைதி காப்பவளாக அவள் திகழ்கிறாள். தன்னுடைய ஆட்களுக்கு வேண்டிய உணவு உள்ளதா என்பதில் நிலச்சொந்தக்காரன் கவனம் செலுத்துகிறான். அவர்களுக்கு வேலை வாய்ப்புகள் அமையும் பொழுது அவர்களை அதற்கு அனுப்புகிறான். தன்னுடைய பண்ணைக்கோ அல்லது சிலிகாவில் அடுத்து உள்ள இடங்களில் கட்டடம் கட்டும் பணிகளுக்கோ அவர்களை அனுப்புகிறான். இவற்றால் அவர்கள் ஓரளவுக்குத் திருப்தி அடைந்து கலகம் செய்யாமல் இருக்கிறார்கள். சப்த சிந்துவில் மற்றவர்களைக் காட்டிலும் அவர்கள் கிராமம் மிகவும் அமைதியானது. இப்பொழுது இருக்கும் ஏழ்மை மற்றும் கோபத்தில் இது ஒரு சாதனை என்று தான் சொல்ல வேண்டும். வேதவதிஜியின் தார்மீக அதிகாரத்தினால்தான் இவ்வளவு அமைதி அங்கே நிலவுகிறது.'

ராவணன் இவற்றிலிருந்து கற்றுக் கொண்ட முக்கியமான விஷயம், 'நாம் அந்த நிலச்சுவாந்தாருக்குக் கொடுக்க வேண்டிய கடனை அடைத்துவிட்டால், கன்னியாகுமாரி சுதந்திரமானவளாகி விடுவாள், தானே?'

'உம்ம்ம்... அண்ணா, அது அவ்வளவு எளிதானதா என்பது தெரியவில்லை.'

'*அது* அவ்வளவு எளிதானது தான். நீ வாழ்க்கையைப் பற்றித் தெரிந்து கொள்ள வேண்டியது, நிறைய உள்ளது கும்பா. நீ இன்னும் சிறுவன்தான்.'

ப்ரன்காவை நோக்கி, இந்தியாவின் கிழக்குப் பக்கமாக ராவணனின் கப்பல் பயணித்தது. புனிதமான கங்கையின் வாயருகே சென்றது. ஆற்றில் பயணித்து வைத்தியநாத் அருகே செல்லத் திட்டம். பிறகு நிலம் மார்க்கமாகப் புனிதக் கோவிலை அடையத் திட்டமிட்டிருந்தனர். மயூராக்ஷி ஆறு வைத்தியநாத் வழியாகத் தன் பாதையை அமைத்திருக்கிறது. பிறகு கிழக்கு மார்க்கமாகச் சென்று தன் தண்ணீரை மேற்குப் பகுதியிலுள்ள கங்கை ஆற்றில் கலக்கிறது. அனுபவமற்ற மாலுமி மயூராக்ஷி வழியாகப் பயணிப்பது தான், வைத்தியநாத்துக்கு வேகமாகச் செல்லும் குறுக்கு வழி என்று தவறாக நினைக்கலாம். ஆனால் ராவணன் அனுபவமற்றவன் கிடையாது. மயூராக்ஷியில் அடிக்கடி வெள்ளம் வரும். அதில் வேகச் சுழல்கள் அதிகம் என்ற விவரம் அவனுக்குத் தெரியும். அதில் பயணிப்பது கடினம், மேலும் மெதுவாகத் தான் நகர முடியும்.அதனால் கங்கை ஆற்றில் நெடுகப் பயணித்துவிட்டு, கடைசி பகுதியை நடந்தோ, குதிரை மீது சென்றோ கடப்பதே சிறந்தது என்று முடிவு செய்தான்.

'நீ வைத்தியநாத் வரை குதிரைப் பயணம் செய்யும் அளவு திடகாத்திரமாக இருக்கிறாயா?' என்று ராவணன் விளையாட்டாகக் கும்பகர்ணனின் தொந்தியைத் தடவியபடி கேட்டான்.

கப்பலின் மேல் தளத்தில் சகோதரர்கள் நின்று கொண்டிருந்தனர். நடை பாதை, வழியாக நடந்தனர், கப்பலைச் செலுத்தும் தலைமை மாலுமியின் அறையை நோக்கிச் சென்றனர். ராவணன் ஒரு மணி நேர நாட்டியப் பயிற்சியை, தனக்குப் பிடித்தமான இசைக் கலைஞன் சூர்யாவுடன் அப்பொழுது தான் முடித்திருந்தான். சிறிது காலம் முன்பு நிறைய பணம் கொடுத்து சூர்யாவை அந்த வேலைக்கு அமர்த்தியிருந்தான். அவனையும் அவன் மனைவி அன்னபூர்ணாவையும் அவர்களுடன் பயணிக்கச் சொல்லி வேண்டிக் கொண்டான். அப்பொழுதுதான் தன்னுடைய பயிற்சியை நேர்த்தியாகச் செய்ய முடியும் என்று கருதினான்.

'என்னைப் பற்றிக் கவலைப்படாதே, அண்ணா. அந்த 'தெய்வீகப் பெயர்' உச்சரிக்கப்படுவதைக் கேட்டாலே மூச்சு வாங்கும் சிரமம் எனக்கு இல்லை,' என்று கேலி பேசினான்.

முகபாவத்தை மட்டும் ரொம்பவும் பணிவுடன் வைத்துக் கொண்டான்.

ராவணன் கடகடவென்று சிரித்தான், கும்பகர்ணனின் முதுகில் தட்டியபடியே, அவனும் உரக்கச் சிரித்தான். அவர்கள் தலைமை மாலுமியின் அறையை அடைந்து விட்டனர். அதில் நுழைந்து கதவைச் சாத்தினான் கும்பகர்ணன். ராவணன் அழகான வேலைப்பாடு கொண்ட ஒரு அலமாரியைத் திறந்து, கண்ணாடிக் குப்பியையும் கோப்பையையும் எடுத்தான். மதுவை ஊற்றிக் கொண்டான்.

'அம்மா இங்கே இல்லை, கும்பா,' என்றான் ராவணன் கோப்பையை உயரப் பிடித்தபடி. 'நீ கொஞ்சம் அருந்துகிறாயா?'

'நான் ஏற்கெனவே கொஞ்சம் அருந்திப் பார்த்திருக்கிறேன், அண்ணா!' என்று கும்பகர்ணன் இளித்தான். 'ஆனால் கடலில் குடிக்க எனக்குப் பிடிக்கவில்லை. எனக்கு வாந்தி வருவது போன்ற உணர்வு வருகிறது.'

'ஐயோ,' என்று முகம் சுளித்தான் ராவணன், 'நீ எனக்கு இதைச் சொல்லியே இருக்க வேண்டாம்.' ஜன்னல் போன்ற கண்ணாடி அமைப்புக் கொண்ட இடத்துக்கு அருகில் இருந்த நாற்காலியில் தொப்பென்று அமர்ந்தான் ராவணன். அவன் தம்பி அவனுக்கெதிரே அமர்ந்திருந்தான். 'சரி, நீ மது அருந்தி விட்டாய் என்று தெரிந்துவிட்டது. இனி உனக்குப் பெண்களை அறிமுகப்படுத்த வேண்டும். வழியில் நிறைய தாசி வீடுகள் உள்ளன. நாம் ஒரு வீட்டில் சென்று பார்ப்போம். உனக்கு அந்த அனுபவம் கிடைக்கட்டும்... ஒரு பெண்ணின் ஸ்பரிசம்.'

கும்பகர்ணன் இளித்தான். ஒரே சமயத்தில் சங்கடமாகவும் பரபரப்பாகவும் உணர்ந்தான். அவன் நிறைய கதைகள் கேள்விப்பட்டிருந்தான். ஆனால் ஒரு பெண்ணை என்ன செய்யவேண்டும் என்று அவனுக்குச் சுத்தமாகப் புரியவில்லை.

'பெண்களுடைய ஒரே பிரச்சனை அவர்களின் வாய் தான்,' என்று ராவணன் தொடர்ந்தான். 'அவர்கள் நிறைய பேசுவார்கள். மேலும் அவர்கள் பேசும் விஷயங்கள் முட்டாள்தனமானவை. உலகின் சில பாகங்களில் பலர் நம்புவது சொர்க்கம் மேலே இருப்பதாகவும், நரகம் கீழே இருப்பதாகவும் தானே? ஆனால் பெண்களைப் பொறுத்தவரை, இது நேர் மாறானது. பெண்களிடம், சொர்க்கம் கீழே உள்ளது, நரகம் மேலே உள்ளது!'

ராவணன் தன்னுடைய ஹாஸ்யத்துக்குத் தானே உரக்கச் சிரித்தான். கும்பகர்ணனும் அவ்வளவாகப் புரியாமல் சிரித்தான்.

'அனைத்துப் பெண்களுக்கும் இது பொருந்தாது, அண்ணா,' என்றான் கும்பகர்ணன். 'வேதவதிஜி பேசும் பொழுது அவள் அறிவு வெளிப்படுகிறது-'

அவன் அந்த வாக்கியத்தை முடிப்பதற்குள் ராவணன் இடை மறித்தான். 'கன்னியாகுமாரி வெறும் பெண் அல்ல. அவள் வாழும் கடவுள்.'

'நிச்சயமாக, அண்ணா.'

ராவணன், கப்பலின் கண்ணாடி ஜன்னல் வழியாக வேடிக்கை பார்த்தபடி மதுவை அருந்தினான். அவளைப் பார்த்தால் என்ன பேசுவது என்று யோசித்தான். அவளை எப்படித் தன் வழிக்குக் கொண்டுவருவது என்று ஆலோசித்தான்.

அவள் என்னை ஏன் வேண்டாம் என்று சொல்லுவாள்? அவள் மீது எனக்கு இருக்கும் காதலை அவள் புரிந்து கொண்டால், அவள் வேண்டாம் என்று சொல்லமாட்டாள். நான் எவ்வளவு பெரிய செல்வந்தன், அதிகாரம் உள்ளவன் என்று உணர்ந்தால்... அவள் காதலுக்கு நான் தகுதியானவன் தான்.

'அண்ணா, நான் உன்னிடம் ஒரு உண்மையைச் சொல்ல வேண்டும். நீயும் அதை மதித்து நடக்க வேண்டும்,' என்று ராவணனின் எண்ணங்களை இடைமறித்தான் கும்பகர்ணன்.

தன்னுடைய தம்பியின் தீவிர முகபாவத்தைக் கண்டு ராவணனும் தீவிரமானான். 'என்ன அது?'

'அது வந்து...' கும்பகர்ணன் தயங்கினான்.

'என்ன ஆச்சு, கும்பா? சொல்லி விடு.'

'அண்ணா... நான் சொல்வதைத் தப்பாக எடுத்துக் கொள்ளாதே... ஆனால் உண்மையில் கன்னியாகுமாரி உன் நடனத்துக்கு மயங்குவாள் என்று எனக்குத் தோன்றவில்லை... அதனால் தயவு செய்து அவளுக்காக நடனம் ஆடாதே. நீ ஆடினால் அவள் ஓடிவிடுவாள்.'

தனக்கு அருகில் கிடந்த ஒரு சிறிய தலையணையை எடுத்துக் கும்பகர்ணன் மீது வீசினான், ராவணன். அவன் சிரித்தபடி நிலை குலைந்தான்.

ராவணனும் சிரிக்க ஆரம்பித்தான். 'நான் என்னவோ உன்னைக் கெடுத்துவிடுவேன் என்று அம்மா அஞ்சும் சின்னப் பையன் இல்லை, நீ.'

கும்பகர்ணன் இளித்தான். 'உன்னுடைய எடுத்துக்காட்டை நான் பின் பற்றுகிறேன், அண்ணா!'

ராவணன் இன்னொரு தலையணையை அவன் மீது வீசினான். அவன் தம்பி அதைச் சிரமமின்றி பிடித்தான். பிறகு தன் தலைக்கு வைத்துக் கொண்டான். 'நான் இப்பொழுது சௌகரியமாக இருக்கிறேன், நன்றி! எனக்கு மேலும் தலையணைகள் தேவை இல்லை!'

அறை முழுவதும் சிரிப்பொலி எழுந்தது. தன் கண்களில் வடிந்த ஆனந்தக் கண்ணீரைத் துடைத்தபடி ராவணன் தன் தம்பியை அன்புடன் பார்த்தான். பெருமையும் சேர்ந்து கொண்டது. இந்தச் சிறந்த களிப்பான தருணங்களில் எப்பொழுதும் இருக்கும் தொப்புள் வலி கூட மறைந்தது. அவன் மனதில் சந்தோஷமும், எதிர்பார்ப்பும் நிறைந்தது.

கப்பலுக்குத் தள்ளாடியபடியே நடந்து சென்ற பொழுது கும்பகர்ணனால் சிரிப்பை அடக்க முடியவில்லை.

தம்பியின் தோள்களை அணைத்துக் கொண்டான் ராவணன், அவன் அருகே சாய்ந்து கிசுகிசுத்தான், 'எப்படி இருந்தது?'

அவர்கள் மஹுவா தீவில் இருந்தனர், கும்பகர்ணன் முதல் முறையாக ஒரு தாசி வீட்டிற்குச் சென்று திரும்பியிருந்தான். இந்தத் தீவு கங்கையின் மேற்குக் கோடியில் இருந்தது. கங்கை தன்னுடைய மண்ணுடன் கூடிய சக்தி வெள்ளமாகக் கிழக்கு கடலுடன் இணையும் இடத்தில் தீவு இருந்தது. வசந்தபாலா என்பவள் அங்கே ஒரு தாசி வீட்டை நடத்தி வந்தாள். அந்த இடத்தில் பிரசித்தி பெற்றது அவளுடைய வீடு. உடல் இன்பம் பற்றித் தன் தம்பி அறிந்து கொள்வதற்கான சிறந்த முதலிடம் இதுதான் என்று ராவணன் தீர்மானித்தான்.

வசந்தபாலாவின் அறிவுரையின்படி, ஜபிபி என்ற பிரபலமான தாசியைத் தன் தம்பிக்காக அமர்த்தினான். ஜபிபி அரேபியாவைச் சேர்ந்தவள், இந்தியாவுக்குச் சமீபத்தில் தான் வந்திருந்தாள். பணம் சம்பாதிப்பதற்காக. அவள் அழகு

அப்சரஸ், தேவலோகக் கன்னியின் அழகை மிஞ்சுவதாக இருந்தது. நீண்ட கை கால்கள், நெளிவு சுளிவுள்ள உடல்கட்டு, பளபளக்கும் நீண்ட கருங்கூந்தல். இந்த நாட்டிற்குப் புதியவள் என்றாலும் அவள் அழகின் புகழ் ரொம்பப் பிரபலம். அவள் அணியும் உடைகள் மற்றும் ஆபரணங்கள் குறை சொல்ல முடியாதவை. இவை எல்லாவற்றையும் விட முக்கியமாக சரஸக் கலையில் தேர்ச்சி பெற்றவள்.

கும்பகர்ணனுக்கு எப்பொழுதுமே சிறந்தவை தான் தேர்ந்தெடுக்கப்பட வேண்டும் என்று ராவணன் கருதினான்.

'நான் காதல் வயப்பட்டுள்ளேன் என்று நினைக்கிறேன்,' கும்பகர்ணன் கிசுகிசுத்தான், முகம் போதையில் மிதந்தது.

ராவணன் கடகடவென்று சிரித்தான். அவன் தொடர்ந்து நடந்து கொண்டிருந்தான். பிறகு தான் தம்பி கூட வரவில்லை என்பதை உணர்ந்தான்.

கும்பகர்ணன் ஸ்தம்பித்து நின்றான். இளங்காலை ஆகாயத்தைக் கனவுப் பார்வை பார்த்தபடி நின்றிருந்தான். அவன் தோள்களில் இருந்த இரண்டு கூடுதல் கைகள் மடங்கிச் சுருங்கியிருந்தன. அவையும் போதையில் மிதப்பது போல் இருந்தன. 'நான் சும்மா சொல்லவில்லை, அண்ணா. நான் நிஜமாகவே காதலில் விழுந்து விட்டேன்.'

ராவணன் புருவங்களை உயர்த்தினான்.

'அவளை இங்கே விட்டுவிட வேண்டாம். நான் அவளை எப்பொழுதுமே என்னுடன் வைத்துக் கொள்ள முடியாதா? அவளைத் திருமணம் முடிக்க முடியாதா?'

கும்பகர்ணன் நின்று கொண்டிருந்த இடத்திற்குத் திரும்பி நடந்தான் ராவணன், அவன் கைகளை அவன் தோளைச் சுற்றி அணைத்தான், பிறகு இஷ்டமின்றி நடந்த தம்பியைத் தன் கூட நடத்தினான்.

'அண்ணா, நிஜமாகத் தான் சொல்கிறேன்...'

'கும்பா, ஜபிபி போன்ற பெண்களைப் பயன்படுத்திக் கொள்ளலாம், காதலிக்கக்கூடாது.'

கும்பகர்ணன் முகத்தில் ஓடிய கோப ரேகை ராவணனின் பேச்சைக் கட்டிப் போட்டது.

'அண்ணா! ஜபிபியைப் பற்றி அப்படிப் பேசாதே!'

‘அது ஒரு பேரம், கும்பா. அவள் உனக்கு சுகத்தைக் கொடுத்தாள். நீ அவளுக்குக் கூலியாகப் பணம் கொடுத்தாய். அவளுக்கு உன் மீது பற்றுதல் இல்லை. உன்னுடைய பணத்தில்தான் அவள் குறி.’

‘இல்லை, இல்லை. அவள் என்னிடம் என்ன சொன்னாள் என்று உனக்குத் தெரியாது. நான் ஒரு சிறுவன் என்பதை அவளால் நம்ப முடியவில்லை. என்னைப் போன்ற ஒரு ஆளுடன் அவள் இருந்ததே இல்லை என்று கூறினாள்.’

‘நான் அவளுக்குப் பணம் கொடுத்தேன், கும்பா. அவள் ஒரு நேர்த்தியான தொழில் சிந்தனை உடையவள். உனக்குக் கேட்கப் பிரியமானவற்றை அவள் பேசினாள்.’

‘ஆனால் என்னை மகிழ்விப்பதற்காக அவள் பொய் சொல்லவில்லை. அவள் சொன்னவற்றை முழு மனதுடன் தான் சொன்னாள். நான் அழகானவன் என்று அவள் சொல்லவில்லை. நான் அழகில்லை என்று எனக்குத் தெரியும். ஆனால் நாள் அறிவாளி என்று சொன்னாள். நான் அறிவானவன் தான். நான் பலசாலி என்றாள். மேலும்...’ கும்பகர்ணன் கூச்சமாகச் சிரித்தான், ‘மேலும் நான் கட்டிலில் புலி என்றாள்.’

ராவணனால் திரும்பவும் சிரிக்காமல் இருக்க முடியவில்லை. ‘என்னுடைய அப்பாவி கும்பா! இந்த உலகம் முழுவதும் தன்னலம் மட்டுமே பார்க்கும் கூட்டம். உனக்கு என்ன கேட்க விருப்பமோ அதைச் சொல்வார்கள், உன்னிடம் இருந்து அவர்களுக்கு வேண்டியதைப் பெறுவதற்காக. உன்னைப் பாதுகாத்துக் கொள்ள, அவர்களை எப்படிப் பயன்படுத்தி, உனக்கு வேண்டியதைப் பெறுவது என்பதைப் புரிந்துகொள்ள வேண்டும். இப்படித்தான் உலகம் வேலை செய்கிறது.’

‘ஆனால், அண்ணா, ஜபிபி வித்தியாசமானவள். அவள்-’

‘அவளிடம் ஒரு வித்தியாசமும் இல்லை. தனக்கு என்ன வேண்டும் என்பதில் தெளிவாக இருக்கிறாள். அவளுக்குத் தேவை பணம். அதற்கு அவள் தன் உடலைத் தருவாள். இது எளிமையான விஷயம். சில ஆண்களுக்குக் கௌரவம் தேவைப்படுகிறது. ஏன்? எனக்குத் தெரியாது. ஆனால் அவர்களின் தேவை அது. அப்படியானால் அவர்களுக்கு அதைக் கொடு. அவர்கள் கௌரவத்துடன் இருப்பதற்கு வழி

செய். அதிலிருந்து நீ லாபமடையலாம். சில பெண்கள் தங்கள் அழகை வெளிக் காட்டிக் கொள்கிறார்கள், அது அவர்களுக்கு அதிகாரத்தையும், சக்தியையும் கொடுப்பதாக நினைக்கிறார்கள். அவர்களுக்குப் பாராட்டுகளை வாரி வழங்கு; அவர்களுடன் உடலுறவில் ஈடுபடு, பிறகு அவர்களை விலக்கி வை. மற்றவர்கள் உன்னை உபயோகித்துக் கொள்வதற்கு முன் நீ அவர்களைப் பயன்படுத்திக் கொள். உலகில் உள்ள பலரும் வெறுக்கப்பட வேண்டியவர்கள். போலிக்குப் பின்னால் பதுங்குபவர்கள் தான் அதிகம்.தங்களிடமே நேர்மையாக இருப்பவர்கள் மட்டுமே வெற்றி பெறுகிறார்கள். ஜபிபி உண்மையானவள். அவளுக்கு உன் மீது எந்த அக்கறையும் இல்லை. தன்னைப் பற்றிய அக்கறை மட்டுமே. அவள் இங்கே சில ஆண்டுகள் தங்கியிருந்துவிட்டுப் பணம் பண்ணிக் கொண்டு திரும்பவும் அரேபியா நாட்டுக்குத் தன் கணவனிடம் சென்று விடுவாள்.'

கும்பகர்ணன் அதிர்ச்சியானான். 'அவள் மணமானவளா? அவள் என்னிடம் பொய் சொன்னாள்!'

'ஆமாம், உன்னிடம் பொய் சொன்னாள். ஆனால் அவள் தன்னுடைய வாழ்வில் மிக முக்கியமான ஆளான தனக்குத் தானே - பொய் சொல்லவில்லையே! நீ அதிர்ச்சி அடையக் கூடாது. அவளிடமிருந்து பாடம் கற்றுக் கொள். உனக்கு என்ன வேண்டும் என்பதில் தெளிவாக இரு. ஆனால் அதை ஜாக்கிரதையாக மறைத்து வை. உனக்கு வேண்டியதை அடைய மறைத்து வைப்பது உபயோகப்படும்.'

சற்று நேரம் கும்பகர்ணன் மௌனமாக இருந்தான். அண்ணன் சொன்னதை யோசித்தான். கடைசியாகச் சொன்னான், 'அதனால் தான் நாம் குபேரனின் கப்பல்களைத் தாக்குகிறோமா? ஆனால் நாம் அதை செயல் வகுத்திருப்பது, வேறு ஏதோ கடல் கொள்ளைக்காரகள் என்று தானே?'

'சரியாகச் சொன்னாய். இப்பொழுது தான் நீ கற்றுக் கொள்கிறாய். குபேரனின் வலிமை அவனுடைய செல்வம். நாம் அதை நிறைய எடுக்க எடுக்க அவன் தன் பலவீனத்தை உணருவான். அவனுடைய இயலாமையின் உச்சத்தில் அவன் என்னை அணுகுவான் - இலங்கையிலேயே நல்ல பயிற்சியும், ஆயுதங்களும் ஏந்தும் ஒரே படைக்குச் சொந்தக்காரனான என்னை அணுகுவான். அவனுடைய செல்வத்தைப் பாதுக்காக என்னை அணுகுவான். செய்வதறியாமல் பரிதாபமாக

இருக்கும் அவனுக்கு நான், கண்டிப்பாக உதவுவேன். இலங்கைப் படையின் தலைவனாக மாறுவேன். அதிலிருந்து சிறிது தூரம் கடந்தால் நான் அரசனாகிவிடலாம்.'

கும்பகர்ணனின் மார்பு பெருமையில் புடைத்தது. 'என் அண்ணன், இலங்கையின் மன்னன்!'

ராவணன் சிரித்தான். 'நாம் ஏன் வலிமையாக இருக்கிறோம், ஏன் வெற்றி பெறுகிறோம் என்பதை நினைவில் வை. நமக்குக் கௌரவம், நல்ல பெயர் வேண்டும் என்றெல்லாம் நம்மை நாமே ஏமாற்றிக் கொள்வதில்லை. நாம் யார் என்று நமக்குத் தெரியும். அதை நாம் ஒப்புக்கொள்கிறோம். அதை நாம் அணைத்துக் கொள்கிறோம். இதனால் தான் நம்மால் அனைவரையும் தோல்வியடைய வைக்க முடிகிறது. அதனால் தான் நாம் தொடர்ந்து அனைவரையும் தோல்வியில் விழ வைப்போம்.'

'ஆமாம், அண்ணா.'

ராவணன் தொடர்ந்து நடந்தான், கும்பகர்ணன் மெதுவாக அவன் கூடவே வந்தான்.

அத்தியாயம் 11

'நாம் திரும்பச் செல்ல வேண்டும், அண்ணா!'

'கும்பா, நீ முட்டாள்தனமாகப் பேசுகிறாய். உன் அறைக்குச் செல்.'

அவர்களின் கப்பல் மஹுவா தீவை விட்டுப் பயணிக்க இன்னும் சிறிது நேரமே இருந்தது. கும்பகர்ணன் ராவணன் அறைக்குள் பதற்றமாக எதோ ஒரு தகவலை எடுத்துக் கொண்டு வந்தான். முன்பு அவன் ஜபிபி என்ற தாசியுடன் சுகித்த பொழுது, எட்டு வயது கூடமதிக்க முடியாத ஒரு சிறு பெண் அவனுக்கு மதுவும், உணவும் பறிமாரியதை அவன் மறந்துவிட்டான். அவள் அறையை விட்டுச் செல்வதற்கு முன், அவன் நாற்காலியில் போட்டிருந்த அவனுடைய அங்கவஸ்திரத்தைப் பார்த்தபடி நின்றாள். அப்பொழுது அதைப் பற்றி அதிகம் சிந்திக்கவில்லை.

ஆனால் தன்னுடைய அறைக்கு வந்தபின் அங்க வஸ்திரத்தில் ஒரு முடி போடப்பட்டிருந்ததைக் கவனித்தான். அதைப் பிரித்து பார்த்ததில் அதில் ஒரு மடல் சுற்றப்பட்டு இருந்தது. குழந்தை கையெழுத்தில் இரண்டு வார்த்தைகள் எழுதப்பட்டிருந்தன. அவன் அந்த மடலை ராவணனிடம் நீட்டினான்.

ராவணன் உரக்கப் படித்தான், 'எனக்கு உதவிசெய்!'

'நாம் அவளுக்கு உதவி செய்யவேண்டும்.'

'யாருக்கு உதவி செய்ய வேண்டும்?'

'தாசி வீட்டில் இருக்கும் அந்தச் சிறிய பெண்ணுக்கு.'

'அவள் தான் என்று உனக்கு எப்படித் தெரியும்?'

'எனக்குத் தெரியும், அண்ணா. அவள் கவலையாகத் தெரிந்தாள். இப்பொழுது யோசித்துப் பார்த்தால் அவள் கண்களில் பயம் இருந்தது. அவளுக்கு நம் உதவி தேவை.'

'கும்பா, நான் அரைமணிக்கு முன்னர் தான் உனக்கு ஒரு அறிவுரை வழங்கினேன். மற்றவர்களின் பலவீனங்களை நமக்குச் சாதகமாக மாற்றிக் கொள்வதால் தான் நாம் வெற்றி பெறுகிறோம். நாம் நல்லது செய்வதால் அல்ல.'

'அண்ணா, நீ தானே என்னிடம் முன்னொருமுறை சொன்னாய், ஒருவர் உதவியற்றுத் தவிக்கும்பொழுது, பிரச்சனையில் இருக்கும் பொழுது, அவர்களுக்கு உதவி செய் என்று - பிறகு அவர்களை உனக்கு அடிமையாக மாற்றிக் கொள் என்றாய். அவளை அவர்கள் துன்புறுத்துகிறார்கள் என்றால் நாம் அவளுக்கு உதவி செய்தால், அவள் நமக்கு எப்பொழுதும் விசுவாசமாக இருப்பாள். அவள் நமக்குப் பயன்படுவாள்.'

'உளறாதே, கும்பா. அவளுக்கு உதவ வேண்டும் என்று நினைக்கிறாய், அதற்கு எதோ கதை சொல்கிறாய்.'

'ஒருவேளை அப்படியும் இருக்கலாம். நமக்கு எந்தச் சிரமமும் இல்லை. ஒரு சிறிய பெண்ணின் பணியை நாம் விலைக்கு வாங்க வேண்டுமானால் எவ்வளவு செலவாகும்? அவள் நமக்குப் பயன்படுவாள். அவள் கண்களில் நான் ஒரு தீப்பொறியைப் பார்த்தேன்.'

'ஒரு நிமிஷம் முன்பு அவள் கண்களில் பயத்தைப் பார்த்தேன் என்றாய். பார்த்தது என்ன? பயமா, தீப்பொறியா?'

'அண்ணா, நான் சொல்கிறேன். இந்தப் பெண் நமக்குப் பயன்படுவாள்.'

ராவணன் துக்கத்தில் தலையசைத்தான். பிறகு கும்பகர்ணனை நோக்கி கை நீட்டினான். 'உனக்காக, யாரோ ஒரு ஆளுக்கு உதவுவது இதுவே கடைசி முறையாக இருக்கும்.'

'இது உதவி இல்லை, அண்ணா. இது வர்த்தகம். இது லாபம் தரும். என்னை நம்புங்கள்.'

'இது நல்ல விலை, அது உனக்கும் தெரியும், வசந்த்பாலா,' என்றான் ராவணன் பொறுமையை இழந்து. 'பத்து பொற் காசுகள். இத்தோடு பேரத்தை முடித்துக் கொள்ளலாம். என் நேரத்தை வீண் அடிக்காதே.'

ராவணனும் கும்பகர்ணனும் வசந்த்பாலாவின் இல்லத்திற்கு இருபது காவலாளிகளுடன் திரும்பவும் வந்திருந்தனர். வெகு சீக்கிரம் முடியும் பேரமாக இது இருக்கும் என்று ராவணன் கருதியிருந்தான். ஆனால் அவனுக்கு ஆச்சரியம்தான் காத்திருந்தது.

கும்பகர்ணன் காப்பாற்ற வேண்டும் என்று கருதிய அந்தச் சிறுமி சுவற்றின் ஓரமாக நின்றிருந்தாள். தலை குனிந்திருந்தாள். கைகளைக் குவித்திருந்தாள். அவள் உடல் நடுங்கிக் கொண்டிருந்தது. ஒருவேளை பயத்தில் நடுங்கிக் கொண்டிருக்கலாம். ஒருவேளை தன் விடுதலையின் எதிர்பார்ப்பிலும் இருக்கலாம்.

'அது, அவ்வளவு எளிதல்ல எஜமான்,' என்றாள் வசந்த்பாலா. 'பத்து பொற்காசுகள் அவளுக்குப் பத்தாது.'

ராவணன் எரிச்சலடைந்தான். 'கடந்த பல ஆண்டுகளில் நீ என்னிடம் இருந்து நிரம்ப செல்வத்தைப் பெற்றிருக்கிறாய், வசந்த்பாலா. முட்டாள்தனமாக நடந்து கொள்ளாதே. நீ மற்றொரு பணிப் பெண்ணையோ பையனையோ வேலைக்கு அமர்த்திக் கொள்ளலாம். இந்தக் காலத்தில் யாருக்கு வேலை இருக்கிறது?'

'அவள் வெறும் பணிப்பெண் அல்ல.'

ராவணன் திரும்பவும் அந்தப் பெண்ணைப் பார்த்தான். அவள் கைகளிலும் கால்களிலும் இருந்த அடையாளங்களைப் பார்த்தான். அவள் அடிக்கடி கயிற்றால் கட்டப்பட்டிருக்கிறாள் என்பதை உணர்த்தியது. சில ஆண்களுக்குச் சிறுவர், சிறுமியுடன் உடலுறவு வைத்துக் கொள்வதில் விருப்பம் இருக்கும், அதுவும் அவர்களைக் கட்டிப் போட்டு அந்தச் செயலில் இறங்குவார்கள். அவனுக்கு அது புரிந்ததே இல்லை. அருவருக்கத்தக்கது. வெறுக்கத்தக்கது.

'சரி, எவ்வளவு?' என்று கேட்டான்.

'இருநூறு பொற்காசுகள். அவள் லாபமானவள்.'

ராவணன் தன்னுடைய வலது கையை நீட்டினான். அவனுடைய உதவியாளன் ஒருவன் அவனிடம் எழுது

வதற்கான கடிதாசியும், மசியும் கொடுத்தான். ராவணன் அதில் எழுதினான். தன்னுடைய முத்திரையைப் பதித்தான். பிறகு வசந்த்பாலாவின் முகத்தில் அதை விட்டெறிந்தான். ‘நூறு பொற்காசுகள் தான் என்னுடைய கடைசி எண். நீ இந்த ஹுண்டியை (பணப்பத்திரம்) எங்கு வேண்டுமானாலும் பணமாக மாற்றிக் கொள்ளலாம்.’

வசந்த்பாலா அந்த மடலை எடுத்துப் படித்தாள். புன்முறுவல் செய்தாள். ‘நன்றி, பிரபு, ஆனால் இது போதாது.’

‘நான் உன்னுடன் பேரம் பேச விரும்பவில்லை, வசந்த்பாலா. இது தான் என்னால் கொடுக்க முடிந்த கடைசி தொகை. இல்லை என்றால் நாம் அந்த ஹுண்டியைக் கிழித்துவிடலாம்–’

வசந்த்பாலா அவனை இடை மறித்தாள். ‘நான் எனக்காக அதிகப் பணம் கேட்கவில்லை, பிரபு. எனக்கு இது போதும். ஆனால் நீங்கள் வேறு ஒருவருக்கும் பணம் கொடுக்க வேண்டும்.’

ராவணன் முகம் சுளித்தான், ‘யாரது?’

‘அவளுடைய தந்தை,’ என்று வசந்த்பாலா பதிலளித்தாள்.

அதிர்ச்சியுடன் ராவணன் அந்தச் சிறுமி பக்கம் திரும்பினான். ஒரே ஒரு நிமிடம்தான். ***அனைத்துத் தந்தைகளும் குப்பையானவர்கள். என்னுடைய தந்தையைப் போல.***

சிறுமி தலையை நிமிர்த்தி வசந்த்பாலாவைப் பார்த்தாள். அவள் கண்கள் கோபத்தில் எரிந்தன. வெறுப்பும் கொப்பளித்தது. ஆனால் உடனேயே அவள் முகபாவம் மாறியது. திரும்பவும் பாவமற்ற முகத்தை வைத்துக் கொண்டாள் சிறுமி. தலை குனிந்திருந்தாள். பவ்யமாக இருந்தாள்.

அடடா! இந்தப் பெண் பணத்துக்குத் தகுதியானவள் தான்.

ராவணன் வசந்த்பாலா பக்கம் திரும்பி, ‘அவள் அப்பாவா?’

‘இவளை எங்களுக்கு யார் விற்றது என்று நினைக்கிறீர்கள்?’

தாசி வீட்டிலிருந்து இருபது நிமிடம் நடக்கும் தூரத்திலிருந்த அந்தப் பெண்ணின் வீட்டிற்குச் சென்றார்கள். வசந்த்பாலாவின் உதவியாளன் ஒருவன் ராவணனையும் அவன் கூட்டாளிகளையும் அந்த வீட்டிற்குக் கூட்டிச் சென்றான். வழியில் அவன் ராவணனுக்கு விளக்கம் அளித்தான், அந்தப் பெண் பேசவே மாட்டாள் என்றான். அவள் ஊமையாகப் பிறந்தவளா என்று தெரியாது என்று கூறினான். அவளுடைய சிறு வயதிலேயே அவள் அனுபவித்த துன்புறுத்தல்களின் காரணமாக அவள் பேசாமல் இருந்திருக்கலாம்.

அதிக ஆள் அரவம் இல்லாத இடத்தில் ஒரு வீட்டிற்குச் சென்றனர். சிறிய வீடாக இருந்தது. ஆனாலும் ராவணன், அந்தப் பெண்ணின் நிலைமையைப் பார்த்து, அவன் கருதியிருந்ததைக் காட்டிலும் அந்த வீடு நன்றாகவே இருந்தது. வீட்டைச் சுற்றி இருந்த இடம் சுத்தமாக இருந்தது. சுவர்களைப் புதிய செங்கற்களால் கட்டியிருந்தனர். கூரை கூட புதிதாக இருந்தது. ஒரு சிறிய தடாகம், அதில் மலர்ப் படுக்கை இருந்தது. எல்லாமே ரசனையுடன் இருந்தது.

வசந்த்பாலாவின் உதவியாளன் கதவைத் தட்டினான். நடுத்தர வயதுடையவன் கதவைத் திறந்தான். அவன் ராவணனை விட குள்ளமாகவும், மெலிந்தும் காணப்பட்டான். சிறிய தொந்தி இருந்தது. விலை உயர்ந்த பட்டு வேஷ்டியை அணிந்திருந்தான். அவன் கழுத்திலிருந்து கனமான தங்கச் சங்கிலி தொங்கியது. அவன் முடி நீளமாக இருந்தது, அதை எண்ணை தடவிக் கட்டியிருந்தான்.

‘இது உன் மகளா?’ என்று ராவணன் சிறுமியைக் காண்பித்துக் கேட்டான்.

அவன் ராவணனையும் அவளையும் மாறி மாறிப் பார்த்தான். அவன் கடற்-கொள்ளை வணிகனான ராவணனின் திடகாத்திரமான உடற்கட்டைப் பார்த்தான். அவனுடைய விலை உயர்ந்த ஆடை ஆபரணங்களைப் பார்த்தான். வாடிக்கையாளன், செல்வந்தன் என்று உணர்ந்தான். ‘ஆமாம், என் மகள்தான்.’

‘எனக்கு உன்னிடம் ஒன்று கேட்க வேண்டும். எனக்குத் தெரிய வேண்டியது-’

அந்த ஆள் இடைமறித்தான். ‘ஒரு மணி நேரத்திற்கு ஒரு தங்கக் காசு. என் வீட்டிலேயே ஒரு அறையைப் பயன்படுத்திக் கொள்ளலாம். வேறு விதமாக அவளைப் பயன்படுத்திக்

கொள்ள வேண்டும் என்றால், அவள் வாயையோ, பின் புறத்தையோ என்றால், விலை அதிகம். அவளைக் கட்டி வைத்தோ இல்லை அடித்தோ அனுபவிக்க வேண்டுமானால், விலை பேசிக் கொள்ள வேண்டும். அவளுடைய எலும்பை உடைத்துவிட்டால் அவளால் குறைந்தபட்சம் பல மாதங்களுக்குச் சம்பாதிக்க முடியாது.'

ராவணன் அந்த ஆளின் அருகே நடந்தான்.

'என்ன வேண்டும்?' என்று தந்தை சற்றே புரியாமல் கேட்டான்.

பதிலுக்கு ராவணன் ஆக்ரோஷமாகத் தன் முஷ்டியை மடித்து அவன் முகத்தைக் குத்தினான். அவன் மூக்கைப் பதம் பார்த்தான். நொறுங்கிய சத்தத்தில் மூக்கு உடைந்ததை உணர்ந்தான். அந்த ஆள் தரையில் விழும்பொழுது, மூக்கில் இருந்து ரத்தம் கொப்பளித்தது. ராவணன் சிறுமியின் பக்கம் திரும்பினான். அவள் தந்தையை வெறித்தபடி நின்றாள். தந்தையின் ரத்தத்தைப் பார்த்தபடி நின்றாள்.

கண்கள் கூட இமைக்கவில்லை. திரும்பவும் பார்க்கவில்லை.

ராவணன் தன்னுடைய ஆட்கள் பக்கம் திரும்பினான். 'அந்த மரத்தில் இவனைக் கட்டுங்கள். மண்டியிட்டபடி இருக்கச் செய்யுங்கள்.'

அருகில் இருந்த நெடிதுயர்ந்த தென்னை மரத்தில் அவனைக் கட்டிப் போட்டனர். மண்டியிட வைத்தனர். கைகள் மரத்தின் பின்னால் கட்டப்பட்டிருந்தன. கால்களும் இறுகிக் கட்டப்பட்டிருந்தன. முகம் ராவணனை நோக்கி இருந்தது. இயலாமையில் கிடந்தான். நுரையீரல்கள் வெடிக்கும் அளவுக்கு அரற்றினான்.

'இந்திரக் கடவுளின் பெயரால் சொல்கிறேன், இந்த முட்டாளின் வாயை அடையுங்கள்,' என்று ராவணன் வெறுப்பில் முகம் சுளித்தான்.

காவலாளி ஒருவன் உடனேயே ஒரு துணியைச் சுற்றி அவன் வாயை அடைத்தான். பிறகு ஒரு பெரிய துணியை எடுத்து அவன் வாயை மூடி மரத்தைச் சுற்றிக் கட்டினார்கள். இப்பொழுது அவனால் அழுது ஆர்ப்பாட்டம் செய்ய இயலவில்லை. தலையைக் கூட அசைக்க முடியவில்லை. ஏதோ முனகினான்.

ராவணன் கும்பகர்ணன் பக்கம் திரும்பினான். அவனிடம் கண்களாலேயே பேசினான். *பார்த்துக் கற்றுக் கொள்.*

'நீ', என்றான் ராவணன் சிறுமியிடம். 'உன் பெயர் என்ன?'

சிறுமி பதில் எதுவும் சொல்லவில்லை. அவளால் பேச முடியாது என்று நினைவு படுத்த நினைத்தான் கும்பகர்ணன். ஆனால் ராவணன் அவனைப் பார்த்து, பேசாதே என்று சைகை செய்தான்.

'இங்கே வா,' என்றான் ராவணன், அவளிடம்.

அவள் அருகே வந்தாள். உயரமான, திடகாத்திரமான ராவணன் அவள் முன்னால் பூதாகாரமாக நின்றான். அவள் அவன் இடுப்பளவு உயரம் கூட இல்லை. சட்டென்று ராவணன் ஒரு கத்தியை உருவினான். அந்தப் பெண் பயத்தில் பின்னால் நகர்ந்தாள்.

'அஞ்சாதே! இந்தக் கத்தி உனக்குத்தான்.' என்று கூறியபடி ராவணன் கத்தியைச் சுழற்றி அவளிடம் கொடுத்தான். ஜாக்கிரதையாகக் கைப்பிடி பக்கத்தை அவளிடம் நீட்டினான்.

அவள் அதை ஆராய்ந்தாள். நீளமாக, திடமாக உலோகப் பிடி. கத்தியின் வெளிப்புறம் கூர்மையாக இருந்தது. உள் பக்கம் பல் பல்லாக இருந்தது. கூர்மையான கத்தியை லாவகமாகச் சதைக்குள் சொருக முடியும். பல் பக்கம் பலத்த சேதத்தை ஏற்படுத்தும். வெளியில் இழுக்கும் பொழுது கூடுதல் வலியை உண்டாக்கும். கோகர்ணாவின் திறமைவாய்ந்த கொல்லர்களால் செய்யப்பட்ட கத்தி. அதை ராவணனே வடிவமைத்திருந்தான்.

சிறுமி கத்தியை இறுகப் பற்றினாள். அவள் கைகள் நடுங்கின. அவள் தன் தந்தையை நோக்கினாள். அவன் கண்கள் பயத்தில் விரிந்தன. அவனுடைய முனகல்கள் உச்ச ஸ்தாயியை எட்டின.

நான் உன் தந்தை....

என்னை மன்னித்துவிடு...

நான் உன் தந்தை...

'என்னுடன் வா,' என்றான் ராவணன். மரத்தில் கட்டப்பட்டிருந்த பரிதாபமான ஆளை அணுகினான். சிறுமி அவனைத் தொடர்ந்தாள்.

அந்த ஆள் இப்பொழுது நடுங்கினான். பதற்றத்தின் உச்சத்திற்குச் சென்றான். தன்னைப் பிணைத்த கயிற்றிலிருந்து

தப்பிப்பதற்காக நெளிந்தான். ஆனால் அவனை இறுக்கமாகப் பிணைத்திருந்தார்கள். அவன் முனகல்கள் மட்டுமே கேட்டன. அனைவரும் மௌனமாக நின்றனர்.

ராவணன் அவனை ஓங்கி அறைந்தான். 'வாயை மூடு!'

ராவணன் சிறுமியைப் பார்த்தான். அவளுடைய தந்தையின் கழுத்தைச் சுட்டிக் காட்டினான். மூளையையும் இதயத்தையும் இணைக்கும் முக்கியமான நரம்பு போகும் இடம் அது என்றான். ஏதோ பாடம் எடுப்பது போல சிறுமிக்குச் சுட்டிக் காட்டினான். வெட்டும் பாவனையைக் காட்டினான். 'இங்கே ஒரு ஆழமான வெட்டு, உன் அப்பா சில நிமிடங்களிலேயே இறந்துவிடுவான்.' பிறகு அவன் இதயத்தைக் காட்டி, அங்கே தன் கையை வைத்தான். 'இங்கே குத்தினால் அவன் இன்னும் விரைவில் இறப்பான். ஆனால் நீ சரியாகக் குத்த வேண்டும். மார்புக் கூட்டுக்குள் கத்தி பட்டால் வெட்டு வளைந்துவிடும். அவை உறுதியான எலும்புகள். சில சமயம் கத்தி மார்புக் கூட்டில் பட்டு வேகமாக நகர்ந்து உன்னையே கூட காயப்படுத்தலாம். அதனால் நீ இதை இப்பொழுது செய்து பார்க்க வேண்டாம் என்றே நான் கருதுவேன். அதற்கான பயிற்சியை நீ பிறகு எடுத்துக் கொள்ளலாம்.'

சிறுமி தலையசைத்தாள். ஆர்வமான மாணவி போல் இருந்தாள். மிகுந்த ஆர்வம் கொண்ட மாணவி.

'அல்லது,' என்று ராவணன் தொடர்ந்தான், அந்த ஆளின் கீழ் வயிற்றைச் சுட்டிக் காட்டினான், 'நீ இங்கே குத்தலாம். அவனுடைய குடலில். அங்கே உள்ள எலும்புகள் உன் கத்தியை வளைக்காது. ஆனால் அதில் பிரச்சனை என்னவென்றால் அவன் ரத்தம் கசிந்து இறக்க வெகு நேரம் ஆகும். அவன் கத்துவதைத் தொடர்ந்து இருபது, முப்பது நிமிடத்திற்குக் கேட்க வேண்டியிருக்கும், அவன் ரத்தம் சிந்தி சாகும் வரைக்கும். அதுவும் குத்து ஆழமாக இல்லையென்றால், ரத்தம் ரொம்ப நிதானமாகக் கசியும். அதற்குப் பல மணி நேரங்கள் ஆகும். அவனிடம் வீணடிக்க எனக்கு நேரம் இல்லை. அதனால் இங்கே குத்துவதாக இருந்தால் ஆழமாக இருக்கிறதா என்று பார்த்துக் கொள்.'

அந்த மனிதன் தப்பிக்கப் பெரும் முயற்சி எடுத்துக் கொண்டிருந்தான்.

'இனி தீர்வு உன் கையில்,' என்றான் ராவணன்.

சிறுமி தந்தையைப் பார்த்தாள். அவளிடம் இருந்த சுய கட்டுப்பாடு அனைத்தும் மறைந்து அவள் கோபத்தில் பதறினாள்.கத்தியைத் தன்னுடைய இரு கைகளாலும் அழுந்தப் பிடித்தாள். அவள் தந்தையின் கண்கள் அவளிடம் கருணை காட்டும்படி கெஞ்சின. கண்ணீர் ஓடி வியர்வையுடனும் ரத்தத்துடனும் கலந்தது.

ராவணன் விலகி நின்று கொண்டு அந்தச் சிறுமி முடிவு செய்யட்டும் என்று காத்திருந்தான்.

ஆனால் அது நடந்த வேகம் அவனையே ஆச்சரியப் படுத்தியது.

அவள் வேகமாகச் செயல்பட்டாள். மறு யோசனைக்கு இடம் இல்லை. தயக்கம் இல்லை. அவள் நிமிர்ந்து நின்று தந்தையைக் குடலில் குத்தினாள். அவள் தோள்களை முன்னே நிறுத்தி ஆழமாகக் குத்தினாள். நிதானமான, கூடுதல் வலியுடன் கூடிய மரணத்தை அவனுக்குத் தந்தாள். அதீத வலியில் அவன் ஒலி எழுப்பினான். அவன் கண்கள் பதற்றத்திலும் வலியிலும் விரிந்தன. அவனுடைய வேதனை அந்தச் சிறுமிக்கு உந்துதலாக அமைந்தது. அவள் கத்தியை இன்னும் ஆழமாகச் செருகினாள். இரண்டு கைகளையும் பயன்படுத்தினாள். கடைசியாக அவள் அந்தக் கத்தியை வெளியே இழுத்ததும் குபீரென்று ரத்தம் வழிந்தது. அவள் கைகள் சிவந்தன. அவள் ஆடைகள். அவள் உடல் அனைத்துமே.

அவள் அசரவில்லை. பின்னால் நகரவும் இல்லை. அவள் அப்பாவின் இளம் சூட்டோடு கூடிய ரத்தத்தில் நனைந்தாள்.

ராவணன் சிரித்தான். 'நல்ல பெண்.'

ஆனால் அந்தப் பெண் இன்னும் முடிக்கவில்லை. அவள் முன்னால் வந்து திரும்பவும் அவனைக் குத்தினாள். மறுபடியும். மறுபடியும். மறுபடியும். எப்பொழுதும் கீழ் வயிற்றிலேயே குத்தினாள். எப்பொழுதும் அவன் குடலையே குறி பார்த்தாள்.

அவள் மௌனமாகவே அந்தச் செயலைச் செய்தாள்.

கோபத்தில் கத்தவில்லை. குரலை உயர்த்தவில்லை. அரற்றல் இல்லை.

பரிசுத்தமான அமைதியான ஆத்திரம்.

அவளுடைய தந்தையின் வயிறு கிழிந்து தொங்கும் வரை குத்தினாள். குடல் வெளியில் வரத் தொடங்கியது.

கும்பகர்ணன் ராவணனிடம் கூறினான், 'அண்ணா, அவளை நிறுத்து.'

ராவணன் இல்லை என்று தலையசைத்து மறுத்தான். இல்லை.

அவன் கண்கள் அந்தப் பெண்ணின் மேல் நிலை குத்தி நின்றன...

கத்தியை உயர்த்தி அவள் தந்தையைத் திரும்பவும் குத்தினாள்.

கடைசியாக அவள் பின்னால் நகர்ந்தபோது, கீழே விழுந்த அவன் உடம்பில் இருபத்தி-ஐந்து முறை அவள் குத்தியிருந்தாள். அவள் முகம், அவள் கைகள், அவள் உடல், அவள் ஆடைகள், அனைத்தும் ரத்தத்தில் தோய்ந்திருந்தன. அவள் தந்தையின் ரத்தத்தில் குளித்தவள் போல் இருந்தாள்.

அவள் திரும்பி ராவணனைப் பார்த்தாள். அவனே ஒரு நிமிடத்திற்கு ஆடிப் போய் விட்டான்.

அவள் சிரித்தாள்.

அவள் ராவணனிடம் நடந்து வந்தாள், மண்டியிட்டாள், ரத்தம் தோய்ந்த கத்தியை அவன் காலடியில் வைத்தாள்.

ராவணன் அவள் தோள்களின் மீது கை வைத்து அவளைத் தூக்கி நிறுத்தினான்.

'உன் பெயர் என்ன?' என்று அவளைக் கேட்டான்.

சிறுமி பதில் பேசவில்லை.

ராவணன் சொன்னான், 'இப்பொழுது, நான் உன் எஜமானன். நீ எனக்குப் பணியாள். நீ எனக்கு விசுவாசமாக இருக்க வேண்டும். நான் உன்னைப் பாதுகாப்பேன்.'

சிறுமி மௌனம் சாதித்தாள்.

ராவணன் மறுபடியும் கேள்வியைக் கேட்டான். 'உன் பெயர் என்ன?'

ராவணனைப் பின்பற்றுபவர்கள் அவனை அழைப்பதற்குப் பயன் படுத்தும் வார்த்தையை அவள் கேள்விப்பட்டிருக்கிறாள். இறைவா. உண்மையான பரம்பொருள்.

பிறகு அவள் பேசினாள். குழந்தைத்தனமான குரலில் பேசினாலும் அது ஆழ்ந்த அமைதியுடன் ஒலித்தது. 'சிறந்த இறைவனே, என் பெயர் சமிச்சீ.'

ஓ

அத்தியாயம் 12

கும்பகர்ணன் அவர்கள் தங்குவதற்காக வைத்தியநாத்தில் வாடகைக்கு எடுத்து இருந்த பங்களாவுக்கு ராவணனும் அவன் கூட்டமும் வந்தடைந்தது. சாதாரணமான கட்டிடம், கோவிலிலிருந்து சௌகர்யமான தொலைவில் இருந்தது. ராவணன் தற்பொழுது பழக்கிக் கொண்டிருந்த எந்த ஆடம்பர வசதிகளும் அற்ற பங்களா. ஆனாலும் சகோதரர்கள் தங்கள் பால் மற்றவர்கள் கவனத்தை ஈர்க்காமல் பதுங்கி வாழவே திட்டமிட்டிருந்தனர். நிறைய கோவில்களைக் கொண்ட வளாகம் அது ஆதலால் சப்த சிந்துவின் அரச குடும்பம் அடிக்கடி அங்கே நடமாடியது. அதனால் பாதுகாப்பு ஏற்பாடுகள் அதிகமாக இருந்தன. ஒரு பிரபலமான கடத்தல்காரன் பிடிபட்டால் அது சப்த சிந்துவின் வரி மேற்பார்வையாளர்களுக்கும், காவல் துறைக்கும் குதிரைக் கொம்பு கிடைத்தது போலாகிவிடும். சகோதரர்கள் தங்களுக்கு வேறு பெயர்கள் சூட்டிக் கொண்டனர்: ஜெய் மற்றும் விஜய், ராவணன் மற்றும் கும்பகர்ணன் என்று அறியப்படவில்லை.

அவர்கள் தங்கும் இடத்திற்கு வந்த ஒரு மணி நேரத்திலேயே ராவணனும் கும்பகர்ணனும் வேதவதியைத் தேடிச் செல்லும் வேலையில் ஈடுபட்டனர். அவள் அங்கிருந்து ஒரு மணி நேரப் பயணித்தில் உள்ள டோடீ என்னும் கிராமத்தில் இருந்தாள்.

வரலாற்றின்படி, கோவில்கள் வெறும் பிரார்த்தனை கூடங்கள் மட்டும் அல்ல, அங்குள்ள இனங்களின் சமூக செயல்பாடுகளை அரங்கேற்றும் இடமாகவும் அமைந்தன. பல கோவில் வளாகங்களில் குளங்கள் இருந்தன.

அங்குள்ள மக்களின் வசதிக்காக அவை அமைக்கப்பட்டன. ஏழைகளுக்குப், பிரசாதம் என்ற பெயரில் உணவு வழங்கப்பட்டது. அருகிலுள்ள கிராமங்களில் வாழ்ந்த குழந்தைகளுக்குக் கல்வி போதிக்கப்பட்டது. பெரிய நகரங்கள் மேற்படிப்பு வசதியும் செய்து தந்தன. சுற்றுப்புறத்தில் உள்ள கோவில்களில் மக்கள் மருத்துவ உதவியையும் நாட முடிந்தது. இதற்கும் அப்பால், கோவில்கள் தானியக் கிடங்குகளாக விளங்கின. மழை பொய்த்தால் இந்தத் தானியங்கள் மக்களுக்கு வழங்கப்பட்டன. செல்வம் சேர்ந்தால், அவர்கள் கட்டிடங்கள் கட்டும் பணியையும் மேற்கொண்டனர். ஏழைகளுக்கு வீடுகள் கட்டிக் கொடுத்தனர், அணைகள் கட்டினர். ஏழைகளும் செல்வந்தர்களும் கோவில்களுக்குக் கொடுக்கும் நன்கொடைகளிலிருந்து இவை அனைத்தும் சாத்தியமாயின.

ஆனால் இப்பொழுது பல விஷயங்களில் நடப்பது போல இவை அனைத்தும் தேய்ந்துவிட்டன. வணிகம் படுத்ததால், நன்கொடைகள் குறைந்தன. பெரிய கோவில்களில் கூட வைப்பு நிதி குறையத் தொடங்கியது. இந்த விஷயங்களை மேலும் மோசமாக்கும் வகையில் அரச குடும்பங்கள் கோவில்களின் பொறுப்பை அபகரிக்கத் தொடங்கின. எதோ ஒரு சப்பைக் காரணம் சொல்லி - இவற்றை ''நல்லபடியாக நடத்துகிறோம்'' என்று கூறி, ஆக்கிரமித்துக் கொண்டனர். சீக்கிரத்திலேயே கோவிலுக்கு வரும் கொடைகளில் பெரும் பகுதி அரசு கஜானாவுக்குத் திருப்பப் பட்டது.

அதனால் சமூகத்துக்குக் கோவில்கள் செய்யும் நற்பணிகளின் எண்ணிக்கை வெகுவாய்க் குறைந்தன. கட்டிடங்களும் சாலைகளும் கூட கட்டப்படாமல் நின்றன.

ஆனால் டோடீயில் அப்படிக் கிடையாது. ஷோசிகேஷ் என்ற நிலச்சுவாந்தார், கிராமவாசிகளுடன் இணைந்து அருகில் ஓடும் ஆற்றுக்கு அணை கட்டினார். கோடை காலத்தில் இந்தத் தண்ணீர்த் தேக்கம் உதவும் என்று நம்பினார். அவர் பொருட்களைக் கொடுக்க கிராமவாசிகள் கூலிக்கு வேலை செய்தனர். அனைவரும் இதனால் பயனடைந்தனர்.

இது போன்ற நினைத்துப் பார்க்க முடியாத இணைந்த செயல்பாட்டுக்கு முக்கிய காரணம் வேதவதி தான். கிராமவாசி களால் நிலச்சுவாந்தார் மீது நம்பிக்கை வைக்க முடியவில்லை என்றாலும், அனைவரும் கன்னியாகுமாரியை நம்பினர்.

அவள் அங்கே நின்று வேலைகளை மேற்பார்வை செய்தாள். சற்றே உயர்ந்த மேடை மேல் நின்று, நெற்றியில் வழியும் வியர்வையைப் பொருட்படுத்தாமல், தன்னைச் சுற்றிப் பறக்கும் தூசியைப் பொருட்படுத்தாமல் வேலையில் ஆழ்ந்தாள்.

அணை கட்டும் வேலை துரிதமாக இயங்கிக் கொண்டிருந்தது. திடகாத்திரமாக இருந்த அனைத்து கிராம வாசிகளும் களத்தில் இறங்கினர். இடைவேளை எடுக்காமல் பணியாற்றினர். வேதவதி நின்ற அதே மேடையில் நிலச்சுவாந்தாரும் நின்றார், வேலையை மேற்பார்வையிட்டார். அவர்கள் நேரம் பார்க்காமல் வேலை செய்யும் அழுத்தத்தை உணர்ந்தார். அவருடைய தான்தோன்றி மகனான சுகர்மனையும் வேலை செய்யும்படி போதித்தார். வெகு விரைவில் அணை கட்டும் வேலை முடியவேண்டும். மழைக்காலம் வந்து விடும் அபாயத்தினால் மட்டும் அல்ல - அதற்கு இன்னும் பல மாதங்கள் இருக்கின்றன. ஆனால் அதற்குக் காரணம் வேதவதி.

அவள் மாதமாக இருக்கிறாள். இதோ அதோ என்று எப்பொழுது வேண்டுமானாலும் பிரசவம் ஆகலாம். வைத்தியநாத் கோவிலுடன் இணைந்திருந்த மருத்துவ விடுதியில் அவள் சேர்வதற்குள், குழந்தை பிறப்பதற்குள் இந்த வேலை முடியவேண்டும். கிராமவாசிகளாகட்டும், நிலச்சுவாந்தாரின் ஆட்களாகட்டும், அங்கு அவள் இருந்தாலன்றி அமைதியாக இணைந்து வேலை செய்ய முடியாது என்றே கருதினர். அவள் ஒருத்தி மட்டுமே அவர்களுக்குள்ளே ஏற்படும் கருத்து மோதல்களைத் திருப்திகரமாகத் தீர்த்துவைக்கும் ஆற்றல் கொண்டவள் என்று இரு தரப்பும் உறுதியாக நம்பினர்.

வேலையிடத்திற்கு சில நூறு கஜம் தள்ளி தங்கள் குதிரைகளைக் கட்டினர், ராவணனும், கும்பகர்ணனும்; ஜாக்கிரதையாக நடந்தே அந்த இடத்தை அடைந்தனர். அவர்கள் தங்களை வெளிக்காட்டிக் கொள்ளாமல் ஒரு நாள் முழுவதும் கன்னியாகுமாரியைக் கண்காணிப்பதுதான் சரி என்று ராவணன் திட்டமிட்டிருந்தான்.

'அண்ணா,' என்று ஆரம்பித்தான் கும்பகர்ணன்.

'மெதுவாக!' என்று அவனை அடக்கினான் ராவணன். 'யாரவது நாம் பேசுவதைக் கேட்டு விடக்கூடும்.'

கும்பகர்ணன் சுற்றும் முற்றும் பார்த்தான். யாரும் கண்ணில் படவில்லை. ஆனாலும் அவன் சொல் பேச்சு கேட்டுக் கடமைக்காகக் கிசுகிசுத்தான். 'அண்ணா, நாம் ஏன் ஒளிந்திருக்கிறோம்? நம்மை யாருக்கும் இங்கே தெரியாது. நீ ஒரு வணிகன், வைத்தியநாத்தைத் தரிசிக்க வந்திருக்கிறாய், என்று கூறலாம். இங்கே ஓய்வெடுப்பதற்காக விடுதியில் தங்கியிருக்கிறாய். பிறகு இந்த முகாந்திரத்துடன் கன்னியாகுமாரியிடம் சென்று பேசலாம். அவள் மட்டுமே உன்னை அடையாளம் கண்டு கொள்வாள்.'

ராவணன் தலையசைத்து மறுத்தான்.

தான் தான் ராவணனின் ஜாக்கிரதை உணர்வுக்குக் காரணமோ என்று கும்பகர்ணன் யோசித்தான். 'நான் முன்பே இங்கு வந்திருக்கிறேன், அண்ணா. இங்குள்ள மக்களுக்கு நாகாக்கள் மீது எந்த விரோதமும் இல்லை. நான் இங்கு பாதுகாப்பாக இருப்பேன்.'

ராவணன் கும்பகர்ணனைப் பார்த்தான். 'உன்னை வெறித்துப் பார்க்கும் எந்தக் கண்ணையும் நான் நோண்டி எடுத்து விடுவேன்,' என்றான் அமைதியாக. அவன் ஜாக்கிரதையாக நடந்தான். சுள்ளியோ, காய்ந்த சருகோ கால் பட்டுச் சத்தம் ஏற்படுத்தக் கூடாதே என்ற ஜாக்கிரதை உணர்வில் இருந்தான்.

கும்பகர்ணன் தனக்குள் சிரித்துக் கொண்டான். அவனுடைய அண்ணன் கவலையாக இருக்கிறான்.

'நீ குழந்தையாக இருந்த பொழுது நாம் டோடீக்கு வெகு அருகில் சில காலம் தாமதித்தோம் என்று உனக்குத் தெரியுமா?' என்றன் ராவணன் தாழ்ந்த குரலில்.

'நீ என்னிடம் கூறியிருக்கிறாய், அண்ணா.' கும்பகர்ணன் தன் கையை உயர்த்தி மூன்று விரல்களை விரித்துக் காட்டினான். 'இந்தக் கடந்த ஐந்து நிமிடங்களில், மூன்று முறை மட்டுமே இதைப்பற்றிப் பேசியிருக்கிறாய்.'

'ஓ! அப்படியா? நான் நினைக்கிறேன் நான் வந்து...'

கும்பகர்ணனின் புன்னகை இம்முறை அகன்று விரிந்தது. தன் அண்ணா இவ்வளவு பதற்றமாக இருந்து அவன் பார்த்ததே இல்லை.

சகோதரர்கள் சரியான பதுங்கும் இடத்தைக் கண்டு பிடித்தனர். அடர்ந்த காட்டுப்பிரதேசம் போன்ற அமைப்பு. ஆனால் அங்கிருந்து ஆற்றங்கரையில் வேலை செய்யும் இடம் தெளிவாகத் தெரிந்தது. வேலையாட்கள் யாரும் இவர்கள் வருகையைக் கவனிக்கவில்லை. இவர்கள் ஒளிந்திருப்பதையும் யாரும் பார்க்கவில்லை. அவர்கள் கடற்கொள்ளைக்காரர்கள் - வணிகர்கள்தானே! தேவையான பொழுது பதுங்குவது அவர்களுக்குத் தொழில் ரீதியாகக் கை வந்த கலை.

வேலையிடத்தில் ஐம்பதுக்கும் மேற்பட்டோர் வேலை செய்து கொண்டிருந்தனர். ஆனால் ராவணனின் கண்களுக்கு ஒருத்தி தான் தெரிந்தாள்.

அவன் மயங்கி நின்றான். அசைவின்றி நின்றான். அவன் கண்கள் வேதவதியின் மீது நிலைத்தன; அவள் கிராம வாசிகளுக்கு நடுவில் நடந்தாள்.

ஓவியம் வரைய உந்துதலாக இருந்த தேவதை, அவனுக்கு உண்மையிலேயே அருள் புரிந்திருந்தாள். அவன் வரைந்திருந்த ஓவியம் போலவே அவள் நேரில் காட்சி அளித்தாள். சாதாரண பெண்களைவிட அவள் அதிக உயரம். சிவப்பு நிறம், வட்டமான முகம், உயர்ந்த கன்ன எலும்புகள், கூர்மையான, சிறிய நாசி. கருத்த அகன்று நின்ற சுருக்கமற்ற இமைகளுடைய கண்கள். நீண்ட கருங்கூந்தல் இடுப்புக்கும் கீழ் பின்னலிடப்பட்டிருந்தது. அவள் வடிவம் அவன் நினைவில் வடு போல் மறையாமல் நின்றது. அவளை வளைவுகளுடன் கூடிய வடிவமான உடல் கொண்ட பெண்ணாகச் சித்திரம் வரைந்திருந்தான். அவள் அதைக் காட்டிலும் மப்பும் மந்தாரமுமாக இருந்தாள். அவளுடைய கந்தலாக இருந்தாலும், சுத்தமாக இருந்த உடைகள் அவள் காந்த சக்தியை எந்த விதத்திலும் குறைக்கவில்லை.

கும்பகர்ணன் கிசுகிசுத்தான், ‘என்னை மன்னித்துவிடு, அண்ணா. கன்னியாகுமாரி கர்ப்பமாக இருக்கும் விஷயம் எனக்குத் தெரியாது. முன்பு அவ்வளவாகத் தெரியவில்லை...’

ஆனால் ராவணன் அதைக் காது கொடுத்துக் கேட்கவில்லை. அவன் அவளையே பார்த்துக் கொண்டிருந்தான், கடைசியில் அவள் முன்னிலையில் அவன் இருக்கிறான் என்பதை அவனால் நம்பமுடியவில்லை.

ராவணன் வரைந்த ஓவியங்களில் இருந்தவள் போலவே தான் வேதவதி இருந்தாலும் அவள் சற்று வேறுவிதமாக

ஏன் தெரிகிறாள் என்ற வித்தியாசத்தைப் புரிந்து கொள்ள கும்பகர்ணனுக்குச் சற்று நேரம் பிடித்தது. அவள் கர்ப்பமாக இருப்பது மட்டுமே காரணம் அல்ல. அது வேறு எதுவோ. ராவணனின் சுவற்றில் அவள் தெய்வீகமானவளாக, அற்புதமாகக் காட்சி தந்தாள். ஆனாலும் தொலைவில், நெருங்க முடியாத இடத்தில் இருப்பது போன்ற தோற்றம் ஏற்பட்டது. ஆனால் நிஜ வாழ்வில் அவள் வேறுபட்டு இருந்தாள். அவள் இன்னமும் தெய்வீகமாகத் தான் காட்சி தந்தாள், அற்புதமாக இருந்தாள், ஆனால் விலகி இருக்கும் குணம் சற்றும் இல்லை. கிராமவாசிகளுடன் பழகும் பொழுது காருண்யமும், அன்பும் அவள் கண்களில் மிளிர்ந்தன. பிரபஞ்சத்தின் அன்னை.

'அண்ணா,' என்று கும்பகர்ணன் கிசுகிசுத்தான்.

ராவணன் தன் கைகளைக் கும்பகர்ணனின் தோளில் வைத்தான். அவன் எதுவும் சொல்லவில்லை என்றாலும் அந்தச் சைகை பேசியது.

அமைதியாக இரு, தம்பி. நான் பார்க்க வேண்டும்... என்னுடைய வாழ்வை என்னை வாழ விடு...

—ஃ|—

கும்பகர்ணன் மென்மையாகச் சொன்னான், 'அண்ணா, நாம் அங்கே செல்லும் நேரம் வந்து...'

அவன் பேசுவதை நிறுத்தினான். ராவணன் கைகளை உயர்த்தி அமைதியாக இருக்கும்படி உத்தரவிட்டான்.

அவர்கள் வைத்தியநாத்திற்கு வந்து ஒரு வாரம் ஆகிவிட்டது. ஒவ்வொரு நாளும் வேலை நடக்கும் இடத்துக்கு வந்தனர், ஒவ்வொரு முறையும் ஒளியும் இடத்தை மாற்றினர். வேலையிடத்தை வேறு வேறு கோணங்களிலிருந்து வேவு பார்த்தனர். வேலையாட்களையும் வெவ்வேறு கோணங்களில் பார்த்தனர். கன்னியாகுமாரியின் தரிசனம் ஒவ்வொரு நாளும் ஒவ்வொரு விதமாக இருந்தது.

மாற்றம் எதில் இல்லை என்றால் அவர்கள் இன்னும் அவளிடம் பேசவில்லை என்பது தான். அவர்கள் தங்களை அறிமுகப்படுத்திக் கொள்ளவும் இல்லை.

கும்பகர்ணனுக்கு என்ன செய்வதென்று தெரியவில்லை. வலிமையான, யாரும் தோற்கடிக்க முடியாத அண்ணன் வேதவதியிடம் பேச, துணிவை வரவழைத்துக் கொள்ள முடியாமல் தவித்தான். பெண்களிடம் பழகும் பொழுது வெளிப்படும் தைரியமும், நளினமும் அவனைக் கைவிட்டு விட்டன போல் தோன்றியது. அவனுடைய வழக்கமான தைரியம் உடைந்ததில் அவன் ஒளிந்தபடி தனக்குப் பிடித்தவளைத் தூரத்திலிருந்து ஆராதித்தான்.

அவனுடைய கன்னியாகுமாரி. அவனுடைய கடவுள்.

ஆனால் கும்பகர்ணனால் அவளையே வெறித்துக் கொண்டிருக்க முடியவில்லை. அதனால் அவன் வேலை செய்யும் மற்றவர்களையும் நோட்டம் விட்டான். கடந்த ஒரு வாரத்தில் அவன் பல கிராமவாசிகளை வேவு பார்த்து விட்டான். அவர்களுக்குளே நடக்கும் பரிவர்த்தனைகள் அவர்களைப் பற்றிய ஒரு கருத்தை அவனுக்குத் தந்தன. ஷோசிகேஷ், நிலச்சுவாந்தார் உண்மையாகவே நல்ல மனிதன் போல் தான் தோன்றினான். இலங்கையிலுள்ள மற்றவர்களைப் போல ஆடம்பர உடைகளை அணியவில்லை. கிராம வாசிகளின் மீது அக்கறை கொண்டவன் போலிருந்தான். கிராமவாசிகள் அவனை நம்பாவிட்டாலும் அவனை மதித்தனர். ஷோசிகேஷின் மகன் சுகர்மன் செல்லம் கொடுக்கப்பட்டவன். சோம்பேறி. சுயநலவாதி. வேலை செய்வதைத் தவிர்த்தான், ஒரு முறை யாரும் பார்க்காத சமயத்தில் பணத்தைக் கூடத் திருடினான். ஆனால் கன்னியாகுமாரியோ அவன் தந்தையோ அருகில் இருந்தால் அவன் நல்ல பிள்ளையாக நடந்து கொண்டான்.

இந்த முட்டாள்களைப் பார்த்துக் கொண்டு என் நேரத்தை நான் ஏன் வீணடித்துக் கொண்டிருக்கிறேன்?

கும்பகர்ணன் தன் அண்ணன் பக்கம் திரும்பினான். ‘அண்ணா...’

ராவணன் திரும்பவும் கையை உயர்த்தி அமைதிப் படுத்தினான்.

இம்முறை கும்பகர்ணன் அமைதியாக இருப்பதாக இல்லை. அவன் பொறுமையின் எல்லைக்கு வந்து விட்டான். ராவணன் அசைவதாகத் தெரியவில்லை. தனது வாழ்நாள் முழுவதும் புதர் பின்னால் ஒளிந்து கன்னியாகுமாரியை வேடிக்கைப் பார்ப்பது தான் குறிக்கோள் என்றாகி விடுமோ என்று

அஞ்சினான். அவன் ஏதாவது செய்தாக வேண்டும். 'அண்ணா, நாம் ஏன் அவளைக் கடத்தக் கூடாது?'

ராவணன் அரண்டு போய் கும்பகர்ணனை முறைத்தான். 'உனக்கு என்ன மூளை கெட்டு விட்டதா? அவள் ஒரு கடவுள்! அவளை எப்படி-'

கும்பகர்ணன் அண்ணன் பேச்சை இடைமறித்தான், மென்மையாகச் சிரித்தபடி, 'அண்ணா, நான் இன்னும் நீ மஹுவா தீவில் பேசிய பேச்சை நினைவில் வைத்திருக்கிறேன். மக்களை-உபயோகித்து-அவர்களை-நமக்குச்-சாதகமாக்கிக்-கொள்ளும்-சக்தி-பற்றிய பேச்சு. நாம் அதில் வல்லுனர்கள் என்று நினைத்தேன்! புதர்கள் பின்னால் ஒளிந்து கொண்டு கிராமவாசிகள் செய்யும் வேலையை வேடிக்கை பார்த்தபடி நாம் என்ன செய்கிறோம்?'

ஒரு நிமிஷம் ராவணனுக்குக் கோபம் தலைக்கு ஏறியது. பிறகு சிரித்துவிட்டு தலையசைத்தான். '*வாமஹ் காமோ மனுஷ்யநாம் யாஸ்மின் கில நிபத்யடே; ஜானே தஸ்மிம் ஸ்த்வனு க்ரோஷஹ ச்நேஹச்ச்ச கில ஜாயதே.*'

மோகினி என்ற பெண் விஷ்ணு விட்டுச் சென்ற வால்மிகிஸ் இனத்தைச் சேர்ந்த ஒரு வியத்தகு அறிவுகொண்ட தத்துவ ஞானியை மேற்கோள் காட்டினான். இது பண்டைய சமஸ்கிருதத்தில் காதலனின் இயலாமையை குறிப்பிடும் பொழுது சொல்லப்படுவது; அதன் பொருள்: *இச்சை என்பதே ஒரு அமானுஷ்யமான உணர்வு. அப்படி இச்சையில் விழுந்தவனுக்குப் பச்சாதாபமும், அன்பும் கூடவே வரும்.*

சொல்லப்படாத உண்மை: அப்படிப்பட்ட ஆண் மகன் பலவீனமானவன்.

கும்பகர்ணனின் கண்களில் விஷம ஒளி பளபளத்தது. அண்ணனைப் பார்த்துச் சிரித்தான்.

ராவணன் திரும்பவும் தொலைவில் இருந்த வேதவதியை நோக்கினான், பிறகு கிசுகிசுத்தான், 'நாளை... நாளை அவளிடம் சென்று பேசலாம்.'

'சரி,' என்றான் கும்பகர்ணன், மரியாதையாகக் கைகளைக் குவித்து வணக்கம் வைத்தான். 'நாங்கள் வைத்தியநாத்திலுள்ள

மஹாதேவ் கோவிலைப் பார்க்க வந்த வணிகர்கள். நாங்கள் ஓய்வு விடுதிக்குச் செல்லும் வழியில் இங்கே எதோ அணை கட்டப் படுவதாகக் கேள்விப்பட்டோம். அதனால் அதைப் பார்வையிட வந்தோம்.'

அவர்கள் தீர்மானித்தபடி ஒரு வழியாகத் தங்களுக்கு விதித்துக் கொண்ட பதுங்கும் இடத்திலிருந்து ராவணனும் கும்பகர்ணனும் வெளியேறினார்கள். சகோதரர்கள் இருவரும் சாமர்த்தியமாக, சாதாரண உடையில் வந்திருந்தனர். இந்த ஏழ்மையான நிலைமையில் தம்முடைய கட்டுப்பாடுகளுக்கு நடுவே முன்னேறத் துடிக்கும் ஒரு சமூகத்தில் அவர்களுடைய செல்வத்தை காட்டிக் கொள்வது மரியாதைக் குறைவானது மட்டுமல்ல, அபாயகரமான செயலாகவும் ஆகலாம். கும்பகர்ணனின் வயது பதின்மூன்று தான். ஆனால் மனிதனின் அடிப்படை உணர்வை அவன் புரிந்து கொண்டான்: பொறாமை.

ஆனால் கிராமவாசிகளுக்கும், நிலச்சுவாந்தாரின் பார்வைக்கும் அவன் இருபது வயது இளைஞனின் தோற்றத்தில் இருந்தான். ஷோசிகேஷைப் பற்றிச் சொல்ல வேண்டுமானால் கும்பகர்ணனின் தோள்களில் வளர்ந்திருந்த கூடுதல் கைகளை அவன் ஒரு முறை கூட வெறிக்கவில்லை. நாகா என்று கும்பகர்ணனை ஒதுக்கவில்லை.

'நீங்கள் எங்கள் உணவைப் பகிர்ந்து கொள்ளுங்கள், சிறந்த பயணிகளே,' என்றான் ஷோசிகேஷ். 'எங்களிடம் அவ்வளவு செல்வம் இல்லை ஆனாலும் எங்களுக்கு எங்கள் தர்மம் தெரியும். *அதிதி தேவோ பவ.*'

கும்பகர்ணனும் கை கூப்பி, தலை குனிந்து வணங்கி, மரியாதை செலுத்தினான். ஷோசிகேஷ் பழைய சமஸ்கிருதத்தில் உள்ள தைத்ரிய உபநிஷதத்திலிருந்து மேற்கோள் காட்டிய வரிகளை உணர்ந்து நடந்தான். *எந்த ஒரு விருந்தினரும், கடவுளுக்குச் சமானம்.* அவன் தன் அண்ணனையும் வணங்கும்படி சைகை செய்தான். ஆனால் ராவணனின் கவனம் முழுவதும் வேறு எங்கோ இருந்தது. அவர்களை நோக்கி நடந்து வந்த பெண்ணின் மீது இருந்தது.

கன்னியாகுமாரி.

கன்னிக் கடவுள்.

வேதவதி.

'உங்கள் பெயர்கள் என்ன என்று கூறினீர்கள்?' என்றான் ஷோசிகேஷ்.

'என் பெயர் விஜய்,' என்றான் கும்பகர்ணன். 'இது என்னுடைய அண்ணன் ஜெய்.'

ஷோசிகேஷ் புன்னகைத்தான், 'உங்கள் இருவரின் பெயர்களின் அர்த்தமும் வெற்றிதான். உங்கள் பெற்றோர்களுக்குப் பெரிய இலட்சியங்கள் இருந்திருக்க வேண்டும்!'

கும்பகர்ணன் சந்தோஷமாகச் சிரித்தான். 'நாங்கள் அந்த இலட்சியங்களைத் தகர்த்துவிட்டோம்!'

ஷோசிகேஷ் முறுவலித்தான். தன்னுடைய சிகப்பு முடியைச் சுட்டிக் காட்டினான். 'என் பெற்றோர்கள் எனக்கு *ஷோசிகேஷ்* என்று பெயர் வைத்தனர். *கொழுந்து விட்டெரியும் தீ* என்பது தான் அதன் அர்த்தம்! ஆனால் என்னிடம் என் முடியைத் தவிர தீ போல் தகிக்கும் எந்தக் குணமும் இல்லை!'

'ஒருவேளை அனைத்துக் குழந்தைகளுமே, பெற்றோர்களின் கனவுகளைத் தகர்ப்பவர்கள் தானோ?' கும்பகர்ணன் அந்த கேலிப் பேச்சைத் தொடர்ந்தான். தன்னுடைய அண்ணன் மயக்கத்திலிருந்து விடுபடுவான் என்று காத்திருந்தான்.

ஷோசிகேஷ் களுக்கென்று சிரித்தான். எதோ ஒரு சமிக்ஞையில் தன் மகன் சுகர்மனை நோக்கினான். அவன் அருகில் தான் அமர்ந்திருந்தான். மற்றவர்கள் வேலை செய்வதை வேடிக்கை பார்த்தபடி இருந்தான். அவன் முகத்திலிருந்த சிரிப்பு மறைந்தது. *சுகர்மன்* என்பதற்குப் பொருள், *நல்ல செயல்களைச் செய்பவன்.* கொடுமையான உண்மைகள், நகைச்சுவையில் ஒளிந்திருந்தாலும் வலியை ஏற்படுத்தத் தவறுவதில்லை. 'சரி, உங்களை எங்களுடன் மதிய உணவு அருந்த வரவேற்கிறோம்.'

ஷோசிகேஷுக்குப் பதில் சொல்லும் வாய்ப்பு கும்பகர்ணனுக்கு அமையவில்லை. வேதவதி அவர்கள் அருகே வந்துவிட்டாள். அவளுடைய இடது கை அவளுடைய கர்ப்பமான வயிற்றின் மீது இருந்தது, அவளுடைய பிறக்காத குழந்தைக்கு ஆதரவாக. கும்பகர்ணன் அவளைப் பார்த்துப் புன்னகைத்தான்.

'எங்களுடைய சிறந்த நிலப்பிரபு ஷோசிகேஷ் சொல்வது சரி,' என்றாள் வேதவதி. 'நீங்கள் எங்களுடன் மதிய உணவு அருந்தலாம்.'

ராவணன் தன் தலையை லேசாக நிமிர்த்திச் சிரித்தான். இவ்வளவு வருடங்களாகக் கேட்க வேண்டும் என்று ஏங்கித் தவித்த குரல் இதுதான். அவன் ஆன்மாவுக்கான களிம்பு போல் இருந்தது. அவனுள்ளே அந்தக் குரலை எதிரொலிக்க விட்டான். அவனுடைய மொத்த உடலிலும் பரவியது. வார்த்தைகளுக்குப் பெரிய மதிப்பில்லை.

அவன் எதோ சொல்ல நினைத்தான். பதிலளிக்க நினைத்தான். ஆனால் அவன் குரல்வளை நெரிக்கப்பட்டது போல் வாயிலிருந்து எந்தச் சத்தமும் வரவில்லை.

வாயடைத்து நின்ற தன் அண்ணனைப் பார்த்தான் கும்பகர்ணன், பிறகு வேதவதியைப் பார்த்தான். வலிக்கும் உண்மை அவனுக்கு விளங்கிற்று. வேதவதிக்கு ராவணன் யார் என்றே நினைவில்லை. அவனை அடையாளம் கண்டு கொள்ளவில்லை.

கும்பகர்ணன் குனிந்து, மிகுந்த மரியாதையுடன், 'சிறந்த கன்னியாகுமாரியே, இது வந்து–'

'நான் இப்பொழுது கன்னியாகுமாரி இல்லை,' என்று அழகாகச் சிரித்தபடி அன்பாக இடைமறித்தாள் வேதவதி.

கும்பகர்ணன் தலையசைத்து ஆமோதித்தான். 'கண்டிப்பாக, சிறந்த வேதவதிஜி. ஆனால் நாங்கள் மதிய உணவுக்குத் தங்க முடியுமா என்று தெரியவில்லை. ஏன் என்றால் நாங்கள்–'

'நாங்கள் தங்குகிறோம்!'

அண்ணனின் உறுதியான கைகள் அவன் தோள்களை முறுக்குவதை கும்பகர்ணன் உணர்ந்திருக்காவிட்டால் அவன் தன் அண்ணனின் குரலை அடையாளம் கண்டிருக்க மாட்டான். அச்சுறுத்தும்படியான குழந்தைக் குரலில் கிரீச்சிட்ட அந்தக் குரல். சக்திவாய்ந்த ராவணனின் கனத்த குரல் அல்ல.

'நல்லது!' வேதவதி ராவணனைப் பார்த்துப் புன்னகைத்தாள். அவள் திரும்பி நடந்தாள்.

கும்பகர்ணன் தன் அண்ணனைப் பார்த்தான்; அவன் வேதவதி செல்வதையே பார்த்தபடி அசட்டுச் சிரிப்பு சிரித்துக் கொண்டிருந்தான், அவன் முகத்தில் இனம் தெரியாத

பாவம். ஆனந்தக் களிப்பு. இதைவிட சந்தோஷமாக அவன் இருந்திருக்க முடியாது.

கும்பகர்ணன் தன் தொண்டையில் எழுந்த உணர்ச்சிப்பந்தை மிடறு விழுங்கினான். முழுமை பெறாத காதலைப் போன்ற கொடுமை உலகில் வேறு எதுவும் இல்லை என்று எங்கோ படித்திருக்கிறான். அவர்கள் சொல்வது தவறு. அதைக் காட்டிலும் கொடுமை வேறு உண்டு: முழுமை பெறாத ஒரு தலைக் காதல், அதிலும் கொடுமை என்னவென்றால் ஒரு தலை காதல் என்ற புரிதலின்மை. தான் அனைத்துக்கும் மேலே ஆராதிக்கும் தன் அண்ணனின் இதயம் இப்படி உடைவதை அவனால் பொறுக்க முடியவில்லை.

அவன் தனக்கு முன் எழுந்திருக்கும் பூதாகாரமான பிரச்சனைகளுக்கு விரைவில் தீர்வு காண வேண்டுமே என்று தீவிரமாக யோசிக்கலானான்.

அத்தியாயம் 13

‘ரொம்ப அதிர்ச்சியாக இருந்தது,’ என்றாள் வேதவதி. ‘நாங்கள் எங்கள் வேலையை வழக்கம் போல செய்து கொண்டிருந்தோம். எங்கிருந்தோ வந்த அவர்கள் எங்களில் ஒருவனைக் கொன்றுவிட்டார்கள். இப்படித் தான் நம் சமூகத்தில் அதிகாரம் இல்லாதவர்கள் சிரமப்படுகிறார்கள்.’

ராவணனும் கும்பகர்ணனும் மறுமுறை டோடீ வந்தனர். அவர்கள் சில நாட்களாக அங்கே வருவதை வழக்கமாக்கிக் கொண்டிருந்தனர். அணை கட்டும் கலையைக் கற்றுக் கொள்வதற்காக வருகிறார்கள் என்ற தோற்றத்தை ஏற்படுத்தினர்.

அன்று அவர்கள் ஷோசிகேஷுடனும், வேதவதியுடனும் உணவு அருந்திக் கொண்டிருந்தனர். வேலை முகாமிலிருந்து தொலைவில் இருந்ததால், தூசு வரவில்லை.

வேலை நடக்கும் இடத்தில் பாதுகாப்பு முறைகளைப் பற்றி அறிந்து கொள்ள கும்பகர்ணன் ஆர்வம் காட்டினான். அவர்கள் கேள்விப்பட்ட, மற்றும் அனுபவித்த பழைய நிகழ்வுகள் மற்றும் விபத்துகளைப் பற்றிப் பேசிக் கொண்டிருந்தனர். ஷோசிகேஷ் வாழ்வை இழந்த ஒரு வேலையாளைப் பற்றிய பேச்சை எடுத்தான். துறைமுகத்தில் வேலை செய்யும் பொழுது அது ஏற்பட்டது என்றான். சிலிகா ஏரியில் நடந்தது என்றான். ஆளுநர் கிரகச்சபாஹுவின் மாளிகை அருகில் நடந்தது என்றான்.

அந்த நிகழ்வைக் கேட்டு கும்பகர்ணன் உறைந்தான். ஆனாலும் தக்க சமயத்தில் சுதாரித்துக் கொண்டான்.

ஷோசிகேஷின் கதையைக் கேட்டு ராவணனுக்கு எந்த பாதிப்பும் ஏற்படவில்லை. பிறகு வேதவதியும் பேசினாள். குரூர ஆட்கள், அவர்களின் குதிரைகளின் குளம்படிகளில் அந்த இளைஞனான வேலையாளைப் பரிதாபமாகக் கொன்றனர் என்றாள்.

ஆளுநர் மாளிகையில் நடந்த திருட்டைப்பற்றிய சுமாரான விவரங்களைக் கூறினான் ஷோசிகேஷ். அனைத்தையும் முதல் முறையாகக் கேட்பது போன்ற பாவனையில் இருந்தான் கும்பகர்ணன். சரியான அளவில் அதிர்ச்சி மற்றும் கோபத்தைக் காட்டினான்.

'நாங்கள் பிறகு கேள்விப்பட்டவரை,' என்றான் ஷோசிகேஷ், 'ஆளுநர் கிரகச்சபாஹுவின் சொந்த நாடான நஹரில் இருந்து வந்த எதிரிகளாக இருக்கலாம் என்று கூடக் கூறினார்கள். இரண்டு யானைகள் சண்டையிட்டால், புல் மிதிபடத்தான் செய்யும். நாங்கள் புல்லாகப் போய்விட்டோம்.'

'ஆனால் இது அதர்மம்,' என்றாள் வேதவதி. 'க்ஷத்திரியர்களுக்குள் என்ன போராட்டம் நடந்தாலும் அப்பாவிகள் அடிபடக் கூடாது என்பதில் அவர்கள் கவனம் செலுத்தவேண்டும்.'

ராவணன் தலையசைத்து ஒப்புக் கொண்டான். அவன் முகபாவத்தை வைத்து எந்தக் கற்பிதமும் செய்ய முடியவில்லை.

'அது உண்மை தான்,' என்றான் ஷோசிகேஷ். 'ஆனால் இந்தக் காலத்தில் யார் தர்மத்தைப் பற்றிக் கவலைப்படுகிறார்கள்? நாம் நம் பண்பாடுகளையும் கலாசாரத்தையும் மறந்துவிட்டோம். நம் மூதாதையர்களுக்கு நாம் ஒரு தர்மசங்கடமாகி விட்டோம்.'

சிலிகாவில் நடந்த திருட்டின் பொழுது, தான் கப்பலிலேயே இருந்ததற்காகக் கும்பகர்ணன் தன் அதிர்ஷடத்தை நினைத்து சந்தோஷப்பட்டான். இந்த ஆட்கள் அவனை அடையாளம் கண்டு கொள்ள முடியாத தொலைவில் இருந்தான். ராவணன் மிக துரிதமாக குதிரையில் சென்றதால் இவர்களால் அவனை அடையாளம் காண முடியவில்லை. முக்கியமாக வேதவதியால் இயலவில்லை. மேலும் மூன்று வருடங்களுக்கு முன்பை விட இப்பொழுது ராவணனின் தாடி அடர்த்தியாக இருந்தது. இப்பொழுது கைப்பிடி போல் வைத்திருந்த வளைந்த மீசை வேறு அவனை மாற்றியிருந்தது.

அவனை அவள் அடையாளம் கண்டு கொள்ளாததே ஒரு அருள் தான். அப்பாவின் ஆசிரமமாகட்டும், சிலிகா ஏரியாகட்டும்.

வேதவதி நிறைமாத கர்ப்பணி, எப்போது வேண்டுமானாலும் குழந்தை பிறக்கக்கூடும். குழந்தை உதைப்பதைப் பார்த்தால் அவள் வலுவான குழந்தையைத்தான் கருவுற்றிருக்கிறாள் என்று தோன்றியது. வலுவான குழந்தைக்குப் போஷாக்கான உணவு தேவைப்பட்டது. அரிசியைப் பாலில் வேகவைத்து ஏலக்காயையும், இஞ்சியையும் தட்டிப்போட்டு உண்பது அம்மாவுக்கும் பிறக்கப் போகும் குழந்தைக்கும் நல்லது என்று கேள்விப் பட்டிருந்தாள். ஆனால் சிறிய கிராமமான டோடீயில் ஏலக்காய் விளைவதில்லை. அங்கு அது கிடைக்கவும் இல்லை. கருப்பு ஏலக்காய் சாதாரணமாகக் கிழக்கு மலையடிவாரத்தில் நேபால், சிக்கிம் மற்றும் பூடானில் தான் விளைந்தது. அது கிடைப்பது சிரமமாக இருந்தது.

ஆனால் மற்றவர்களுக்குச் சிரமம் என்பது ராவணனுக்கு எளிதானது. அவன் தன் ஆட்களை அனுப்பி ஐந்து மூட்டைகள் ஏலக்காயை வாங்கி வரச் செய்தான். ஒரு வேளை உணவுக்கு எவ்வளவு தேவை என்று கணக்கிட்டால் இது மிகவும் அதிகம். அவன் அந்த மூட்டைகளை வேதவதியிடம் கொடுத்து இது மொத்த கிராமத்திற்குமானது என்றான். கட்டிட வேலையை எளிதாக்கும் சில உபகரணங்களையும் வாங்கி வந்திருந்தான்.

அடுத்த நாள் மதிய உணவு உண்ண ராவணனுடன் அமர்ந்த வேதவதி மிகுந்த நன்றியுணர்வுடன் தென்பட்டாள். ஷோசிகேஷ் வைத்தியநாத் சென்றிருந்தான். திடீரென்று தான் ஏதோ ஒரு வேலையை முடிக்க வேண்டியிருந்தது என்று கும்பகர்ணனுக்குச் சௌகர்யமாக நினைவு வந்தது.

இருவரும் அமர்ந்து உண்கையில் ராவணன் அமைதியான தோற்றத்துடன் தான் காணப்பட்டான், ஆனால் அவன் மனதில் புயலடித்துக் கொண்டிருந்தது.

'ஜெய்,' என்று வேதவதி அவளுக்கு அறிமுகப்படுத்தப்பட்ட ராவணனின் பெயரை அழைத்தாள். 'நீ இந்திரப்ரஸ்தா பக்கமா? உன் பேச்சு வழக்கிலிருந்து அப்படித் தான் தோன்றுகிறது.'

தன் பூர்வீகத்தை வேதவதியிடம் ராவணன் சொல்வதாக இல்லை. இன்னும் தயாராக இல்லை. 'நான் அங்கே கொஞ்ச காலம் தங்கியிருந்திருக்கிறேன். அதிக நாள் இல்லை.'

வேதவதி அவனைத் தயக்கத்துடன் பார்த்தாள். 'ஜெய், உன் கொடைக்கு நன்றி. ஆனால் அதற்காக மிகுந்த சிரமம் எடுத்துக் கொள்ளவில்லையே? நான் கேட்கலாம் என்றால், நீ என்ன தொழில் செய்கிறாய்? இவ்வளவு தாராளமாக உதவ எப்படி முடிகிறது?'

'ஓ... நான் வந்து... வணிகத்தில் வேலை செய்கிறேன். இங்குள்ளவர்களுக்குத் தேவையானதை இறக்குமதி செய்வது, மற்ற நாடுகளில் விருப்பப்படுவதை இங்கிருந்து ஏற்றுமதி செய்வது.'

'அப்படியா! லாபகரமாக உள்ளதா?'

நான் ஏலக்காய்க்கும், உபகரணங்களுக்கும் செலவழித்த பணத்தை எங்கேயாவது கை மறதியாக வைத்திருந்தால் கூட நான் அதற்காகக் கவலைப்பட மாட்டேன்.

ராவணன் தன் எண்ணங்களைத் தனக்குள்ளேயே வைத்துக் கொண்டான்... பிறகு, 'ஆமாம் இப்பொழுது நிலைமை கொஞ்சம் சிரமமாகத் தான் உள்ளது. புதிதாக உரிமங்கள் பெற வேண்டியுள்ளன, பல விதமான தடைகள் உள்ளன. இருந்தாலும் பிழைப்பு ஓடுகிறது.'

'இதைக் கேட்க மகிழ்ச்சியாக உள்ளது,' என்றாள் வேதவதி. உண்மையாகவும் நேர்மையாகவும் இருப்பவர்கள் மற்றவர்கள் சொல்வதையும் அப்படியே நம்பி ஏற்கிறார்கள். 'நன்றி ஜெய். நீ கிராமத்துக்குப் பெரிய அளவில் உதவி புரிந்திருக்கிறாய்.'

ராவணன் தோள் குலுக்கினான். ***இது ஒன்றும் பெரிய விஷயம் இல்லை.***

'உதவி செய்யக்கூடிய நிலையில் இருப்பவர்கள் அனைவரும், உதவுவதில்லை,' என்று வேதவதி தொடர்ந்தாள். 'அதுவும் இந்தச் சிரம காலங்களில்.'

'எல்லோரும்... ஜெய் இல்லையே,' ராவணன் சிரித்தபடி பதிலளித்தான், கண் இமைக்கும் நேரத்தில் தன் உண்மைப் பெயரைச் சொல்லாமல் நிறுத்திக் கொண்டான்.

வேதவதி அவன் தற்பெருமையைப் புறம் தள்ளிவிட்டுச் சிரித்தாள். 'இந்தக் கிராமவாசிகள் அதிக கஷ்டங்களை அனுபவித்துவிட்டனர். இங்கு நடக்கும் அனைத்திலும்

மாட்டிக் கொண்டு இன்னல் அனுபவிக்கிறார்கள். தங்களை விட சிரமப்படுபவர்களுக்கு உதவி செய்யும் மனப்போக்கில் யாரும் இல்லை. இந்தியாவின் வழக்கமான கொடை என்பது மெதுவாக மறக்கடிக்கப்படுகிறது. நம் தர்மத்தை மறந்துவிட்டோம்.'

ராவணன் வெளிறிப் போனான். ஆனால் எதுவும் பேச வில்லை.

ராவணனின் முகபாவத்தைத் தவறாகப் புரிந்துகொண்ட வேதவதி அவனிடம், 'உன்னைக் குறை கூறவில்லை,' என்றாள். 'ஆனால் நாடு தழுவிய அனைவரும் இன்று தர்மத்தை ஒரு சடங்காகவும் பேச்சாகவும் மாற்றி விட்டனர். சடங்குகளுக்குப் பின்னால் இருக்கும் தத்துவங்களையும் அவற்றை நாம் ஏன் கடைப்பிடிக்கிறோம் என்ற நெறிகளையும் மறந்துவிட்டோம்.'

'ஓ! நான் உன்னுடன் ஒத்துப்போகிறேன்,' என்றான் ராவணன். 'எங்கு பார்த்தாலும் நிறைய போலித்தனமும் கபடங்களும் பெருகிவிட்டன. ஆனால்...'

'ஆனால், என்ன?' என்றாள் வேதவதி.

'இந்த கிராமவாசிகளைப் பாதிக்கப்பட்டவர்கள் என்று கொள்ள முடியாது.'

வேதவதி ஆச்சரியத்தில் சாப்பிடுவதை நிறுத்தினாள். 'அவர்கள் அப்படி இல்லை என்று நினைக்கிறாயா?'

'ஓ! *அவர்கள்* பாதிக்கப்பட்டவர்கள்தான்.'

வேதவதி சிரித்தபடி உணவை உண்ணத் தொடங்கினாள். 'நீ என்ன சொல்கிறாய் என்பது புரியவில்லை.'

'கண்டிப்பாக அவர்கள் பாதிக்கப்பட்டவர்கள் தான்,' என்றான் ராவணன். 'உலகில் உள்ள அனைவரைப் போலவும். நாம் அனைவருமே. ஆனால் நம்மை நாமே பாதிக்கப்பட்டவர்கள் என்று *நினைத்து* கொள்ளக்கூடாது.'

வேதவதி ராவணனை நிமிர்ந்து சுவாரஸ்யத்துடன் பார்த்தாள்.

அவன் தொடர்ந்தான், 'நம் வாழ்க்கையில் பல சமயங்களில் நமக்குச் சாதகமாக விஷயங்கள் நடப்பதில்லை. அப்படிப்பட்டச் சூழ்நிலைகளில் நாம் பாதிக்கப்பட்டவர்கள் என்று கருதி உலகையே கூட குற்றம் கூறலாம். நம்

கஷ்டங்களுக்கு நாம் பொறுப்பல்ல என்ற ஒரு போலி சுகத்தில் மூழ்கலாம். மற்றவர்கள் நம் வாழ்க்கைத் தரத்தை மாற்ற வேண்டும் என்று கருதலாம். அல்லது நம்மை நாமே எழுப்பி உயரலாம். வலிமையாக இரு. உலகுடன் போராடு.'

'நாம் அனைவரும் ஏதோ ஒரு போராட்டத்தைச் சந்தித்திருக்கிறோம் என்பது உண்மைதான், ஜெய், ஆனால் அனைவரின் துன்பமும் ஒரே மாதிரி இருப்பதில்லை. சிலருக்கு அதிக துரதிர்ஷ்டம் இருக்கிறது. அவர்களுக்கு நம் உதவி தேவை. யாரும் மற்றவர்களின் உதவியை நாடி அவர்களே இந்தக் கஷ்டத்திற்குத் தீர்வு சொல்வார்கள் என்று எண்ணக் கூடாது. என்றாலும், வலிமையானவர்கள் உதவக் கடமைப்பட்டிருக்கிறார்கள்...'

'...''பாதிக்கப்பட்டு விட்டோம்'' என்று பச்சாதாபப் படுபவர்களுக்கு உதவ வேண்டுமா?' என்று ராவணன் இடைமறித்தான்.

'என்ன?'

'எப்பொழுதும் புகார் சொல்லிக்கொண்டும், முனகிக் கொண்டும் இருப்பவர்கள்,' என்ற ராவணன் கைகளை உயர்த்தி உச்சஸ்தாயியில், 'ஐயோ! என்னைப் பார்த்துப் பரிதாபப்படேன். என்னைப் பார், நான் எவ்வளவு கஷ்டப்படுகிறேன். யாரவது வந்து என்னைக் காப்பாற்றுங்கள். நான் சமூகத்தினால் பாதிக்கப்பட்டவன்.'

வந்த சிரிப்பை அடக்குவதற்காக வேதவதி உதடுகளைக் கடித்தபடி முகம் சுளித்து, 'ஜெய், மற்றவர்களின் பலவீனங்களை நாம் ஏற்றுக் கொள்ள வேண்டாம், அதே சமயம் அவர்களைக் கேலி பேசவும் வேண்டாம்.'

'நான் வந்து... நான் அப்படியில்லை... சிறந்த கன்னியா குமாரியே, அவர்களைக் கிண்டலடித்தது ஒருவேளை என் தவறாக இருக்கலாம். என்னை மன்னித்துவிடு. ஆனால் நான் இதை இப்படித்தான் பார்க்கிறேன்: நம் அனைவரின் உள்ளும் ஒரு சிங்கமும், மானும் கண்டிப்பாக உள்ளது. நாம் சிங்கத்தை வளர்த்துக் கொண்டால் மட்டுமே வாழ்க்கையில் ஏதாவது சாதிக்கலாம். நாம் மானை வளர்த்தால் எப்பொழுதும் ஓடி ஒளிந்து கொண்டிருப்போம்.'

'வேட்டையாடுபவன், வேட்டையாடப் படுவது... அப்படியா?'

'ஆமாம்.'

'நாம் எப்பொழுதுமே வேட்டையாடுபவர்களாக இருக்க வேண்டுமா? ஏன் என்றால் வேட்டையாடப்படுபவர்களுக்குச் சொல்லிக் கொள்ளும்படியாகப் பெரிய நற்குணங்கள் எதுவும் இருக்காது தானே?'

'நம்மால் நமக்காகவே சண்டையிட முடியாவிட்டால் நாம் எப்படி நம்மைச் சார்ந்திருப்பவர்களுக்கு உதவமுடியும்?'

'அப்போ, நீ இதை இப்படித் தான் பார்க்கிறாயா? வேட்டையாடும் ஒவ்வொருவனும் சிறந்த வீரன். வேட்டையாடப்படுபவர்களுக்கு எந்த மதிப்பும் இல்லையா?'

'நீ என் வாதத்தை ஒப்புக் கொள்ளவில்லையா, வே...வேத... கன்னியாகுமாரி?

வேதவதி அவனைப் பரிதாபத்துடன் பார்த்தாள். ராவணனுக்குத் திக்கு வாய் போல, அதனால் தான் ஒருவரின் பெயரைச் சொல்லும் பொழுது திக்கினான். அதுவும் 'வ' சத்தம் சுத்தமாக வரவில்லை. அதனால் அவன் அவளைக் கன்னியாகுமாரி என்று அழைப்பதை அனுமதித்தாள்.

'ஜெய், நீ பஞ்சதந்திரத்தைப் பற்றிக் கேள்விப் பட்டிருக்கிறாயா?'

ராவணன் உடனேயே தலையாட்டினான், 'தெரியுமே!' என்றான்.

இந்தியாவில் ஒவ்வொரு குழந்தைக்கும் பஞ்சதந்திரம், போதிக்கப்பட்டிருந்தது. இவை ஐந்து முக்கிய குணங்களின் ஒப்பந்தம். இவற்றைக் கதை வடிவில், விலங்குகள் பேசுகின்றன, என்பது போலச் சொல்லி போதனைகள் செய்யப்படும்.

'சிலசமயம்,' என்றாள் வேதவதி, 'நாம் விலங்குகளின் நீதிக் கதைகளில் இருந்து தர்மத்தைக் கற்க வேண்டியது இல்லை. நாம் நிஜ விலங்குகளிடமிருந்தே கூட தர்மத்தைக் கற்கலாம்.'

ராவணன் முன்னால் சாய்ந்தான், அவனுடைய ஆர்வம் தூண்டப்பட்டது.

'இது பல ஆண்டு காலங்கள் முன்னால் நடந்தது,' என்றாள் வேதவதி.' நான் அப்பொழுது கன்னியாகுமாரியாக இருந்தேன். நான் நிறைய பயணம் சென்றிருக்கிறேன். தைரியம் வாய்ந்த ஆந்திரர்களின் ஊர்களுக்கும் சென்றிருக்கிறேன்.

அவர்களின் ஆற்றுத் துறைமுகமான அமராவதிக்குச் சென்றேன்.'

'நானும் போயிருக்கிறேன். மிகவும் அழகான இடம். நகரத்தின் பெயருக்கு ஏற்ப இருக்கும்.'

'ஆமாம், மக்கள் பலரும் இன்னும் நம்புவது, அவர்களுடைய நவீன நகரம் இருக்கும் அதே இடத்தில் தேவர்களின் தலைவனான இந்திரக்கடவுள் பல நூற்றாண்டுகளுக்கு முன்னால் வசித்தார் என்று.'

'ஆமாம், நானும் கேள்விப்பட்டிருக்கிறேன். ஒரு வேளை அது உண்மையாகக் கூட இருக்கலாம்.'

'சரி; நாங்கள் அங்கே தங்கியிருந்த பொழுது அதை ஆண்ட மன்னன் எங்களைக் காட்டுக்குள் பயணம் கூட்டிச் சென்றான். இந்தக் காடு புனித ஆறுகளான கிருஷ்ணா மற்றும் கோதாவரிக்கு நடுவே இருந்தது. காட்டின் பெரும்பாலான பகுதி புல் தரை தான். நாங்கள் யானைகளின் மீது பயணம் செய்தோம். பகல் வேளையில் வயதான சிங்கம் ஒன்றையும் அதன் குட்டிகளையும் கண்டோம்.' வேதவதி சற்று நிறுத்திவிட்டுக் கேட்டாள். 'வயதான பிறகு பல சிங்கங்களுக்கும் நேரும் கதி என்னவென்று தெரியுமா?'

'ஆமாம்,' என்று ராவணன் தலையசைத்தான். 'அதைக் காட்டிலும் பரிதாபமான விஷயம் எதுவும் இல்லை. சிறந்த வேட்டையாடுபவன் தன் இளம் வயதைக் கடப்பது போன்ற பரிதாபம். நான் அடிக்கடி பார்த்திருக்கிறேன்: வயதான சிங்கத்துடன் போட்டியிடும் மற்றொரு சிங்கம். அது கண்டிப்பாக இளைய சிங்கமாகத் தான் இருக்கும். கிழச் சிங்கம் ஒருவேளை சண்டையில் இறக்காமல் பிழைக்க நேர்ந்தாலும் அது அந்த எல்லையை விட்டு ஓடவேண்டும். இளஞ் சிங்கம் மொத்தக் கூட்டத்துக்கும் தலைவனாக விளங்கும். பெண் சிங்கங்கள் தங்கள் விசுவாசத்தைப் புதிய ஆண் சிங்கத்திற்கு அளிக்கும். இந்த இளஞ்சிங்கம் சில நேரம் கிழச் சிங்கத்தின் குட்டிகளைக் கூடக் கொன்றுவிடும். அம்மா சிங்கங்கள் பக்கத்தில் நின்று செய்வதறியாமல் பார்க்கும். புதிய எஜமானனிடம் இருந்து வந்த ஆணை என்று கருதும் - புதிய கூட்டம், புதிய விதிகள்.'

'நீ பார்த்த கிழச் சிங்கம் தன் குட்டிகளுடன் இருந்தது என்றால் அது எப்படியோ அவற்றைக் காப்பாற்றி இருக்க

வேண்டும். புதிய சிங்கத்தின் கோபத்திற்கு ஆளாகாமல் இவை தப்பித்திருக்கும்.'

'இருக்கலாம்,' என்றாள் வேதவதி. 'உனக்குத் தெரியும் வேட்டையாடுவது கிழச் சிங்கத்திற்குச் சிக்கல் என்று. சில குட்டிகளுக்கு வேறு உணவு அளிக்க வேண்டுமானால் வாழ்க்கை பெரும் போராட்டமாகத்தான் மாறும். இந்தச் சிங்கத்தின் குட்டிகள் பசியில் வாடின. அதுவும் பசியால் வாடிப் போயிருந்தது. அவை பலவீனமாக இருந்தன. ஏதாவது கிடைக்காதா என்று இயலாமையில் இருந்தன.'

'அடுத்து என்ன நடந்தது, சிறந்த கன்னியாகுமாரியே?'

'நாங்கள் பார்க்கும்பொழுது அந்தச் சிங்கம் புல் தரையின் அந்தக் கோடியில் இருந்தது. அதன் பின்னால் மூன்று குட்டிகள் நின்றன. மான் கூட்டத்திலிருந்து பிரிந்து வந்த மான்கள் மேய்வதை அந்தச் சிங்கம் பார்த்தது. ஒரு அம்மா மானும் அதன் நான்கு குட்டிகளும் மேய்ந்து கொண்டிருந்தன. ஒரு குட்டி மற்றதை விட நோஞ்சானாகத் தெரிந்தது. குடும்பத்தின் கடைசிக் குட்டி.'

'சிங்கக் குட்டிகளுக்குத் தீனி...'

ராவணனின் முதல் கவலை சிங்கத்துக்கும் அதன் குட்டிகளுக்கும் தான் என்பதை வேதவதி கண்டு கொண்டாள். வேட்டையாடுபவன் கிழமாகவும், பலவீனமான வனாகவும் இருந்தாலும் ராவணன் அவனுடன் தன்னை அடையாளப்படுத்திக் கொண்டான். 'கண்டிப்பாக. ஆனால் நினைவில் கொள், சிங்கம் வயதானது. வேடன்தான், இருந்தாலும் வேட்டையாடும் திறன் குறைந்த நாட்கள். அது என்ன செய்திருக்கும் என்று நீ நினைக்கிறாய்?'

'அது கண்டிப்பாக நோஞ்சான் மான் குட்டியைத்தான் வேட்டையாடியிருக்கும். அதன் மாமிசம் குறைவாக இருந்தாலும் அதைக் கண்டிப்பாகக் கொல்ல முடியும் என்று அதற்குத் தெரியும். உணவே இல்லை என்பதற்குப் பதில் குறைந்த உணவு கிடைத்தாலும் பரவாயில்லை தானே. அதன் குட்டிக்ள் இன்னொரு நாள் உயிர் வாழும். இன்னும் கொஞ்சம் வலிமை ஆகும்.'

வேதவதி முறுவலித்தாள். 'நீ வேடனின் மனநிலையை நன்றாகப் புரிந்து வைத்திருக்கிறாய், ஜெய்'.

ராவணன் அவள் புன்முறுவலைப் பிரதிபலித்தான். அவள் கூறியது பாராட்டா என்று புரியவில்லை.

‘நீ சரியாக யூகித்தபடி சிங்கம் நோஞ்சான் மானைத் தாக்கியது,’ என்று வேதவதி தொடர்ந்தாள். ‘பெண் மான் தனக்கு ஏற்பட்டிருக்கும் அபாயத்தை உணர்ந்தது. தலையை நிமிர்த்தியது. கண்கள் அசைவை நோட்டம் விட்டன. சிங்கத்தைப் பார்த்தவுடன், அவள் உடனே நகர்ந்து தன் குட்டிகளை உஷாராக்கினாள், அவை மரங்களை நோக்கி ஓடின. அவை ஒன்றின் மீது ஒன்று மோதி, குதித்தன. அவை துரிதமாகச் செயல்பட்டன. ஒன்றைத் தவிர. சிங்கம் வேகத்தை அதிகரித்தது. அது பலவீனமாக இருந்தாலும் அது ஒரு சிங்கம். சின்ன மான் குட்டிக்கும் அதற்கும் இருந்த தூரம் குறைந்தது. நொடிகளில் அவற்றிற்கிடையே இருந்த தூரம் குறைந்துவிடும் என்ற நிலைமையில் சிங்கத்துக்கும் அதன் குட்டிகளுக்கும் அன்று உணவு கிடைக்கும் போலிருந்தது.’

‘பிறகு என்ன ஆச்சு?’

‘ஆனால் நாங்கள் ஆச்சரியமடையும் வகையில் அம்மா மான் நிதானித்தது. மற்ற குட்டிகள் மரங்களடர்ந்த இடத்திற்குப் பாதுகாப்பாகப் போய் விட்டதைப் பார்த்தது. அவை நொடியில் அடர்ந்த காட்டிற்குள் ஓடிவிடும். சிங்கத்திடம் இருந்து தப்பிவிடும். நோஞ்சான் இன்னும் திணறிக் கொண்டிருந்தது. அம்மா ஓடுவதை நிறுத்திவிட்டது. அப்படியே நின்றது.’

ராவணன் தன் மூச்சை இழுத்துப் பிடித்து இருக்கிறான் என்பதை உணர்ந்தான். ‘பிறகு?’

‘சிங்கம் மானை நோக்கியது. முழுதும் வளர்ந்த ஒரு மான், நோஞ்சானை விட சிங்கத்துக்கும் அதன் குட்டிகளுக்கும் நிறைய நாட்கள் உணவாக இருக்கும். அது தன் பாதையை மாற்றிக் கொண்டது. பெண் மான் அசையாமல் அப்படியே நின்றது. சிங்கம் அதனைத் தாக்கியது.’

‘கடைசி நிமிடத்தில் பெண் மான் ஓடவில்லையா? தன் குழந்தையிடமிருந்து கவனத்தைத் திசை திருப்பி விட்டதே?’

வேதவதி தலையை ஆட்டி மறுத்தாள். ‘இல்லை. அது அப்படியே நின்றது. நோஞ்சான் பாதுகாப்புத் தேடி ஓடுவதைப் பார்த்துக் கொண்டிருந்தது.’

‘சிங்கம் என்ன செய்தது?’

'சிங்கமும் சட்டென்று நின்றது. சில கஜங்கள் இடைவெளி தான் மானுக்கும் சிங்கத்துக்கும் இடையே இருந்தது. அது குழம்பிவிட்டது. நோஞ்சான் தன் சகோதரர்களுடன் பாதுகாப்பை அடைந்து விட்டது. அவை அம்மாவைப் பார்த்துப் பரபரப்பாக ஓலமிட்டன. அவளைத் தப்பிக்கச் சொல்லிக் கெஞ்சின. ஆனாலும் பெண் மான் அசையாமல் அப்படியே நின்றது. ஒரே ஒரு முறை குரல் கொடுத்தது. தன்னுடைய குழந்தைகளை அருகே வராதே என்ற எச்சரிக்கைக் குரல் போலிருந்தது. அவற்றை ஓடிப் போகச் சொல்லி எச்சரித்தது. அடுத்து என்ன நடக்கும் என்பதை அவைபார்க்க வேண்டாம் என்று கருதியது போலிருந்தது.'

ராவணன் அமைதியாக இருந்தான். *என்ன ஒரு அம்மா...*

வேதவதி சொன்னாள், 'கதை இங்கே முடியவில்லை.'

'பிறகு என்ன நடந்தது?'

'சிங்கம் மான் குட்டிகளைப் பார்த்தது. அவை பிடிக்கும் தொலைவிலேயே இல்லை. அவை அம்மாவுக்காக அழுது கெஞ்சின. பிறகு சிங்கம் அம்மா மானைப் பார்த்தது. குதிக்கும் தூரத்தில் நின்று கொண்டிருந்தது. சிங்கம் அப்படியே உறைந்தது. அதற்கு முன்னால் நின்ற அற்புதமான அந்த மானைக் கொலை செய்ய விருப்பம் இல்லாதது போல் நின்றது. தன் குட்டிகள் தொலைவில் நின்று கொண்டிருந்ததைப் பார்த்தது. அவை பசியுடன் உணவுக்காகக் காத்திருந்தன.'

வேதவதியின் முகபாவம் மாறியதைப் பார்த்தான் ராவணன். அவள் காட்டில் நடந்த அந்த நிகழ்வைத் திரும்பவும் நினைவு கூர்ந்தாள்.

'அந்தச் சிங்கம் என்ன செய்ய வேண்டும்? தர்மம் என்ன சொல்கிறது? நல்ல தந்தையாக இருந்து மானை அடித்து, குட்டிகளுக்கு உணவு கொடுக்க வேண்டுமா? அல்லது தன்னுடைய நல்ல குணத்தைப் பயன்படுத்தி ஒரு அற்புதமான அம்மாவுக்கு வாழ்க்கையைப் பரிசாகக் கொடுக்க வேண்டுமா?'

'எனக்கு... எனக்குத்... தெரியவில்லை,' என்றான் ராவணன்.

'விலங்குகளுக்கு தர்ம சிந்தனைகள் கிடையாது என்று நாம் நினைக்கிறோம். அவற்றால் தர்மத்தைப் *பேச முடியாமல்* இருக்கலாம். ஆனால் அவற்றிடம் தர்மம் இல்லை என்று

நாம் ஏன் கருதவேண்டும்? தர்மம் அனைவருக்கும் பொது. அனைவரையும் தொட்டுச் செல்லும்.'

ராவணன் மௌனமாகக் கேட்டுக் கொண்டிருந்தான். மனமும் மூளையும் சேர்ந்து கேட்டது.

வேதவதி தொடர்ந்து பேசினாள், 'தர்மம் சிக்கலானது. அது எப்பொழுதும் *எது* என்பதைக் கேட்காது, *ஏன்* என்றுதான் கேட்கும். சிங்கம் சந்தோஷத்துக்காக வேட்டையாடியிருந்தால் - சாதரணமாக விலங்குகள் அப்படிப்பட்ட செயல்களில் ஈடுபடாது - அதை ஒரு அதர்மச் செயல் என்று நாம் கூறிவிடலாம். பசியால் வாடும் தன்னுடைய குட்டிகளுக்கு இரை தேடத்தான் அது வேட்டையாடியது, அதனால் அது தன் தர்மத்திற்குக் கட்டுப்பட்டு தான் இருந்தது. சூழ்நிலை தன்னை மீறிப் போகும்படி பெண் மான் நடந்து கொண்டு குட்டிகளைக் காப்பாற்றாமல் இருந்திருந்தால், அது செய்தது அதர்மம் என்று சொல்லலாம். தன் குட்டிகளைக் காப்பாற்றுவதற்காக அது தன்னையே தியாகம் செய்ய நினைத்தது தர்மம். தர்மத்தைப் பொறுத்தவரையில் நோக்கம் செயலை விட முக்கியமானது. ஆனால் ஒன்று தெளிவாக உள்ளது. *நிச்சயமாகக்* கடமையை உன் உயிருக்கும் மேலாகக் கருதினால் தான் தர்மம் நிறைந்த வாழ்வை வாழ முடியும். சுயநலம் உன்னைத் தர்மத்திடம் இருந்து விலகி நிற்க வைத்துவிடும்.'

'வாழ்க்கை மானுக்கும், சிங்கத்துக்கும் நியாயமற்றதாகத் தான் இருந்திருக்கிறது,' என்றான் ராவணன் யோசித்தபடியே. 'இருவருமே பாதிக்கப்பட்டவர்கள்தான்.'

'வாழ்க்கை அனைவருக்குமே நியாயமற்றதாகத் தான் இருக்கும். சாக்ய புத்தா சொன்னது போல வாழ்க்கையின் அடிப்படை உண்மை *துக்கம்*. இந்த மாய உலகம் முழுவதும் பரவியிருக்கும் *சோகத்திலிருந்துத்* தப்பிக்கும் மார்க்கம் இல்லை. உண்மையை ஏற்றுக் கொள்வதுதான் அதை முறியடிக்க உதவும் முதல் படி.'

'அனைவரும் போராடுகிறார்கள்... நாம் அவர்களிடமிருந்து பாடங்களும் புரிதல்களும் கற்க வேண்டும். அவர்களைச் சீர் தூக்கிப் பார்க்கக் கூடாது.'

'சரியாகச் சொன்னாய். மற்றவர்களை மதிப்பீடு செய்யாமல் இருந்தால் நம் இதயத்தில் பலருக்கு உதவ இடம் இருக்கும். அது உன்னைத் தர்மத்தின் பாதையில் செலுத்தும்.'

'ஆனால் இவை அனைத்தும் எப்படி முடியும் சிறந்த கன்னியாகுமாரியே? சிங்கம் மானைக் கொன்றதா இல்லையா?'

'இந்தக் கதையின் மையப் புள்ளி அது இல்லை, ஜெய்.'

ராவணன் சிரித்தான். கேள்விகள் கேட்பதை நிறுத்தினான்.

'இது ரொம்ப நேரம் எடுத்துக் கொள்கிறது, அண்ணா,' என்றான் கும்பகர்ணன். இப்பொழுது அவர்கள் வைத்தியநாத்தில் கிட்டத்தட்ட ஒரு மாதத்திற்கு மேல் தங்கிவிட்டனர். 'மாரீச்சன் மாமா நம்மை எவ்வளவு சீக்கிரம் வர முடியுமோ வரச் சொன்னார். ஆப்பிரிக்க வேலை-'

ராவணன் கையை உயர்த்தி அவனை நிறுத்தினான். 'மாரீச்சனால் கையாள முடியாத விஷயமோ வேலையோ எதுவும் இல்லை.'

'ஆனால் அண்ணா, நம் குழு, சமிச்சீ, அவர்கள் அனைவரும் எதுவும் செய்யாமல் அமர்ந்திருக்கிறார்கள். ஏன் இப்படி ஓய்வு விடுதியில் அடைந்து கிடக்கிறோம் என்பது கூடத் தெரியாமல்-'

ராவணன் தம்பியை இடைமறித்தான், 'அவர்களுக்கு ஏதாவது வேலை கொடு, கும்பா. ஏதாவது ஒரு சிறிய வணிகப் பயணத்தில் அவர்களை அனுப்பு.'

கும்பகர்ணன் மௌனமானான். ஜன்னலுக்கு வெளியே ஒரு கனவுப் பார்வையைச் செலுத்தினான், ராவணன். பின் இரவு நேரம். சில் வண்டுகளின் சத்தம் மட்டுமே கேட்டது. எப்பொழுதாவது தொலைவில் ஆந்தை கத்தியது. வேதவதியுடன் நடத்திய நீண்ட சம்பாஷணைக்குப் பிறகு ராவணன் விடுதிக்குத் திரும்பியிருந்தான். அவன் நிலவைப் பார்த்துப் பெருமூச்செறிந்தான்.

'இன்று அழகாக இருக்கிறது, இல்லையா?'

கும்பகர்ணன் திரும்பி நிலவைப் பார்த்தான். அவனுக்கு அது சாதாரணமாகத் தான் பட்டது. அவன் சத்தமாக மூச்சை வெளியேற்றி ராவணனைப் பார்த்தான். 'அண்ணா...'

'உஷ்ஷ்!' அவனுக்கு அருகில் இருந்த ராவணஹதாவை ராவணன் எடுத்தான். 'கேளு. நான் புதிதாக ஒன்றை வாசிக்கிறேன்.'

அவன் வாத்தியத்தை எடுத்து ஸ்ருதி சேர்த்தான். பிறகு தொடங்கினான்.

அதைக் கேட்ட முதல் முறையிலிருந்தே கும்பகர்ணன், ராவணஹதாவை ஒரு சோகமான இசைக் கருவி என்று முடிவு செய்திருந்தான். அது இதயத்தைப் பிசைந்து உலுக்கி கண்களில் நீரை வரவழைத்தது.

ஆனால் இன்றிரவு ராவணனின் வசீகரமான குரல், அவன் இயற்றியிருந்த மெல்லிசையுடன் ஒன்றி, காற்றின் கிசுகிசுப்புக்குள் கலந்து, ராவணஹதாவுடன் இணைந்து ஒரு தேவ இசையை எழுப்பியது. அது ஆனந்தக் களிப்பையும், சந்தோஷத்தையும் அளித்தது. சோக கீதம் எழுப்பும் அந்த இசைக் கருவியிலிருந்து அவன் ஆனந்தத்தை வெளிப்படுத்தும் மெல்லிசையை மீட்டினான்.

எதிர்மறையை நேர்மறையாக்கும் சாத்தியக்கூறு எப்பொழுதும் உண்டு. ஆனால் ஒரு கடவுளால்தான் அந்த மாற்றத்திற்கு உந்துதலாக அமையமுடியும்.

அத்தியாயம் 14

நீங்கள் ஆழமாகக் காதலிக்கும் பெண், அவளைப் பற்றிய கனவில் அவளை ஆராதித்து வந்த உங்களுக்கு அந்தப் பெண் என்றென்றும் கிடைக்க மாட்டாள் என்ற நிலைமை வந்தால் என்ன செய்வீர்கள்? மனதைக் கல்லாக்கிக் கொண்டு வாழ்க்கையை எப்படியோ நடத்திச் சென்று அவள் இன்றி வாழப் பழகிக் கொள்வீர்கள்.

விதியின் விளையாட்டால் அவளைச் சந்திக்க நேர்கிறது. அவள் வேறு யாருக்கோ உரிமையாகி விட்டாள் என்று தெரிகிறது. இந்த உண்மையைப் புறம் தள்ள நினைக்கிறீர்கள். அவளுடைய வாழ்க்கையில் இருக்கும் மற்றொருவனை புறம் தள்ளுகிறீர்கள். அவன் மீது ஏற்படும் வெறுப்பை அடக்குகிறீர்கள்.

ஆனால் அவளிடமிருந்து விலகி நிற்க முடியவில்லை. அவளை இன்னும் நன்கு அறிந்து கொள்கிறீர்கள். இன்னும் ஆழமாகக் காதலில் விழுகிறீர்கள் - அது சாத்தியமென்றால். பிறகு அடுத்தவனைச் சந்திக்கிறீர்கள்... கணவனை. நீங்கள் எதிர்பாராத அனைத்துமாக அவன் இருக்கிறான். அழகன். நேர்மையானவன். கருணையானவன். தாராளமானவன். நீங்கள் எப்பொழுதுமே இருக்க முடியாத அளவுக்குக் கண்ணியமானவன்.

அவன் அவளைக் காதலிக்கிறான். நீங்கள் காதலிக்கும் அளவுக்குக் காதலிக்கிறான். அவளை மதிக்கிறான். நீங்கள் மதிப்பதைக் காட்டிலும் கூடுதலாக மதிக்கிறான்.

உங்கள் ஆழ்மனதில் ஒரு பூதத்தின் குரல் ஒலிக்கிறது, மென்மையாக, ஆனால் உங்களுக்குப் பிடிக்காத குரல். நீங்கள்

ஒப்புக் கொள்ள முடியாத உண்மையைப் பறை சாற்றும் குரல்: ஒருவேளை, அவன் அவளுக்கு உன்னை விட அனைத்து விதத்திலும் உகந்தவனோ என்கிறது.

அப்பொழுது நீங்கள் என்ன செய்வீர்கள்? என்னதான் செய்வீர்கள்?

செய்யக்கூடிய ஒரே விஷயம் அந்த ஆளை மேலும் வெறுப்பது, முன்பு இருந்ததைக்காட்டிலும் கூடுதல் வெறுப்பைக் கக்குவது.

அதுதான் தர்க்க ரீதியான விஷயம். ராவணன் தனக்குள் அதைத் தான் சொல்லிக் கொண்டான்.

வேதவதியின் கணவன், ப்ரித்வி, கிராமத்திற்குத் திரும்பியிருந்தான். இதைக் கேள்விப்பட்டதும் ராவணன் சில நாட்கள் அங்கே செல்லாமல் இருந்தான். சொந்த வேலை இருப்பதாகச் சொல்லித் தட்டிக் கழித்தான். ஒரு நாள் தாங்க முடியாமல், என்ன தான் நடக்கிறது, ஒரு கை பார்த்துவிடுவது என்று தைரியத்தை வரவழைத்துக் கொண்டு கும்பகர்ணனுடன் வேலை நடக்கும் இடத்திற்குச் சென்றான்.

பிற்பகல் நேரம். ஜில்லென்ற தென்றல் காற்று அன்றைய சூட்டைத் தணித்தது. அணை கட்டும் வேலையைத் தொடர்வதற்காக, ஷோசிகேஷ் சில உபகரணங்களை ஏற்பாடு செய்வதற்காகச் சென்றிருக்கிறான் என்றுதான் கூறப்பட்டது. ஆனால் ராவணனுக்கு உண்மைக் காரணம் தெரியும். கோவில் உண்டியலிலிருந்து திரும்பவும் சுகர்மன் திருடி மாட்டிக் கொண்டான்; சூதாட்டக் கடன் தீர்ப்பதற்காக அவ்வாறு செய்ததாக மகன் சொன்னதால் ஷோசிகேஷ் பணத்தை ஏற்பாடு செய்ய அலைந்து கொண்டிருந்தான். யாருக்கும் தெரியாமல் விஷயத்தைக் கமுக்கமாக முடிக்க நினைத்தான் ஷோசிகேஷ். இந்தத் தகவலை ராவணன் தனக்குள்ளேயே வைத்துக் கொண்டான். கர்ப்பமாக இருந்த வேதவதியைக் கவலைக்கு ஆளாக்க வேண்டாம் என்று நினைத்தான்.

'மறுமுறை நன்றி, ஜெய்,' என்றான் ப்ரித்வி, ராவணனைப் பார்த்து. மேற்குக் கோடியில், இந்தியாவில், பலோச் பகுதியில் இருந்த நிறைய மக்களைப் போல ப்ரித்வி உயரமாக இருந்தான், நன்றாகச் செதுக்கிய முகம், நல்ல களையான முகம், வெண்மையான நிறம். ராவணனே அவன் அழகன் என்று ஒப்புக் கொள்ள வேண்டியிருந்தது. 'நீ கொடுத்து

உதவிய உபகரணங்கள் எங்களுக்கு மிகவும் உதவியாக இருந்தது. வேலையின் வேகம் அதிகரித்துவிட்டது. தர்மம் மற்றும் கொடையில் நம்பிக்கை இருக்கும் தொழிலதிபனைப் பார்ப்பது மனதுக்குச் சந்தோஷமாக இருக்கிறது.'

ராவணன் சிரித்தான், கைகளைச் சங்கடமாக அசைத்து, தான் வெறுத்த ஆணின் பாராட்டை எப்படி ஏற்பது என்று தெரியாமல் தவித்தான்.

'உங்கள் பயணம் எப்படி இருந்தது, ப்ரித்விஜி?' என்றான் கும்பகர்ணன்.

வேதவதியை ஒரு முறை பார்த்துவிட்டு ப்ரித்வி பதிலளித்தான். 'ரொம்ப நன்றாக இருந்தது. இம்முறை நான் நல்ல லாபம் ஈட்டினேன். அறுநூற்றி-ஐம்பது பொற்காசுகள்.'

நக்கலடிக்காமல் இருப்பதற்கு ராவணன் சிரமப்பட்டான். *இது நல்ல லாபமா? நான் ஒரு மணி நேரத்தில் இந்தப் பணத்தை ஈட்ட முடியும்.*

'கடைசியாக, என் மனைவியையும், குழந்தையையும் பார்த்துக் கொள்ளும் அளவுக்குப் பொருள் ஈட்டிவிட்டேன்,' என்று வேதவதியின் கைகளைப் பிடித்தபடி ப்ரித்வி பேசினான்.

வேதவதி ஆதுரத்துடன் அவன் தோளில் சாய்ந்தாள். ராவணன் முகத்தைத் திருப்பிக் கொண்டான். அருகிலிருந்த மரத்தில் அமர்ந்திருந்த பறவைகளை முனைப்புடன் பார்த்தான்.

'நீங்கள் சரியான சமயத்தில் திரும்பியிருக்கிறீர்கள்,' என்றான் கும்பகர்ணன்.

'ஆமாம்,' என்றான் ப்ரித்வி பெருமையாக. 'எங்களின் குழந்தை உலகைப் பார்ப்பதற்கு இன்னும் சில வாரங்களே உள்ளன.'

கும்பகர்ணன் தலையசைத்து ஒப்புக்கொண்டான். 'அணை கட்டுவதற்கு இன்னும் பல உபகரணங்கள் தேவைப்படுகின்றன என்று நான் நினைக்கிறேன், அது வேலையை எளிதாக்கும். உங்களுக்கு நேரம் இருந்தால் நான் அவற்றை உங்களுக்குக் காண்பிக்க முடியும்.'

ப்ரித்வி வேதவதியைப் பார்த்தான்.

'நான் ஓய்வெடுத்துக் கொள்கிறேன், ப்ரித்வி,' என்றாள் வேதவதி. 'எனக்கு முதுகு வலி உயிர்போகிறது.'

ப்ரித்வி சிரித்தபடி வேதவதியின் கன்னங்களை மென்மையாக வருடினான். 'நான் சீக்கிரமே திரும்பிவிடுகிறேன்,' என்றான்.

ப்ரித்வியுடன் கும்பகர்ணன் கிளம்பியதும் ராவணனின் இறுக்கம் சற்றே தளர்ந்தது. 'எவ்வளவு சிரமமாக இருக்கிறது? வைத்தியநாத்திலிருந்து ஏதாவது மருந்து அனுப்பட்டுமா?'

வேதவதி தலையை அசைத்து மறுத்தாள். 'இல்லை. அது தேவை இல்லை என்று நினைக்கிறேன். இன்னும் ஒரு வாரத்தில் நாங்களே வைத்தியநாத்துக்குக் கிளம்புகிறோம்.'

ராவணன் தலையாட்டினான், தன் உணர்ச்சிகள் வெளியே தெரியாமல் பார்த்துக் கொண்டான்.

'அவன் நல்லவன், தெரியுமா?' என்றாள் வேதவதி.

ராவணன் அவளை ஆச்சரியத்துடன் பார்த்தான். 'கண்டிப்பாக நல்லவன்தான். நான் வேறு மாதிரி நினைக்கவே மாட்டேன்.'

'நான் அவனைக் காதலிக்கிறேன். அவன் என்னுடைய கணவன்.'

'நான்... கண்டிப்பாக... என்ன சொல்ல வருகிறேன் என்றால்...'

வேதவதி ராவணனின் கண்களையே இமைக்காமல் பார்த்தாள். அவனுடைய உணர்ச்சிகளைப் பாதிக்காமல் அவளுடைய விஷயத்தைச் சொல்ல வேண்டும் என்று நினைத்தாள்.

'நாம் எங்கே முதலில் சந்தித்தோம்?' என்று சட்டென்று கேட்டாள்.

ராவணன் அப்படியே உறைந்தான். அவள் என்ன கேட்டாள் என்று அவனுக்குப் புரியவில்லை.

'நான் ஒரு நாள் விஜயிடம், நீங்கள் இருவருமே என்னை முன்னாலேயே பார்த்தது போலவே நடந்து கொள்கிறீர்களே என்று கேட்டேன். ஒருவேளை என்னைக் கன்னியாகுமாரியாக நீங்கள் சந்தித்திருக்கிறீர்களா என்று கேட்டேன். எனக்குச் சரியாகச் சொல்ல முடியவில்லை, ஆனால் உங்களை எங்கோ சந்தித்தது போலவே இருக்கிறதே என்று நினைத்தேன். உண்மையைச் சொல்லப் போனால் விஜயைப் பார்த்ததாகச் சொல்லமாட்டேன். நான் அவனைப் பார்த்திருந்தால் கண்டிப்பாக நினைவில் வைத்திருப்பேன்.' வேதவதி

கண்ணுக்கு எதிராகத் தெரிந்ததைச் சொல்லாமல் மரியாதையாக இருந்தாள் - கும்பகர்ணனின் நாகா என்ற அடையாளத்தை யாராலும் மறக்க முடியாது. 'அதனால் நானும் நீயும் முன்பு எங்கோ சந்தித்திருக்கிறோம் என்பது எனக்குத் தெரியும். ஆனால் நாம் எங்கு சந்தித்துக் கொண்டோம்?'

ராவணனின் நாக்குக்கு அந்தப் பொய் எளிதாக வந்தது. 'நான் வைத்தியநாத்துக்குப் பல ஆண்டுகளுக்கு முன்னால் வந்திருந்தேன். நான் கன்னியாகுமாரி கோவிலுக்கு வந்திருந்தேன். நீ என்னை ஆசீர்வாதம் செய்தாய். அது ரொம்ப நாள் முன்னால் நடந்தது. நாம் இருவருமே குழந்தைகளாக இருந்தோம். என்னிடம் ஏதோ பரிச்சயம் தெரிகிறது என்று நீ சொல்வதே எனக்கு வியப்பாக இருக்கிறது.'

வேதவதி ராவணனின் கண்ணுக்குள் ஊடுருவிப் பார்த்தாள். ஒரு நிமிடத்திற்கு அவள் அவன் பொய்யைக் கண்டுபிடித்துவிட்டாளோ என்று அஞ்சினான். அவள் வெறுமனே தலையசைத்தாள்.

'நீ ருத்ரக் கடவுளின் பக்தனா?'என்று வேதவதி கேட்டாள்.

ராவணன் சிரித்தபடி கழுத்தில் அணிந்திருந்த தன்னுடைய ஏகமுக ருத்ராக்ஷத்தைத் தொட்டுப் பார்த்தான். 'ஆமாம் நான் பக்தன்தான். ஜெய் ஸ்ரீ ருத்ரா!'

'ஜெய் ஸ்ரீ ருத்ரா!' என்று வேதவதியும் சொன்னாள். சிரித்தபடி அவள் தன்னுடைய ருத்ராக்ஷத்தைத் தொட்டாள். 'சரி உன்னை நான் ஒன்று கேட்கிறேன்: அவருடைய செயல்களுக்கு நீ பக்தனா, அல்லது அவர் மகாதேவ் என்பதைக் குறிக்கும் நிலைக்கு பக்தனா?'

ராவணன் முகம் சுளித்தபடி கேட்டான், 'இரண்டுக்கும் ஏதாவது வித்தியாசம் இருக்கிறதா?'

'கண்டிப்பாக இருக்கிறது.'

'ஒருவனை விவரிக்க வேண்டுமானால் அவன் யார் என்பதில் அவன் செயல்களும் சேர்ந்ததுதான். அவனுடைய தொழில் மற்றும் ஆசாபாசங்கள். கர்மா தான் ஒருவனை வரையறுக்கிறது. ஒருவனுக்குக் கர்மா இல்லை என்றால் அவன் யார் என்று யாருக்கும் தெரியாது. அவன் இறந்தவனுக்குச் சமம்.'

வேதவதி சிரித்தாள். 'கர்மா முக்கியம் இல்லை என்று நான் சொல்ல வரவில்லை. ஆனால் அது மட்டுமே முக்கியம் இல்லை. மற்ற விஷயங்களும் இருக்கின்றன.'

‘மற்றவை என்ன?’

‘*ஸ்வதத்வா*, பழைய சமஸ்கிருதத்தில் இதன் அர்த்தம் உன் *சுயத்தின் சுருக்கம்*. இன்னும் எளிமையாகச் சொன்னால் நீ என்ற உயிரினம், உன் இருப்பு.’

‘இருப்பா?’

‘இருப்பு என்பது சிக்கலான வார்த்தை. புரிவது கடினம். தர்மத்தைப் போலத்தான்.’

‘எனக்கு தர்மம் புரிகிறது.’

‘அப்படியா, என்ன?’ என்று வேதவதி சிரித்தாள்.

‘சரி, ஒப்புக் கொள்கிறேன். தர்மம் என்பது சிக்கலான விஷயம் தான். பல பிறப்புகளில் அதன் பரிமாணங்களைப் பற்றி நாம் விவாதிக்கலாம். ஆனால் இருப்பு என்பது அவ்வளவு கடினம் அல்ல, தானே?’

‘கடினம்தான். இருப்பைப் புரிந்து கொள்வதற்கு முன் நீ கர்மாவைப் புரிந்து கொள்ள வேண்டும். உன் செயல்கள் தான் உன் கர்மா. நீ என்ன செய்கிறாயோ அது தான் கர்மா. மற்றவர்களைப் பாதிக்கும் செயல்களை நீ ஏன் செய்கிறாய், என்று சொல்லு? நீ ஒரு எதிர் வினையை எதிர்பார்க்கிறாய் - அதாவது அது உன்னை மகிழ்ச்சியாக்கக் கூடிய எதிர்வினையாக இருக்கும் என்பது உன் எதிர்பார்ப்பு.’

‘அதனால் கர்மா என்பது ஒரு கொடுக்கல்-வாங்கல், அதனால் சுயநலமானது என்கிறாயா?’

நான் இந்த அற்ப கிராமத்துக்குக் கொடுத்த கொடை இவள் அருகில் இருப்பதற்கான முயற்சி என்று இவளுக்குத் தெரியுமா?

வேதவதி தலையை அசைத்தாள். ‘எது நல்லது எது தீயது என்பதற்குள் செல்ல வேண்டாம். அது அதுவாகத்தான் இருக்கும். அது தான் கர்மா. அவ்வளவுதான். கர்மா கண்டிப்பாகக் கொடுக்கல்-வாங்கல் சம்பந்தப்பட்டது தான்.’

‘இருப்பு அப்படி இல்லையா?’

‘இல்லை. அது அப்படி இல்லை. அதனால்தான் அது முக்கியம் வாய்ந்தது. சக்தி வாய்ந்ததும் கூட.’

‘எனக்குப் புரியவில்லை.’

‘உனக்குக் கண்டிப்பாகக் கூறி இருப்பார்கள், மனதிற்கு அமைதி தேட ஒரே வழி அமைதியையும் முனைப்பையும் கடைப்பிடிப்பது என்று.’

'ஆமாம்,' என்று ராவணன் தன் கண்களை உருட்டினான்.

'நீ ஏன் உன் கண்களை உருட்டினாய்?'

'நான் அப்படிச் செய்ய வேண்டும் என்று நினைக்கவில்லை. மன்னித்துவிடு.'

வேதவதி சிரித்தாள். 'நான் அதைத் தவறு என்று சொல்லவில்லை. ஏன் அப்படிச் செய்தாய் என்று தான் கேட்டேன்.'

ராவணன் மென்மையாகச் சிரித்தான். 'மற்றவர்களிடம் அமைதியாகவும், முனைப்பாகவும் இரு என்று அறிவுரை வழங்குவது வெகு சுலபம். ஆனால் அதை எப்படிக் கடைப்பிடிப்பது என்று யாரும் சொல்வதில்லை!'

'சரியாகச் சொன்னாய். பிரச்சனையே அதுதான். ஏதோ செய்தால் தான் அந்த நிலையை அடைய முடியும் என்று பலரும் நினைக்கிறார்கள். தொழிலில் வெற்றி, அல்லது விடுமுறைக்குச் செல்வது, அல்லது சரியான நண்பர்களைத் தேடுவது, அல்லது வேறு கணவனையோ மனைவியையோ தேடுவது... ஆனால் அந்த மாற்றங்களைச் செய்த பின்பும், அவர்கள் அமைதி அடைவதில்லை. பிறகு இன்னும் கூடுதலாக ஏதாவது செய்ய வேண்டும் என்று நினைக்கிறார்கள். வித்தியாசமாக. இது முடியாத சுழற்சி. அடிப்படையில் அமைதியும் முனைப்பும் எட்டாப் பொருளாக இருப்பதற்குக் காரணம், மக்கள் அதை அடைய ஏதாவது செய்ய வேண்டும் என்று நினைப்பதுதான், நல்ல கர்மாவைச் செய்து, அதை அடைவது.'

'அதனால் நம் பிரச்சனை கர்மாவின் மேல் உள்ள முனைப்பா?'

'ஆமாம். உன் மொத்த கவனமும் கர்மாவின் மீது இருந்தால் அமைதியும், முனைப்பும் வராது. கர்மா என்பது ஏதோ கிடைக்கப் போகிறது என்று எதிர்பார்த்துச் செய்யும் செயல். நீ ஒருவருக்குக் கொடை அளித்தால் அவர்கள் குறைந்தபட்சம் உனக்கு மரியாதையாவது தரவேண்டும் என்ற எதிர்பார்ப்பு. அது ஒரு கொடுக்கல்-வாங்கல். உன்னுடைய செயல்களுக்கான எதிர்வினைகள் நீ எதிர்பார்த்தது போல் அமையாவிட்டால், நீ கை விடப்பட்டதாகத் துக்கப்படுகிறாய். இதையும் விடக் கொடுமை என்னவென்றால், நீ செய்த கர்மாவுக்கான உன் எதிர்பார்ப்பு எதிர்வினையாக அமைந்து

விட்டால், அதனால் கிடைக்கும் மகிழ்ச்சி மிகவும் தற்காலிக மானது. திருப்தியின்மைதான் உறுதி என்று அறிந்தால் மனதிற்கு எப்படி அமைதி கிட்டும்?'

'எப்படி?'

'உனக்கு விதிக்கப்பட்டிருந்த இருப்பாக இருப்பது. உன் *ஸ்வதத்வாவுக்கு* உண்மையாக இருப்பது.'

ராவணன் பின்னால் சாய்ந்தான். தர்க்கத்தின் அழகு அவன் மனதில் நிறைந்தது.

வேதவதி தொடர்ந்தாள், 'செயல்களில் கவனம் செலுத்தாதே என்று நான் சொல்ல வரவில்லை. கர்மா இன்றி நாம் இறந்ததற்குச் சமம். ஆனால் கர்மா நம் வாழ்வின் மையமாக இருக்கக் கூடாது. நாம் நம் இருப்பை, ஸ்வதத்வாவை உண்மையில் கண்டுபிடித்து, நாம் யார் என்பதற்கு இணங்க வாழ்ந்தால், அனைத்தும் எளிதாகிவிடும். நாம் அதை ஏன் செய்கிறோம் என்றால் அது நம் இருப்புக்கு இணங்கி இருக்கிறது. நாம் எதற்குப் பிறந்தோமோ அதற்கு இணக்கமாக இருக்கிறது.'

வேதவதியுடன் இருந்த இந்த சில வாரங்களில் இவ்வளவு அமைதியும், முனைப்பும் பெற்றதாக நினைவில்லை. அவளிடம் அவனுக்கான பதில்கள் இருந்தன. இந்தப் பதில் களுக்கான கேள்விகள் அவன் மனதில் எழும்பி இருந்தன என்பதையே அவன் உணரவில்லை. 'நான் எதற்காகப் பிறந்திருக்கிறேன், சிறந்த கன்னியாகுமாரியே? என் ஸ்வதத்வா என்ன?'

'ஒரு கதாநாயகன்.'

ராவணன் கடகடவென்று வாய் விட்டுச் சிரித்தான். வேதவதி மௌனமாக இருந்தாள், அவள் சொன்ன உண்மையில் நம்பிக்கையாகவும், உறுதியாகவும் இருந்தாள்.

ராவணன் தன் சிரிப்பை அடக்கிக் கொண்டு சொன்னான், 'என்னை மன்னித்துவிடு, கன்னியாகுமாரி. நான் கதாநாயகன் அல்ல. நீ கண்டிப்பாக அப்படிப்பட்டவள். நான் இல்லை. நான் யார் என்று சொன்னால்...' ராவணன் தீயவன் என்று சொல்ல வந்து நிறுத்திக் கொண்டான்.

வேதவதி முன்னால் சாய்ந்தாள், 'உன் ஸ்வதத்வா அதை உன்னிடம் கேட்கிறது. உனக்குக் கதாநாயகனாக ஆசை. உனக்கு ஒரு *ஆர்யாவாக* விருப்பம். நீ *கண்ணிய*

மாக இருக்க ஆசைப்படுகிறாய். அதனால்தான் நீ எந்தக் காரணங்களுக்காகவோ சப்த சிந்துவை விட்டு நீங்கியிருந்தாலும் திரும்பவும் இங்கேயே வந்திருக்கிறாய். நீ இலங்கையில் வசிப்பவன் என்று கேள்விப்பட்டிருக்கிறேன். சப்த சிந்துவில் உள்ள அனைத்துச் செல்வந்தர்களும் அங்கே தான் ஓடி மறைகிறார்கள். ஆனால் நீ திரும்பவும் இங்கேயே வருகிறாய். ஏன்? இங்குள்ள ஆர்யர்களின் மதிப்பையும், ஏற்பையும் நாடுகிறாய். நீ யார் என்பதை ஒப்புக் கொள்ளும் வரை உனக்கு மன அமைதி கிட்டாது.'

ராவணன் மௌனமாக இருந்தான். அவன் கண்கள் திரை விழுந்தது போல மின்னின. அவன் திரும்பவும் சிறுவனாக உணர்ந்தான். வேதவதியின் ஒப்புதலைப் பெறத் துடித்த சிறுவன். கன்னியாகுமாரியின் ஒப்புதல். அவன் இதயம் படபடத்தது. அவள் சுகந்தத்தை அவனால் சுவாசிக்க முடிந்தது. பல வருடங்களுக்கு முன்னால் இருந்து அவனைத் துரத்தும் நறுமணம். அவன் மனதில், அவளுடைய இளம் குரலின் ஆணைகள் கேட்டன.

நீ இதை விடச் சிறந்தவன். முயற்சி செய்.

இல்லை, நான் அப்படி இல்லை.

ஆமாம், நீ அப்படித் தான். இவனாகத் தான் நீ ஆக வேண்டும்.

நான் என் அப்பாவைக் காயப்படுத்த விரும்புகிறேன். அவரை வெறுக்கிறேன்.

அவரை வீழ்த்த வேண்டுமா?

ஆமாம்.

உன் அப்பாவைக் கண்டிப்பாக வீழ்த்து. அவரைக் காயப்படுத்தி அதைச் செய்யாதே. அவரை விடச் சிறந்தவனாக விளங்கி வீழ்த்து.

'ஜெய்?'

வேதவதியின் குரல் ராவணனை அவனுடைய இறைச்சலான உள் உலகத்திலிருந்து வெளியே இழுத்தது. 'மன்னித்துவிடு... என்ன?'

'நீ, சப்த சிந்துவின் பிரபுக்களின் மரியாதைக்கு ஏங்குகிறாய் என்று நான் சொல்ல வரவில்லை. அவர்களிடம் ''ஆரியத்தனம்'' எதுவும் இல்லை. ஆனால் உண்மையான

ஆரியர்களிடமிருந்து நீ அந்த மதிப்பை எதிர்பார்க்கிறாய். நம் பழமை முறைகளை இன்னும் நினைவில் கொண்டு இருப்பவர்கள். உண்மையிலேயே கண்ணியமானவர்கள். இன்று அவர்களிடம் அதிகாரம் இல்லாமல் இருக்கலாம், ஆனால் அவர்கள் தர்மத்துடன் வாழ்பவர்கள். அவர்களின் ஒப்புதல் உனக்கு அவசியம். ஜெய் நீ செய்ய வேண்டிய தெல்லாம், நீ யார் என்பதை ஒப்புக் கொள்வதுதான். உனக்கு அமைதி கிடைக்கும்.'

அவள் அவனைத் தீவிரமாகப் பார்த்தாள், 'குறைந்தபட்சம் முயற்சி செய்.'

'அது நாம் திட்டமிட்டது போல் நடக்கவில்லை,' என்றான் கும்பகர்ணன்.

அவன் டோடீயிலிருந்து திரும்பியிருந்தான். ராவணன் அவனை அங்கே அனுப்பி, ப்ரித்விக்கு வேலை தருவதாகச் சொல்லச் சொல்லியிருந்தான். அவன் வரவுக்காக விடுதியில் ஆவலாகக் காத்திருந்தான். ஆனால் செய்தி ஏமாற்றமாக இருந்தது.

'அவர்களிடம் அனைத்தையும் சொன்னாயா?' என்று ராவணன் கேட்டான். 'முக்கியமாகப் பணத்தைப் பற்றிப் பேசினாயா?'

'ஆமாம், அண்ணா, கண்டிப்பாகப் பேசினேன். இது உனக்கு எவ்வளவு முக்கியம் என்று நான் அறிவேன்.'

'அந்த முட்டாள் செய்ய வேண்டியதெல்லாம் என்னுடைய தனிப்பட்ட காரியதரிசியாக இருப்பது தானே,' என்றான் ராவணன். 'கடிதங்கள் எழுதுவது. நிச்சயமாக அவனால் கூட இதைச் செய்ய இயலும். அதற்காக நான் அவனுக்கு ஆண்டுக்கு இரண்டாயிரம் பொற்காசுகள் சம்பளம் கொடுக்கத் தயார்! ஏன் வேண்டாம் என்றான்?'

'ஒருவேளை நீ அளித்தது, வேதவதிக்கு ரொம்ப தாராளமாகத் தோன்றியதோ?'

'கன்னியாகுமாரியா? அவள் ஏன் இதற்குள் புகுந்தாள்?'

'அதாவது, ப்ரித்வி நீ அளித்த வேலையைக் கேட்டு ரொம்ப ஆர்வமாக இருந்தார். குழந்தை பிறந்த சில மாதங்களில்

அவர்கள் இலங்கைக்குப் பயணிக்கலாம் என்று கூறினார். பிறகு வேதவதிஜியிடம் இதைப் பற்றிக் கேட்கச் சென்றார். அவள் வேண்டாம் என்று சொல்லிவிட்டாள்.'

'ஆனால் ஏன்? அவளுக்கு நான் வேண்டும் என்று...'

'என்ன வேண்டும்?'

'ஒன்றும் இல்லை. அவள் ஏன் மறுத்தாள்?'

'காரணம் சொல்லவில்லை.'

'ஆனால், நீ அவளைக் கேட்டாயா?'

'நான் கேட்டேன், அண்ணா.'

ராவணன் முகத்தைத் திருப்பினான். ஜன்னல் வழியாக வெளியே பார்த்தான்.

'பிறகு அவள் விநோதமாக ஒன்றைச் சொன்னாள்.'

'என்னது?'

'அவள் உன்னிடம் சொல்லச் சொன்னாள், அவளுக்குச் சிறிது நேரம் தேவைப்பட்டது, ஆனால் அவள் கடைசியாக நினைவு கூர்ந்து விட்டாள் என்று.'

'என்ன நினைவுக்கு வந்ததாம்?'

'முயலும், எறும்புகளும்.'

ராவணன் கும்பகர்ணனைப் பார்த்து ஸ்தம்பித்துப் போனான். அவன் அடையாளம் கண்டு கொள்ளப்பட்டான். அவளுக்கு எவ்வளவு தெரியும்? அவளுக்குத் திருட்டைப் பற்றியும் தெரியுமா? அது தெரிந்தால் அவள் அவனை வெறுப்பாள். 'அவள் சிலிகாவைப் பற்றி ஏதாவது சொன்னாளா? கிரகச்சபாஹுவைப் பற்றி?'

'இல்லை. அவள் ஏன் சொல்லப் போகிறாள்? அதை அவள் நம்முடன் இணைத்ததாகத் தெரியவில்லை.'

ராவணன் மௌனமானான்.

'ஆனால், அண்ணா, அவள் சொன்ன முயலுக்கும், எறும்புகளுக்கும் என்ன அர்த்தம்?'

ராவணன் பதிலளிக்கவில்லை.

அத்தியாயம் 15

'நான் நல்லது செய்வதற்கு நீ ஆதரவாக இருப்பாய் என்றல்லவா நினைத்தேன்,' என்றான் ராவணன்.

ராவணன் தனியாக டோடீக்கு வந்திருந்தான் வேதவதியைச் சந்திப்பதற்காக. அவனால் இனி வெகு நாட்கள் இங்கே தங்கியிருக்க முடியாது, அவன் இலங்கைக்குத் திரும்ப வேண்டும். அவன் பல காலமாக இலங்கையை விட்டு வந்து விட்டான். ஆனால் அவள் இன்றி அவன் எப்படித் திரும்பு வான்? ராவணன் ஆற்றொண்ணாத் துயரத்தில் இருந்தான் - அவளை எப்படியாவது சம்மதிக்க வைக்க வேண்டும்.

'என்னால் பயணம் செய்ய முடியாது,' என்றாள் வேதவதி.

'உனக்குக் குழந்தை பிறந்த பின்? அப்பொழுது நீ வரலாமே?'

வேதவதி மௌனமாக இருந்தாள்.

'தயவு செய்து வா... உன்னைக் கெஞ்சிக் கேட்கிறேன்.'

'நான் உனக்குத் தேவை இல்லை என்பது உனக்குத் தெரியும்.'

'இல்லை, நீ எனக்குத் தேவை. தயவு செய்து... எதுவும் மாற வேண்டாம். நீ அவனுக்கு மனைவியாக இரு... ப்ரித்விக்கு. உன்னிடம் நான் எந்தக் கோரிக்கைகளையும் வைக்க மாட்டேன். நீ இலங்கையில் இருந்தால் போதும். அங்கே இரு... நான் தினமும் உன்னைப் பார்த்துக் கொண்டிருக்கிறேன்... அவ்வளவு தான் நான் கேட்பது... தயவு செய்து... வேதா... சிறந்த கன்னியாகுமாரியே!'

'உனக்கு நான் தேவை இல்லை,' என்று வேதவதி மறுமுறையும் அமைதியாகச் சொன்னாள்.

ராவணனின் கண்களில் கண்ணீர் பெருக்கெடுத்தது. 'எனக்கு வேண்டும். எனக்குத் தெரியும், எனக்கு எது வேண்டும் என்று.'

'இல்லை. உனக்குத் தெரியாது. அப்படித் தெரிந்தால், அது ஏற்கனவே உன்னிடம் இருக்கிறது என்பதை உணர்வாய்.'

'ஆனால் அப்படி எதுவும் இல்லை!' அவனால் தன் குழப்பத்தை மறைக்க முடியவில்லை. 'எனக்கு நீ வேண்டும்! எனக்கு நீ வேண்டும்!'

'உனக்கு நான் தேவை இல்லை. உனக்கு நீயே போதும்.'

'அப்படி என்றால் என்ன? எனக்குப் புரியவில்லை...'

'யோசித்துப் பார். நான் இதுவரை உனக்கு என்ன? உன் மனதில் இருக்கும் ஒரு பிம்பம். உன்னை விடச் சிறந்தவனாக வேண்டும் என்பது உன் கனவு. உனக்குத் தேவை ஒரு காரணம். உன்னை ஊக்குவிக்க ஒரு காரணம். உன் தந்தை உனக்குச் செய்ததன் எதிர்வினையாக நீ மாறிவிட்டாய். அதை மேம்படுத்த விழைகிறாய். என்னை ஒரு காரணியாக நினைத்து என்னைப் பற்றிக் கொண்டாய். நான் உனக்கு என்ன சொல்ல வருகிறேன் என்றால் உனக்கு இனி காரணிகள் தேவை இல்லை. உன்னைத் தவிர சிறப்பாக நீ வேறு யாரையும் எதிர்பார்க்கவே கூடாது. அது அபாயகரமானது. நான் நாளையே கூட இறக்கலாம். அப்பொழுது நீ என்ன செய்வாய்...'

ராவணன் தன் முஷ்டியை மடக்கினான். 'உன்னைக் காயப்படுத்தும் யாரையும் நான் அழிப்பேன். நான் அவர்களைக் கிழித்து–'

'யாரோ என்னைக் காயப்படுத்துவார்கள் என்று ஏன் கருதுகிறாய்? நான் நோயால் இறக்கலாம். அப்பொழுது யாரையும் குறை கூற முடியாது இல்லையா?'

ராவணன் மௌனமானான்.

'வாழ்க்கையின் முக்கியமான பயணத்தில் அடியெடுத்து வைக்கும் பொழுது, நீ யாரையும் நம்பி இருக்கக் கூடாது. உன்னுடைய *இலட்சியம்*, உன்னுடைய *ஸ்வதர்மம்* அனைத்தையும் அடுத்தவன் விதிக்கு ஒப்படைத்துவிடுவாய். அது ஆபத்தானது. உன்னைப் போல் மிகவும் முக்கியமானவனுக்கு ஆபத்தானது.'

'நான் அப்படி ஒன்றும்...' ராவணன் கெட்ட வார்த்தைகள் உபயோகப்படுத்துவதை நிறுத்திக் கொண்டான். 'நான் முக்கியமானவன் அல்ல. நான் நல்லவன் கூட இல்லை. நான் செய்திருக்கும் பல விஷயங்கள் நீ அறியமாட்டாய்.'

'உன்னையே நீ இவ்வளவு கடுமையான விமர்சனத்துக்கு ஆட்படுத்தாதே. நீ குழந்தையாக இருந்ததிலிருந்து உன் தாயையும், தம்பியையும் காப்பாற்றுகிறாய். நீ ஒரு பெரிய வணிக சாம்ராஜ்ஜியத்தைத் தனி ஒருவனாக நின்று நிறுவியிருக்கிறாய். உன்னிடம் வலிமையிருக்கிறது, துணிவு இருக்கிறது, உனக்கு நிறைய திறமைகள் இருக்கிறது.'

'நான்... என்னுடைய சாம்ராஜ்ஜியத்தைக் கட்டமைக்கப் பல தவறான விஷயங்களைச் செய்திருக்கிறேன்...' வாழ்வில் முதன் முறையாக முழுமையாக நேர்மையாக இருக்க ராவணன் திணறினான். 'நான் ஒரு அசுரன். எனக்குத் தெரியும் நான் ஒரு அசுரன். நான் அசுரனாக இருப்பது எனக்குப் பிடித்திருக்கிறது. நீ தான் என்னைக் காப்பாற்ற முடியும். நீ தான் எனக்கு இருக்கும் ஒரே வாய்ப்பு. நான் ஏதாவது சாதிக்க வேண்டுமானால் ஒரே வாய்ப்பு... என்னில் இருக்கும் சிறப்பை வெளிக் கொணர ஒரே வாய்ப்பு...'

'இங்கு தான் நீ தவறு செய்கிறாய். நான் உன் வாய்ப்பு அல்ல. நீ தான் உன்னுடைய வாய்ப்பு மற்றும் அதிர்ஷ்டம். நீ உன்னை அசுரன் என்று நினைக்கிறாயா? எந்த சிறந்த மனிதனுக்குள் தான் ஒரு அசுரத் தன்மை இல்லை?'

ராவணன் வேதவதியை வெறித்தான். மௌனமானான்.

'நீ அசுரன் என்று சொல்வது தான் ஒவ்வொரு வெற்றியாளனுக்கும் உள்ளே இருக்கும் தீப் பொறி,' என்று வேதவதி தொடர்ந்தாள். 'அந்தத் தீப் பொறி அவனை ஓய்வெடுக்க விடாது. அந்தத் தீப் பொறி அவனைக் கடினமாக உழைக்க வைக்கும். அவனைச் சாமர்த்தியமானவனாக ஆக்கும். அவனை இடைவிடாது லட்சியத்தைத் தேடி ஓட வைக்கும். கவனத்தைக் கொடுக்கும். நெறிப்படுத்தும். இவை தான் வெற்றிக்குத் தேவையானவை. தீப் பொறி அசுர வேகத்தில் செயல் படுவதால் அவனை அது சாமானிய வாழ்க்கை வாழ விடாது. வெற்றியாளனையும் சிறந்தவனையும் வித்தியாசப்படுத்துவது ஒன்று தான். ஒரு முக்கியப் புள்ளி: அசுரன் உன்னை அதிகாரம் செய்கிறானா? அல்லது நீ அசுரனை அதிகாரம் செய்கிறாயா? அசுரன் இன்றி

நீ சாமானியனாக இருந்திருப்பாய்.. அசுரன் இருப்பதால் நீ அசாதாரண வளர்ச்சி அடைய ஒரு வாய்ப்பு இருக்கிறது. உறுதி அல்ல, வாய்ப்பு தான். அந்த வாய்ப்பைப் பயன்படுத்த நீ அந்த அசுரனை உன் கீழ்ப்படிதலுக்குள் வைக்க வேண்டும். உன்னுடைய தனிப்பட்ட பிரம்மாண்டமான திறமைகளைத் தர்ம வழியில் செலுத்து.'

'நீ இன்றி அதை என்னால் செய்ய முடியாது.'

'நானா? நான் யாரும் இல்லை.'

'நீ தான் கன்னியாகுமாரி! நீ வாழும் கடவுள்! நான் நினைக்கவே முடியாத கண்ணியத்தை நீ அடைந்தவள். நீ கருணையும் தாராள குணமும் கொண்டவள். நான் சந்தித்ததிலேயே மிகவும் பரிசுத்தமானவள் நீ தான். நான் சுத்தமற்ற, சுயநலவாதி, வேசிமகன்.'

வேதவதி எதுவும் சொல்லாமல் அவனையே உன்னிப்பாகப் பார்த்தாள்.

ராவணன் உடனேயே பணிவாக மாறி வருந்தினான். 'நான் கெட்ட வார்த்தைகளைப் பயன்படுத்த நினைக்கவில்லை. மன்னித்துவிடு.'

'ஒரு விஷயத்தை அழுத்தமாகச் சொல்வதற்குக் கெட்ட வார்த்தைகள் தேவை இல்லை.'

'என்னை மன்னித்து விடு.'

வேதவதி புன்னகைத்தாள். 'நான் பரிசுத்தமானவள் என்று நீ நினைக்கிறாய். ரொம்ப சுத்தமாக இருக்கும் நீரில் எந்த மீனும் வாழாது என்பதை அறிந்திருக்கிறாயா?'

ராவணன் அமைதியாக இருந்தான். அவள் சொன்னது சரி என்பதை உணர அவனுக்குச் சற்று நேரம் பிடித்தது.

'நான் பரிசுத்தமானவள் என்றே வைத்துக் கொள். நான் யாருடைய வாழ்க்கையிலாவது எந்த பாதிப்பையாவது ஏற்படுத்தி இருக்கிறேனா? என்னுடைய செயல்கள் கண்ணியமாக இருக்கலாம், ஆனால் என் கிராமத்திற்கு வெளியே உள்ளவர்களின் கவனத்தை ஈர்க்கும் வசீகரம் என்னிடம் இல்லை. யாரால் லட்சக்கணக்கான மக்களை ஈர்க்க முடிகிறதோ அவர்களால் தான் பெரிய மாற்றத்தை அவர்கள் வாழ்க்கையில் கொண்டு வர முடியும். ஆற்றலற்ற கண்ணியம் வரையறைக்குள் அடங்கிப் போகும். அது பேச்சுக்குச் சிறந்தது, செயலுக்கு அல்ல.'

'ஆனால்...'

'நான் சொல்வதைக் கேள் ராவணன். வரலாற்றிலும், லட்சக்கணக்கான தொண்டர்கள் மனதிலும் நேர்மறையான முத்திரையைக் குத்திய உண்மையான சிறந்த மக்களிடம், அன்பான தர்மம் நிறைந்த உள்ளமும், உணர்வற்ற குரூரமும் இணைந்தே இருக்கும்.'

'என்னிடம் இல்லை. என்னிடம் இதயமே இல்லை...'

வேதவதி முன்னால் சாய்ந்து ராவணனின் கைகளைப் பிடித்துக் கொண்டாள். அவள் அவனைத் தொட்டது அதுதான் முதல் முறை. அவன் இதயம் ஒரு நொடி துடிக்க மறந்தது.

'உன்னிடம் அன்பான உள்ளம் கண்டிப்பாக உண்டு, ராவணா. அதை உடலுக்கு ரத்தம் அனுப்பும் உறுப்பாக மட்டுமே பயன்படுத்தாதே. அது உன் ஆன்மாவுக்குத் தர்மத்தை அனுப்பட்டும். எழுவாய், நல்ல விஷயங்களைச் செய்வாய். நம்முடைய இந்த நாடு பசி, பட்டினி, ஏழ்மை, குழப்பம், பிணி என்று வாடுகிறது. இதற்கு நன்மை செய். தேவையானவர்களுக்கு உதவு. ஏழைகளுக்கு உதவு. நல்லது செய்.

ராவணனின் கண்களில் கண்ணீர் குளமானது.

இந்தியாவை அதன் சிறப்புக்குக் கொண்டு சேர். அதைத் திரும்பவும் *ஆரியவர்தாவாக* மாற்று. இதைக் *கண்ணியமாக* மாற்று. பிறகு நான் இலங்கையில் வந்து வாழ்கிறேன். உன் கடவுளாக அல்ல. உன் பக்தையாக. நானும் என் கணவனும் உன்னை வணங்குவோம்.'

ராவணனுக்கு என்ன சொல்வது என்று தெரியவில்லை. அவன் தன்னை வேதவதியின் கண்களின் வழியாகப் பார்த்தான். அவள் சொல்வது போல அவன் அவ்வளவு ஆற்றல் மிக்கவனா?

'உன் மீது எனக்கு நம்பிக்கை இருக்கிறது. உன்னால் முடியும். வெகு நாட்களாகச் சிரமத்தில் இருக்கும் நம் தாய் நாட்டில் பல தீயவர்கள் வந்து விட்டனர். நாட்டிற்குக் கண்டிப்பாக ஒரு கதாநாயகன் தேவை. நீ ஒருவனாக எழுச்சி பெறு.'

ராவணன் அமைதியாகக் கேட்டுக் கொண்டிருந்தான்.

'உனக்கு ருத்ரக் கடவுள் மீது தீவிர பக்தி உண்டு தானே?' என்று கேட்ட வேதவதியின் குரல் கருணையுடன் மென்மையாக ஒலித்தது.

ராவணன் நிமிர்ந்து பார்த்துத் தலையசைத்து, ஆமாம், என்றான்.

'உனக்கு அந்தக் கடவுளின் பெயரின் அர்த்தம் கண்டிப்பாகத் தெரிந்திருக்கும். ருத்ரா என்றால், ''யாரொருவன் கர்ஜிப்பவனோ'' என்று அர்த்தம். நல்ல மக்களைக் காப்பதற்காகக் கர்ஜிப்பவன். ராவணன் என்றால் என்ன அர்த்தம் என்று தெரியுமா? உனக்கு அதன் அர்த்தம் என்ன என்று சொல்லப்பட்டிருக்கு?'

ராவணன் எதுவும் பதில் சொல்லவில்லை.

'உன் தந்தை என்ன கூறினார்? என்ன அர்த்தம்?'

'அவர் சொன்ன விளக்கம், ''அனைவரையும் அச்சுறுத்து பவன்.''. ராவணன் என்பவன் எல்லோர் மனதிலும் அச்சத்தை ஏற்படுத்துபவன்.'

'உன் தந்தை சொன்னதில் ஒரு பாதி தான் சரி. ராவணன் என்ற வார்த்தையின் அடிப்படை ''ரு''. அதனால் ராவணன் என்பவன், ''மக்களை அச்சுறுத்துவதற்காகக் கர்ஜிப்பவன்.''

'என்னுடைய அடிப்படைச் சொல்லும் ருத்ரக் கடவுளின் அடிப்படைச் சொல்லும் ஒன்று என்கிறாயா?'

'ஆமாம், அப்படித்தான். ஆனால் கேள்வி என்னவென்றால் நீ எதற்காகக் கர்ஜனை புரிவாய், ராவணா? நீ அச்சுறுத்து வதற்காகக் கர்ஜிப்பாயா? அல்லது ருத்ரக் கடவுளைப் போல பாதுகாப்புத் தேவைப்படுவர்களுக்குக் கர்ஜனை செய்து அரணாக இருப்பாயா?'

வேதவதியின் வார்த்தைகள் அவனுள் நேர்மறை எண்ணங் களையும் உத்வேகத்தையும் ஏற்படுத்தின. ராவணனின் உடல் முழுவதும் வெள்ள அலைகளாகப் பாய்ந்தது. முன்பு எப்பொழுதும் போல் இல்லாமல் அவன் கடவுளுக்கு கடவுளானவனுடன் ஒரு இணக்கத்தை உணர்ந்தான்.

'கர்ஜனை செய், சிறந்த ராவணா,' என்றாள் வேதவதி.' தர்மத்துக்குச் சாதகமாக கர்ஜனை செய். அப்பாவி மக்கள், ஏழைகள், மற்றும் தேவைகள் உள்ளவர்களுக்காக, அவர் களைக் காக்க கர்ஜனை செய். மஹாதேவ்வின் உண்மையான தொண்டனாக விளங்கு. நீ தண்டல் செய்தாலும் அது மற்றவர்களின் நலனுக்காக இருக்கட்டும். நீ வலிமையாக இருப்பது பலவீனமாக இருப்பவர்களைக் காப்பதற்காக இருக்கட்டும். மற்றவர்கள் உன்னைக் கண்டு அஞ்சினாலும், நீ

குணவான்களின் தரப்பில் போரிடு. அதற்காகத் தான் ருத்ரக் கடவுள் இருக்கிறார். கடவுளின் எடுத்துக்காட்டைப் பின்பற்று.'

ராவணன் ஒரு வார்த்தை பேசவில்லை.

'ஜெய் ஸ்ரீ ருத்ரா,' என்றாள் வேதவதி.

'ஜெய் ஸ்ரீ ருத்ரா!'

வேதவதி சிரித்தபடி ராவணனின் கைகளைப் பிடியிலிருந்து தளர்த்தினாள்.

மஹாதேவ்வின் தொண்டர்கள் அந்தப் பாதையில் செல்வதற்கு எடுக்க வேண்டிய முதல் அடி, அவர்களுடைய தான் என்ற அகங்காரத்தைத் தியாகம் செய்யும் சடங்குதான். ராவணனும் அதைச் செய்ய வேண்டும் என்று உணர்ந்தான். அமர்ந்திருந்த வேதவதியின் முன் மண்டியிட்டான். ஆழ்ந்த மூச்சை உள் வாங்கினான், இதுவரை குனிந்திராத தன் முதுகை வளைத்துத் தன்னுடைய தலையை அவள் காலடியில் வைத்தான். வாழ்வில் முதல்முறையாக, சக மனிதரிடம் ஆசீர்வாதம் வேண்டினான்.

வேதவதி இரு கரங்களையும் ராவணனின் சிரசில் வைத்து ஆசீர்வதித்தாள். 'நீ எப்பொழுதும் தர்மத்தின் பக்கமாகவே வாழ வேண்டும். தர்மம் உன்னுள் எப்பொழுதும் தழைக்கட்டும்.'

ராவணன் தன்னுடைய ஆறடி மூன்று அங்குலத்திற்கு நிமிர்ந்தான். இடுப்புப் பட்டையில் சுற்றி வைத்திருந்த ஒரு மடலை எடுத்தான். 'தயவு செய்து இதை வாங்கிக் கொள், சிறந்த வேதவதியே. தயவு செய்து மறுக்காதே.'

முதல்முறையாக ராவணனின் இதயம் அவளுடைய தெய்வீகமான பெயரை உச்சரிக்கும் பொழுது அமைதியாக இருந்தது. அவனுக்குத் திக்கவில்லை.

'எதை மறுக்கக் கூடாது?'

'என்னுடைய உண்மையான முதல் நல்ல செயல்.'

'உன்னையே நீ ஏன் தாழ்த்திக் கொள்கிறாய்? நீ முன்பே நல்லது செய்திருக்கிறாய். உன் தம்பிக்கு நல்லது செய்திருக்கிறாய். இந்தக் கிராமத்திற்கு. இந்த...'

'அவை அனைத்துமே சுயநலமான செயல்கள். என்னுடைய சொந்தம் என்று நான் கருதியவர்களுக்குப் பாதுகாப்பு அளித்தேன். உன்னைத் திருப்திப்படுத்துவதற்காகத் தான் கிராமத்துக்குக் கொடை அளித்தேன். நான் இந்த ஹுண்டியை

எழுதி முத்திரை இட்டபொழுது அதற்கு ஒரு சுயநலமான காரணம் இருந்தது. ஆனால் இப்பொழுது இல்லை. நான் இதை உன்னிடம் கொடுப்பதற்குக் காரணம் நீ இதை நன்மைக்குப் பயன்படுத்துவாய் என்பதால்தான்.'

'ராவணா, நான் உன்னிடம் இருந்து பணம் பெற முடியாது.'

'இது உனக்கு இல்லை, சிறந்த வேதவதியே. இது ஐம்பதாயிரம் பொற்காசுகளுக்கான ஹுண்டி. இந்த மொத்தப் பிரதேசத்துக்குமானது. நீ இதை நன்றாகச் செலவு செய்வாய் என்று எனக்குத் தெரியும்.'

'ஆனால்...'

'தயவு செய்து மறுக்காதே. என்னுடைய உண்மையான முதல் கருணைச் செயலைத் தடுக்காதே. நான் இதை ஆசீர்வாதமாக நினைக்கிறேன்.'

வேதவதி ராவணனிடமிருந்து ஹுண்டியை வாங்கிக் கொண்டாள். தன் நெற்றியில் ஒத்திக் கொண்டாள். 'என்னுடைய கௌரவமாக இதைக் கருதுகிறேன், சிறந்த ராவணா. இங்குள்ள சாமானியர்களின் நன்மைக்கு இதைப் பயன்படுத்திக் கொள்கிறேன்.'

'நீ சொன்ன இந்த ஒப்புதல் எனக்கு மிகவும் சந்தோஷம். நான் இங்கு ஆர்யாவாகத் திரும்பி வருவேன், எனக்கு உரிமையானதைக் கேட்டுப் பெற்றுக் கொள்வேன்.'

'அது மறுக்கப்படாது. அது எனக்கும் ப்ரித்விக்கும் கௌரவம் தான்.'

ராவணன் கைகள் குவித்து வணங்கினான். 'உன்னிடமிருந்து விடை பெற்றுக் கொள்கிறேன், மென்மையான வேதவதியே. உனக்குப் பிறக்கப் போகும் குழந்தைக்கு என்னுடைய ஆசீர்வாதங்கள். அது ஆணோ, பெண்ணோ உன்னைப் போன்ற அன்னையும், ப்ரித்வியைப் போன்ற தந்தையும் கிடைக்க அது கண்டிப்பாக அதிர்ஷ்டம் செய்ததுதான்.'

'நன்றி, சிறந்த ராவணா.'

ஒவ்வொருமுறை வேதவதி அவன் பெயரைச் சத்தமாகச் சொன்ன பொழுதும் ராவணனின் உடலில் ஒரு ஆனந்த மின்சாரம் பாய்ந்தது. 'நாம் மறுமுறை சந்திக்கும்வரை, உன்னிடமிருந்து விடை பெறுகிறேன். ஜெய் ஸ்ரீ ருத்ரா.'

'ஜெய் ஸ்ரீ ருத்ரா.'

ராவணன் அவளிடமிருந்து விலகி நடக்கும் பொழுது அவனுக்கு ஒரு பெரிய சுமையை இறக்கிவைத்தாற்போல் இருந்தது. அவன் இதுவரை அனுபவித்திராத ஓர் உணர்வு அது. நேர்மறை சக்தி உடலில் பாய்ந்தது. தொப்புளின் வலி கூட இல்லை. அவன் நடையில் ஒரு குதி இருந்தது, உதடுகளில் மஹாதேவ்வின் பெயர், கன்னியாகுமாரி அவன் இதயத்தில் இருந்தாள்.

பயன் அறிந்த மனிதன்.

தர்மத்துடன் நடக்கும் மனிதன்.

இவனோ, வேதவதியோ ஷோசிகேஷின் மகன் சுகர்மன் புதர்களின் பின் ஒளிந்திருந்ததைக் கவனிக்கவில்லை. அவன் உரையாடல் நடந்த நேரம் முழுவதும் அங்கேதான் இருந்தான். அனைத்தையும் கேட்டான். ஆனால் அந்த உரையாடலில் இருந்து அவன் மனதில் ரீங்கரித்தவை இரண்டு வார்த்தைகள்தான். *ஐம்பதாயிரம் பொற்காசுகள்!*

—ॐ—

'இது ரொம்ப தாராளம்,' என்றான் கும்பகர்ணன், அவன் புருவங்கள் ஆச்சரியத்தில் உயர்ந்தன.

'இது வெறும் ஆரம்பம்தான்,' என்று ராவணன் பதிலளித்தான், முகத்தில் ஒரு அமைதிப் புன்னகை தவழ்ந்தது.

கடந்த வாரத்தில் ராவணன் சிரித்தது போல அவன் சிரித்து கும்பகர்ணன் பார்த்ததில்லை. கடைசியாக வேதவதியைச் சந்தித்தபின் இந்த ஏழு நாட்களாக ராவணன் ஆளே முழுமையாக மாறியிருந்தான் - ஆர்வமும், எதிர்பார்ப்பும் நிறைந்தவனாக இருந்தான். இந்தியாவுக்கு உதவ தன்னுடைய செல்வத்தை எப்படிப் பயன் படுத்துவது என்ற திட்டங்களில் இறங்கினான். சப்த சிந்துவில் ஒரு சிறிய நாட்டைக் கைப்பற்ற நினைத்தான். அதை சாமானியரின் உதாரண நாடாக நிலை நிறுத்த நினைத்தான்.

வைத்தியநாத் கோவிலுக்கு அருகில் ஒரு மருத்துவ சாலை கட்ட நினைத்தான். ஏழை மக்கள் நாடு முழுவதிலிருந்தும் வந்து இலவச சிகிச்சை பெற வசதி செய்ய நினைத்தான். அவன் கொடையாகக் கொடுக்க விரும்பிய தொகை பெரியது, அதனால்தான் கும்பகர்ணன் அவனுடைய தாராளத்தைப் பார்த்து வியந்தான்.

‘நீ உறுதியாக இருக்கிறாயா, அண்ணா?’ என்றான் கும்பகர்ணன். ‘இது பெரும் தொகை.’

‘என்னுடைய கடல் போன்ற செல்வத்தில் இது ஒரு துளிதான், கும்பா. உனக்கே அது தெரியும். நீ ஹுண்டியை எடுத்துச் சென்று இங்குள்ள பணம் கடன் வழங்குபவனிடம் தங்கமாக மாற்றிக் கொண்டு வா. இதைக் கொடையாக வழங்கிவிட்டு இலங்கை திரும்பலாம். அங்கே செய்ய நிறைய வேலை இருக்கிறது, நேரம் இல்லை.’

கும்பகர்ணன் சிரித்துவிட்டுத் தலையசைத்தான். ‘உன் வார்த்தையே என் ஆணை, சிறந்த பக்தனே, க... க... கன்னியாகுமாரிக்கு.’

ராவணன் செல்லமாகக் கும்பகர்ணனின் புஜங்களில் குத்தினான். ‘என்னை கேலி பேசுவதை நிறுத்து, சரியா!’

கும்பகர்ணன் சிரித்தபடியே அறையை விட்டு வெளியேறினான்.

‘அடடா!’ என்றான் கடனளிப்பவன். ‘சிறந்த ராவணனிடமிருந்து ஒரே நாளில் இரண்டு ஹுண்டிக்களா.’

கும்பகர்ணன் அவனிடமிருந்து ரசீது வாங்கிக் கொண்டான், பிறகு தன்னுடைய முத்திரையை அதில் பதித்தான். ராவணனின், மகதாவுக்கு அருகில் உள்ள வணிக அலுவலகத்தில் இந்த முத்திரையிட்ட ரசீது, மற்றும் ராவணனின் ஹுண்டி இரண்டையும் கொடுத்து கடனளிப்பவன் பணத்தைத் திரும்பிப் பெறுவான். மேலும் தாராளமான தரகும் இந்த பேரத்தில் கடனளிப்பவனுக்குக் கிடைக்கும்.

‘எண்பதாயிரம் பொற்காசுகள்,’ என்றான் அந்த வாயாடி கடனளிப்பவன், ‘இது எங்கள் சிறிய வைத்தியநாத்துக்கு மிகவும் அதிகம். அதுவும் ஒரே நாளில்!’

‘உனக்கும் நல்ல தரகுப் பணம் கிடைக்கும்,’ என்றான் கும்பகர்ணன் தன்மையாக.

‘ஆமாம்!’ என்று அகன்ற புன்னகையைப் பூத்தான். ‘என் மனைவியும் நானும் வெகு நாட்களாகப் பார்த்து வைத்திருந்த நிலத்தை வாங்க முடியும்.’

கும்பகர்ணன் சிரித்தபடி ரசீதைக் கொடுத்தான், பெரிய பை நிறைய பொற்காசு மூட்டைகளைப் பெற்றுக் கொண்டான். அவன் படையிலிருந்த இரண்டு வீரர்கள் அந்த மூட்டைகளை மாட்டு வண்டியில் வைத்தனர். கும்பகர்ணன் கடன்கொடுப்பவனுக்கு நன்றி கூறி விடை பெற்றான்.

சட்டென்று நின்றான். அவனுடைய ஆறாவது அறிவு திடீரென்று விழித்துக் கொண்டது.

'ராவணனின் மற்றொரு ஹூண்டியை கொண்டுவந்து பணம் வாங்கிய அந்தப் பெண்,' என்றான் கும்பகர்ணன். 'அவள் வந்து-'

'பெண் அல்ல, என்று இடைமறித்தான் கடன்கொடுப்பவன். 'அது ஒரு ஆண். ஒரு மணி நேரத்திற்கு முன்புதான் வந்தான்.'

ப்ரித்விஜியாகத் தான் இருக்க வேண்டும்.

'அவன் இளைஞன்,' என்று கடன்கொடுப்பவன் மேலும் தகவல் சொன்னான்.

கும்பகர்ணனின் மனதில் ஒரு பயம் வந்தது. 'ரசீதைக் காண்பியுங்கள்.'

கடன்கொடுப்பவன் தலையசைத்தான். 'என்னால் ரசீதைக் காண்பிக்க முடியாது. அது வந்து...'

கும்பகர்ணன் ஐம்பது பொற்காசுகளை அவன் மேசை மீது போட்டதும் அவன் பேசுவதை நிறுத்தினான். கும்பகர்ணன் கைகளை ஆணையிடுவது போல நீட்டினான். வேறு எந்தத் தயக்கமும் இன்றி கடன் கொடுப்பவன் தன்னுடைய சின்ன அலமாரியைத் திறந்து ரசீதைத் தேடி எடுத்தான். கும்பகர்ணன் அதை ஒருமுறை பார்த்தான், திரும்பினான், தன் குதிரைக்கு ஓடினான்.

வைத்தியநாத்தின் தெருக்கள் வழியாக அவன் அந்த ஊரின் லாயங்களுக்குக் குதிரையில் பறந்தான். நகரின் எல்லைக்கு வெளியே செல்ல நினைப்பவன் முதலில் லாயத்துக்குச் சென்றுதான் குதிரையையோ, வண்டியையோ வாடகைக்குப் பிடிப்பான்.

அவன் வேகமாகச் செல்ல வேண்டும் என்று அவனுக்குத் தெரியும். நேரம் அதிகமில்லை.

ரசீதில் பெயர் தெளிவாக மசியில் எழுதப்பட்டிருந்தது: சுகர்மன்.

அத்தியாயம் 16

சுகர்மன் முகத்தை கோபமாகக் கிழித்தான் ராவணன். ‘இதிலிருந்து தப்பி விடுவாய் என்று நினைத்தாயா?’

கும்பகர்ணன் குதிரை லாயத்தைச் சரியான சமயத்தில் அடைந்தான். சுகர்மனும் அவனுடைய ஐந்து நண்பர்களும், அவர்கள் தீய வழியில் சேர்த்த பணத்தை எடுத்துக் கொண்டு கிளம்ப இருந்தார்கள். கும்பகர்ணனும் அவனுடைய படையும் அந்த ஆறு இளைஞர்களைச் சிரமமின்றி பிடித்தனர். அவர்கள் வைத்திருந்த காசுகளையும் கைபற்றினர். திருடர்களை ராவணன் முன் நிறுத்தினர்.

‘நான் இப்பொழுது மாறி விட்ட மனிதன் என்பதால் நீ பிழைத்தாய்,’ என்று ராவணன் உறுமினான். ‘இல்லாவிட்டால் உன்னுடைய உடல் துன்புறுத்தப்பட்டு இங்கே பாதி இறந்து போய் கிடக்கும்.’

சுகர்மன் தன்னைப் பிடித்து வைத்துகொண்டிருந்தவர்களின் பிடியில் திமிறினான். அஞ்சினான்.

அவனைச் சுற்றி நின்ற மற்ற ஐவருக்கும் கும்பகர்ணன் சைகை செய்தான். ‘இவர்கள் யார், சுகர்மன்? எனக்கு இவர்களை அடையாளம் தெரியவில்லை. இவர்கள் நம் கிராமத்து ஆட்களே இல்லை.’

சுகர்மன் பயத்தில் நடுங்கினான். அவனால் பேசமுடியவில்லை.

‘நாம் இவனை டோடீக்கு கூட்டிச் செல்லலாம், அண்ணா,’ என்றான் கும்பகர்ணன். ‘இவனை என்ன செய்யவேண்டும் என்று வேதவதிஜி தீர்மானிக்கட்டும்.’

ராவணன் சுகர்மனையே வெறித்தான். தன்னைக் கோபமாகக் காட்டிக் கொண்டாலும் அவன் தன் உணர்ச்சி களைக் கட்டுப்பாட்டில் தான் வைத்திருந்தான். வேதவதியின் பெயரைக் கேட்டதும் இன்னும் அமைதியானான். 'அப்படிச் செய்யலாம், ஆனால் என் சந்தேகம் என்னவென்றால் அவள் அவனை மன்னித்துவிடுவாள். இந்த வேசிமகனுக்கு மன்னிப்பு கிடையாது.'

சுகர்மன் கட்டுப்படுத்தமுடியாமல் மூத்திரமிட்டான். ராவணனின் முதல் எதிர்வினை சிரிப்பதுதான். ஆனால் தன்னை நிறுத்திக் கொண்டான்.

யோசித்தால் அதிக வலியைக் கொடுக்கும் ஒரு எண்ணம் அவன் நினைவில் தகித்தது. சில நொடிகளுக்கு அவன் உறைந்தான், அதை ஒப்புக்கொள்ளும் திராணி இல்லை.

ஓ ருத்ரக் கடவுளே... இல்லை...

திகிலில் சிக்கிய ராவணன் தன் தம்பியின் பக்கம் திரும்பினான். அவனுடைய இதயம் மூழ்கியது, ஏன் என்றால் கும்பகர்ணனின் முகமும் அதையே கண்ணாடி பிம்பம் போல பிரதிபலித்தது. மயக்கத்தில் இருப்பவன் போல சுகர்மன் பக்கம் திரும்பினான்.அவன் முகத்தின் நிறம் வெளிறியிருந்தது. அவன் நடுங்கியபடி பரிதாபமாக இருந்தான். ராவணனின் இதயம் பனிக்கட்டி போல உறைந்தது. இது வெறும் திருட்டு கிடையாது... இது வந்து...

ருத்ரக் கடவுளே, கருணை காட்டு!

கும்பகர்ணன் தான் முதலில் சுதாரித்துக் கொண்டான். அவன் கத்திக் கொண்டே விரைந்து ஓடினான். 'காவலர்களே! அனைவரும் வாருங்கள்! நாம் டோடீக்குச் செல்கிறோம்! இப்பொழுதே!'

ஒரு மணி நேரத்திற்குள் ராவணனின் தளவாடங்கள் நூறு பேருக்கு மேல் உள்ள படை டோடீக்குள் நுழைந்தது. கும்பகர்ணனின் ஆணையின் பேரில் சமச்சீயை மட்டும் விட்டுச் சென்றனர். சுகர்மனை குதிரையின் பின்னால் கட்டினர், அதன் கடிவாளம் ராவணனின் குதிரை வீரனின்

கையில் இருந்தது. அவனுடைய ஐந்து நண்பர்களுக்கும் அதே கதிதான், குதிரைகளில் கட்டி இழுத்துச் சென்றனர்.

குதிரைகள் கிராமத்துக்கு வந்தபொழுது எதோ தவறு நடந்திருக்கிறது என்பது தெளிவாகத் தெரிந்தது.

எங்குமே மயான அமைதி நிலவியது.

ராவணன் தன் குதிரைக்குச் சாட்டையடி கொடுத்து துரிதப்படுத்தினான். கிராமத்தின் மத்தியில் இருந்த வேதவதியின் வீட்டை நோக்கிச் சென்றான். வீட்டின் முன்னால் இருந்த வெற்றிடத்தில் கூட்டம் கூடியிருந்தது. மொத்த கிராமமுமே அங்கே குழுமியிருந்தது.

ராவணன் சடாரென்று தன்னுடைய குதிரையிலிருந்து குதித்தான், வீட்டை நோக்கி ஓடினான்; மக்களைத் தள்ளிக் கொண்டு நுழைந்தான். அவன் இதயம் வேகமாக அடித்துக் கொண்டது. அவன் வாய் பயத்தில் வறண்டது.

கும்பகர்ணன் அவன் அருகிலேயே வந்தான்.

ஒல்லியான ஒரு கிராமவாசியைத் தள்ளினான் ராவணன், தரையில் கிடந்த எதோ ஒன்றில் தடுக்கி விழுந்திருப்பான்.

அதைப் பார்க்காமல் தன்னைச் சுதாரித்துக் கொண்டான். தள்ளாடியபடி நடந்தான். வேதவதிக்கும் ப்ரித்விக்கும் சொந்தமான சிறிய வீட்டிற்குள் நுழைந்தான்.

ராவணன் தடுக்கி விழுந்தது எதனால் என்று கும்பகர்ணன் கண்டுபிடித்தான்.

ப்ரித்வியின் வெட்டப்பட்டு ரத்தம் சொட்டிய சடலம்.

அட ருத்ரக் கடவுளே...

எதோ ஒரு போராட்டம் நடந்திருக்கிறது. ப்ரித்வி பலமுறை குத்தப்பட்டிருந்தான். அவன் ரத்தம் வழிய இறந்திருக்க வேண்டும். அவன் மிகவும் மெதுவாக இறந்திருக்கிறான் என்பது தெளிவாகத் தெரிந்தது. ஒரு ரத்தம் ஓடும் பாதை தெரிந்தது, அவன் தன்னை இழுத்தபடி வீட்டிற்குள் செல்ல முனைந்திருக்கிறான். இறக்கும் வரை முயன்றிருக்கிறான்.

கும்பகர்ணன் நிமிர்ந்து பார்த்தான். ப்ரித்வியின் வீட்டை நோக்கினான். அங்கே தான் கர்ப்பவதியான வேதவதி இருக்க வேண்டும்.

அந்த அழுகையைக் கேட்டான்.

விலங்கைப் போல இனம் காண முடியாத ஒரு குரல் கேட்டது. அப்பட்டமான சோகத்தினால் ஆன்மாவின் உடைந்த குரல் போலக் கேட்டது.

அவன் வேதவதியின் குடிசைக்குள் ஓடினான். வழியில் நின்ற அனைவரையும் தள்ளியபடி சென்றான். கூட்டத்தைத் தள்ளிக் கொண்டு சென்றவன் ராவணனைப் பார்த்தான். அவன் திறந்திருந்த வாசல் கதவின் அருகில் மண்டியிட்டு இருந்தான். அடக்கமுடியாமல் கேவல் வெடித்தது.

தன் மனத்தைக் கல்லாக்கிக் கொண்டு ஒரே அறை கொண்ட அந்த குடிசைக்குள் எட்டிப் பார்த்தான். அங்கே தெரிந்த காட்சி அவன் ரத்தத்தை உறைய வைத்தது. வேதவதி தரையில் கிடந்தாள். அவளின் வலது கை ஒரு கோணலான வளைவில் இருந்தது. அவளுடைய இடது கை அவளுடைய வயிற்றின் மீது இருந்தது. பிறக்காத குழந்தையைக் காப்பது போல் இருந்தது. அதைப் பாதுகாப்பதற்காகவே கூட உயிரை இழந்திருக்கலாம். அதிகமான கத்திக் குத்து அவள் வயிற்றில் தான் இருந்தது. அவளைப் பதினைந்து அல்லது இருபது முறை குத்தியிருக்க வேண்டும். அவள் வயிற்றிலிருந்து ரத்தம் வழிந்து இறுகி விட்டது. அவளுடைய சடலத்தைச் சுற்றி அசிங்கமான சிகப்பு வட்டம். அவள் முகம் எப்பொழுதும் அமைதியாக இருக்கும். அதையும் விட்டுவைக்கவில்லை. தாக்கியவன் நேராக அவள் இடது கண்ணில் குறி வைத்திருக்கிறான். முதல் பார்வைக்கே அது ஆழமான காயம் என்பது புரிந்தது. அவளது உயிரைப் பிரித்த கடைசி காயமாக இருக்கலாம். வாழும் கடவுளாக விளங்கியவளின் உயிரின் ஒளியை அணைத்த கடைசி காயம்.

அவன் கண்ட காட்சியை நம் முடியாமல் கும்பகர்ணன் மடங்கி விழுந்தான். கண்ணீர் பார்வையை மறைக்க அவன் தள்ளாடியபடி அண்ணனை நெருங்கினான். அவன் தோளைத் தொட்டான்.

அந்தத் தொடலில் ராவணன் அப்படியே சுருங்கி விலகினான். நெருப்புப்பட்டது போலத் துடித்தான். தம்பியைப் பார்த்தான். அவன் கண்களில் கண்ணீர் வழிந்தோடியது.

கும்பகர்ணனின் முட்டி மடங்கி, நிலைகுலைந்தான். ‘அண்ணா...’

ராவணன் ஆகாயத்தைப் பார்த்தான். மேகங்களின் மாளிகைகளில் வாழும் கடவுள்கள் என்று கேள்விப் பட்டிருந்தான். **'வேசி மகன்களா!! ஏன்?! அவளை ஏன்?! ஏன்?!!'**

கும்பகர்ணன் ராவணனை அணைத்துக் கொண்டான். என்ன செய்வது என்ன சொல்வது என்று தெரியவில்லை.

கண்ணீர் சோகத்தைக் கழுவிவிடும் என்பார்கள். அவர்கள் பொய் சொல்கிறார்கள்.

சில சோகங்களை லட்சம் முறை அழுது புலம்பினாலும் கரைக்கவோ கழுவவோ முடியாது. அவை வாழ்நாள் முழுவதும் நம்மைத் தொடரும். எப்பொழுதும்.

காலம் அனைத்து காயங்களையும் குணப்படுத்தும் என்பார்கள். அவர்கள் பொய் சொல்கிறார்கள்.

சில சமயம் நமக்குச் சபிக்கப்பட்டிருக்கிற சோகம் அவ்வளவு பூதாகாரமானது; காலம் கூட அதனிடம் சரணடைந்து விடும்.

சகோதரர்கள் கட்டிக் கொண்டனர். சமாதானம் ஆக முடியாமல் அழுதனர்.

—ॐ—

ராவணனின் ஆட்கள் மெதுவாக ராவணனையும் கும்பகர்ணனையும் சூழ்ந்தனர். யாருக்குமே என்ன நடக்கிறது என்று புரியவில்லை. ஆனால் அவர்களின் வணிக-இளவரசன் மொத்தமாகச் சிதைந்துவிட்டான் என்பது புரிந்தது.

அதிர்ச்சியில் ஸ்தம்பித்த கிராமவாசிகள், செய்வதறியாமல் விசும்பினர்.

ஷோசிகேஷ் மெதுவாகத் தள்ளாடியபடி ராவணனிடம் வந்தான். அவன் கண்கள் அழுது வீங்கியிருந்தன. சோகத்தில் உடம்பே வளைந்திருந்தது. 'ரொம்ப துக்ககரமான சம்பவம், ஜெய்...'

அவனுக்கு இன்னமும் ராவணன் யார் என்று புரியவில்லை.

'இது நடக்கும் பொழுது நீங்கள் அனைவரும் எங்கு தொலைந்தீர்கள்?' ராவணன் சீறினான். பிரபஞ்சத்தின் மொத்த கோபமும் அவன் உடலுள் பாய்ந்தது.

'ஜெய்... நாங்கள் எதுவும் செய்திருக்க இயலாது... நாங்கள் சத்தம் கேட்டவுடன் ஓடி வந்தோம்... ஆனால் அவர்களிடம் ஆயுதங்கள் இருந்தன...'

ராவணனின் உடலில் கோபம் கொப்பளித்தது. அவன் சுற்றும்முற்றும் பார்த்தான். குடிசையைச் சுற்றி இருநூறுக்கும் மேற்பட்டவர்கள் நின்று கொண்டிருந்தனர். சுகர்மனையும் அவனுடைய ஐந்து நண்பர்களையும் பார்த்தான். ஒவ்வொருவரையும் குடிசைக்கருகில் இருந்த மரங்களில் கட்டியிருந்தார்கள்.

இருநூறு பேர், ஆறு பேருடன் சண்டையிட வேண்டும்.

ராவணனின் குரல் எச்சரிக்கையாகக் கிசுகிசுத்தது. ஷோசிகேஷுடன் பேசினான். 'அவள் உங்களுடைய கடவுள். இந்தப் பரிதாபமான கிராமத்தை அவள் ஒருங்கிணைத்தவள். இதை அன்னை போல் பார்த்துக் கொண்டவள். அனைவருமாகச் சேர்ந்து அந்த ஆறு பேரை நிறுத்த முடியவில்லையா?'

'என்னை மன்னித்து விடு... நாங்கள்... பலர் பயந்து ஓடி விட்டனர்...'

ராவணன் தன்னுடைய முழு உயரத்திற்கு எழுந்து நின்றான். ஷோசிகேஷைவிட பல மடங்கு உயரமாகத் தெரிந்தான். 'ஓடி விட்டீர்களா? வேசி மகன்களான நீங்கள் ஓடி விட்டீர்களா?'

ஷோசிகேஷ் இலங்கையின் வணிகனின் சிகப்பான கண்களைப் பார்த்தான், அவனுடைய பதற்றம் ஏறியது... அவன் ராவணனிடம் விளக்கப் பார்த்தான்... 'ஆனால்... ஆனால் நாங்கள் என்ன செய்ய....'

ஷோசிகேஷின் உதடுகளிலேயே வார்த்தைகள் உறைந்தன. அவன் கண்கள் விரிந்தன, அவன் கீழே குனிந்து பார்த்தான், உடலில் ஆழமாகக் கத்தி பதிந்திருந்தது. அவன் ஸ்தம்பித்து நின்றான். பிறகு வலியில் அலறினான். ராவணன் ஒரு பெரிய கத்தியை எடுத்துச் சட்டென்று வளைத்து அவனுடைய வயிற்றில் குத்திவிட்டான். அவனுடைய அலறல் ராவணனின் ஆத்திரத்தை மேலும் அதிகரித்தது. அவன் கத்தியை இன்னும் ஆழமாகச் சொருகி அதைத் திருப்பினான். கத்தி கிழித்துக் கொண்டு மறுபக்கம் வெளிவந்தது. கூர்முனை ஷோசிகேஷின் முதுகு வழியாக வெளியேறியது. ராவணன் தன்னுடைய கத்தியை உருவிக் கொண்டு ஷோசிகேஷைப் பின்னால்

தள்ளினான். தீ போன்ற வண்ணத்தில் முடியுடையவன் தரையில் விழுந்தான், ரத்தம் வழிந்தது. அது ஒரு நிதானமான வலியுடன் கூடிய சாவாக இருக்கும்.

கிராமவாசிகள் நின்ற இடத்தை விட்டு நகரவில்லை. பயத்தில் உறைந்தனர்.

ராவணன் குனிந்து ஷோசிகேஷின் உடலை ஒருமுறை பார்த்தான். டோடீயின் நிலச்சுவாந்தாரின் மீது இலங்கையின் வணிகன் காறித் துப்பினான்.

கீழே குனிந்து பார்த்தபடியே ராவணன் உறுமலுடன் ஆணை பிறப்பித்தான், 'அவர்கள் அனைவரையும் கொன்று விடுங்கள்.' பிறகு சுகர்மனும் அவன் நண்பர்களும் கட்டப்பட்ட இடத்தைச் சுட்டிக் காட்டி, 'அவர்களைக் கொல்லாதீர்கள்,' என்றான்.

கிராமவாசிகள் அனைத்துத் திசைகளிலும் தெறித்து ஓடினார்கள், அலறினார்கள்; ராவணனின் வீரர்கள் அவர்களுடைய தலைவனின் ஆணையை நிறைவேற்ற அவர்களை விரட்டிக் கொன்றனர். டோடீ வாசிகளுக்குத் தப்ப வழியே இல்லை. ஒருவர் பாக்கி இல்லாமல் அனைவரும் கொல்லப்பட்டனர்.

—ऽीI—

தரை முழுவதும் சடலங்கள் இறைந்து கிடந்தன. ஆண்கள், பெண்கள், குழந்தைகள். நின்ற இடத்தில் வெட்டிச் சாய்க்கப்பட்டிருந்தனர். சில நிமிடங்களில் அனைத்தும் முடிந்துவிட்டது.

சுகர்மனின் நண்பன் அருகே நின்றான் ராவணன். கும்பகர்ணன் மற்றொரு பக்கத்தில் நின்றான். இலங்கையின் போர் வீரர்கள் தங்களுடைய ரத்தம் சொட்டும் வாட்களுடன் பின்னால் குழுமினர். சுகர்மனின் கைகள் ஒரு கதவுடன் கட்டப்பட்டிருந்தன. அவனுடைய நண்பர்களைக் கட்டியிருந்த மரங்களுக்கு எதிரேதான் அவன் கட்டப்பட்டிருந்தான். அவர்களுக்கு என்ன நடக்கிறது என்று அவனால் நேராகப் பார்க்க முடிந்தது.

ராவணன் ஒரு தீப்பந்தத்தைக் கையில் ஏந்தியிருந்தான். அதை ஒருவன் கை மீது வைத்தான். தீ அவன் உடலில் பற்றிக்

கொண்டது, அவன் உடல் கருகி சாம்பலானான். கருகும் வாசனை காற்றில் பரவியது. உயிருடன் எரிக்கப்படுபவனின் குரல் ரத்தத்தை உறைய வைக்கும் அலறலாகக் கேட்டது.

ராவணன் பாதிக்கப்பட்டவனையோ, அவனுக்கு ஏற்பட்ட துன்பத்தையோ கவனிக்கவில்லை. அவன் கண்கள் சுகர்மன் மீது தான் இருந்தன. 'இதை பணத்துக்காக மட்டும் தான் செய்தாயா? அவளைக் கொல்லச் சொல்லி யாரவது ஆணை பிறப்பித்தார்களா?'

அரண்டு போன சுகர்மன் உளறத் தொடங்கினான், 'என்னை... மன்னித்துவிடுங்கள்... தயவுசெய்து... மன்னித்து விடுங்கள்... பணத்தை எல்லாம் எடுத்துக் கொள்ளுங்கள்...'

கட்டுக்கடங்காத கோபம் ராவணனின் கண்களில் தெறித்தன. தீப்பந்தத்தை எடுத்து வலியில் துடிப்பவனின் முகத்தருகே கொண்டுவந்தான். பிறகு கவனத்தை சுகர்மன் மீது செலுத்தினான். 'இது பணம் சார்ந்தது என்று நினைக்கிறாயா?'

கும்பகர்ணன் பேசினான். 'கன்னியாகுமாரியின் குழந்தை எங்கே?'

வேதவதியின் உடலைச் சோதித்த போது அவளுடைய கருப்பை காலியாக இருந்தது. அவள் இறப்பதற்கு முன் பிரசவித்திருக்கிறாள்.

ஆனால் குழந்தை எங்கும் இல்லை.

'சுகர்மா, உன்னை ஒரு கேள்வி கேட்டேன். குழந்தை எங்கே?' கும்பகர்ணன் உறுமினான்.

சுகர்மன் மௌனமானான். தரையைப் பார்த்தான். பயத்தில் அவன் திரும்பவும் மூத்திரம் போயிருந்தான்.

'சுகர்மா.' கும்பகர்ணனின் முஷ்டி மடக்கப்பட்டிருந்தது. 'நீ பேசு.'

சட்டென்று சுகர்மனின் நண்பன் ஒருவன் பேசினான். 'அவன்தான் ஆணையிட்டான். சுகர்மன்தான். எனக்குச் செய்ய விருப்பமில்லை.'

'நீ என்ன செய்தாய்?' கும்பகர்ணன் சீறினான், அந்த மனிதனை வெறித்தான்.

'அவன்தான் ஆணையிட்டான். அவன் தவறுதான்...'

'**நீ என்ன செய்தாய்?**'

அந்த மனிதன் மௌனமானான்.

கும்பகர்ணன் அவன் அருகே நடந்து அவன் கண்களை ஆத்திரத்துடன் பார்த்தான்.

'என்ன செய்தாய்? சொல். உனக்குக் கருணை கிடைக்கும்.'

அவன் சுகர்மனைப் பார்த்தான், பிறகு கும்பகர்ணனைப் பார்த்தான். 'அவன் என்னிடம்... குழந்தையை காட்டில் எறியச் சொன்னான். விலங்குகள்... அதைச் சாப்பிடட்டும்... என்றான்... அதாவது...' அவன் வார்த்தைகள் தடுமாறி நின்றன. அவனுடைய காட்டுமிராண்டி ஆன்மா கூட ஒரு நிமிடம் அவன் செய்த கோர குற்றத்துக்காக வருந்தியது.

குழந்தையைக் கொல்வது என்பது மஹாபாவம் என்று இந்தியர்கள் நம்பினார்கள். ஒருவருடைய ஆன்மாவைப் பல ஜன்மங்களுக்குப் பாவத்தில் ஆழ்த்தும் செயல். சுகர்மனின் குழு இந்தப் பாவத்திலிருந்து தப்பிக்க அந்தக் காரியத்தை விலங்குகளிடம் விட்டுவிட்டனர்.

பேசவே முடியாத அதிர்ச்சியில் கும்பகர்ணன் ராவணனைப் பார்த்தான். இப்படிப்பட்ட பதிலை அவன் எதிர்பார்க்கவில்லை. இவர்களைப் போன்ற காட்டு மிராண்டிகளுக்குக் கூட அந்தச் செயல் அதி குரூரமாகத் தெரிந்தது.

ஒரு குழந்தையைக் காட்டில் விட்டு, விலங்குகள் சாப்பிடட்டும் என்று நினைப்பது... ருத்ரக் கடவுளே உன் கருணை வேண்டும்.

'கருணை,' என்று அவன் கெஞ்சினான். 'நான் உண்மையைச் சொல்லிவிட்டேன்... கருணை...'

கும்பகர்ணன் திரும்பவும் ராவணனைப் பார்த்தான். ராவணன் தலையசைத்தான். கும்பகர்ணன் தன்னுடைய வாளை உருவினான், ஒரே வெட்டில் அவன் தலை உருண்டது.

வெட்டப்பட்டத் தலை காற்றில் பறந்தது. அவனுடைய நண்பன் பக்கத்து மரத்தில் கட்டப்பட்டிருந்தான். அவன் தலையில் மோதியது. அவன் பதற்றத்தில் அலறினான். முன்பு தலை ஒட்டியிருந்த கழுத்திலிருந்து ரத்தம் குபீரென்று பொங்கி அவன் மீது விழுந்தது.

மேலே படபடவென்று அடித்துக்கொண்ட சிறகுகளின் சத்தத்தால் ராவணனும் கும்பகர்ணனும் நிமிர்ந்து பார்த்தனர். பிணம் தின்னிக் கழுகுகள் கூட்டம் கிராமத்தை நோக்கி வந்தது. கீழே விழுந்து கிடந்த சடலம் ஒன்றை ஒரு பறவை கொத்த ஆரம்பித்தது. மாமிசம் இன்னும் இளஞ்சூட்டுடன் இருப்பதை

உணர்ந்து அது மகிழ்ச்சியில் கத்தியது. உண்ண ஆரம்பித்தது.

தன்னருகே எரிந்து கொண்டிருந்தவனைப் பார்த்தான் ராவணன். கட்டுப்படுத்த முடியாத ஆத்திரத்தில் அவன் கண்களில் கண்ணீர் வழிந்தது. அடையாளம் தெரியாமல் இறந்து விட்டவனைப் பார்த்தான். அவன் கட்டிய நிலையிலேயே நிலை குலைந்திருந்தான். ராவணனுக்குப் பரிதாபமோ, வருத்தமோ இல்லை. வெறும் ஆத்திரமே மிச்சம்.

—ॐ—

சுவற்றில் சாய்ந்தபடி ராவணனும் கும்பகர்ணனும் அமர்ந்திருந்தனர். இறந்த ஐவரும் இன்னும் மரத்தில்தான் கட்டப்பட்டிருந்தனர். உயிர் ஊசலாடிய நிலையில் சுகர்மன் கதவிலிருந்து அகற்றப்பட்டான். அவனும் மரத்தில் கட்டப்பட்டான். அவனுடைய கிழிந்த சதை ராவணனின் நகங்களில் இன்னும் ஒட்டிக் கொண்டிருந்தது. எரிக்கப்பட்டு, துன்புறுத்தப்பட்டதில் அவன் மயங்கியிருந்தான். சுகர்மன் இறக்காமல் ஜாக்கிரதையாகப் பார்த்துக் கொண்டான் ராவணன். ஒரு மனிதனால் எவ்வளவு கொடுமையும் வலியும் அனுபவிக்க முடியுமோ அதை அவன் அனுபவித்தே ஆக வேண்டும் என்று ராவணன் நினைத்தான். வலி என்ற வார்த்தையே அவன் ஆன்மாவைப் பல ஜென்மங்களுக்கு உலுக்கி விடும்.

அதற்குள் ராவணனின் ஆட்கள் வேதவதி மற்றும் ப்ரித்வியின் உடலை நிலச்சுவாந்தாரின் வீட்டிற்கு எடுத்துச் சென்றனர். அவர்கள் உடல் குளிப்பாட்டப்பட்டு, மாற்று உடை அணிவிக்கப்பட்டபின் அவர்களுக்குக் காரியங்கள் செய்யப்படும். இப்பொழுது பிணம் தின்னிக் கழுகுகளுடன் காக்கைகள், காட்டு நாய்கள், கழுதைப் புலிகள் என்று சேர்ந்து கொண்டன. அனைத்துக்கும் உண்ண நிறைய மாமிசம் இருந்தது. விலங்குகள் மௌனமாக உண்டன. அவை ஒன்றுடன் ஒன்று அடித்துக் கொள்ளவில்லை. அதிக சத்தம் செய்யவில்லை. பல நாட்களுக்குத் தாங்கும் வரை உணவு இருந்தது என்று அவற்றுக்குப் புரிந்தது.

அது ஒரு அமானுஷ்யமான ரத்தக் களரியான காட்சி. எங்கு பார்த்தாலும் விலங்குகள், மனித உடல்களை அமைதியாக

உண்டன. மயக்க நிலையில் ஒருவன் மரத்தில் கட்டப் பட்டிருந்தான். ரத்தம் தோய்ந்த வாட்களுடன் போர் வீரர்கள் பின்னால் நின்றனர். இரண்டு சகோதரர்களும் தங்களுடைய உடைந்த ஆன்மாக்களையும் மீறி ஆராதித்தவளின் குடிசை வாசலில் தைரியத்தை வரவழைத்தபடி அமர்ந்திருந்தனர். அவர்கள் அவளின் மீது வைத்த அன்பு அலாதி. அவர்கள் போற்றிய கடவுள், அவள்.

ராவணனின் கண்கள் சிகப்பாக வீங்கியிருந்தன. முகம் உணர்ச்சியின்றி வெளிறியிருந்தது. ரத்தம் தோய்ந்த அண்ணனின் கைகளைக் கும்பகர்ணன் பிடித்துக் கொண்டான். வேதவதியைக் கொன்ற பாவிகளின் ரத்தம் அவர்கள் கைகளில் இருந்தது, ஆனால் அவர்களின் துக்கத்தை அது தணிக்கவில்லை. இது போன்ற அதீத துக்கத்தைப் போக்க என்ன வார்த்தைகள் உள்ளன?

கடைசியில் ராவணன் பேசினான். ‘நான் இதை வெறுக்கிறேன்...’ அவன் கன்னங்களில் கண்ணீர் உருண்டோடியதால் நிறுத்தினான்.

கும்பகர்ணன் அண்ணனைப் பார்த்தான். மௌனமாக இருந்தான்.

ராவணனின் குரல் சோகமும் துக்கமும், கோபமுமாக வெடித்து.

‘நான் இந்தச் சபிக்கப்பட்ட நாட்டை வெறுக்கிறேன்.’

அத்தியாயம் 17

ஒவ்வொருமுறை சுகர்மன் மயங்கி விழும் பொழுதும் அவன் மீது ஒரு வாளி நீர் ஊற்றப்பட்டது. அவன் தெளிந்த நிலையில் இருந்து துன்புறுத்தலை உணரவேண்டும். அவன் உடல் தொய்ந்து தொங்கினாலும், இறுகக் கட்டப்பட்ட கயிறு அவனை நேராகவே நிறுத்தியது. கோமணத்தைத் தவிர அனைத்துத் துணிகளும் உருவப்பட்டன. வெட்டப்பட்டிருந்த காயங்களில் இருந்து ரத்தம் வழிந்தது. அவன் உடல் அங்குலம், அங்குலமாக வெட்டப்பட்டோ சூடு வைக்கப்பட்டோ இருந்தது. அவன் முகம் மட்டும் பாதிக்கப்படவில்லை.

சுகர்மன் சிரமப்பட்டுக் கணகளைத் திறந்தவுடன், இலங்கையின் கடற்கொள்ளைக்காரன் - வணிகன் அவன் கண் முன்னே நின்றான்.

ராவணன்.

உலகின் செல்வந்தர்களில் ஒருவன். இப்போதைக்கு உயிரோடு இருப்வர்களில் அதிகக் கோபம் கொப்பளித்துப் பொங்குபவன். பழி வாங்கும் உணர்வுடன் தவிப்பவன். ‘நீ பணத்தை மட்டும் எடுத்துக் கொண்டு ஏன் போகவில்லை?’ ராவணனின் குரலில் கோபமும் ஏக்கமும், அதீத துக்கமும் கலந்திருந்தது. ‘ஏன்? ஏன் அவளைக் கொன்றாய்?’

சுகர்மனின் மனதில் சின்னதாக ஒரு நம்பிக்கைத் துளிர்விட்டது. அவனுக்குத் தன்னிலை விளக்கம் அளிக்க ஒரு வாய்ப்பு. அந்த எண்ணம் அவனுள் ஒரு சக்தியை அளித்தது. ‘நான் முயற்சித்தேன்... கடினமாக முயன்றேன்... ஆனால் அவள் மறுத்தாள்... கேட்கவில்லை.’

ராவணன் கும்பகர்ணனைப் பார்த்துவிட்டு சுகர்மன் மீது பார்வையை செலுத்தினான்.

'அவளிடம் கூறினேன், நீ இது வரை பணத்தின் மீது அக்கறை கொண்டதில்லையே... இப்பொழுது மட்டும் ஏன்? ஆனால் அவள் ஒப்புக் கொள்ளவில்லை... அவள்... பிடிவாதமாக இருந்தாள்... அவள் கணவனுக்கும் திடீரென்று முதுகு எலும்பு முளைத்துவிட்டது, அவனும் என்னை நக்கலடித்தான். அவர்களிடம் இருந்த அனைத்துப் பொருட்களையும் எடுத்துக் கொள்ளச் சொன்னாள்... ஆனால் அவள் தர மறுத்தது... உங்களுடைய ஹூண்டி... ஆனால் அவர்களிடம் இருந்த மற்ற அனைத்துக்கும் மதிப்பு இல்லை... என்னுடைய சூதாட்டக் கடனை நான் திரும்ப அடைக்கவேண்டியிருந்தது... எனக்குக் கடன் கொடுத்தவர்கள் என்னைக் கொன்றிருப்பார்கள்... நான் அதையும் அவளிடம் சொன்னேன்... ஆனால் அவள் விளக்கங்களுக்கு அப்பால் இருந்தாள்,' அவனுக்கு மூச்சு இழுத்தது.

ராவணன் சுகர்மனை நம்ப முடியாமல் பார்த்தான்.

சன்னமாக சுகர்மன் தொடர்ந்தான், 'நான் அவளிடம் சொன்னேன்... நீங்கள் அவளுக்கு இன்னும் பணம் கொடுப்பீர்கள் என்று.... நீங்கள் ஆகப் பெரிய செல்வந்தர் என்று... உங்களுக்குப் பணம் ஒரு பொருட்டில்லை என்று... ஆனால் அவள் கேட்பதாக இல்லை... ஹூண்டியைத் தர மறுத்தாள்... ஹூண்டி புனிதமானது என்றாள்.... தர்மத்தைக் கண்டறிந்தவன் கொடுத்தது என்றாள்... ராவணனின் உள் இருக்கும் கடவுளை அவன் கண்டுகொள்ளும் வாய்ப்பைத் தவற விட முடியாது என்றாள்...'

கும்பகர்ணன் மெல்ல முனகினான், தலைமுடியைத் துக்கத்தில் பிடித்துக் கொண்டான். பதில் சொல்ல இயலாமல் ராவணன் சுகர்மனையே வெறித்தான்.

சுகர்மன் இன்னும் முடிக்கவில்லை. ராவணனின் மௌனத்தைத் தப்பாகப் புரிந்து கொண்டு அவன் தொடர்ந்தான், 'நான் அவளிடம் தர்க்கம் செய்து புரியவைக்கப் பார்த்தேன், ஆனால் என்னுடன் வந்தவர்களில் ஒருவன் பொறுமை இழந்தான்... நான் அவனைக் குறை கூற முடியாது... அவள்... ரொம்பப்... பிடிவாதக்காரி...'

ராவணனுக்கு இனி கேட்கும் தெம்பில்லை. அவன் சுகர்மன் மீது பாய்ந்து அவன் முகத்தில் வாளை வீசியதில் தாடை

அறுபட்டது. சுகர்மனின் தலை பின்னால் சாய்ந்து மரத்தில் இடித்தது. கும்பகர்ணன் அவனை நெருங்கி அவன் முடியைக் கொத்தாகப் பிடித்தான், அவன் முகத்தை இறுகப் பற்றி தாடையில் குத்தினான், அது சத்தத்துடன் முறிந்தது. உடைந்த தாடையைக் கீழே தள்ளி சுகர்மனின் வாயைத் திறந்தான்.

ராவணன் கனன்று கொண்டிருந்த ஒரு கரித்துண்டை எடுத்துத் தொங்கிய வாய்க்குள் திணித்தான்.

சுகர்மனின் உடல் பதறி நடுங்கியது. கனன்ற கரி அவன் வாயை எரித்தது, தொண்டைக்குள் புகுந்தது. கும்பகர்ணன் அவன் வாயைப் பிடித்துக் கொண்டான். இலங்கையின் வீரர்கள் மேலும் கரியைக் கொண்டு வந்தனர். ராவணன் ஒவ்வொன்றாக வாங்கி அவன் தொண்டையில் அடைத்தான்... அவன் தன் கைகளால் கரியைத் தொட்டபோது ஏற்பட்ட வலியைப் புறக்கணித்து சுகர்மனின் வாயில் அடைப்பதையே தீவிரமாகச் செய்தான். சுகர்மனின் உணவுக் குழாயை கரித்துண்டுகள் எரித்தன. அவன் உடல் வலியில் தொய்ந்தது.

அவனுடைய உள்உறுப்புகள் எரியத்தொடங்கின.

ராவணனும், கும்பகர்ணனும் நிறுத்துவதாக இல்லை. அவர்கள் கரித் துண்டுகளை வாயில் அடைத்துக் கொண்டே இருந்தனர்.

சில நொடிகள் கழித்து அவன் நகரவில்லை.

எரிந்த உடலின் வாசனை காற்றில் வீசியது. சுகர்மனின் வாயில் இருந்து புகை வந்தது. அவன் வயிறு பளபளவென்று எரிந்தது. அவன் உள்பகுதிகள் தீக்கிரையாயின. அவன் உயிருடன் சமைக்கப்பட்டான்.

அப்பொழுதும் சகோதரர்கள் நிறுத்தவில்லை.

அவர்கள் ஆன்மாவில் மொத்தமாக ஆத்திரம் குடி கொண்டு விட்டது.

அவர்கள் அனைத்தையும் இழந்துவிட்டனர்.

அவர்களின் கடவுள். அவர்களின் உலகம். அவர்களின் யோசிக்கும் தன்மை.

அனைத்தையும் இழந்து விட்டனர்.

—१८I—

இறுதிச் சடங்கிற்கு வேண்டியதெல்லாம் தயாராக இருந்தன. இரண்டு பெரிய விறகுக் குவியல்கள் அடுக்கப்பட்டிருந்தன. ப்ரித்வி மற்றும் வேதவதியின் உடல்கள் குளிப்பாட்டிச் சுத்தம் செய்யப்பட்டு, புதிய வெள்ளை உடைகள் அணிவிக்கப்பட்டிருந்தன. புனித வேத மந்திரங்கள் அவர்கள் காதுகளில் கிசுகிசுப்பாக ஓதப்பட்டன. மந்திரங்களின் சக்தி அந்த ஆன்மாக்களின் அடுத்த பயணத்துக்குச் சக்தி அளிக்கும் என்று நம்பப்பட்டது.

இவை முடிந்ததும் அவர்கள் வாயில் புனித நீர் ஊற்றப்பட்டது. துளசி இலைகள் உதடுகளில் வைக்கப்பட்டன. அவர்கள் நாசிகளிலும், காதுகளிலும் துளசி இலைகள் அடைக்கப்பட்டன. வேதவதியின் கைகள் அவளின் மார்புக்குக் குறுக்காகப் பொருத்தப்பட்டிருந்தது. அவளின் கட்டைவிரல்கள் இரண்டும் சேர்த்துக் கட்டப்பட்டிருந்தன. கால் கட்டைவிரல்களும் கட்டப்பட்டிருந்தன. ப்ரித்விக்கும் அப்படியே செய்யப்பட்டிருந்தது. இப்படிக் கட்டுவதால் வலது மற்றும் இடது சக்திகள் சேர்ந்து உடலில் வட்டமாகச் செல்லும் என்று கருதினர். வேதவதியும், ப்ரித்வியும் இறந்து கிடந்த அதே இடத்தில் மண்ணால் செய்த அகல் விளக்குகள் ஏற்றப்பட்டிருந்தன. திரி தெற்கே நோக்கியிருந்தது, எமனை வழிபடும் முறையில். எமன்தான் தர்மம் மற்றும் இறப்பின் கடவுள்.

இவை அனைத்தும் நடக்கும்பொழுது புறத்தோற்றத்தில் ராவணனும் கும்பகர்ணனும் அமைதியாக இருந்தனர். இங்கே ஓலமும், அழுகையும் சரி வராது. கண்ணியம். மரியாதை. கௌரவம். இவற்றைத்தான் கடவுளுக்கு அர்ப்பணிக்க வேண்டும். சிறந்த கன்னியாகுமாரி உலகைவிட்டுப் பயணிக்கும் போதும் வாழ்ந்தபொழுது இருந்த அதே கண்ணியத்துடன் அவளை அனுப்பிவைக்க வேண்டும். அதே கண்ணியம், மரியாதை, மற்றும் கௌரவத்துடன் அனுப்ப வேண்டும்.

சகோதரர்கள் இருவரும் வேதவதியின் உடல் வைக்கப் பட்டிருந்த இடத்தின் அருகே நின்றனர். அவளுக்குத்தான் முதலில் கொள்ளி போடுவதாக இருந்தது. பிறகுதான் ப்ரித்வி.

மண்பானையில் சுத்தமான நெய் கொண்டுவரப்பட்டது. கும்பகர்ணன் பானையைப் பிடித்துக்கொள்ள ராவணன் அதில் இருந்து கரண்டியால் நெய்யை எடுத்து வேதவதியின்

உடலில் ஊற்றினான். அதைச் செய்யும் பொழுது சகோதரர்கள் இருவரும் *கருட புராணத்தை* ஜபித்தனர். ராவணன் தன் கைகளைத் துடைத்த பின்னர் அவனுடைய ஆட்கள் வந்து மரக்கட்டைகளை வைத்து வேதவதியின் உடலை மூடினர். அவள் முகம் மட்டுமே தெரிந்தது.

ராவணன் விலகி நின்றதும் அவனுக்கு ஒரு தீப்பந்தம் கொடுக்கப்பட்டது.

வேதவதியின் முகத்தைக் கடைசியாக ஒரு முறை காண கும்பகர்ணன் தைரியத்தை வரவழைத்துக் கொண்டான். கீறல்களும் ஓட்டைகளும் அடைக்கப்பட்டிருந்தன. இடது கண் இருந்த இடத்தில் ஒரு துணி கட்டப்பட்டிருந்தது.

அவள் முகம் இப்பொழுதும் - அவள் இவ்வளவு கஷ்டங்கள் அனுபவித்த பிறகும் - மென்மையாகவும், அமைதியாகவும் இருந்தது. கடவுளைப் போல். தன் அழுகையைக் கட்டுப்படுத்தக் கும்பகர்ணன் சிரமப்பட்டான். அவன் கண்ணியத்தை இழக்கமாட்டான். கண்டிப்பாக அவள் முன்னால் இழக்கமாட்டான். கடவுள் முன்னால் அப்படி நடக்கமாட்டான்.

அன்பு வைப்பவர்களின் கண்ணீர் ஆன்மாவை நிம்மதியாகச் செல்ல விடாது என்று பல முறை அவன் கேள்விப்பட்டிருக்கிறான். வாழ்கிறவர்கள் தங்கள் துக்கத்தைக் கட்டுப் படுத்தவேண்டும், இறந்தவர்களின் நலனுக்காக.

நிச்சலனமாக இருந்த வேதவதியின் உடலைப் பார்த்தான். தீக்கு இரையாகப் போகும் உடல். எதிர்பாராமல் சட்டென்று அவன் கோபம் அனைத்தும் காணாமல் போனது.

அவன் கனவில் மிதப்பவன் போல சுற்றும்முற்றும் பார்த்தான். நீண்ட தூக்கத்திலிருந்து எழுந்தவன் போல இருந்தான். தொலைவில் கிராமத்தில் விலங்குகள் இன்னும் சடலங்களைத் தின்ற வண்ணம் இருந்தன. அவர்களைக் கோழைகள் என்று கூறலாம், குற்றவாளிகள் இல்லை. வேதவதியின் முகத்தைப் பார்த்ததும் அவனுக்கு அவமானமாக இருந்தது. தன்னைப் பற்றியும், தான் செய்த செயல்களைக் குறித்தும் அவமானப்பட்டான்.

அவனிடமும் அவன் சகோதரனிடமும் அவளுக்கு வருத்தம் இருக்கும். இப்பொழுது அண்ணனை நோக்கினான்.

ராவணன் தீப்பந்தத்தைப் பிடித்தபடி அவள் உடல் அருகே சென்றான்.

கும்பகர்ணன் நகர்ந்து கொண்டான்.

ராவணன் சிதையில் தீயை வைத்தான். அது எரிந்தது. *அக்னி தேவன், தீயின் கடவுள்* அனைத்தையும் சுத்தீகரிப்பவன், அவளின் உடலையும் வாங்கிக்கொண்டான்.

யாரோ ராவணனிடம் புனித நீர் நிறைந்த மண்பானையைக் கொடுத்தார். அவன் அதில் ஓட்டை போட்டான். வழக்கமாகச் செய்யும் சடங்காக அவன் எரியும் சிதையை இடமிருந்து வலமாகச் சுற்றி வந்தான். அந்தச் சின்ன ஓட்டை வழியாகத் தண்ணீர் சொட்டிக் கொண்டே வந்தது. அவன் மூன்று முறை சுற்றிவந்தான். அவன் அப்படிச் செய்யும் பொழுது உலகுக்கு அளிக்கும் வாக்குறுதி என்னவென்றால் வேதவதியின் அனைத்துக் கடன்களையும் ஏற்கும் பொறுப்பு அவனுடையது என்பதாகும். பணம் அல்ல, ஆன்மாவைப் பொறுத்தவரை பணம் அதற்கு ஒரு பொருட்டல்ல - அவள் முடிக்காத கர்மக் கடன்களை அவன் சுமப்பான்; அப்பொழுதுதான் அவளுக்கு இந்த உலகப் பற்றுதல்களிலிருந்தும் பொறுப்புகளிலிருந்தும் விடுதலை கிடைக்கும். அவள் ஆன்மா *மோக்ஷத்தை* நாடிப் பயணிக்கும், மனிதப் *பிறப்பு என்ற சுழற்சியிலிருந்து விடுதலை* அடையும் என்று எதிபார்க்கப்படுகிறது.

சிதையைச் சுற்றி வரும் அண்ணனைப் பார்த்தான் கும்பகர்ணன், பிறகு அவர்கள் அழித்த கிராமத்தையும் பார்த்தான்.

நிறைய வேலை பாக்கி இருக்கிறது. நிறையப் பிராயச் சித்தங்கள்.

அவளின் நம்பிக்கைகளை அவர்கள் கைவிடாமல் இருக்க வேண்டுமே என்று எண்ணினான்.

அடுத்த நாள் காலை ராவணனும் கும்பகர்ணனும் நேரம் கழித்து விழித்தனர். கிராமத்தைத் தாண்டி அதிக தொலைவில் இல்லாத ஏரியில் இரவைக் கழித்தனர். அன்றைய பொழுதின் வேலை பளு அவர்களைச் சோர்வடைய வைத்தாலும் அவர்கள் அதிகம் உறங்கவில்லை.

இரண்டு சிதைகளும் இன்னும் எரிந்து கொண்டிருந்தன. தீ குறைந்துவிட்டது. சிறந்த கன்னியாகுமாரி மற்றும் அவளின் கணவனின் உடல்கள் எரிந்து சாம்பலாகிவிட்டன. இரவு முழுவதும், ராவணனின் இருபது காவலர்கள் சிதைக்கருகே காவலுக்கு நிறுத்தப்பட்டிருந்தனர். விலங்கு எதுவும் வந்து எதையும் இழுக்காமல் இருப்பதற்காக. அவர்கள் அச்சப்படத் தேவை இல்லை. விலங்குகளைக் கிராமத்திலேயே பிடித்து வைக்க நிறைய தீனி இருந்தது.

சுடுகாட்டுக்குச் சென்று வந்தால் குளிக்கவேண்டும் என்ற நம்பிக்கையின்படி, ராவணனும், கும்பகர்ணனும் குளித்தபின், மேலும் சில சடங்குகள் காத்திருந்தன. அவர்கள் வேதவதியின் சிதையிலிருந்து தொடங்கினர்.

ஒரு வாளி புனித நீர் வைக்கப்பட்டிருந்தது. அதன் மேல் துளசி இலைகள் மிதந்தன. ராவணன் ஒரு தேங்காயைத் தரையில் இரண்டாக உடைத்தான். குடுமியில் இருந்து கீழ்பாகம் வரை செங்குத்தாகப் பிளந்தது. இப்படி உடைப்பது அரிது என்றாலும், அது புனிதமாகக் கருதப்பட்டது; ஆன்மா கண்டிப்பாக மோக்ஷ நிலையை அடையும். இளநீர் வாளித் தண்ணீரில் கலக்கப்பட்டது. அந்தக் கலவையை சமஸ்க்கிருத மந்திரங்களை ஓதியபடியே கைகளால் கரைத்தனர். இது நடந்ததும் ராவணன் அந்தக் கலவையைச் சிதையின் மீது தெளித்தான். கனன்ற சிதையின் கடைசி நெருப்பையும் அணைத்தான்.

நான்கு இலங்கை வீரர்கள் மேடையிலிருந்து சாம்பலை அகற்றினர். சிதையில் குனிந்து சிரத்தையுடன் அஸ்தியை (சிறு எலும்புத் துண்டுகள், சிதையில் எரியாமல் விடுபட்டவை) ராவணனும் கும்பகர்ணனும் சேகரித்தனர். உடலின் மற்ற அனைத்து பாகங்களும் - சதை, உறுப்புகள், தசைகள் - எரிந்துவிட்டன. சாம்பல் திரும்பவும் அன்னை பூமிக்கே சமர்ப்பிக்கப்பட்டது. எளிதில் உபயோகிக்கும் முறையில். மிச்சமிருந்த எலும்புத் துண்டுகள் புனித கங்கையில் எறியப் படும்.

அஸ்தி என்பது தான் *அஸ்தித்வா* (*வாழ்தல்*) என்ற சமஸ்கிருத வார்த்தையின் மூலம் என்பதை ராவணன் அறிவான். அக்னிக்கு இரையாகாமல் துணிந்து நின்ற இந்த எலும்புகள் வாழ்தலின் மிச்சத்தை அறிவிப்பவை. அவை திரும்பவும் மூலமான பிரபஞ்சத்தின் அன்னையிடம் செல்ல

வேண்டும். அதனால் அவை ஓடும் ஆற்றில் அனுப்பப்பட வேண்டும். அவை ஆற்றில் கலந்து பிரபஞ்சத்தின் அன்னையின் நெஞ்சில் சேர்ந்துவிடும். மிச்சத்துக்கும் அமைதி கிட்டும்.

ராவணனும், கும்பகர்ணனும் ஒவ்வொரு சின்ன எலும்பையும் ஜாக்கிரதையாகக் கழுவினர். அவற்றை மண் பானையில் வைத்தனர். அவை உடலின் எந்த பாகத்தின் எலும்பு என்று சொல்ல முடியவில்லை. இரண்டு விரல்களின் எலும்பு அப்படியே உடையாமல் இருந்ததை ராவணன் வியப்புடன் பார்த்தான். தசைகளும், சதையும் எரிந்துவிட்டன. எலும்புகள் இணைந்து காணப்பட்டன. தெளிவாகத் தெரிந்தன.

மண்டை ஓடே கூட எரிந்துவிட்ட நிலையில் இவை எப்படித் தப்பின?

மெல்லிய எலும்புகளை உள்ளங்கையில் வைத்தபடி ராவணன் யோசித்தான் - அவன் கைகளைப் பிடித்துப் பேசிய வேதவதியின் கைகளின் மிச்சம் அவை. முதல் முறையாகத் தொட்டாள். சில தினங்களுக்கு முன்பு. அவனைப் பிறகு அவள் தொட்டதே இல்லை.

அவளை இனி அவன் சந்திக்கவே முடியாது. ஆனாலும் அவள் கையைப் பற்றி இருக்கலாம்.

ராவணனால் அதற்கு மேல் தன்னைக் கட்டுப்படுத்திக் கொள்ள முடியவில்லை.

அவள் எலும்புகளைத் தன் நெற்றியில் வைத்துக் கதறினான். புனிதமான கடவுளின் புனிதமான மிச்சம். அவற்றை மென்மையாக முத்தமிட்டான்.

அவனுக்காக அவற்றை அவள் விட்டுச் சென்றிருக்கிறாள்.

அப்பொழுது அவனுக்குப் புரிந்தது அவனால் உயிர் வாழ முடியும். தன் எஞ்சிய வாழ்நாளைக் கழிக்க அவனுக்கு ஒரு வழி பிறக்கும் என்ற நம்பிக்கை பிறந்தது. அவள் கைகளை அவன் நினைத்தபொழுது பிடித்துக்கொள்ள முடியும் என்று உற்சாகமானான்.

அவனுக்கு ஊன்றுகோலாக அவள் அவற்றை விட்டுச் சென்றிருந்தாள். அவன் வாழ்வே இனி அவள் வழியில் தான் பயணிக்கும் என்பதை உணர்ந்திருந்தான். அவள் கையை ஆதரவாகப் பிடித்தபடி பயணிப்பான்.

ராவணன் சிறிய சட்டியைக் கவிழ்த்து வேதவதியின் அஸ்தியை ஆற்றில் கரைத்தான். சற்று தள்ளி கும்பகர்ணன் அதே சடங்கைப் ப்ரித்வியின் அஸ்திக்குச் செய்தான்.

இறுதிக் காரியங்களை முடித்து மூன்று நாட்கள் ஆகிவிட்டன. அனைத்து வீரர்களுடனும் சகோதரர்கள் ஆற்றிற்கு வந்திருந்தனர்; வழியில் சமச்சீயையும் கூட்டிக் கொண்டனர். கும்பகர்ணன் பல முறை கெஞ்சியும் டோடீயின் கிராமவாசிகளுக்கு அந்திமச் சடங்குகளைச் செய்ய ராவணன் மறுத்துவிட்டான். அவர்களின் சடலங்களைக் கிடந்த இடத்திலேயே விட்டுவிட்டான். அழுகிப்போய் விலங்கு களுக்கு இரையாகக் கிடந்தன. அவர்களின் ஆன்மாக்களை யுகங்களுக்கும் தவிக்கவிடுவதில் ராவணனுக்கு எந்தக் குற்ற உணர்ச்சியும் இல்லை.

வேதவதியின் அஸ்தி ஆற்றில் கரைவதை ராவணன் கூர்ந்து கவனித்தான். அஸ்தி அன்னையை அடைந்துவிட்டது.

ஆனால் அவன் அனைத்தையும் கரைக்கவில்லை. அவன் வேதவதியின் கை எலும்புகளைப் பத்திரப்படுத்தியிருந்தான். அவை அவன் கழுத்தில் ஒரு அசாதாரணமான பதக்கத்தைப் போலத் தொங்கின.

ஆற்றின் படித்துறையின் மீது ஏறினான். கைகளில் சட்டியை இன்னும் பிடித்திருந்தான்.

‘அண்ணா,’ என்றான் கும்பகர்ணன் தண்ணீரிலிருந்து வெளியே வந்தபடி. ‘சட்டியையும் ஆற்றில் விட வேண்டும்.’

ராவணன் குனிந்து சட்டியைப் பார்த்தான் - காலியாக, சூனியமாகத் தெரிந்தது. அதுவும் துக்கம் அனுசரிப்பது போல.

‘அண்ணா...’

ராவணன் பதிலளிக்கவில்லை. அவனைச் சுற்றிலும் பார்த்தான். புனித கங்கை, பச்சைக் கரைகள், அடர்ந்த கானகம்... இந்தியா நாட்டையே பார்வையிட்டான். கடவுள்களால் ஆசீர்வதிக்கப்பட்ட நாடு.

அவன் கண்களை மூடினான். வெறுப்பு மண்டியது.

தன் கதாநாயகர்களைக் கௌரவிக்கத் தெரியாத நாடு இருப்பதில் அர்த்தம் இல்லை.

‘அண்ணா... அந்தச் சட்டி...’ கும்பகர்ணன் நினை வூட்டினான்.

கும்பகர்ணன் வியக்கும் வகையில் ராவணன் திரும்பிக் கரையை நோக்கி நடந்தான்.

'அண்ணா?'

ராவணன் ஆற்றங்கரையை அடைந்து, குனிந்து, சிறிது மணலைக் கையால் அள்ளி - சப்த சிந்துவின் மண் - சட்டியில் போட்டான். பிறகு வேகமாக ஆற்றுக்குள் நடந்தான், பேய் பிடித்தவன் போல.

'அண்ணா, என்ன செய்கிறாய்?'

ராவணன் குனிந்து சட்டியை ஆற்றில் முக்கினான். மணல் கரைந்தது. நாட்டின் அஸ்தியையே கரைப்பது போன்ற தோற்றம்.

'அண்ணா?' கும்பகர்ணனின் குரலில் பதற்றம் அதிகரித்தது.

ராவணன் சட்டியில் நீரை நிரப்பித் தன் தலையில் ஊற்றிக் கொண்டான். அந்திமக் காரியங்களுக்குப் பிறகு குளிக்கும் குளியல்.

'இல்லை, அண்ணா!' கும்பகர்ணன் முன்னால் ஓடிவந்தான். ராவணனைத் தடுப்பதற்குள் கை மிஞ்சி விட்டது.

ராவணன் சட்டியைத் தன் கைகளால் உடைத்துத் துண்டுகளைத் தண்ணீரில் விழ வைத்தான். பிறகு கும்பகர்ணன் பக்கம் திரும்பி கண்கள் பளபளக்கக் முஷ்டிகளை மடக்கி நெரித்தான். அவனுடைய ஒவ்வொரு அணுவிலிருந்தும் ஆத்திரம் கொப்பளித்தது. பல்லைக் கடித்தபடி சொன்னான், 'இந்த நாடு என்னை பொறுத்தவரையில் இறந்துவிட்டது.'

'அண்ணா, நான் சொல்வதைக் கேள்...'

'உள்ளிருக்கும் அசுரனை அடக்கு, என்று தானே சொன்னாள்?'

'அண்ணா, என்ன சொல்கிறாய்? நான் சொல்வதைக் கேள்...'

'நான் அசுரனை வெளியே விடுகிறேன்! இந்த நாட்டை அழிக்கிறேன்!'

அத்தியாயம் 18

'இது அமர்க்களமான இசை, அண்ணா,' என்றான் கும்பகர்ணன்.

வேதவதியின் இறப்புக்குப் பின் இரண்டு நீண்ட ஆண்டுகள் கடந்துவிட்டன.

இருபத்தி-நான்கு வயது ராவணன், அவனது *கடவுள் தேவியின்* பெயரில் ஒரு ராகம் வாசித்தான். கடவுளுக்கு அர்ப்பணிக்கப்பட்ட பல பாடல்களின் ராகங்கள் அவளுடைய அன்னை ஸ்வரூபத்தைப் புகழ்ந்தன. மற்றவை அவளைக் காதலியாகவும், மகளாகவும், ஓவியராகவும், சில அவளைப் போர் வீராங்கனையாகவும் சித்தரித்தன. ராவணன் தோற்றுவித்த ராகம் அவளுடைய உருவத்தின் சாராம் சத்தைப் பிரதிபலித்தது - கோபமாக, ஆத்திரமாக, சுதந்திரமாக இருந்தாள். இயற்கையின் மொத்த வடிவமும், கௌரவம் பெற்றது போலத் திகழ்ந்தாள்.

அவன் அந்த ராகத்தை *வாஷி சண்டாபாணி - கோபமான தேவியின் கர்ஜனை* என்ற பொருளில் பெயரிட்டான்.

'இதை விட சக்தி வாய்ந்த ராகத்தை இனிமேல்தான் நான் கேட்கவேண்டும்,' என்றான் கும்பகர்ணன். 'சொல்லப் போனால் என் வாழ்நாளில் நான் கேட்ட ராகங்களில் இது மிகவும் அழகானது.'

ராவணன் எதோ நினைப்பில் தலையசைத்தான். அவனுக்குப் பாராட்டுக்களின் மீது அக்கறை இல்லை.

'வாஷி என்ற வார்த்தை கூடப் பொருத்தமாக இருக்கிறது அண்ணா. கொழுந்து விட்டு எரியும் தீயின் நாதம் - இதுதானே

அதனுடைய மூல அர்த்தம்? இதைவிட பக்தி மிகுந்ததை அமைக்கமுடியாது என்றே நினைக்கிறேன்.'

'ஹ்ம்ம்.'

ஜாக்கிரதை உணர்வுடன் கும்பகர்ணன் அண்ணனின் தோள்களைத் தொட்டான். 'துன்பமும் துயர சம்பவமும் ஒரு கலைஞனின் சிறப்பை வெளியே கொண்டு வரும் என்று சொல்வார்கள்.'

ராவணன் தம்பியை எரிச்சலாகப் பார்த்தான். 'யார் இதைச் ''சொல்பவர்கள்''? அவர்கள் யாராக இருந்தாலும் அவர்கள் முட்டாள்கள்! யாருமே துயர நிகழ்வுகளைத் தேடித் போவதில்லை. யாருக்கும் கலை வடிவங்களை அமைப்பதற்காகத் துன்பத்தில் உழல விருப்பம் இல்லை.'

பேசுவதற்கு அண்ணனுக்கு விருப்பம் இல்லை என்பதைக் கும்பகர்ணன் புரிந்து கொண்டான். பேச்சை மாற்ற முயற்சித்தான். 'இந்த வேலை உன்னுடைய நேரத்தை அதிகம் எடுத்துக் கொள்கிறது என்பதில் எனக்குத் திருப்தி, அண்ணா. எதிர்மறை எண்ணங்களை விரட்ட வேலையில் ஈடுபடுவதுதான் சிறந்த வழி.'

ராவணன் உண்மையில் ரொம்பவுமே வேலையில் ஐக்கியமாகிவிட்டான். கடந்த ஒன்றரை ஆண்டுகளில் இலங்கையில் பெயர் சொல்லிக் கொள்ளும்படி இருந்த ஒரே ராணுவப் படையின் மீது அவனுடைய செல்வத்தையும் அதிகாரத்தையும் இழைத்தான். இலங்கையின் அரியணைக்குத் தன்னை நெருக்கப்படுத்திக்கொண்டான். இலங்கையின் ஆட்சியாளரான குபேரன், தன்னுடைய வணிகக் கப்பல்களுக்கான பாதுகாப்பை ராவணனிடமிருந்துதான் பெற்றான். மற்ற பல வணிகர்களும் ராவணனுக்குப் பணம் செலுத்தி தங்கள் சரக்கைப் பாதுகாத்துக் கொண்டனர். கொள்ளையர்களையும் பாதுகாப்பையும் ராவணன் தன் கட்டுப்பாட்டில் வைத்துக் கொண்டிருந்ததால், அவனைப் பாதுகாப்புக்கு அணுகினால், கொள்ளையர்கள் தொல்லை மாயமாகிவிடும். ராவணனின் பணமும் சொத்தும் கூடிக் கொண்டே போனது, அவன் மரியாதையும் கௌரவமும் அதிகரித்தது. வணிகப் பாதுகாப்புப் படை, இலங்கையின் தலைவனாகவே அவனை நியமிக்கத் திட்டமிட்டது. அவன் திட்டம் எளிமையானது: அவனுடைய தனிப்பட்ட படையை இலங்கையின் பாதுகாவல் படையாக மாற்றுவது. அவனுடைய

வீரர்களின் செலவுகள் அனைத்தையும் இலங்கை கஜானா பார்த்துக் கொள்ளும்; வீரர்கள் ராவணனுக்கு விசுவாசமாக இருப்பார்கள், இந்த மாற்று ஏற்பாட்டுக்குப் பிறகு. சிறிது காலத்தில் அவன் அந்தப் படையைப் பெரிதாக்கி அனைத்து வசதிகளும் கொண்ட ராணுவப்படையாக மாற்றிவிடுவான். சப்த சிந்து ராஜ்ஜியத்தைக் கைப்பற்றும் ராணுவம்.

'ஆமாம்,' என்றான் ராவாணன், 'வேலை ஒரு நல்ல கவனச் சிதறல்தான்.'

கும்பகர்ணன் புன்னகைத்தான். கடைசியில் அண்ணன் வாயிலிருந்து சில வார்த்தைகளை வாங்கி விட்டான். ஆனால் அடுத்து வந்த வார்த்தைகளுக்கு அவன் தயாராக இல்லை.

'அம்மாவுடைய பெண்மையான பைத்தியக்கார எண்ணம், பேசினால் துயரம் கலைந்துவிடும் என்பது, வெட்டியான ஒன்று. ஆண்மை முறை தான் சிறந்தது. வேலையில் மூழ்கு. துக்கத்தை அடக்கு. அதை பற்றி நினைக்காதே, அதை வெளியில் விடாதே. இதயத்தின் அடியில் ஏதோ ஒரு ஆழமான புதைகுழியில் புதைந்து கிடக்கவேண்டும். அது அங்கேயே அழுகினாலும் பரவாயில்லை. பிறகு நீ வயோதிகனாகி, சோர்வாகும் பொழுது, மாரடைப்பால் காலமாகி விடுவாய், அனைத்தும் முடிந்து விடும்,' என்று ராவணன் முடித்தான்.

எதுவும் பேசாமல் இருப்பதே நல்லது என்று கும்பகர்ணன் நினைத்தான். அவனுக்குத் தெளிவாகப் புரிந்தது. அவன் துக்கத்தை அடக்க மட்டும் இல்லை, ராவணன் துக்கத்தால் நொறுங்கிவிட்டான். முனைப்பாக தன்னை வேலையில் ஆழ்த்திக் கொண்டது சப்த சிந்துவை அழிப்பதற்காக, ஆனால் எதுவும் அவனுக்கு மகிழ்ச்சியை அளிக்கவில்லை. அம்மா சொன்ன, சீக்கிரமாக ஒரு திருமணம் செய்துகொள் என்ற அறிவுரையைச் சாமர்த்தியமாகப் பேசலாம் என்று கும்பகர்ணன் நினைத்திருந்தான். ஆனால் அதற்கு இது சமயம் இல்லை என்பதை உணர்ந்தான்.

குபேரன் அதிகப் பதற்றத்தில் இருந்தான். 'உலகத்திலேயே மிகவும் சக்திவாய்ந்த ராஜ்ஜியத்தைப் பிடிப்பது அவ்வளவு எளிதல்ல, ராவணா.'

வேதவதி இறந்து நான்கு ஆண்டுகள் ஓடிவிட்டன.

இலங்கை ஆட்சியாளனின் தனிப்பட்ட அறையில் குபேரனும் ராவணனும் இருந்தனர். சில காலங்களுக்கு முன் ராவணனும், கும்பகர்ணனும் சிகிரியாவில் குடியேறினர். தாயை கோகர்ணாவிலேயே விட்டிருந்தனர். இலங்கையின் பாதுகாப்புப் படையின் தலைவனாகப் பொறுப்பேற்ற வுடனேயே, இலங்கை அரியணையை நெருங்கத் திட்டங்கள் தீட்டினான் ராவணன். குபேரனின் மாளிகைக்கு வெகு அருகிலேயே ஒரு பெரிய மாளிகையை வாங்கினான்.

இலங்கைக்கு வந்ததிலிருந்து சப்த சிந்துவின் மீது படையெடுக்கும் வேலைகளைப் பார்த்தான், ராவணன். அந்தச் சிறிய தீவு நாட்டின் மீது படையெடுக்க சப்த சிந்துவைத் தூண்ட வேண்டும். அது எது என்றும் அவன் இனம் கண்டு கொண்டுவிட்டான். முதல் செயலாக, எல்லைகள் தாண்டி நடக்கும் வணிகத்தில் சப்த சிந்து எடுத்துக் கொள்ளும் லாபத்தைக் குறைக்க எண்ணினான். பல மாதங்கள் பேசி குபேரன் மனத்தைக் கரைத்து இந்தப் பேச்சு வார்த்தைக்குச் சம்மதிக்க வைத்திருந்தான். ஜாக்கிரதை உணர்வுடன் செயல்பட்ட அறுபத்தி ஒன்பது வயதான குபேரனின் பொறுமை, ராவணனின் இருபத்தி ஆறு வயது வீரனின் துடுக்குத் தனத்திற்கு எதிரே எடுபடவில்லை. அவன் யதார்த்தத்தை நம்பும் வியாபாரி. அவனுக்குக் கௌரவத்தைக் காட்டிலும் லாபம் தான் பிரதானம். ஜாக்கிரதை உணர்வு என்பது ஒரு நல்ல குணம் என்று கருதினான். ஒரு நல்ல வியாபாரத்தை, லாபகரமாகத் திறம்படப் பேசி முடிப்பதில் தான் அவன் ஆற்றல் இருந்தது. பிரச்சனைகளை வரவேற்பதில் அல்ல.

'நான் ஏற்கனவே சொல்லியிருக்கிறேன், திரும்பவும் சொல்கிறேன்: நாம் எதற்கு நம்முடைய பத்தில் ஒன்பது பங்கு லாபத்தைச் சப்த சிந்துவுக்கு விட்டுக் கொடுக்க வேண்டும்?' என்று கேட்டான் ராவணன். 'ஏன் அனைத்து கடின வேலைகளையும் நாம் செய்துவிட்டு அவர்களை அதிக லாபத்தை எடுத்துச் செல்ல அனுமதிக்க வேண்டும்?'

'நாம் அவர்களுக்குத் தொண்ணூறு சதவிகிதம் கொடுப்பதில்லை, ராவணா,' என்று நரித்தனமாகச் சிரித்தான் குபேரன். 'நம் கணக்கு வழக்குகளில் சில கற்பனைகள் இருக்கிறது. நம்முடைய செலவுகளை அதிகப்படுத்திக்

காண்பிக்கிறோம். நிஜத்தில் அவர்களுக்கு எழுபது சதவிகிதத்திற்கு மேல் செல்வதில்லை.'

குபேரன் இப்படி பதிலடிக் கொடுப்பான், என்பதை ராவணன் எதிர்பார்த்திருந்தான். ஆனால் அவன் போக்கிலேயே செல்ல நினைத்தான். இலங்கையின் முக்கிய வணிகனைக் குறைவாக எடைபோடும் தவறை அவன் செய்வதாக இல்லை. அவனுடைய புறத் தோற்றத்தை வைத்து அவனை சப்த சிந்துவினர் தவறாக எடை போட்டுவிட்டனர். அவனுடைய வட்டமான தேவன் போன்ற முகம், அப்பழுக்கற்ற தோல், அவனுடைய வயதைக் காட்டவில்லை. அவன் மிகவும் குண்டு என்பதால் மெதுவாக வாத்து போல உருண்டான். அவன் வழக்கமாக, கண்ணைப் பறிக்கும் நிறங்களில் உடைகளை உடுத்துவான். இன்று பளீர் நீலத்தில் வேஷ்டியும், மஞ்சள் அங்கவஸ்திரமும் அணிந்திருந்தான். உடல் முழுவதும் ஆபரணங்கள். பெண்மைத்தனமான சில நளினங்கள், வாழ்க்கையில் சுகத்தை அதிகமாக அனுபவிப்பதால் அவனைப் போர் வீரர்கள் பலர் கேலி பேசினர். ஆனால் ராவணனுக்குத் தெரியும் இந்த முற்றிலும் களைத்துப் போன தோற்றத்திற்குப் பின்னால் ஒரு கூர்மையான, குரூரமான மூளை வேலை செய்தது, அதன் ஒரே குறிக்கோள்: லாபம்.

'ஆனாலும் எழுபது சதவிகிதம் கூட அதிகம்தான்!' என்றான் பதிலுக்கு.

'எனக்கு முப்பது சதவிகித லாபம் போதுமானது. அதில் பெரும் பகுதியை நான் சேமித்து வைக்கிறேன். ஆனால் சப்த சிந்து பெரும் பகுதியை விரயம் செய்கிறது. அதனால்தான் என் செல்வம் அவர்களுடையதைவிடக் கூடுதலாக இருக்கிறது. அவர்கள் ஏன் சேமிப்பது இல்லை என்பது உனக்குத் தெரியுமா?' என்று குபேரன் கேட்டான்.

'அவர்களுடைய சேமிப்புக் கணக்குகளை விடு, சிறப்பானவனே. அயோத்தியாவும் அதை அண்டிப் பிழைக்கும் மற்ற ராஜ்ஜியங்களும் எவ்வளவு பணம் வைத்திருக்கிறார்கள் என்பதில் நமக்கென்ன அக்கறை? நம் செல்வத்தை மட்டுமே நாம் கவனிக்க வேண்டும். அவர்களின் தரகைக் குறைத்தால் நமக்குச் செல்வம் கூடும். லாபம் அதிகரிக்கும்.'

'என் கேள்விக்கு நீ பதிலளிக்கவில்லை. அவர்களைக் காட்டிலும் நமக்குச் செல்வம் ஏன் அதிகம் என்பதை சொல்கிறேன், நாம் குறைவாகச் சம்பாதித்தாலும் அதிகம்

ஏன் இருக்கிறது என்பதைச் சொல்ல வேண்டும். தேவையற்ற போர்களில் பணத்தை சப்த சிந்து விரயம் செய்கிறது. நாம் அப்படிச் செய்வது இல்லை. போர் வணிகத்துக்கு ஆபத்தானது, லாபத்திற்கும், செல்வத்திற்கும் நல்லதில்லை. நாம் அவர்களின் தரகுப் பணத்தின் சதவிகிதத்தைக் குறைத்தால் அவர்கள் நம்மைக் கண்டிப்பாகத் தாக்குவார்கள். நாமும் நம் படையைத் திரட்டி, அவர்களுக்காகச் செலவழித்து, அதாவது பணத்தை விரயம் செய்து, ஒரு முட்டாள்தனமான போரில் பங்கிட நேரும். அது வந்து–'

ராவணன் குபேரனை இடைமறித்தான். 'உன்னுடைய போர் முயற்சிக்குப் பணம் நான் செலவழிப்பதாக இருந்தால்?'

குபேரன் சந்தேகத்தில் முகம் சுளித்தான். 'மொத்த போருக்குமா?'

'அனைத்தும். நீ ஒரு காசு செலவழிக்க வேண்டாம். நான் அனைத்தையும் பார்த்துக் கொள்கிறேன்.'

நம்ப முடியாத அளவுக்கு நல்ல பேரம் என்றால் ஒரு வணிகனுக்கே உரிய ஜாக்கிரதை உணர்வுடன் அவனைப் பார்த்தான், குபேரன். வெறும் கௌரவத்துக்காக அவ்வளவு செலவழிக்கும் அளவுக்கு ராவணன் அறிவு குன்றியவன் அல்ல என்பது குபேரனுக்குத் தெரியும். 'சரி, நீ எதற்காக இவ்வளவு சிரமம் எடுத்து எனக்கு உதவ வேண்டும், சொல்லு?' என்று கேட்டான்.

'ஏன் என்றால் இதனால் வரும் கூடுதல் தரகு சதவிகிதப் பணத்தில் பாதியை நீ என்னுடன் பகிர்ந்து கொள்ள வேண்டும்.'

குபேரன் புன்னகைத்தான். சுயநலமாகச் சிந்திப்பவனை அவன் புரிந்து கொண்டான், மதித்தான். இரு தரப்பினரும் தங்கள் தேவைகளைச் சரியாகவும், உண்மையாகவும் பகிர்ந்து கொள்வதுதான் சரியான வியாபாரம் என்று குபேரனுக்கு அனுபவம் பாடம் கற்றுக் கொடுத்திருந்தது. 'சரி, நான் இதைச் சரியாகப் புரிந்து கொண்டுள்ளேனா என்று பார். நீ என்னுடைய அனுமதியின்றி போர் அறிவிக்க முடியாது. இந்தப் போர் லாபத்தை ஈட்டும் என்று நீ கருதுகிறாய், அப்படித்தானே?'

'இரண்டு கேள்விகளுக்கும் பதில், ஆமாம் என்பதுதான்.'

'வெற்றிக்கென்ன உறுதியிருக்கிறது?'

'ஒன்றும் இல்லை. நம் கப்பல்களை வணிகத்திற்குக் கடலில் அனுப்பும் பொழுது அவை மூழ்காது என்பதற்கு உறுதி

இருக்கிறதா? சாத்தியக்கூறுகளை வைத்துச் சரியான தேர்வைச் செய்கிறோம். கணக்கிடப்பட்ட தொழில். நாம் வியாபாரிகள். அதைத்தான் நாம் செய்வோம்.'

'இதெல்லாம் சரி, ஆனால் நாம் தோற்றுவிட்டால் என்ன செய்வது?'

'அப்பொழுது நீ யதார்த்தத்தைத் தான் கடைபிடிக்க வேண்டும்.'

'நாம் போரில் தோற்றுவிட்டால்,' என்றான் குபேரன், வார்த்தைகளை ஜாக்கிரதையாகத் தேடித் பிடித்தான், 'யதார்த்தமான விஷயம் என்னவாக இருக்கும் என்றால், இது அனைத்துமே உன்னுடைய திட்டம் என்று சப்த சிந்துவினர்களிடம் சொல்லுவது.'

'நீ சொல்வது சரி. அதுதான் யதார்த்தமாக இருக்கும். நாம் தோற்றால் நான் குற்றத்தை ஏற்றுக் கொள்கிறேன். இது என்னுடைய திட்டம் தானே? உன்னையும் இலங்கையில் உள்ள மற்ற வியாபாரிகளையும் பாதுகாப்பதுதான் நல்லது. ஆனால் நாம் வெற்றி பெற்றால் தரகுப் பணத்தில் பாதி என்னுடையது.'

குபேரன் புன்னகைத்தான், 'நல்லது, ராவணா, உன் போர் உனக்குக் கிடைக்கும். நான் நஷ்டம் அடையாமல் பார்த்துக் கொள். எதிர்பார்க்காத நஷ்டத்தைப் போல் வேறு எதுவும் என்னுடைய அன்றைய தினத்தைக் கஷ்டப்படுத்தாது.'

'மரியாதைக்குரியவனே, நான் எப்பொழுதாவது உன்னைக் கை விட்டிருக்கிறேனா?' என்றான் ராவணன், புன்னகையுடன்.

—꧁—

கும்பகர்ணன் கவலையானான். 'அண்ணா, நாம் கூரையைப் பிடிக்கப் பார்க்கிறோமோ... நம்மால் முடிந்ததைக் காட்டிலும் கூடுதல் விஷயத்திற்கும் பொறுப்புக்கும் ஆசைப்படுகிறோமா? நம்மால் மெல்ல முடியாத அளவுக்கு கடிக்கிறோமா?'

இலங்கையின் தலைநகரமான சிகிரியாவில், அவர்கள் வீட்டில் அமர்ந்து சகோதரர்கள் பேசிக்கொண்டனர்.

'அப்படி இல்லை, கும்பா,' என்றான் ராவணன். 'நாம் அனைத்தையும் ஏற்கமுடியும். அனைத்தையும் மென்று விழுங்க முடியும். அனைத்தையும் செரிக்கமுடியும்.'

'அண்ணா, சப்த சிந்து ஆட்சியாளர்கள் போரைத் தவிர வேறு எதுவும் செய்வதில்லை. நாம் வணிகர்கள். நம் வீரர்கள் உண்மையில் கடல் கொள்ளைக்காரர்கள். அவர்கள் பணத்துக்காக, அதாவது பணத்துக்காக மட்டுமே போரிடுபவர்கள். அவர்களுக்கு லாபம் கண்ணில் படவில்லை என்றால், போரை விட்டு விலகி விடுவார்கள். ஆனால் சப்த சிந்துவின் வீரர்கள் ''தியாகத்தைப்'' போற்றுபவர்கள். அவர்கள் கௌரவம், சிறப்பு போன்ற சம்பந்தமில்லாத காரணங்களுக்காக உயிரை விட நினைப்பவர்கள். அப்படிப்பட்ட முட்டாள்களை நாம் எப்படித் தோற்கடிப்பது?'

'சிறந்த போர் தந்திரங்களினால்.'

'நான் நினைக்கிறேன் நீ...'

'இல்லை, நான் கூடுதல் தன்னம்பிக்கையுடன் பேச வில்லை.'

'சரி, நாம் அவர்களைத் தோற்கடித்தாலும், அதிலிருந்து லாபம் எப்படி ஈட்டப்போகிறோம்? போருக்கான செலவுகள் அதிகமாக இருக்குமே?'

'கவலைப்படாதே. நாம் வெற்றி பெற்றால், நாம் தொண்ணூறு சதவிகிதமோ அதற்கு மேலோ லாபம் சம்பாதிக்கலாம்.'

கும்பகர்ணன் குடித்துக் கொண்டிருந்த மது புறை ஏறியது. 'தொண்ணூறு சதவிகிதமா, நமக்கா?'

ராவணன் முகம் சுளித்தான், 'ஆமாம், கண்டிப்பாக.'

'அண்ணா, அப்படிப்பட்ட அரசியல் ஒப்பந்தம் எல்லாம் எழுத முடியாது. சப்த சிந்து அரசர்களால் இதை ஜீரணிக்கவே முடியாது. வேறு வழியின்றி அவர்கள் சண்டை போட்டுக் கொண்டே இருப்பார்கள். வெடிக்கும் புரட்சிகளும் கலவரங்களும் அவர்களை அழித்துவிடும். ஆனால் அவை நம்மையும் சோர்வடையச் செய்யும். அமைதியான நேரத்தில் சப்த சிந்துவின் கட்டுப்பாட்டில் இருக்கும் நாடுகளுடன் போரிட நம்மிடம் படை பலம் இல்லை.'

'அவர்களின் மன திடத்தை ஒரே போரில் தகர்த்து விடுவோம். அவர்களின் மொத்தப் படையையும் அழித்து விடுவோம். அவர்களின் குடிமக்களின் மீது நம் விதிகளைத் திணிப்பதில் எனக்கு விருப்பம் இல்லை.

அப்பொழுது அவர்களைக் கட்டுப்படுத்த வேண்டிய அவசியம் நமக்கென்ன? நம்முடைய வியாபார விதிகளை மட்டுமே அவர்களிடம் திணிப்போம். பிறகு அவர்களின் செல்வத்தையும், ரத்தத்தையும் உறிஞ்சுவோம்.'

'ஆனால், அண்ணா,' என்றான் கும்பகர்ணன், 'இது போன்ற தரகுப்பணம் முடிவில் சப்த சிந்துவின் பொருளாதாரத்தையே அழித்துவிடும். நமக்கு உணவிடும் தங்க வாத்தை நாமே கொன்றுவிடுவோம்.'

கும்பகர்ணனின் கண்களைச் சந்தித்த ராவணன் தன்னுடைய உணர்வுகள் எதையும் வெளிப்படுத்தவில்லை.

'சரியாகச் சொன்னாய்,' என்றான்.

திடமான வீரர்கள் பெரிய படகைத் துடுப்புப்போட்டு, கரைக்குக் கொண்டு வந்தார்கள். ராவணன் முன்னால் அமர்ந்திருந்தான், அவனுடைய வலது கையால் படகின் முன்பக்கத்தைப் பிடித்துக் கொண்டிருந்தான். கும்பகர்ணன் அவன் அருகில் அமர்ந்திருந்தான், அவனுடைய புடைத்த தசைப்பிடிப்பான கைகளைப் பார்த்துக்கொண்டிருந்தான். அவற்றில் பதற்றம் தெரிந்தது.

அண்ணன் வருத்தமாக இருக்கிறான்.

ராவணனின் பார்வை நேராக சப்த சிந்துவை நோக்கி இருந்தது - *ஏழு ஆறுகளின் சங்கம நிலம்.*

கும்பகர்ணன் இடது புறம் பார்த்தான். குபேரனின் படகைப் பத்து மாலுமிகள் திறம்பட துடுப்புப்போட்டுக் கரைப் பக்கம் செலுத்தினர்.

ராவணன் குபேரனிடம் சப்த சிந்து மீது படையெடுக்கலாம் என்று பேசி அனுமதி வாங்கி ஒரு ஆண்டு காலமே ஆகியிருந்தது. அதற்குப் பிறகு விஷயங்கள் கடகடவென்று வேகமாக நடந்தன.

சில மாதங்களுக்குள்ளாகவே ராவணன் ஒரு பெரும் படையைத் திரட்டி அவர்களுக்குப் பயிற்சியும் அளித்துவிட்டான். உலகெங்கிலும் இருக்கும் கூலிப்படையைத் திரட்டி தன்னுடன் வேலை செய்ய ஒப்புக்கொள்ள வைத்தான்.

அவர்களுக்கு போர் முடிந்தபின் ஏராளமான விஷயங்களைத் தருவதாக வாக்களித்திருந்தான்.

இலங்கையின் ராணுவப்படை தயாரானதும் குபேரன் சப்த சிந்துவின் மாமன்னன் தசரதனுக்கு ஒரு ஓலை விடுத்தான், தசரதன் இந்திய துணைக்கண்டத்தின் வடக்குப் பகுதி முழுவதையும், அயோத்தியாவைத் தலைநகரமாகக் கொண்டு ஆண்டு வந்தான், ஓலை கிடைத்ததும் அங்கே உச்சகட்ட பதற்றநிலை ஏற்பட்டது.

சப்த சிந்துவின் பரம்பரை அரச குடும்பங்கள், வணிகர்களான வைஸ்யர்கள் மீது வெறுப்பு கொண்டிருந்தனர், குறிப்பாக, பலவீனமான உடல்நிலை கொண்ட குபேரனைக் கத்துக்குட்டி என்று கருதினர். அவன் உயிருடன் வாழ்வதை, போனால் போகட்டும் என்பதுபோல அனுமதித்திருந்தனர். இலங்கையின் வணிக-ஆட்சியாளனிடமிருந்து 'அரச ஓலை' வருவது என்பது அதிகப் பிரசங்கித்தனம் என்று நினைத்தனர். பரம்பரை சாம்ராஜ்ஜியங்களை ஆள்பவர்களுக்கு வியாபாரிகள் அரச ஓலைகள் அனுப்பக்கூடாது. அவர்கள் மரியாதையான மனுக்கள்தான் அனுப்பலாம். இந்த அகங்காரத்திற்கு மேலே சாம்ராஜ்ஜியத்தின் லாபத்தில், தரகுப் பணத்தைக் குறைக்கச் சொல்லி கேட்பது, க்ஷத்திரியர்களின் கௌரவத்திற்குப் பொறுக்கமுடியாத அவமரியாதை. அப்படிப்பட்ட கௌரவக் குறைச்சலை ஏற்க முடியவில்லை.

தசரதன் உடனேயே தனக்குக் கீழுள்ள அனைத்து நாடுகளிடமும் சொல்லி ஒரு படையைத் திரட்டினான். அவனுடைய படையை வழி நடத்திக் கரசாபா செல்வது என்று திட்டம். அது குபேரனின் பெரும் வியாபாரச் சந்தை. சப்த சிந்துவின் மேற்குக் கரையில் இருந்தது. தசரதன் கரசாபாவின் கோட்டையையும், கிடங்குகளையும் அழிக்கத் திட்டமிட்டான். இதுவே குபேரனுக்குப் பயத்தை அளித்துவிடும் என்று கருதினான். அப்படி இல்லையென்றால் குபேரனின் மற்ற பல துறைமுகங்களையும் அழித்துவிட வேண்டும் என்று எண்ணினான். கடைசியில் இலங்கையையே தன் வசப்படுத்திவிடலாம் என்ற அவா.

சப்த சிந்துவின் மக்கள் குபேரனின் ஓலையைக் கண்டதும் கொதித்தெழுந்து போருக்கு ஆயத்தமாவார்கள் என்பதை ராவணன் கணித்திருந்தான். அவன் படை தயார் நிலையில் இருந்தது. பிரத்யேகமாக வடிவமைக்கப்பட்ட அவனுடைய

கப்பல்கள், குகை வஸ்து பூசப்பட்டு, போருக்குத் தயாராகின. சப்த சிந்து படை திரட்டப் படுகிறது, அவர்கள் எந்தப்பக்கம் தாக்கப் போகிறார்கள் என்று ஒற்றர்கள் மூலம் செய்தி வந்தவுடன், அவனுடைய கப்பல்கள் துரித வேகத்தில் இந்தியாவின் மேற்குக் கடற்கரைப் பக்கம் பயணித்தன. கரசாபா வந்து சேர்ந்தன.

கரசாபா பெரிய துறைமுகம்தான் என்றாலும் ராவணனின் கடற்படையை அனுமதிக்க இடம் இல்லை. மேலும் சப்த சிந்துவினருக்குக் கரசாபாவில் ஒற்றர்கள் இருப்பது ராவணனுக்குத் தெரியும். அதனால் அவனுடைய வித்தியாசமான வடிவம் கொண்ட கப்பல்கள் அவர்கள் ஆர்வத்தைக் கூடுதலாக்கும் என்பது அவனுக்குத் தெரியும். அதைத் தவிர்க்க எண்ணினான். அவை அவனுடைய போர் தந்திரம், சிறந்த திட்டம், ரகசிய ஆயுதம். அதனால் பெரும்பாலான கப்பல்கள் நடுக்கடலிலேயே நிறுத்தப்பட்டன.

அன்றைய தினம் கும்பகர்ணனும், ராவணனும் ஒரு படகில் கரசாபா கடற்கரைக்கு வந்தனர். துடுப்புப் படகு மண்ணில் முட்டி நின்றது. ஆழமற்ற தண்ணீரில் நான்கு போர் வீரர்கள் குதித்தனர். படகைக் கரைக்கு இழுத்தனர். ராவணன் அசையாமல் நேரே பார்த்தபடி நின்றான்.

கும்பகர்ணனின் சுவாசத்தின் வேகம் அதிகரித்தது. ஐந்து வருடங்களுக்குப் பிறகு அவர்கள் சப்த சிந்துவுக்குத் திரும்புகிறார்கள். சென்ற முறை அவர்கள் இங்கே இருந்த பொழுது வேதவதியின் அஸ்தியை கங்கையில் கரைத்தனர்.

அவன் பலர் சொல்லிக் கேள்விப்பட்டிருக்கிறான், அது சரி என்றே இப்பொழுது பட்டது: கடந்த காலத்து நினைவுகளுடன் தொடர்புடைய இடத்திற்கு வரும்பொழுது அவர்களின் மனம் படபடக்கும்; அதுவும் சொந்த ஊராக இருந்தால் அது நிதர்சனம். பிரிவின் வலியும், கூடும் ஆனந்தமும் அனைவருக்கும் பொது. அம்மாவின் மடியை அடையும் திருப்தியும் சமாதானமும் சொல்லி மாளாது; உலகிலேயே மிகவும் சௌகர்யமான இடம் அது.

படகு தண்ணீரிலிருந்துத் தரையைத் தொட்டதும் கும்பகர்ணன் படகிலிருந்து குதித்தான். அவன் குனிந்து ஒரு பிடி ஈரமண்ணைக் கையில் எடுத்தான், தாய்நாட்டின் மண், மிகுந்த பக்தியுடன் தன்னுடைய நெற்றிக்குக் கொண்டு சென்றான். அதை இரண்டு கண்களிலும் ஒற்றி முத்தமிட்டான்.

மண்ணைத் திரும்பவும் தரையில் மிகுந்த மரியாதையுடன் போட்டான், பிறகு, 'ஜெய் மா,' என்று கிசுகிசுத்தான்.

அம்மாவுக்கே வெற்றி.

தனக்குச் சற்று முன்னால் நடந்த ராவணனைக் கவனித்தான். அவனும் குனிந்து மண்ணைக் கையில் எடுத்தான். கும்பகர்ணன் சிரித்துக் கொண்டான்.

ஒருவேளை தாய் நாட்டிற்குத் திரும்பியதால் அவன் இறுகிய மனம் இளகியிருக்கலாம்.

கும்பகர்ணன் பார்த்தபடி நிற்க ராவணன் தன் கையை முகத்தருகே எடுத்துச் சென்றான், கையிலிருந்த மண்ணையே வெறித்தான்.அப்படியே வெகு நேரம் நின்றான். அண்ணன் அருகே செல்லத் தயங்கினான். அவனைத் தனியாக விடுவது அவசியம் என்று கருதினான்.

அவனுக்குத் திருப்தியாக இருந்தது, கடைசியில் ஒரு வழியாகக் கடந்த காலத்தை பின்னால் விட்டு விட்டான்; அண்ணன் வெகு நாட்களாக உலகின் மீதான கோபத்திலேயே இருக்கிறான்; கடைசியில் அமைதியை உள் வாங்கத் தயாராகிவிட்டான். இந்தப் போர் கண்டிப்பாக நடைபெறும். நடத்தியாக வேண்டும். லாபத்துக்காக. ஆனால் ராவணனின் ஆழ் மனதில் கனன்று கொண்டிருந்த துக்கம் தாய் நாடு திரும்பிய சந்தோஷத்தில் சற்றே தணிந்திருக்கிறது. அப்படித் தான் கும்பகர்ணன் நினைத்தான்.

ராவணன் கைகளில் மடித்து வைத்திருந்த மண்ணை வாய் அருகே கொண்டு சென்றான். பிறகு அதில் காறித் துப்பினான். அவன் உடல் மொத்தமும் கோபத்தில் நடுங்கியது. பிறகு மண்ணைக் கீழே விட்டெறிந்து காலால் மிதித்தான்.

'எக்கேடோ கெட்டுப் போ,' என்று நாட்டைச் சபித்தான்.

அத்தியாயம் 19

'நாம் அவர்களின் முகாமுக்குப் போக வேண்டாமா?' என்று குபேரன் பயத்துடன் கேட்டான்.

தசரதன், சப்த சிந்துவின் சாம்ராட், பரந்து விரிந்திருந்த அதன் தலைநகரமான அயோத்தியாவைக் கடந்து கரசாபாவுக்கு வந்து விட்டான். அவன் வந்தடைந்த சில மணி நேரங்களுக்குள்ளாகவே குபேரனுக்கு அதிகாரமாக ஒரு ஓலை அனுப்பினான்; போரை நிறுத்துவதைப் பற்றிப் பேச குபேரனை அழைத்தான்.

தன்னுடைய ஆட்சியின் தொடக்கத்திலேயே தன்னுடைய தந்தை, அஜா விட்டுச் சென்ற சொத்தின் மீது பலமாகத் தன் ஆட்சியை எழுப்பியிருந்தான் தசரதன். இந்தியாவில் உள்ள மற்ற அரசர்களைப் பதவி இறக்கியோ அல்லது கப்பம் கட்ட வைத்தோ தன்னுடைய ஆளுமையைப் பலப்படுத்திக் கொண்டான். தசரத சாம்ராட் சக்கரவர்த்தி என்ற பெயர் பெற்றிருந்தான்.

'நாம் அவர்களுடைய முகாமுக்குச் செல்லப் போவதில்லை, சிறந்த பிரதான வணிகரே,' என்று ராவணன் பதிலளித்தான், சிரமப்பட்டுத் தன் எரிச்சலைக் கட்டுப் படுத்திக் கொண்டான். 'அந்த அயோத்யன் அதை நம் பலவீனமாகப் பார்ப்பான். நாம் அவனைச் சந்திப்பதென்றால், பொது இடத்தில் சந்திக்க வேண்டும் - நம் முகாமும் அல்ல, அவர்களுடைய முகாமும் அல்ல.'

'ஆனால்...'

'எந்த ஆனாலும், தேவை இல்லை. நாம் போரிட வந்தோம், சமரசம் பேச அல்ல.'

ராவணனின் அணுகுமுறை முதலிலிருந்தே தெளிவாக இருந்தது. கடந்த வாரத்தில், ராவணன் கரசாபாவைச் சுற்றி முப்பத்தி மைல் எல்லைக்குட்பட்ட அனைத்து கிராமங்களையும் தன்னுடைய வீரர்களிடம் சொல்லி அழிக்கச் சொல்லியிருந்தான்; விளைந்த பயிர்கள் அனைத்தையும் எரிக்கச் சொல்லியிருந்தான். அறுவடை செய்யப்பட்ட அரிசியையும், அங்குள்ள பண்ணை விலங்குகள் அனைத்தையும் கைப்பற்றிவிட்டான். இலங்கையின் போர் வீரர்களின் உணவுத் தேவைக்கு அவற்றைப் பயன்படுத்திக் கொண்டான். குடிநீர் கிணறுகளில் இறந்த மிருகங்களின் சடலங்களை எறிந்து குடிக்க முடியாத விஷ நீராக மாற்றிவிட்டான்.

எரிந்த மண் தான் அவனுடைய திட்டம்.

கரசாபா சுவர்களுக்குப் பின்னால் இலங்கைப் படை நன்றாக உண்டு இளைப்பாறி தயாராக இருக்கும். வெளியே முகாமிட்டிருந்த சப்த சிந்துவின் ஐநூறு ஆயிரத்துக்கும் மேற்பட்ட போர் வீரர்கள் உணவின்றி சிரமப்படுவார்கள், ஏனென்றால் வயல்கள் அழிக்கப்பட்டுவிட்டன. அவர்களின் பெரிய படையே அவர்களுக்கு உபத்திரவமாக மாறும்.

'உணவுப் பற்றாக்குறையாக இருந்தாலும், சாம்ராட் தசரதன் பின் வாங்க மறுத்தால்?' என்று குபேரன் கவலையாகக் கேட்டான். 'உடனேயே தாக்குதல் நடத்தினால்?'

ராவணன் புன்னகைத்தான். 'நான் உன்னைத்தான் நம்பியிருக்கிறேன் பிரதான வணிகனே, தசரதனை அதைத் தான் செய்ய வைக்க வேண்டும். மற்றதை நான் பார்த்துக் கொள்கிறேன்.'

'*சாம்ராட்* தசரதன்,' என்று குபேரன் திருத்தினான்.

ராவணன் அவன் பெயரை மட்டுமே குறிப்பிட விரும்பினான். 'தேவையற்ற மரியாதை, எதிரிக்கு எதற்கு?' வெறும் தசரதன் போதும்,' என்றான் சன்னமாக.

—⁂—

நீளமான பேச்சு வார்த்தை நடத்துவதில் தசரதனுக்கு விருப்பம் இல்லை.

'என்னுடைய நியாயமான தொகையான பத்தில் ஒன்பது பங்கு லாபத்தின் தரகுப்பணத்தை, என்னிடமே திருப்பிக் கொடுத்துவிடு என்று ஆணையிடுகிறேன், அப்படிச் செய்தால், உன்னை உயிருடன் விட்டு வைக்கிறேன்,' என்றான் உறுதியாக.

சில பல ஓலைகள் பரிமாற்றத்துக்குப் பின் எதிரிகள் பொது இடத்தில் சந்திக்க ஒப்புக் கொண்டனர். கடற்கரை தான் தேர்ந்தெடுக்கப்பட்டது; கரசாபா கோட்டைக்கும், தசரதனின் போர் முகாமுக்கும் இடைப்பட்ட இடத்தில் அந்த இடம் இருந்தது. சாம்ராட்டுடன் அவனுடைய மாமனார் மன்னன் அஸ்வபதியும், தளபதி ம்ரிகஸ்யாவும், காவலாளிகள் இருபது பேரும் வந்தனர். குபேரன், ராவனனுடனும் இருபது காவலாளிகளுடனும் வந்திருந்தான்.

குபேரனின் குண்டு உருவம் மெதுவாக உருண்டு கூடாரத்திற்குள் வருவதைப் பார்த்து சப்த சிந்து காவலாளிகளால் தங்களுடைய வெறுப்பைக் கட்டுப்படுத்த முடியவில்லை. ராவணனின் அறிவுரையான சாதாரண உடைகள் அணிந்து செல் என்பதை பிரதான வணிகன் புறக்கணித்தான். மாறாகக் கண்ணைப் பறிக்கும் பச்சை வண்ண வேஷ்டியும், இளஞ் சிவப்பு அங்கவஸ்திரமும் அணிந்திருந்தான். அவன் வழக்கமாக அணியும் ஆபரணங்களைக் காட்டிலும் பளபளப் பானவற்றை அணிந்திருந்தான். தன்னுடைய அப்பழுக்கற்ற ரசனையை சப்த சிந்துவினர் பாராட்டுவார்கள் என்பது அவன் வாதம். ஆனால் அவர்கள் ஒரு பலவீனமான வைஸ்யனுடன் போரிடுகிறார்கள் என்ற செய்தியைத்தான் அது முன் வைத்தது. போரைப் பற்றி அறியாத மயில் என்று ஒதுக்கினர்.

'அரசே...' என்றான் குபேரன் பயத்துடன், 'அந்த அளவுக்குத் தரகுப்பணத்தைக் கொடுப்பது கடினமாக இருக்கும். எங்கள் செலவுகள் அதிகரித்துவிட்டன. வியாபார லாபங்கள் முன் போல் இல்லை.'

'உன்னுடைய வெறுக்கத்தக்க பேரம் பேசும் ஆற்றலை என்னிடம் காட்டா தே!' என்று தசரதன் அலறினான். கையால் மேசையைக் குத்திப் பேசினான். 'நான் வியாபாரி அல்ல! நான் ஒரு சாம்ராட்! நாகரீகமானவர்களுக்கு இந்த வித்தியாசம் தெரியும்.'

ராவணன் மேசைக்கடியில் தன் முஷ்டியை மடக்கினான். குபேரன் அவன் சொல்லிக் கொடுத்த எந்த அறிவுரையையும் கடைப்பிடிக்கவில்லை; போக்கிலும் சரி, பேச்சிலும் சரி.

தசரதன் முன்னால் சாய்ந்து கட்டுப்படுத்தப்பட்ட கோபத்துடன் சொன்னான், 'என்னால் கருணை காட்ட முடியும். என்னால் தவறுகளை மன்னிக்க முடியும். ஆனால் நீ இந்த உளறலை நிறுத்திவிட்டு நான் சொல்வதைக் கேள்.'

குபேரன் நாற்காலியில் நெளிந்தான், அவன் வலது பக்கம் அமர்ந்திருந்த முகபாவமற்ற ராவணனைப் பார்த்தான். அமர்ந்திருந்தபோதும் ராவணனின் உயரமும், தசைப்பிடிப்பும் சப்த சிந்துவினரை ஆச்சரியத்தில் ஆழ்த்தியது.

வணிகப் பாதுகாப்புப் படை என்று கேலி பேசிய படையில் இப்படிப்பட்ட வீரனை அவர்கள் எதிர்பார்க்கவில்லை. போரில் சண்டையிட்டு உறுதியடைந்த ராவணனின் தோல், அவனுடைய சிறுவயதில் வந்த பெயியம்மையினால் வடு நிறைந்து, தடித்துக் காணப்பட்டது. அவனுடைய அடர்ந்த தாடி, வளைந்த மீசை, இரண்டுமே மற்றவர்களை அச்சுறுத்தும் விஷயமாக இருந்தன. அவன் ஆடைகள் சாதாரணமாக இருந்தன. வெள்ளை வேஷ்டி, வெளிர் மஞ்சள் அங்கவஸ்திரம். அவன் தலையில் அணிந்திருந்தது மேலும் பயத்தை வரவழைக்கும்படி வடிவமைக்கப் பட்டிருந்தது. இரண்டு ஆறு அங்குல கொம்புகள், இரண்டு தலையின் இருபுறங்களையும் அலங்கரித்தன. தெளிவாகப புரிந்த விஷயம்: ராவணன் வெறும், சாமானிய வீரன் அல்ல; ஆண்களில் அவன் காளை.

நல்ல திடகாத்திரமாக இருந்த அந்த இலங்கையின் தளபதி ஏதாவது சொல்லுவான் என்ற எதிர்பார்ப்பில் சப்த சிந்துவினர் நோட்டம் விட்டனர். ஆனால் ராவணன் கருத்தோ, எதிர்ப்போ எதுவுமே தெரிவிக்காமல் அசையாமல் இருந்தான்.

குபேரன் தசரதனைப் பார்த்தான், 'வேந்தே, நாங்கள் நிறைய சிரமங்களைச் சந்திக்கிறோம். நாங்கள் முதலீடு செய்த பணம்–'

'குபேரா, நீ என் பொறுமையை ரொம்பச் சோதிக்கிறாய்!' தசரதன் வெட்டிப் பேசினான். 'நீ சப்த சிந்துவின் சாம்ராட்டை எரிச்சல் அடைய வைக்கிறாய்!'

'ஆனால், பிரபு...'

'எங்களுக்குச் சேர வேண்டிய நியாயமான பங்கைத் தொடர்ந்து தர மறுத்தால் நாளை நீங்கள் அனைவரும் உயிருடன் இருக்க மாட்டீர்கள். முதலில் உங்களுடைய

மட்டமான படையை அழிப்பேன், பிறகு சபிக்கப்பட்ட உன்னுடைய தீவு வரை வந்து உன் நகரத்தையே எரித்து தரைமட்டமாக்கி விடுவேன்.'

'ஆனால் எங்கள் கப்பல்களில் பிரச்சனை இருக்கிறது, கூலி விலை ஏறிவிட்டது-'

'உன் பிரச்சனைகளைப் பற்றி எனக்கு அக்கறை இல்லை!' தசரதன் இப்பொழுது குரலை உயர்த்திக் கத்தினான்.

'நாளைக்குப் பிறகு, நீ அக்கறை கொள்வாய்,' என்றான் ராவணன் மென்மையாக.

சாம்ராட்டின் கோபம் தலைக்கு ஏறிய இதுதான் சரியான சமயம்.

தசரதன் சட்டென்று திரும்பி ராவணனைக் கூர்ந்து நோக்கினான். 'முறை தவறி எந்த தைரியத்தில் நீ பேசுகிறாய்-'

'உனக்கு என்ன தைரியம், தசரதா?' என்று ராவணன் நன்கு கேட்கும்படித் தெளிவாகப் பேசினான்.

தசரதன், அஸ்வபதி, மற்றும் ம்ரிகஸ்யனும் ஸ்தம்பித்து மௌனமானார்கள். சப்த சிந்துவின் சாம்ராட்டைப் பெயர் சொல்லி அழைக்கும் இந்த வணிகனுடைய கைக்கூலியின் அகம்பாவத்தைக் கண்டு அதிர்ச்சியுற்றனர்.

ராவணன் புன்னகையை அடக்கிக் கொண்டான். அவன் கணக்கிட்டபடியே அவர்கள் நடந்து கொண்டனர். *இந்த ஆட்களை என் இஷ்டத்திற்கு ஆட்டிப் படைப்பது எவ்வளவு எளிதாக உள்ளது. அவர்களின் கர்வமும் அகம்பாவமுமே அவர்களை வீழ்த்தும்.*

கத்தியைத் திருப்பும் நேரம் வந்துவிட்டது.

'நான் வழி நடத்தும் படையை வீழ்த்துவேன் என்று கூற எவ்வளவு தைரியம், உனக்கு?' என்று ராவணன் பாதி கேலியும் பாதி செருக்குமாக, உதடைச் சுழித்தபடி கேட்டான்.

தசரதன் எழுந்த வேகத்தில் அவன் அமர்ந்திருந்த நாற்காலி சத்தமாக பின்னால் விழுந்தது. ராவணனை நோக்கிக் கையைக் காட்டினான். 'நாளைப் போரில் உன்னைக் குறிவைப்பேன், கத்துக் குட்டியே!'

மெதுவாக, அச்சத்தை வரவழைக்கும் தோரணையில் ராவணன் நாற்காலியில் இருந்து எழுந்தான். அவன் கழுத்திலிருந்து தங்கத்தில் தொங்கிய சங்கிலியில் இருந்த

பதக்கத்தை இறுகப் பிடித்துக் கொண்டான். அவள் கையைப் பிடிப்பது அவனுக்கு வலிமையைக் கொடுத்தது. அவன் இவற்றை ஏன் செய்கிறான் என்பதற்கான நினைவுக் குறி.

அவன் விரல்கள் பதக்கத்திலிருந்த பிடியை மெதுவாகத் தளர்த்தின, சாம்ராட் தான் பார்த்த விஷயத்தைக் கண்டு திகிலுற்றான். இலங்கைவாசி ஒரு அசுரன், எதிரிகளின் உடல்களைச் சூறையாடுபவன் என்று எண்ணினான்.

என்னை நரமாமிசம் சாப்பிடும் விலங்கு என்றே தசரதன் புரிந்து கொள்ளட்டும். போரில் இது ஒரு சவாலான, சாதகமான விஷயமாக அமையும்.

'நான் உனக்காகக் காத்திருப்பேன் என்று உறுதியாகச் சொல்கிறேன்,' என்றான் ராவணன் குரலில் கேலிச் சிரிப்பு இழையோடியது. தசரதன் வைத்த கண் வாங்காமல் அவனையே வெறித்தான். 'உன் ரத்தத்தைக் குடிக்கும் எதிர்பார்ப்பில் காத்திருக்கிறேன்.'

இது போதும். அவன் ஆத்திரத்தில் வெந்து புழுங்கட்டும்.

ராவணன் திரும்பிப்பார்க்காமல் கூடாரத்தை விட்டு நடையைக் கட்டினான். குபேரன் அவன் பின்னால் அவசரமாக உருண்டான். இலங்கையின் காவலாளிகள் அவனைப் பின் தொடர்ந்தனர்.

—ॐ—

'உன்னாலும் தூங்க முடியவில்லையா?' என்று கும்பகர்ணன் விசாரித்தான்.

ராவணன் தம்பி பக்கம் திரும்பி, புன்னகைத்தான். கையில் பிடித்திருந்த பதக்கத்தை விட்டான்.

நான்காம் ப்ரஹாரத்தின், ஐந்தாவது மணி நேரம் - நள்ளிரவுக்கு இன்னும் ஒரு மணிநேரமே இருந்தது. கரசாபா கோட்டையின் மதிற்சுவர்கள் அருகே ராவணன் நின்றிருந்தான். சப்த சிந்துவின் முகாமையும் அங்கு ஏற்றப்பட்டிருந்த பல தீப்பந்தங்களையும் வேடிக்கை பார்த்தான். இரவு மௌனமாக இருந்தது. அவர்களின் பேச்சுச் சத்தமும், சிரிப்புச் சத்தமும் கோட்டைவரை கேட்டது.

'எதிரிகளும் தூங்கவில்லை,' என்றான் ராவணன்.

கும்பகர்ணன் சிரித்தான். 'இந்த சப்த சிந்து க்ஷத்திரியர்கள் போரை ஒரு கோலாகலமான கொண்டாட்டமாகப் பார்க்கிறார்கள்.'

ராவணன் ஆழமாக மூச்சை உள்ளே இழுத்தான். 'நாளை, இந்த நேரத்திற்கு நாம் சப்த சிந்துவைக் கைப்பற்றியிருப்போம்.'

'சொல்லப்போனால் அது குபேரனுக்குத் தானே சொந்தம்?'

'அந்தக் குண்டன் யார் கைப்பிடியில் என்று நினைக்கிறாய்?'

கும்பகர்ணன் கடகடவென்று சிரித்தான். ஒரு நிமிடம் கழித்து ராவணனும் அவன் சிரிப்பில் இணைந்தான். கும்பகர்ணன் தன் அண்ணனின் முதுகைச் சுற்றி கைகளைப் போட்டான்.

'நீ இன்னும் நிறைய சிரிக்க வேண்டும், அண்ணா,' என்றான். 'அவளுக்கு அது அதிகமாகப் பிடித்திருக்கும்.'

ராவணனின் வலதுகை தன்னிச்சையாகப் பதக்கத்தைப் பிடித்தது. 'அவளுக்குக் கௌரவம் சேர்க்கச் சிறப்பான வழி, அவளைக் கொன்ற குப்பைச் சமூகத்தை பாதுகாக்கும் படையை அழிப்பதில் தான் இருக்கிறது...'

கும்பகர்ணன் மௌனமாக இருந்தான். இதைப்பற்றி ராவணனிடம் பேசுவதில் எந்த அர்த்தமும் இல்லை என்று உணர்ந்தான்.

மசிபோன்று கருப்பாக இருந்த கடலை வெறித்தான் ராவணன்.அவனுடைய கப்பல்களை அவனால் பார்க்க முடியாவிட்டாலும் அவை அங்கே இருக்கின்றன என்பது தெரியும். கரையிலிருந்து ஒன்றே கால் மைல் தொலைவில் இருந்தன. அந்தக் கப்பல்களின் அகலமான பின்புறம் தான் இந்தப் போருக்கே முக்கியமான திட்டம்.

'கப்பல்கள் நிற்கும் இடத்திலேயே நிற்கட்டும்,' என்றான் ராவணன். 'துடுப்புப் படகுகளையும் கீழே இறக்க வேண்டாம்.'

'கண்டிப்பாக,' என்றான் கும்பகர்ணன்.

தன்னுடைய மனதைத் தம்பி சரியாகப் படிப்பது ராவணனுக்குப் பிடித்திருந்தது. இலங்கையின் கப்பற்படை தொலைவிலும் அதன் உள்ளே படகுகள் இருப்பதையும் பார்த்து அவற்றுக்கும் போருக்கும் சம்பந்தம் இல்லை என்று அயோத்தியர்கள் நினைப்பார்கள். கப்பலில் வீரர்கள் இருந்தாலும் அவர்களைப் போருக்குக் கூட்டி வருவது அவ்வளவு எளிதல்ல என்று கருதுவார்கள்.

அப்படித் தான் வலையை விரிக்கப் போகிறான். 'அவர்கள் இதை நம்புவார்களா?' என்று கும்பகர்ணன் கேட்டான்.

'இதுவரை அனைத்தையும் நம்பியிருக்கிறார்கள் தானே? எனக்கு அவர்களின் செருக்கின் மீது நம்பிக்கை இருக்கிறது. நாம் முட்டாள் வியாபாரிகள், நமக்குப் போரைப் பற்றிய யுக்திகள் எதுவும் தெரியாது என்ற அவர்களின் தவறான கணிப்புதான், நாளையப் போரை நிர்ணயிக்கும். அவர்களிடம் ஐநூறாயிரம் வீரர்கள் இருக்கிறார்கள் என்பதை மறக்காதே. நம்மிடம் நகரத்தில் ஐம்பதாயிரம் வீரர்கள்தான் இருக்கிறார்கள். இந்த எண்ணிக்கையே அவர்களுக்குச் சாதகமாகத் தான் தெரியும். தங்கள் படை தங்களுக்குச் சாதகமாக அமையும் என்று தெரிந்தால் மக்கள் எக்குத் தப்பாகச் செயல்படுவார்கள்.'

'சாம்ராட் படையை தாக்கும் வியூகத்தைக் கடற்கரையில் இருந்து நடத்தாவிட்டால் நம் கப்பல்களினால் எந்தப் பிரயோஜனமும் இல்லையே.'

'சரியாகச் சொன்னாய்,' என்றான் ராவணன், திரும்பி கும்பகர்ணனைப் பார்த்தவாறு. 'இதைப் பற்றித்தான் நான் உன்னுடன் பேசவேண்டும் என்று நினைத்திருந்தேன்.'

'நான் செய்கிறேன், அண்ணா. படையில் சிலரை நகரச் சுவர்களுக்குக் கூட்டிச் சென்று - எங்களையே - ஒரு தூண்டிலாகக் காட்டலாம். எங்களை அயோத்தியர்கள் தாக்க முற்படும் பொழுது, நீ கப்பல்களை வைத்துக் காரியத்தை முடித்து விடு.'

'என் மனம் எப்படி வேலை செய்கிறது என்று ஏறத்தாழ உன்னால் படிக்க முடிகிறது,' என்று ராவணன் சிரித்தான்.

கும்பகர்ணன் இளித்தான். 'ஏறத்தாழ தானா? நீ என்ன நினைக்கிறாய் என்று எனக்கு எப்பொழுதும் தெரியும்.'

'முழுதாகத் தெரிய முடியாது. நீ சொன்ன போர் யுக்தியை நாம் கடைப்பிடிக்கலாம். ஆனால் நான்தான் தூண்டிலாகப் போவேன். நீ கப்பல்களை வழி நடத்து.'

கும்பகர்ணனுக்குப் பேயறைந்தது போல் ஆனது. 'இல்லை, அண்ணா!'

'கும்பா...'

'இல்லை!'

‘நீ எனக்காக என்ன வேண்டுமானாலும் செய்வாய் என்று பல முறை கூறி உள்ளாய்.’

‘ஆமாம், செய்வேன். என் உயிரைப் பணயம் வைப்பேன். நீ போரில் வெற்றி பெறுவாய்.’

‘கும்பா, நான் அதைக் காட்டிலும் சிக்கலான விஷயத்தை உன்னைச் செய்யச் சொல்கிறேன். என் உயிரைப் பணயம் வைக்க உன் அனுமதியைக் கேட்கிறேன்.’

‘அது முடியாது, அண்ணா.’

‘கும்பா, நான் சொல்வதைக் கேள்...’

‘மாட்டேன்!’

‘கும்பா, அந்த அகம்பாவம் பிடித்த மடையன் தசரதன் என்னை வெறுக்கிறான். என்னால்தான் அவனைத் தறிகெட்டுச் செயல் பட வைக்க முடியும். நான் அங்கே இருக்க வேண்டும்.’

‘சரி. நானும் உன்னுடன் இருக்கிறேன். மாரீச்சன் மாமா கப்பல்களைப் பார்த்துக் கொள்ளட்டும்.’

‘என் வாழ்வே அபாயத்தில் இருக்கும், கும்பா. உன் ஒருவனைத்தான் என்னால் நம்ப முடியும், என்னைக் காப்பாற்றுவாய் என்று.’

‘அண்ணா...’

‘நான் இறக்கக் கூடாது என்று செயல்படும் ஒரே ஆள் நீ தான்.’

கும்பகர்ணன் கையைத் தூக்கி ராவணனின் வாயைப் பொத்தினான். ‘உஷ்ஷ்ஷ்... அம்மா சொல்லியிருக்கிறார்கள், உன் இறப்பைப் பற்றி நீயே பேசக்கூடாது என்று. கடவுள் உனக்கு வாயைக் கொடுத்தால் வாயில் வருவதையெல்லாம் பேசுவாயா? மடத்தனமான விஷயங்கள் பேச பயன்படுத்தாதே!’

‘அப்படியானால் நான் அப்படிப் பேசாமல் இருக்கும்படி பார்த்துக் கொள். கப்பல்களை வழி நடத்து.’

‘அண்ணா!’ கும்பகர்ணன் வாதம் செய்து சோர்வுற்றான்.

‘இது ஆணை, கும்பா. நான் உன்னை மட்டுமே நம்ப முடியும். நீ எனக்காக இதைச் செய்யவேண்டும். கப்பல்களைச் சரியான சமயத்தில் உள்ளே வரவழைப்பது உன் பொறுப்பு.’

கும்பகர்ணன் ராவணனின் கைகளை இறுகப் பற்றினான், பதில் எதுவும் சொல்லாமல்.

'நாளை நாம் வெற்றி பெறுவோம்,' என்றான் ராவணன். 'பிறகு நம் காட்டில் மழை. நம் யுகம் பிறக்கும். ராவணன் மற்றும் கும்பகர்ணன் என்ற பெயர்களை வரலாறு மறக்காது.'

மறுநாள் இரண்டாவது ப்ரஹாரின் நான்காவது மணியில், ராவணன் போருக்குத் தயாரானான். தன்னுடைய குதிரையில் ஏறினான், முதல் வரிசையில் நின்றான்.

அவனுடைய எதிரிகள் அதிர்ச்சிக்கு ஆளானார்கள். ஏன் அவனுடைய படையே கூட, கோட்டையின் நன்கு வடிவமைக்கப்பட்ட சுவர்களுக்குப் பின்னால் நின்று தன்னைப் பாதுகாத்துக் கொள்ளாமல் அவன் ஏன் முன்னிலையில் நிற்கிறான் என்று சிந்தித்தனர். மாறாக அவன் ஐம்பதாயிரம் வீரர்கள் - அதாவது அவன் மொத்தப் படையையும் - வழக்கமான சதுரங்க வியூகத்தில் கோட்டை வாசலில், கடற்கரையில் நிறுத்தினான்.

இலங்கையின் படைக்கு எதிரே எதிரிகளும், பின்னால் கோட்டைச் சுவர்களும் இருந்தன. தசரதனுக்கும் அவனுடைய படைக்கும் எளிதில் வெல்லக் கூடிய வியூகமாக இருக்கும் என்ற தோற்றத்தை ஏற்படுத்தினான்.

சப்த சிந்துவின் வீரர்களுக்கு இலங்கைப் படையின் தூண்டிலானது.

அவர்களும் அதில் சிக்கினர்.

அயோத்தியாவின் சாம்ராட்டும் தன்னுடைய படையைக் கடற்கரையில் *சுசி வியுஹா, ஊசி போன்ற வியூகத்தை* அமைத்தான். கோட்டையை நிலம் வழியாகத் தாக்குவது சரியல்ல என்பதை உணர்ந்தான். ராவணனின் படை வீரர்கள் அடர்ந்த முட்புதர்களைக் கோட்டையைச் சுற்றி போட்டிருந்தனர். கடற்கரையை ஒட்டியிருந்த சுவரில் மட்டும்தான் அவர்கள் அதைப் போடவில்லை. தசரதனின் படை முட்புதர்களை அகற்றி ஒரு பாதையை அமைத்திருக்கலாம், ஆனால் அப்படிச் செய்ய பல வாரங்கள் ஆகும். கரசாபாவின் விளைநிலங்களை இலங்கைப் படை எரித்துவிட்டதால், கோட்டைக்கு வெளியே உணவும் நீரும்

இல்லை. அதனால் வேறு வழி இல்லை. உணவுப் பொருட்கள் தீருவதற்குள் ராணுவப்படை அவர்களைத் தாக்க வேண்டும்.

மற்ற அனைத்து இடங்களையும் புதர்களால் அடைத்து விட்டுக் கடற்கரை ஓரம் மட்டும் ஏன் ராவணன் விட்டு வைத்தான் என்று தசரதன் யோசித்திருக்க வேண்டும். அயோத்தியாவின் அரசன் இதுவரை ஒரு போரிலும் தோற்கவில்லை என்ற சாதனையைப் பெற்றிருந்தான். அவனுடைய போர் யுக்திகள் அவனை எச்சரிக்கையாக வைத்து இருக்க வேண்டும். ஆனால் ராவணன் நேற்று கூறிய அவமதிக்கும் வார்த்தைகள் இன்னமும் அவனைப் பாதித்தன. தன்னுடைய கௌரவம் தன் சீர்தூக்கும் திறமையை மழுங்கடையச் செய்தது என்பதை அவன் உணரவில்லை.

கடற்கரை அகலமாகத் தான் இருந்தது. ஆனால் பெரிய படைக்கு அந்த இடம் போதவில்லை - அதனால் தான் தசரதன் சுசி வியூகத்தை அமைத்தான். சிறந்தவர்கள் அவனுடன் துணை நிற்பார்கள், வியூகத்தின் முன்னால், மற்றவர்கள் வரிசையாக நீளமாக ஒரே கோட்டில் நிற்பார்கள். அவர்கள் சுழற்சியில் தாக்க நினைத்தார்கள்; முதலில் முன் வரிசைகள் இலங்கைப் படையைத் தாக்கும், பிறகு, போர் தொடங்கி இருபது நிமிடங்களில் அவர்கள் பின்னால் சென்று விடுவார்கள், அடுத்த சில வரிசைகள் போர் புரியும். நிற்காமல் வீரர்கள் மாறி மாறி வந்த வண்ணம் இருப்பார்கள். அனைவரும் போர் முறைகளில் நல்ல பயிற்சியும் அனுபவமும் பெற்றவர்கள். இந்தத் தாக்குதலினால் இலங்கைப் படை தகர்ந்துவிடும் என்று கணக்கிட்டனர்.

கேகயா ராஜன் அஸ்வபதி, தசரதனின் மாமனார், இந்த யுக்தி சரி வருமா என்ற சந்தேகத்தில் இருந்தார். சில பத்தாயிரம் வீரர்கள் தான் சண்டையில் ஈடுபடுவார்கள், மற்றவர்கள் சும்மாவே நிற்க வேண்டுமே என்று கவலை எழுப்பினார். பெரிய போர் மைதானத்தை தேர்ந்தெடுக்காமல் ஒரு குறுகிய கடற்கரையில் போரை ஏற்பாடு செய்ததன் மூலம், ராவணன் எதிரிப் படையின் எண்ணிக்கைக்கு மதிப்பு இல்லாமல் ஆக்கிவிட்டான். சப்த சிந்து படையின் சாதகமே அதன் எண்ணிக்கைதான். ஆனால் அஸ்வபதியின் கவலைகளைத் தன்னம்பிக்கை நிறைந்த தசரதன் ஒதுக்கினான்.

இலங்கை வாழ்மக்கள், வியாபாரிகள்; அவர்களுக்குப் போர் யுக்திகள் பரிச்சயம் இல்லை என்று தசரதன்

எண்ணினான். கோட்டைச் சுவர்களின் வெளியே படையை நிறுத்தியதிலிருந்து ராவணனின் அபத்தப் போக்கு புரிந்துவிட்டது. ராவணனுக்கும் அவன் படைக்கும் என்ன செய்கிறோம் என்பதே விளங்கவில்லை என்பது புரிந்தது.

தொலைவில் கடலில், ராவணனின் வலது பக்கத்தில், அவன் கப்பல்கள் நங்கூரம் பாய்ச்சி நின்றன. கடலில் ஒன்றே கால் மைல் தொலைவில் காத்திருந்தன. துடுப்புப் படகுகள் கண்ணுக்கே தெரியவில்லை. கும்பகர்ணன் அறிவுரைகளைச் சரிவரப் பின் பற்றினான். ராவணன் தன் பார்வையை சப்த சிந்துவினர் மீது செலுத்தினான்.

அவனுடைய அகம்பாவம் பிடித்த, தன்னம்பிக்கைக் கூடுதலாக இருந்த அவனுடைய எதிரிகள், ஒற்றர் படகுகளை அனுப்பி, அவனுடைய கப்பல்களின் அகலம் வித்தியாசமாக இருக்கின்றனவே என்று பார்த்து வரச் சொல்லவில்லை. அதை அவர்கள் செய்திருக்க வேண்டும்.

அவன் உதடுகளில் முறுவல் தவழ்ந்தது. *முட்டாள்கள்.*

ராவணன் தன் தோள்களையும் கைகளையும் மடக்கி விரித்தான். போரின் எரிச்சலான விஷயம் காத்திருத்தல். எதிரிகளின் தாக்குதலுக்காகக் காத்திருப்பது. கவனச் சிதறல் கூடாது. சக்தியை வீணடிக்கக் கூடாது. தன்னுடைய படையிடம், எதிரிப் படையைக் கெட்டவார்த்தைகளில் திட்டி, சுய உந்துதலுக்காகச் சில வாசகங்களைச் சொல்லி தங்களுடைய சக்தியை வீணடிக்க வேண்டாம் என்று எச்சரித்தான். அவர்களை மௌனமாகக் காத்திருக்கச் சொல்லியிருந்தான்.

தசரதன் அப்படிப்பட்ட அறிவுரைகள் எதுவும் கொடுக்கவில்லை. அவர்கள் ஊக்குவிக்கும் கர்ஜனைகளைச் செய்து கொண்டிருந்தனர், அவர்கள் குரல்கள் மேலும் கீழும் பரபரப்பில் அலைந்த அவர்கள் உத்வேகத்தை ஏற்றிக் கொண்டனர். அந்தச் சத்தத்தினால் சோர்வுற்றனர்.

ராவணன் ஆறு அங்குல கொம்புகள் இருபுறமும் துருத்திக் கொண்டிருந்த தன்னுடைய தலையணியை அணிந்திருந்தான். அது அவனுடைய எதிரிகளுக்கு ஒரு சவாலாக அமைந்தது; முக்கியமாக தசரதனுக்கு.

நான் இங்கே இருக்கிறேன். வந்து என்னைப் பிடித்துக்கொள் என்று சொல்வது போல.

தசரதன் நன்கு பயிற்சி பெற்ற தன் குதிரையின் மீது அமர்ந்திருந்தான். அது கம்பீரமாக நின்றது. அவன் தன்னுடைய படை முழுவதையும் பார்வையிட்டான். அவர்கள் மீது நம்பிக்கைப் பார்வையைச் செலுத்தினான். அவர்கள் இரைச்சலிடும் போக்கிரிக் கும்பல்தான், அவர்கள் கத்திகளை உரைகளிலிருந்து வெளியே எடுத்துப் பிடித்துக் கொண்டிருந்தனர். அவர்கள் அனைவரும் இரைச்சலான போக்கிரிக் கும்பல். போருக்கு ஆர்வமாக இருந்தனர். குதிரைகள் கூட அந்த நொடியின் பரபரப்புக்கு ஆளாகின, அதனால் வீரர்கள் அவற்றைக் கட்டுப்படுத்த அவற்றின் கடிவாளங்களை இழுத்துப் பிடித்தனர். வெகு விரைவில் எதிரி வீரர்கள் சிந்தப் போகும் ரத்தத்தையே தசரதனால் நுகர முடிந்தது; படுகொலை செய்து வெற்றிக்கு வழி வகுக்கப் போகும் தருணம்!

கண்களைச் சுருக்கி இலங்கைவாசிகளைக் கவனித்தான். அவர்களின் தலைவன் முன்னால் நின்றிருந்தான். தொலைவில் இருந்தாலும் அவனைக் கண்டவுடன் சுர்ரென்று கோபம் தலைக்கு ஏறியது. அவர்கள் கடைசியாகச் சந்தித்தபொழுது ராவணன் பேசிய வார்த்தைகள் நினைவுக்கு வந்தன. அந்தக் கத்துக்குட்டி வியாபாரி விரைவில் தசரதனின் கோபத்தை உணரப் போகிறான். தன் வாளை உருவி உயரப்பிடித்தான். தன்னுடைய கோசல நாட்டின் தலை நகரமான அயோத்தியாவின் வழக்கமான போர்க் குரலை உரக்க எழுப்பினான். *'அயோத்தியதா விஜிதாரா!'*

தோல்வியே தழுவாத நகரத்திலிருந்து வந்த போர் வீரர்கள்!

அவன் படையில் உள்ள அனைத்து வீரர்களும் அயோத்தியைச் சார்ந்தவர்கள் அல்ல, இருப்பினும் சிறந்த கோசலப் படையின் தலைமையில் போரிட ஆவலாக இருந்தனர். தங்களுடைய சாம்ராட்டின் போர்க் குரலை எதிரொலித்தனர். 'அயோத்தியதா விஜிதாரா!'

தன் வாளைக் கீழே கொண்டுவந்து குதிரையை வேகமாக ஓடச்செய்தான். 'அனைவரையும் கொன்றுவிடுங்கள்! கருணை காட்டாதீர்கள்!'

'கருணை காட்டாதே!' என்று முன் வரிசையிலிருந்த குதிரைப்படை வீரர்கள் எதிரொலித்தனர், அவர்களின் துணிச்சலான சாம்ராட்டைப் பின் தொடர்ந்தனர்.

வேகமாகவும், துணிவுடனும், தங்களுடைய சொந்த அழிவை நோக்கிக் குதிரைகளைச் செலுத்தினர்.

கடற்கரையில் தசரதனும் அவனுடைய படையும் இலங்கை வீரர்களை நோக்கிப் புயலென வந்தனர். ராவணனின் படை அமைதியாக நின்றது. எதிரியின் குதிரைப்படை சிறிது தொலைவுக்கு அப்பால் இருக்கும் பொழுது ராவணன் எதிர்பாராத விதமாகத் தன் குதிரையைத் திருப்பி முன் வரிசையிலிருந்து நகர்ந்தான். அவன் படை நின்ற வண்ணம் இருந்தது.

ராவணனின் யுக்தி தெளிவாக இருந்தது - எது முக்கியம் என்றால் வெற்றிதான், துணிவு, ஆண்மை போன்றவற்றைக் காட்டிக் கொள்ளும் நேரம் இதுவல்ல. ஆனால் தசரதன் க்ஷத்ரிய குல வழக்கப்படி வளர்ந்ததால், சுய துணிச்சல்தான் தலைவனின் முக்கிய குணம் என்று கருதினான். ராவணனின் கோழைத்தனமான தோற்றம் அவனுக்கு ஆத்திரம் ஊட்டியது. அவன் தன்னுடைய குதிரையைத் துரிதப்படுத்தினான். இலங்கையின் முன்வரிசைப் படையைக் கொன்று கூழாக்கும் ஆவேசம். பிறகு ராவணனை எட்டிப் பிடிப்பது. அயோத்தியர்கள் தங்கள் தலைவனைப் பின் தொடர்ந்தனர்.

இதைத் தான் ராவணன் எதிர்பார்த்தான். இலங்கையின் முன் வரிசைப் படை செயலில் இறங்கியது. வீரர்கள் தங்கள் வாள்களைக் கீழே போட்டுவிட்டு, விநோதமாக, அவரவர் கால்களுக்கு அருகிலிருந்து இருபது அடி நீளத்தில் குத்தீட்டிகளைக் கையில் எடுத்தனர். அவை மரம் மற்றும் உலோகத்தினால் ஆனவை, கனமாக இருந்தன. இருவர் சேர்ந்து ஒன்றை எடுத்தனர். தாமிரத்தாலான கூர் முனை கொண்ட ஈட்டிகளைத் தசரதனின் குதிரைப்படையை நோக்கிப் பிடித்தனர்.

குதிரைகளின் மீதிருந்த வீரர்களால் வந்த வேகத்தில் சட்டென்று குதிரைகளை இழுத்துப் பிடித்து நிறுத்த முடியவில்லை. நேரே ஈட்டிகளிடம் மோதிக் கொண்டனர். தயார் நிலையில் இல்லாத விலங்குகளை ஈட்டிகள் குத்திக் கிழித்தன. வீரர்கள் தூக்கி எறியப்பட்டனர், குதிரைகள் மடங்கி விழுந்தன. தசரதனின் குதிரைப்படை தடுத்து நிறுத்தப்பட்ட அதே சமயம், இலங்கையின் வில்லாளர்கள் கரசாபா கோட்டையின் மதிலில் நின்று தாக்கினர். அவர்கள் தொடர்ந்து மதில் சுவரின் மீதிருந்து சரமாரியாக அம்பை எய்தனர்.

அடர்ந்து நின்ற தசரதனின் படை சின்னாபின்னமானது. சப்த சிந்துவின் வரிசைகள் தாறு மாறாகக் குலைந்தது.

குத்துப்பட்ட குதிரைகளின் மீதிருந்து வீசி எறியப்பட்ட தசரதனின் படை வீரர்கள் பலர் கைச் சண்டை போடத் தொடங்கினர். அவர்களுடைய அரசன் அவர்களை வழி நடத்தினான். வாளைச் சுழற்றினான். அவன் வழியில் வரத் துணிந்த அனைவரையும் கொன்றான். ஆனால் அவனைச் சுற்றி அவன் வீரர்கள் அழிக்கப்படுவதை அவனால் காண முடிந்தது. அம்புகளுக்கும் நேர்த்தியாக பயின்ற வாள் வீச்சுக்கும் அவர்கள் பலியாகினர். சில நிமிடங்களுக்குள் தசரதன் கொடி பிடிப்பவனுக்குச் சைகை செய்தான். அவன் ்சைகையை உணர்ந்து கொடியை உயரப் பிடித்தான். பின்னால் இருந்த வீரர்களும் போரில் பங்கேற்பதற்கான ஒரு குறி அது. அவர்கள் முன் வரிசையினருக்குத் துணையாக நின்றனர்.

இந்தத் தருணத்திற்காகத் தான் ராவணன் காத்திருந்தான்.

கும்பகர்ணனின் ஆணைப்படி இலங்கையின் கப்பல்கள் சடாரென்று நங்கூரம் பாய்ச்சின. துறைமுகம் இல்லாவிட்டால் பெரிய கப்பல்கள் சாதாரணமாகக் கரை அருகே வராது. கடற்படையினர் கப்பலிலிருந்து படகுகளில் தான் கரையை அடைவார்கள். ஆனால் கும்பகர்ணன் துடுப்புப் படகுகளைக் கீழே இறக்கவில்லை. மாறாக கப்பல்களையே கரை நோக்கிச் செலுத்தச் சொன்னான். மாலுமிகள் தயாராகக் காத்திருந்ததால் உடனேயே துடுப்பைப் போட்டனர். கரையை நோக்கி நகர்ந்தனர். பாய்மரங்கள் திறக்கப்பட்டன. காற்றின் வேகத்தைப் பயன்படுத்திக் கொண்டு வேகமாகக் கப்பல்கள் நகர்ந்தன. தசரதனின் தலைமையில் இருந்த அடர்ந்த வீரர்கள் படையின் மீது சில நிமிடங்களில், கப்பலின் மேல் தளத்தில் நின்ற இலங்கை வீரர்கள் சரமாரியாக அம்புகளை விட்டனர். வரிசை வரிசையாக நின்ற சப்த சிந்துவினரை, இலங்கை வீரர்கள் துவம்சம் செய்தனர்.

தசரதனின் படையில் யாருமே கப்பல்கள் இவ்வளவு வேகமாகக் கரையைத் தொடும் என்பதை எதிர்பார்க்கவில்லை. சாதாரணமாக அவ்வளவு வேகமாக அவை கரையை அடைந்தால் அவற்றின் கீழ்ப்பகுதி உடைந்துவிடும். இவர்களுக்குத் தெரியாத ரகசியம் என்னவென்றால் இவை பிரத்யேகமாக வடிவமைக்கப்பட்ட கப்பல்கள், இவை தண்ணீரிலும், தரையிலும் சுலபமாகச் செயல்படும். சட்டென்று

கரைதட்டும் அதிர்வைத் தாங்கக்கூடியவை. கப்பல்கள் அதி வேகத்துடன் கரையைத் தொட்ட அதே நேரம் அகலமான விரிப்புகள் போன்ற அமைப்புகள் விரியத் தொடங்கின. சாதாரணமானவை அல்ல. அவை கப்பல்களின் அடிப்பகுதியில் பெரிய கொக்கிகளால் இணைக்கப்பட்டிருந்தன. அவை மண்ணில் சாய்வான பலகைகள் போல விரிந்தன. அதனால் கப்பல்களால் எளிதில் கரை தட்ட முடிந்தது. கப்பலின் அடிவயிற்றுப் பகுதியிலிருந்து பாலம் போன்ற வடிவம் திறந்து கொண்டது. அதிலிருந்து குதிரைப்படை வீரர்கள் இறங்கினர். மேற்கிலிருந்து இறக்குமதி செய்யப்பட்ட பிரம்மாண்டமான குதிரைகளின் மீது வந்தனர். நேரே கடற்கரையில் இறங்கினர். வழி மரித்தவர்களைச சிறிதும் யோசிக்காமல் வெட்டிச் சாய்த்தனர்.

இப்பொழுது சப்த சிந்துவினர் இருபக்கமும் சண்டையிடும் கட்டாயத்துக்குத் தள்ளப்பட்டனர் - முன் வரிசை களில் ராவணனின் வீரர்கள் கசராபா கோட்டையிலிருந்து தாக்கினர்; பின்னால் எதிர்பாராத விதமாக கப்பலில் இருந்து இறங்கிய வீரர்கள், கும்பகர்ணனின் தலைமையில் புகுந்து விளையாடினார்கள்.

பயிற்சி பெற்ற நேர்த்தியான வீரனான தசரதனால் பின்னால் எதோ அழிவு நடப்பதை உணர முடிந்தது. போரில் ஈடுபட்டிருந்த பல்லாயிரக்கணக்கான வீரர்களுக்கு அப்பால் தன் பார்வையை தசரதன் செலுத்தினான். இடது பக்கம் சட்டென்று ஒரு அசைவைக் கண்டான். தன் கேடயத்தை உயரப் பிடித்து இலங்கை வீரன் ஒருவனின் பயங்கரமான தாக்குதலில் இருந்து தப்பித்தான். ஒரு பெரிய கர்ஜனையுடன் அந்த வீரனின் மீது பாய்ந்து அவன் அணிந்திருந்த கவசத்தையும் மீறிக் கிழித்தான். வயிறு அறுபட்டு ரத்தம் கொப்பளிக்க அந்த இலங்கை வீரன் கீழே விழுந்தான். அவனுடைய குடல் இளஞ்சிவப்பு நிறத்தில் வெளியே துருத்திக் கொண்டு விழுந்தது. தசரதன் பின்னால் திரும்பி தன் படைக்கு என்ன நேர்ந்தது என்பதை அறிந்து கொண்டான்.

'இல்லை!' என்று அலறினான்.

அவன் எண்ணியே பார்த்திராத ஒரு காட்சி அங்கே அரங்கேறிக் கொண்டிருந்தது. முன் வரிசையில் காலாட் படையின் வாள் வீச்சு மற்றும் கோட்டையிலிருந்து அம்பு தாக்குதல், பின் வரிசையில் தரை தட்டிய கப்பல்களில்

இருந்து இறங்கிய குதிரைப்படையின் ஆவேசமான தாக்குதல். இரண்டு பக்கங்களிலும் கிடுக்கிப் பிடியில் மாட்டிக் கொண்டனர் அயோத்தியர்கள். அவர்களின் உத்வேகம் தேயத் தொடங்கியது. சிலர் வரிசையிலிருந்து மீண்டு புறமுதுகிட்டு ஓடுவதை நம்ப முடியாமல் பார்த்தான் தசரதன்.

'வேண்டாம்!' என்று அலறினான். 'சண்டையிடுங்கள்! சண்டையிடுங்கள்!' நாம் அயோத்தியா! நம்மை யாராலும் வீழ்த்த இயலாது!'

தான் எண்ணியபடியே அனைத்தும் நடப்பதால், ராவணன் தன் குதிரைக்கு வேகத்தை ஊட்டினான். தன் படை வீரர்கள் சிலருடன் கடலின் ஒரு புரத்தைச் சுற்றி கடற்கரையின் இடது பக்கமாக வந்தான். அந்த ஒரு இடம் தான் அயோத்தியர்களுக்கு எதிர்த்தாக்குதல் நடத்த பாக்கி இருந்தது. நன்கு பயிற்சி பெற்ற குதிரைப்படை வீரர்கள் சிலருடன் ராவணன் காலாட்படைக்குள் ஊடுருவிச் சென்றான். அவர்கள் திரும்பவும் சூழ்வதற்குள் கடந்து விட்டான். அவன் கோட்டை வாயிலைப் பாதுகாத்தால்தான் கும்பகர்ணனால் பின்புறம் தாக்குதலைச் சமாளிக்க முடியும். அவர்களை அழிக்க முடியும்.

தசரதனைக் கொல்வதில் ராவணனுக்கு அக்கறை இல்லை. இப்பொழுது அது முக்கியமும் அல்ல. அவன் முனைப்பு வெற்றி தான். அதை அடைய கடைசியாகப் போராடிக் கொண்டிருக்கும் அயோத்தியர்களை வீழ்த்த வேண்டும்.

நிதானமாக ஆனால் நிச்சயத்துடன் இலங்கைப் படை, கோட்டை மதிலில் இருந்து தாக்கும் தன் வீரர்களின் உதவியுடனும், பின் வரிசையில் தாக்கும் கும்பகர்ணனின் உதவியுடனும், ராவணனின் படையின் ஊடுருவலினாலும், தசரதனின் படையைக் கலைத்து சிதறடித்தது. வரிசை களுக்கு நடுவே பதற்றம் ஏற்பட்டது. சில நிமிடங்களிலேயே குழப்பமான பின்வாங்கல் நடந்தது.

இனி இது போரே அல்ல. படுகொலை.

ஆனால் ராவணன் நிறுத்தவில்லை. அவன் படையையும் நிறுத்தச் சொல்லி உத்தரவிடவில்லை. படையிடம் கருணை காட்டாமல் இருக்கும்படி உத்தரவிட்டான்.

அவன் ஆணைகள் தெளிவாக இருந்தன, உரக்கச் சொன்னான்: 'கொன்று விடுங்கள் அனைவரையும்! கருணை வேண்டாம்! கொன்றுவிடுங்கள்!'

அவன் படையினர் ஆணையை நிறைவேற்றினர்.

௨௦

அத்தியாயம் 20

ராவணன் தன்னுடைய காலி மதுக் கோப்பையை தட்டியபடி சிந்தனையில் இருந்தான். அறையின் அந்தக் கோடியிலிருந்த பணியாள், முன்னால் நடந்து வந்தான், ஆனால் நிதானித்தான், கும்பகர்ணன் அண்ணனைக் கவனிப்பதற்காக எழுவதைப் பார்த்து.

கும்பகர்ணன் அண்ணனின் கோப்பையை நிரப்பிவிட்டுத் தனக்கும் ஊற்றிக் கொண்டான். பிறகு நிமிர்ந்து பார்த்துப் பணியாளைப் போகும்படி சைகை செய்தான். பணியாள் வணங்கி விடை பெற்றான்.

கரசாபா போரில் சப்த சிந்து படையை வேரோடு தகர்த்தி ஐந்து மாதங்கள் ஆக்கிவிட்டன. தசரதன் அவனுடைய இரண்டாவது மனைவி கைகேயியின் துணிவான முயற்சியினால் மயிரிழையில் உயிர் தப்பினான். அவள் கேகய மன்னன் அஸ்வபதியின் மகள்.

'நாம் சாம்ராட்டைக் கொன்றிருக்க வேண்டும் என்று நீ நினைக்கிறாயா?' என்று மதுவை அருந்தியபடியே கும்பகர்ணன் கேட்டான். சௌகரியமாக நாற்காலியில் சாய்ந்து கொண்டான்.

'அதை யோசித்தேன் தான்,' என்று ராவணன் தலையசைத்தான். 'ஆனால் இதுதான் சரியான முடிவு என்று கருதுகிறேன். போர்க்களத்தில் சட்டென்று இறப்பது அவனுக்கு வலியற்ற சுலபமான சாவு. ஆனால் தோல்வியின் அவமானம் அவனைச் சிறுகச் சிறுகக் கொன்றுவிடும். ராணுவத்தின் தோல்வி, நாம் ஏற்படுத்திய ஒப்பந்தம், இவை இரண்டும்

அவன் மன அமைதியைக் குலைக்கும். நிலையில்லாத, சஞ்சலம் நிறைந்த தலைவனின் கீழ் சப்த சிந்துவின் தார்மீக உணர்வு நிமிர முடியாமல் தவிக்கும். நாம் நிதானமாக நாட்டை சக்கையாகப் பிழியும் வரை அவர்கள் நமக்கு எந்தத் தொந்தரவையும் தர மாட்டார்கள். நாம் தசரதனைக் கொன்றிருந்தால் அவன் உயிரைத் தியாகம் செய்து தியாகியாக மாறியிருப்பான். தியாகிகள் பயங்கரமானவர்கள். அவர்களின் நினைவு புரட்சிகளை வெடிக்கச் செய்யும்.'

'கைகேயி ராணியின் தைரியம் நமக்குச் சாதகமாக அமைந்தது, என்கிறாயா?'

'அவள் நமக்கு உதவி செய்ய நினைக்கவில்லை. தன் கணவனின் உயிரைக் காப்பாற்றத்தான் நினைத்தாள். அவள் துணிச்சலான பெண்தான். ஆனால் அவளுடைய நன்றி கெட்ட மக்கள் அவளை நன்றாக நடத்த மாட்டார்கள் என்பது எனக்கு உறுதியாகத் தெரியும். தங்களுடைய கதாநாயகர்களை எப்படி நடத்த வேண்டும் என்று அவர்கள் அறியவில்லை.'

'கேள்விப்பட்டீர்களா? நாம் தசரதனை கரசாபாவில் வீழ்த்திய அதே தினம் அவனுடைய முதல் மனைவி கௌசல்யா ஒரு மகனைப் பெற்று எடுத்திருக்கிறாள். அவனுக்கு ராம் என்று பெயர் வைத்துள்ளனர்.'

'விஷ்ணுவின் பெயரா?' என்று ராவணன் மென்மையான கேலிச் சிரிப்பை உதிர்த்தான்.ஆறாவது விஷ்ணு பிறந்தபொழுது வைத்த பெயர் ராம். ஆனால் பொதுவாக அனைவர்க்கும் பரசு ராம் என்று தான் அறிமுகம். 'அவர்களுக்குக் குழந்தையின் மீது அதிக எதிர்பார்ப்பு இருக்க வேண்டும்!'

'கொடுமை என்னவென்றால் அவர்களின் கரசாபா தோல்விக்கு அந்தக் குழந்தையைக் குறை கூறுகிறார்கள். அவன் அவர்களுக்குத் துரதிர்ஷடத்தைக் கொண்டு வந்து விட்டானாம்.'

'அப்பொழுது, நம் வெற்றிக்கு என்னுடைய சாமர்த்தியமான போர் உத்திகள் காரணமில்லையா? எதோ ஒரு ராணி அதே நேரத்தில் பிரசவ வலியில் சென்றதுதான் காரணமா?!' ராவணன் பலமாகச் சிரித்தான்.

கும்பகர்ணன் அவனைப் பார்த்து இளித்தான்.

'நீ இன்னும் அதிகம் சிரிக்க வேண்டும், அண்ணா,' என்றான். 'வேதவதிஜிக்கு அதுதான் பிடித்திருக்கும்.'

‘அதையே திரும்பத் திரும்பச் சொல்வதை நிறுத்து.’

‘ஆனால் அது உண்மை தானே.’

‘அது உண்மை என்று உனக்கு எப்படித் தெரியும்? அவளுடைய ஆன்மா வந்து உன்னிடம் சொன்னதா?’

கும்பகர்ணன் மறுத்துத் தலையாட்டினான். ‘அண்ணா, அவளைப் பற்றி நினைக்கும் பொழுது உங்களால் சிரிக்க முடியவில்லை என்றால், உங்களால் குணமடைய முடியாது. துக்கமும் ஆறாது. அவளை நினைக்கும் ஒவ்வொரு முறையும் கோபமும், சோகமும் கொப்பளித்தால் ஒரு அழகான நினைவை விஷமாக மாற்றிவிடுவாய். பல ஆண்டுகள் கடந்துவிட்டன.’

‘அவள் எப்படி இறந்தாள் என்பதை நான் மறக்க வேண்டும் என்கிறாயா? நான் ஒரு மடத்தனமான மறதியில் உழல வேண்டுமா?’ ராவணன் எரிச்சலானான்.

கும்பகர்ணன் அமைதியாக இருந்தான். ‘நான் அப்படிச் சொல்லவில்லை. அவள் எப்படி இறந்தாள் என்பதை நம்மால் எப்படி மறக்க முடியும்? ஆனால் அவளைப் பற்றி அந்த ஒரு நினைவு மட்டுமா நம்மிடம் இருக்கிறது? அவள் விட்டுச்சென்ற பல நினைவலைகளில் ஒன்று அது. மற்ற நினைவுகளுடனும் சிறிது நேரம் செலவழி. ஆவலுடன் கழித்த மகிழ்ச்சியான தருணங்கள். அப்பொழுது அவளைப் பற்றி நினைக்கும் ஒவ்வொரு நொடியிலும் சோகத்தில் திளைக்க மாட்டாய்.’

‘ஒரு வேளை எனக்குச் சோகம் பிடிக்கிறதோ என்னவோ. அது என்னைச் சமாதானம் செய்கிறது.’

‘எதோ ஒரு விஷயத்துடன் பல காலம் செலவழித்து விட்டால், உனக்கு அது பிடிக்கும், அது சோகமாகவும் இருக்கலாம்.’

ராவணன் தலையசைத்து மறுத்தான். இனி இந்தப் பேச்சைத் தொடர வேண்டாம் என்பது போல.

‘சரி, போரில் அபகரிக்கப்பட்ட பொருள்களின் முதல் தவணை எப்பொழுது சிகிரியா வந்தடையும்?’ என்று ராவணன் கேட்டான்.

‘சில வாரங்களில், அண்ணா. இன்னும் சில வாரங்களில் இலங்கை பணக்கார நாடு என்பதிலிருந்து செல்வம் நிறைந்த

நாடு என்ற அந்தஸ்துக்கு உயர்ந்துவிடும். ஒருவேளை உலகிலேயே அதீத செல்வம் பெற்ற நாடாகவும் விளங்கலாம்.'

கரசாபா போருக்கு முன் சப்த சிந்துவோடு நடத்தும் வணிக பேரங்களுக்கு, இலங்கையின் தரகுப் பங்கு பத்து சதவிகிதமாக இருந்தது. தொண்ணூறு சதவிகிதம் அயோத்தியாவுக்குச் சொந்தமானது. சாம்ராஜ்ஜியத்தின் பிரதிநிதியாக அந்த நகரம் விளங்கியது. அயோத்தியா அதைத் தன் சிற்றரசுகளுடன் பங்கு பிரித்துக் கொள்ளும். போருக்குப் பின் தன்னிச்சையாக ராவணன் அயோத்தியாவின் பங்கை ஒன்பது சதவிகிதத்துக்குக் குறைத்து விட்டான், மீதி இலங்கைக்குச் சொந்தம் என்று சொல்லிவிட்டான். மேலும் சப்த சிந்துவில் தயாரிக்கப்படும் பொருட்களின் விலையையும் மிகவும் குறைத்துவிட்டான். இது போதாது என்று கடந்த மூன்று ஆண்டுகளாக நடந்த அனைத்து வியாபாரங்களுக்கும் இந்தப் புது ஒப்பந்தத்தின் கணக்குகள் பின் நோக்கிப் பிரயோகிக்கப்படும் என்றும் அறிவித்தான் - போர் தண்டனையாக அவர்கள் அதை அவனுக்குத் தர வேண்டும். இப்படிப்பட்ட பொதுவான ஆணை, சாம்ராஜ்ஜியத்தை விரைவில் ஏழ்மைக்குத் தள்ளும் என்பதை உணர்ந்திருந்தான். அதே சமயம் இலங்கை பன்மடங்கு செல்வம் பெற்ற நாடாக மாறும். மேலும் அதிகரிக்கப்பட்ட லாபத்தில் சரி பாதி அவன் வைத்துக் கொள்ளப் போகிறான். அதனால் விரைவில் அவனும் நினைத்துப் பார்த்திராத செல்வத்தை அவனும் அடைவான். சக்தியும் அதிகாரமும் கூடும்.

'அடுத்து என்ன, அண்ணா?' என்றான் கும்பகர்ணன்.

ராவணன் அறையில் இருந்த பெரிய ஜன்னல் அருகே சென்று வெளியே தெரிந்த பசேலென்ற தோட்டத்தை வேடிக்கை பார்த்தான். அவனுடைய சிகிரியா மாளிகைக்கு வெகு அருகில், ஒரே கல்லில் செதுக்கப்பட்டு உருவாக்கப்பட்ட குபேரனின் மாட மாளிகை இருந்தது - இலங்கையின் பிரதான-வணிகன், உலகிலேயே மிகப் பெரிய செல்வந்தன்.

குபேரனுக்குப் போர் பற்றிய விவரங்கள் அதிகம் தெரியாமல் இருக்கலாம், ஆனால் தன்னுடைய அளவற்ற சொத்தைக் காக்க வேண்டிய அவசியம் தெரியும். கடந்த பல ஆண்டுகளாக நகரத்தின் பாதுகாப்பைப் பலப்படுத்தி இருக்கிறான். சிகிரியாவைச் சுற்றி பெரும் பாறைகள் நிறைந்த குன்றுகள் இருந்தன. ஒவ்வொரு குன்றின் தட்டைப்

பகுதியிலும் கட்டிடம் எழுப்பப்பட்டிருந்தது. அதில் குடியிருந்த படைவீரர்கள் அந்த உயரத்தில் இருந்தே அத்து மீறி நுழையும் எவரையும் தாக்க வசதிகள் செய்யப்பட்டிருந்தன. இதைத் தவிர வலிமையான சுவர்களும், அகழிகளும் நாட்டைக் காத்தன.

குபேரன் தன்னைச் சுற்றி மட்டும் பாதுகாப்பு வளையத்தை ஏற்படுத்திக் கொள்ளவில்லை. அவனுக்கு உடைகளிலும் ஆபரணங்களிலும் நல்ல ரசனை இன்றி ஆடம்பரத்தில் விருப்பம் இருக்கலாம், ஆனால் கட்டிடக் கலையில் அவனுக்கு மிகுந்த ரசனை இருந்தது. ஏற்கனவே அழகாக இருந்த நகரத்திற்கு மேலும் அழகு சேர்த்து பிரமிக்க வைத்துவிட்டான்.

நகரமே பீட பூமியின் மீது கட்டப்பட்டு அழகான தோட்டங்களும் பாதைகளும் கொண்டதாக விளங்கியது. தோட்டங்கள் அழகுணர்ச்சியுடன் அமைக்கப்பட்டு, நீர் பாசன வசதியுடன் அமைந்திருந்தன. பூமிக்கு அடியில் கால்வாய்கள் ஓடின. இவை அனைத்தும் நகர எல்லைகளை அழகு படுத்தின. சாலைகளின் இருபுறமும் உயரமான மரங்கள் நிழல் குடைகளைப் பரப்பின. பாறாங்கற்கள் கொண்டு அமைக்கப்பட்ட நகரம் என்றாலும் ஆங்காங்கே நீரூற்றுகள் அமைக்கப்பட்டு, கல் தோட்டங்கள் என்று சிகிரியர்கள் அழைக்கும் வண்ணம் வடிவமைக்கப்பட்டிருந்தது. பெரிய கூடங்களில் மக்கள் நிகழ்ச்சிகள் நடத்துவதற்கு வசதிகள் செய்யப்பட்டிருந்தன. நூலகங்கள், மேடை நாடகங்கள் நடத்தும் திறந்த வெளி நாடகக் கூடங்கள், படகு சவாரி செய்ய வசதியான ஏரிகள் போன்று நாகரீகமாக வாழ வேண்டியதற்கான அனைத்து வசதிகளும் நகரில் இருந்தன. பெரிய வேத உலகின் ஒரு பங்கு தான் இலங்கை, அதனால் வேதங்களுக்கு உரிய பல்வேறு கடவுள்களுக்குக் கோவில்கள் எழுப்பப்பட்டிருந்தன. இருப்பதிலேயே பிரம்மாண்டமான கோவில் மலயபுத்ர இனத்தைத் தோற்றுவித்த, ஆறாவது விஷ்ணுவான பரசுராமுக்குத் தான் நிறுவப்பட்டிருந்தது. இந்தக் கோவிலைத் தன் கைப்பட கட்டி, கும்பாபிஷேகம் செய்தது ரிஷி விஸ்வாமித்ரர் தான்.

ஆனால் சிகிரியாவின் இந்த அழகிலெல்லாம் மயங்குபவன் இல்லை ராவணன். அவன் கவனம் முழுவதும் ஒரே கல்லில் உருவாக்கப்பட்ட கட்டிடம், அதன் பெயர் சிங்கக் கல், சுற்றுப்புறத்தைக் காட்டிலும் அறுநூற்றி அறுபது

அடி உயரத்தில் இருந்தது. நகரமே இந்த கல்லின் பெயரைக் கொண்டது; பண்டைய சமஸ்கிருதத்தில் *சின்ஹகிரி அல்லது சிங்க மலை* என்பது மருவி சிகிரியா என்று பெயர் பெற்றது. அந்த ஒற்றைக் கல்லின் உச்சியில் குபேரனின் பெரும் மாளிகை இருந்தது. இயற்கையின் செல்வத்தை மிஞ்சும் மனிதனுடைய கற்பனையின் வெற்றிக்கு அறிகுறியாக நின்றது அந்த மாளிகை. பிரம்மாண்டம் அதே சமயம் நுட்பமான வேலைப்பாடு.

மாளிகையின் கீழே வட்ட வட்டமான தோட்டங்கள். தண்ணீர் ஊறாத செங்கல் சுவர்கள். கீழ்வட்டத்தைவிட மேல்வட்டம் சற்றே உயர்வானது சுழல் பாதையின் இருபுறம் பசேலென்ற புல்வெளியும், தோட்டமும், நீரூற்றுகளும் கண்ணைக் கவர்ந்தன. வடக்குப் பாதையின் முடிவில் கட்டிடக் கலைக்கு சிகரம் வைத்தாற்போல் அமைந்தது: சிங்க வாயில்.

ஒரு ராட்சத சிங்கத் தலை செதுக்கப்பட்டிருந்ததால் அந்தப் பெயர். சிங்கத்தின் இரண்டு கால்களுக்கு நடுவே அமைந்திருந்தது நுழைவாயில். ஒவ்வொரு காலும் ஆள் உயரத்துக்கு இருந்தது. தொலைவிலிருந்தும் தெரியும் வண்ணம் சிங்கத்தின் தலை உயரத்தில் இருந்தது. அந்த ஒற்றைக் கல் சிங்கத்தின் உடல் பகுதி போன்ற தோற்றத்தில் இருந்தது. கம்பீரமாக நிமிர்ந்து தன் கட்டுப்பாட்டிற்குள்ளிலிருக்கும் நகரத்தைப் பெருமிதத்துடன் பார்வையிடுவது போல் அமர்ந்திருந்தது.

பார்ப்பதற்கு அட்டகாசமாக இருந்தது.

ஒற்றைக் கல்லின் மீது நூற்றி இபத்தி ஐந்து மைல் பரப்பளவில் குபேரனின் மாளிகை கட்டப்பட்டிருந்தது. நீச்சல் குளங்கள், தோட்டங்கள், தனி அறைகள், ராஜ மன்றங்கள், அலுவலகங்கள், நினைத்துப்பார்க்க முடியாத சுகத்தைத் தரக்கூடிய அமைப்புகள் உலகின் மிகப் பெரிய செல்வந்தனுக்காகக் கட்டப்பட்டிருந்தன.

'அடுத்து என்ன என்றால், நாம் அதைக் கட்டுக்குள் கொண்டு வர வேண்டும்,' என்று ராவணன் சிங்கக் கல்லைச் சுட்டிக் காட்டினான்.

'என்னது!' கும்பகர்ணனால் தன் அதிர்ச்சியைக் கட்டுப் படுத்த முடியவில்லை. 'குபேரனை அவ்வளவு சீக்கிரம் துரத்த முடியுமா? நாம் இன்னும் அவ்வளவு வலிமை பெறவில்லை...'

ராவணன் முகம் சுளித்தான். 'அது அல்ல,' என்று தெளிவுபடுத்தினான். 'அது.'

அவன் சுட்டிக்காட்டிய விரலை மிகவும் கூர்ந்து கவனித்தான் கும்பகர்ணன். ராவணன் சிங்கக் கல்லைத் தான் சுட்டிக் காட்டினான், ஆனால் குபேரனின் மாளிகையை அல்ல. சிங்க நுழைவாயிலிலிருந்து படிகள் ஏறினால் ஒரு சமபூமி வரும். இது ஒற்றை கல்லின் உச்சியிலிருந்து ஒரு முன்னூற்றி முப்பது அடி இறக்கத்தில் இருந்தது. பாதை கல்லில் வடிக்கப்பட்டிருந்தது. அது மாடிக்கு சென்றது. அதைச் சுற்றிலும் சுவர் எழுப்பப்பட்டிருந்தது. அந்தச் சுவருக்கு வெள்ளைப் பூச்சு கொடுக்கப்பட்டிருந்தது. அது மழமழவென்று கண்ணாடி போல் மின்னியது. அதைச் சுற்றி நடப்பவர்களின் பிம்பம் அதில் தெரிந்தது. அதனால் அதைக் கண்ணாடிச் சுவர் என்று அழைத்தனர். கண்ணாடிச் சுவருக்குப் பின்னால் சிங்கத்துக்கான துணி சேணம்போல கல்லில் வடிவமைக்கப்பட்டிருந்தது. சேணத்தின் மீது அழகான பெண்களின் சித்திரங்கள் தீட்டப்பட்டிருந்தன. இந்தப் பெண்களின் உருவங்கள் யாரைக் குறிப்பிடுக்கின்றன என்று யாருக்கும் தெரியாது. திரிசங்கு காஷ்யப் ஆண்ட காலத்திலேயே இவை வரையப்பட்டிருந்தன. அவை மிகுந்த அக்கறையுடன் பராமரிக்கப்பட்டு வந்தன. சுவர் சித்திரங்களுக்குப் பின்னால் சிறிய மாளிகைகள் இருந்தன. ஆடம்பரத் தோட்டங்கள், குளங்கள், அகழிகள், கோட்டைச் சுவர்களைத் தாண்டி குபேரனின் சொந்த மாளிகை பாதுகாக்கப்பட்டது.

இந்தச் சிறிய மாளிகைகளைத் தான் ராவணன் சுட்டிக்காட்டினான்.

'மேக்தூதா?' என்று கும்பகர்ணன் கேட்டான்.

அந்தச் சிறிய மாளிகைகளில் குபேரனின் இளைய மனைவிகளும் பல தாசிகளும் வாழ்ந்து வந்தனர். ஆனால் அதில் ஒன்றில் பிரதம மந்திரி மேக்தூத் வசித்து வந்தான். அவன்தான் நிதி வரவு, வரிகள், சுங்கப் பணம் மற்றும் அனைத்து நிர்வாகத்திற்கும் பொறுப்பு வகிப்பவன். ராவணன் இலங்கைப் படையின் தளபதி, மேலும் இலங்கைக் காவல்துறை அவன் கட்டுப்பாட்டில் இருந்ததால் அவன் வலிமைக்குத் தலைவனாக விளங்கினான். மேக்தூத் பணத்திற்கு அதிபதி. இருவரும் சேர்ந்து குபேரனின் அரசை நடத்தினர். இப்பொழுது மேக்தூத்தின் நிர்வாகமும்

ராவணனின் கைக்கு வந்தால் அவன் பிரதான வணிகனை விட கூடுதல் சக்தி பெற்று விடுவான். அதற்குப் பிறகு குபேரனின் பதவியை அடைவது வெகு சுலபம். சுலபமான அபகரிப்பு.

அவர்கள் தனியாக இருந்தாலும் கும்பகர்ணன் வார்த்தைகளை ஜாக்கிரதையாகப் பிரயோகித்தான். 'நாம் செய்யவேண்டிய விஷயத்தை அறிந்து தான்-'

'ஆமாம், தெரியும்,' என்று ராவணன் இடைமறித்தான். 'ஆனால் அது விபத்து போன்ற தோற்றத்தை ஏற்படுத்த வேண்டும். இல்லையென்றால் நான் பதவி ஏற்பது சிக்கலில் முடியும்.'

'ஹ்ம்ம்...'

'இது கடினமான வேலை. அடியாளை வைத்து நடத்த முடியாது. கை தேர்ந்த கலைஞன் தேவை.'

'தேர்ந்த ஒருவனை நான் கண்டுபிடிக்கிறேன்,' என்றான் கும்பகர்ணன் யோசனையாக.

கிட்டத்தட்ட ஒரு மாதத்திற்கு மேல் ஆகிவிட்டது, பிரதம மந்திரி மேக்தூதை ஆள் வைத்துக் கொலை செய்யும்படி ராவணன் உத்தரவு பிறப்பித்து; ஆனாலும் கும்பகர்ணனால் சரியான ஆளை அடையாளம் காண முடியவில்லை. செயலை முடிக்கவும் இல்லை.கடைசியில் மாமாவின் உதவியை நாடினான். செயலைச் செய்வதற்கு ஒரு ஆளைக் கண்டு பிடித்துவிட்டதாக மாரீச்சன் கூறினான்.

இந்தத தகவலை அண்ணனிடம் சொல்லும் ஆர்வத்தில் ராவணனைத் தேடிச் சென்றான் கும்பகர்ணன், ஆனால் எங்கு தேடியும் அவன் கிடைக்கவில்லை. மாளிகையின் உட்புறத்தில் மறைந்திருந்த ராவணனின் ரகசிய அறைக்குச் சென்றான். இரண்டு சகோதரர்களைத் தவிர வேறு யாருக்கும் அதன் உள்ளே செல்ல அனுமதி இல்லை. கோகர்ணாவில் இருந்த ராவணனின் தனிப்பட்ட அறைக்கு இருந்த அதே விதிகள் இங்கும் கடைப்பிடிக்கப்பட்டன.

உள்ளே நுழைந்ததும் கும்பகர்ணன் கதவைத் தாளிட்டான். ஒரே ஒரு தீப்பந்தம் மட்டும் எரிந்தது. ராவணன் உள்ளே இருந்தான். அவன் கண்களில் முதலில் பட்டது தங்கமுலாம்

பூசப்பட்ட ராவணஹதா. தந்திகள் அறுந்து, உடைந்து அது தரையில் கிடந்தது. மயான அமைதி நிலவிய அந்த அறையில் யாரோ அழும் குரல் கேட்டது.

கண்கள் இருட்டுக்குப் பழகியதும் ராவணன் ஒரு உயரமான முக்காலியில் கதவுப் பக்கம் முதுகைக் காட்டி நிலைகுலைந்து அமர்ந்திருப்பதைக் கும்பகர்ணன் கண்டான். அவன் கைகளால் தலையைப் பிடித்தபடி மொத்த உடலும் குலுங்க அவன் அழுது கொண்டிருந்தான். ஆழமான வலியுடன் கூடிய கேவல்கள் வெடித்தன. அதீத துக்கத்திலும் இயலாமையிலும் இருந்தான்.

அவன் முன்னால் ஓவியம் வரைவதற்கான பலகை, வண்ணம் எல்லாம் இருந்தன. அதில் பரிச்சயமான ஒரு உருவம் கோபத்தில் கோடுகளாக வரையப்பட்டிருந்தது. அதன் தோற்றம் தெளிவாகத் தெரியவில்லை. அந்த ஓவியத்தைப் புரிந்து கொள்ள கும்பகர்ணனுக்குச் சற்று நேரம் ஆனது. அது வரைந்து முடிக்காத வேதவதியின் உருவம் என்பது தெரிந்தது. அழகான வளைவுகளுடன் கூடிய கர்ப்பமான வேதவதி. சித்திரப்படம் தயார். வண்ணம் தீட்டவேண்டும். கண்கள் பாதி வரையப்பட்டிருந்தன - அங்கே தான் ராவணனுக்குப் பிரச்சனை தொடங்கியது.

அவள் கோரமாகக் கொல்லப்பட்ட நாட்களுக்குப் பிறகு, ராவணன் அவளை வரையவில்லை என்பதை கும்பகர்ணன் அறிவான். அதுவரை அவள் வருடாவருடம் பெரியவளாகி, மெருகேறி அழகான உருவங்களாக ராவணனின் ஓவியங்களில் உருவாக்கப்பட்டிருந்தாள். தன் மனக்கண்ணில் அவளின் அழகு உருவத்தை அவனால் காண முடிந்தது. நுட்பமாக அருகில் நிற்பது போல அனைத்து விவரங்களையும் வரைய முடிந்தது. அவள் இறந்ததும் ஓவியம் வரையும் ஆர்வமும் அவளுடன் இறந்துவிட்டது, இப்பொழுது திரும்பவும் அவள் உருவத்தை வரைய நினைக்கும் பொழுது அந்த ஆசை, அந்த கற்பனைவளம் அவனுக்கு இல்லை.

அண்ணன் அனுபவிக்கும் கோபம், வலி, வருத்தம் எல்லாவற்றையும் தன்னால் முழுவதுமாக உணர முடியாது என்பதை கும்பகர்ணன் அறிவான். ஒரு ஓவியனால்தான் தன் கற்பனை தேவதை தன்னைக் கைவிட்டு விட்ட துக்கத்தை உணரமுடியும். அவனுடைய வாழ்நாள் உந்துதல் மறைந்து விட்டது. காதலித்த ஒருவனால் மட்டும் தான், காதலித்ததை

இழந்த வலியின் வேதனையை உணர முடியும். ஒரு அதீத பக்தனால்தான் தன்னுடைய கடவுளைப் பறித்ததால் ஆன்மாவே உடையும் வேதனையை அனுபவிக்க முடியும்.

ராவணன் அருகே சத்தமின்றி நடந்தான் கும்பகர்ணன்.

மண்டியிட்டு அமர்ந்து அண்ணனின் தோளைச் சுற்றிக் கைகளைப் போட்டான். ராவணன் திரும்பி தன் தம்பியின் தோளில் முகம் புதைத்து அழுதான். அவனை இனி எதுவும் யாரும் சமாதானப்படுத்த முடியாதவாறு அழுதான்.

இருவரும் வெகு நேரம் அணைத்தபடி அமர்ந்திருந்தனர். அமைதியாக பேசாமல் இருந்தனர். அவர்கள் பகிர்ந்துகொண்ட சோகம் மற்றவற்றை மூழ்கடித்தது - அனைத்து எண்ணங்கள், அனைத்து வார்த்தைகள்.

ராவணன் தான் மௌனத்தை உடைத்தான், 'எனக்கு... சீக்கிரத்தில்... இலங்கையை ஆள வேண்டும்...'

'சரி, அண்ணா.'

'நான் அவற்றை அழித்து... நான் செய்யவேண்டியது... அந்த வேசி மகன்களை... சப்த சிந்துவை... மொத்தமாக அழிக்கவேண்டும்...'

கும்பகர்ணன் மௌனமாக இருந்தான்.

ராவணன் சிரமப்பட்டுத் தன்னை அடக்கிக் கொண்டு சொன்னான், 'கொலையாளியை அமர்த்து.'

'சரி, அண்ணா.'

'உடனேயே.'

'கண்டிப்பாகச் செய்கிறேன்.'

அடைத்துக் கொண்டிருக்கும் சாக்கடையில் அதிகத் தண்ணீர் ஊற்றினால் அது பெருக்கெடுத்து ஓடும், தன்னைச் சுற்றிலும் உள்ள அனைத்தையும் பாழ் செய்யும். துக்கம் ஒருவரை ஆட்கொண்டால், விதியின் விளையாட்டைக் கோபத்துடன் நொந்து கொண்டிருப்பவர் என்றால், அவர்களின் ஆத்திரம் வழிந்து உலகின் மீது திணிக்கப்படும்.

அப்படித்தான் அவர்களால் தங்கள் வாழ்க்கையை நடத்தமுடியும் - வாழ்க்கையின் அர்த்தத்தைத் தொலைத்து விட்டதால்.

‘உனக்கு நிச்சயமாகத் தெரியுமா?’ என்று குழப்பத்துடன் கேட்டான் ராவணன்.

இந்தச் சந்திப்பிற்காக, ராவணனும் கும்பகர்ணனும் கோகர்ணாவிற்குப் பயணித்தனர். சிகிரியாவில் யாருக்கும் இதைப்பற்றித் தெரிய வேண்டாம் என்ற ஜாக்கிரதை உணர்வு. காற்றுவாக்கில் கூடக் கசியக்கூடாது என்ற ஜாக்கிரதை உணர்வு.

மாரீச்சனும், அகம்பனாவும் பக்கவாட்டு வழியாக வீட்டிற்குள் அப்பொழுதுதான், யார் கண்ணிலும் படாமல் நுழைந்தார்கள். அவர்களுடன் ஊசி போன்ற ஒருவன் வந்தான்.

மென்மையான குரலில் பேசினாலும் நம்பிக்கையுடன் சொன்னான் மாரீச்சன், ‘என்னை நம்பு ராவணா, அவனுடைய சில வேலைகளை நானே கண்ணால் பார்த்திருக்கிறேன். அவன் ஆகச் சிறந்தவன். விஷக்கன்னியர்களுடன் ஒப்பிடலாம்.’

விஷக்கன்னியர்கள் அல்லது விஷம்-ஏந்தும் கன்னியர்கள், பிரபலமான கூலிப்படையினர். சிறு வயதிலிருந்தே கொலை செய்யும் திறனைக் கற்றறிந்து வளர்ந்தவர்கள். தினமும் சிறு துளி விஷம் கொடுத்து வளர்க்கப்பட்டவர்கள். அதனால் விஷம் அவர்களை ஒன்றும் செய்யாது. ஆனால் அவர்கள் முத்தமிட்டால் கூட அடுத்தவன் இறந்துவிடுவான். அப்படி அவர்களின் விஷம் ஒருவரை அணுகமுடியாவிட்டால், அவர்களின் ஆயுதங்கள் பதம் பார்த்துவிடும். உலகம் அறிந்த அதி பயங்கரமான கொலையாளிகள் அவர்கள்தான்.

‘விஷக்கன்னியர்களுடன் ஒப்பிடலாமா?’ கும்பகர்ணன் தன் நக்கலை மறைக்கக் கூட முயற்சிக்கவில்லை. அவன் அகம்பனா அருகில் நின்றவனைப் பார்த்தபடி நகைத்தான். ‘நிஜமாகச் சொல்கிறேன் மாமா, உங்கள் கட்டுக்கதைகளுக்கும் ஒரு எல்லை வேண்டும்.’

மாரீச்சன் கூலிப்படையாக வந்தவனைப் பார்த்தான். மற்றவர்கள் ஏன் அவனைப் பார்த்து அதிசயப்படவில்லை என்பது புரிந்தது. அவனுக்குச் சிறிய உடல் வாகு, நீண்ட சுருண்ட முடி, சிரித்தால் இரண்டு கன்னங்களிலும் குழி விழுந்தது. அவன் ஒரு அலாதியான நல்லவன் போன்று தோற்றமளித்தான். அவன் உடம்பில் தெரியும்படி எந்த வடுக்களும் இல்லை. கருணை இன்றிக் கொலை செய்யும்

கொலையாளி போல் இல்லாமல் அனைவருக்கும் நல்லது செய்யும் உபகாரி போன்ற தோற்றம். பெண்களை வசியம் செய்யத் தெரிந்தவன் போலிருந்தான்.

'வரிசையில் அடுத்தது யார்?'என்றான் ராவணன். கோகர்ணாவுக்கு வேலை மெனக்கெட்டு வந்தும் ஆள் சரியில்லையே என்ற எரிச்சல் குரலில் தெறித்தது.

மாரீச்சன் பதிலளிக்கவில்லை. அவன் அந்த ஆளைப் பார்த்துத் தலையசைத்தான்.

மெலிதான உடல் மின்னல் வேகத்தில் செயல்பட்டது, சட்டென்று அகம்பனாவின் பின்னால் நின்றான். அழகாக உடுத்தும் ஆசை கொண்ட அந்த வணிகன் நடப்பதைப் புரிந்து கொள்வதற்குள், அவன் கழுத்தில் உள்ள அழுத்தப் புள்ளியை அதி வேகமாக ஒரு விரல் அழுத்தியது. உடனேயே அகம்பனா கழுத்துக்குக் கீழ் செயலிழந்துவிட்டான். தாக்கியவன் அவன் தோளைப் பிடித்துத் தூக்கி மென்மையாகத் தரையில் கிடத்தினான்.

தலையை மட்டுமே சிறிதளவு ஆட்ட முடிந்தது, அகம்பனாவால். பதற்றத்தில் அவன் கண்கள் வலதும் இடதுமாக அலைந்தன. 'என்னால் எதுவும் உணரமுடிய வில்லை! என்னால் எதுவும் உணரமுடியவில்லை! உதவுங்கள்! ஓ! இந்திரா கடவுளே!' அவன் ராவணனிடம் உதவி நாடினான். 'இறைவா! இறைவா! எனக்கு உதவுங்கள்!'

ஆனால் அவனுடைய 'உண்மையான தலைவன்' சிரித்துக் கொண்டிருந்தான். அவன் கண்ட காட்சி அவனை ஆச்சரியத்தில் ஆழ்த்தியது. தம்பியை நோக்கினான். 'இவன் மோசம் இல்லை, கும்பா!'

கும்பகர்ணனுக்குச் சிரிப்பு வரவில்லை. ராவணனுடன் சிரித்துக் கொண்டிருந்த மாரீச்சனைப் பார்த்துச் சொன்னான், 'மாமா, அகம்பனாஜியை உடனேயே விடுவிக்கும்படி உத்தரவிடுங்கள். இது சரியில்லை. அவர் நம்மில் ஒருவர்.'

அகம்பனா இன்னும் பயத்தில் உளறினான். 'ராவணத் தலைவரே! இறைவா! என்னைக் கொன்றுவிடாதீர்கள்! தயவுசெய்து! நான் எதுவும் தவறு செய்யவில்லை!'

ராவணன் தன் சிரிப்பை அடக்கிக் கொண்டு மாரீச்சனிடம் கேட்டான், 'மாமா, இதைச் சரிப்படுத்த முடியும், தானே?'

‘கண்டிப்பாக பிரபு,’ இந்தப் பதற்றத்தை ஏற்படுத்தியவனே ராவணனிடம் நேராகப் பதிலளித்தான். ‘என்னால் இந்தப் பிடியைத் தளர்த்த முடியும். வேண்டுமென்றால் செயலிழந்த நிலையில் சிரமமின்றி, அமைதியாக அவனைக் கொல்லவும் முடியும்.’

இதைக் கேட்டு அகம்பனா பதற்றத்தில் முனகினான், ‘இறைவா! காப்பாற்றுங்கள்!’

‘ஓ! வாயை மூடு, அகம்பனா!’ என்ற ராவணன் சுவாரஸ்யத்துடன் கூலிப்படை ஆளைத் திரும்பிப் பார்த்தான். ‘கொல்லப்படுபவனால் ஏதாவது உணர முடியுமா?’

‘இந்த அழுத்தப் புள்ளியில் வேலை செய்தால் முடியாது. மேலும் சில புள்ளிகள் இருக்கின்றன. அவற்றில் அழுத்தம் கொடுத்தால் வலியை உணர முடியும்.’

அவனுக்கு ஆச்சரியமும் மரியாதையும் கூடியது என்பதை ராவணன் மறைக்கவில்லை. ‘இவன் பெயர் என்ன, மாமா?’

‘அவன் பெயரே இறப்போடு இணைந்தது,’ என்றான் மாரீச்சன். ‘மாரா.’

ராவணன் இளைஞன் பக்கம் திரும்பினான். ‘சரி மாரா, உன்னை வேலையில் அமர்த்துகிறோம்.’

‘இறைவா!’ என்று அகம்பனா அலறினான். ‘என்னை விடுவியுங்கள்!’

ராவணன் அகம்பனாவைப் பார்த்துவிட்டு, மாராவைப் பார்த்தான்.

‘அவன் உடலை விடுவித்து அவன் நாக்கைச் செயலிழக்கச் செய்ய முடியுமா?’

அனைவரும் குபீரென்று சிரித்தனர். அகம்பனாவும் தீனமாகச் சிரித்தான்.

கும்பகர்ணன் இன்னும் சிரிக்கவில்லை. அவன் தோள்களில் இருந்த கூடுதல் கைகள் விறைப்பாக நின்றன. தன்னுடைய அண்ணனின் முகத்தைப் பார்க்கும் பொழுது அவனுக்கு இந்தச் செய்கை பிடிக்கவில்லை என்ற உணர்வு தெரிந்தது. ‘அண்ணா...’

‘சரி, சரி,’ என்றான் ராவணன்.

மாராவிற்குச் சைகை செய்தான், ‘அவனை விடுவி.’

அத்தியாயம் 21

'பரவாயில்லையே,' என்றார் விஸ்வாமித்ரர், பிரமிப்புடன். 'பரவாயில்லை.'

விஸ்வாமித்ரரும் அரிஷ்டநேமியும் அகஸ்த்யகூடத்தில் இருந்தனர். அது மலயபுத்ரர்களின் மறைத்து வைக்கப்பட்ட தலைநகரம். கரசாபா யுத்தத்திற்கு ஓராண்டுக்குப் பிறகு அங்கு வந்திருந்தனர்.

'ஆமாம், ராவணன் நாம் நினைத்ததைப் போல சரியான தீயவனாக மாறி வருகிறான்,' என்றான் அரிஷ்டநேமி. 'சப்த சிந்து முழுவதிலும் அவனைக் காட்டிலும் வெறுக்கப் படுபவர்கள் வேறு யாரும் இல்லை. அவன் அந்த ராஜ்ஜியத்தையே முழுவதுமாகத் தோல்வி அடையச் செய்து, அதனுடன் நிறுத்தாமல், மிரட்டல் ஒப்பந்தத்தையும் நிறைவேற்றி இருக்கிறான். வளமான செல்வம் நிறைந்த தேசம் என்ற அந்தஸ்திலிருந்து ஏழ்மையில் வாடும் தேசமாக மாறும் நாள் வெகு தொலைவில் இல்லை.'

'அவன் ஏற்படுத்திய விதிகளைக் கேள்விப்பட்டதும், ராவணன் அதீதமாகக் கேட்கிறான், பிறகு பேரம் பேசிக் குறைத்துதான் பெரிய கருணையாளன் என்று நிரூபிப்பானோ என்று கருதினேன். அப்பொழுது அவனை அனைவரும் பாராட்டுவார்களே என்று கவலை கொண்டேன். ஆனால் அவன் மனதில் அப்படி ஒரு திட்டம் இல்லை. அவன் அந்த ஒப்பந்தத்தை அவர்களின் தொண்டைகளில் திணிக்கிறான். அயோத்தியா இவ்வளவு பலவீனமாக இருந்ததே இல்லை. அப்படி என்றால் கடைசியில், அந்த... அந்த... முதுகெலும்பில்லாதவனுக்குப் பாடம் புகட்டும் நேரம்.' அவர்

அதிகம் வெறுக்கும் பெயரை அவரால் தன் வாயால் உச்சரிக்க முடியவில்லை.

வசிஷ்டரைத் தான் குரு குறிப்பிடுகிறார் என்று அரிஷ்டநேமி புரிந்துகொண்டான். வசிஷ்டர் *ராஜ குரு*, அதாவது *அரசவை முனி*, அயோத்தியா மன்றத்தில். அரச குடும்பத்துக்குப் பிரதம ஆலோசகர். எப்பொழுதும் போல வசிஷ்டரின் எண்ணமே விஸ்வாமித்ரரைப் பதற்றத்துக்குக் கொண்டு போகும்.

அரிஷ்டநேமி அழகாகப் பேச்சை மாற்றினான். ‘ஆமாம், முன்பு எப்பொழுதும் இல்லாத பலவீனத்தில் அயோத்தியா இருக்கிறது. குபேரனின் கையை முறுக்கி தன் திட்டத்திற்கு ஒத்துப் போக வைத்ததில் ராவணன் சிறப்பாக செயல்பட்டான். பிரதம-வணிகன் அப்படிப்பட்ட ஒப்பந்தத்திற்கு அவர்களைத் தள்ளியிருக்கவும் மாட்டான், போர் செலவுக்காக அவர்களிடம் இருந்து அவ்வளவு பொருளைப் பெற்றிருக்கவும் மாட்டான். அவன் பேராசைக்காரன் தான் என்றாலும் ஒரு கோழை. மேலும் மேக்தூத் கொல்லப்பட்ட விதத்தையும் நாம் மறக்கமுடியாது. அது அமர்க்களமான செயல். சரியான நேரத்துக்கு நிறைவேற்றப்பட்டது.’

‘உனக்கு அது நிச்சயமாகத் தெரியுமா?’ என்றார் விஸ்வாமித்ரர். ஒரு நிமிடம் வசிஷ்டரை மறந்தபடி. ‘எனக்கு மாறுபட்ட தகவல்கள் வந்தன. பலர் அவன் நீரில் மூழ்கித் தான் இறந்தான் என்கிறார்கள் - விபத்து என்கிறார்கள்.’

‘எனக்குக் கண்டிப்பாகத் தெரியும், குருஜி. அவன் மூழ்கவில்லை. அவன் *மூழ்கடிக்கப்பட்டான்*.’

‘ஆனால்-’

‘அது செவ்வனே திட்டமிடப்பட்டது. அனைவருக்கும் தெரியும், மேக்தூத் சோதனைக்கு ஆளான கவிஞன் காளிதாசன் வேஷத்துக்காகப் பயிற்சி எடுத்துக் கொண்டிருந்தான். நாடகத்தின் பெயர் *ஜல்சந்தேஷ்*. அந்தப் பிரபலமான ஏரிக் காட்சி எப்படி அரங்கேறியது என்பதை நாம் அனைவரும் அறிவோம்.’

‘அவன் மூழ்கிய நீச்சல் குளத்தின் அருகே ஒரு மது புட்டியும் கோப்பையும் இருந்ததாகக் கேள்விப்பட்டேனே.’

‘அதுவும் திட்டத்தின் ஒரு பகுதிதான். மேக்தூத் வாழ்க்கையை ரசிக்கும் மனிதன். மதுவுக்கும் மாதுவுக்கும்

அவன் வாழ்வில் பஞ்சமே இல்லை. அதனால் அங்கே ஒரு மதுக் கோப்பையை வைப்பது தான் உசிதம். திசை திருப்பும் யுக்தி. இதுவரை யாரும் யோசிக்காத ஒன்று. மேலும் மேக்நூத்தின் உடலில் எந்தக் காயமும் இல்லை. போராட்டம் நடத்திய எந்த அறிகுறியும் இல்லை. பிரேதப் பரிசோதனையில் அவன் நுரையீரலில் தண்ணீர் இருந்தது தெரியவந்தது. அவன் மூழ்கித்தான் செத்தான் என்பதை ஊர்ஜிதப்படுத்துகிறது. அனைத்தும் வெகு சிறப்பாக ஒன்றோடு ஒன்று இணைகிறது, குருஜி. யாருக்கும் எந்தச் சந்தேகமும் எழும்பாது.'

'அதீத நேர்த்தி என்று கூறுகிறாயா?'

'ஆமாம். நிஜ வாழ்வு குழப்பம் நிறைந்தது. எதுவும் எப்பொழுதும் நேர்த்தியாக இருக்காது, ஆனால் இந்தச் சாவு இருந்தது. அதனால் தான் சந்தேகப்பட்டு இதைப் பற்றிய விசாரணை நடத்த வேண்டும் என்று முடிவெடுத்தேன்.'

'யாரோ மாராவாம். அது கண்டிப்பாக அவனுடைய உண்மையான பெயராக இருக்காது. எந்த அம்மா தன் பிள்ளைக்கு 'சாவு' என்று பெயர் வைப்பாள்? அவனைப் பற்றிய முழு விவரங்கள் எனக்குத் தெரியாது. ஆனால் அவன் எங்கிருந்து வந்திருந்தாலும் அவன் பெரிய சாமர்த்தியசாலி. அவன் இளைஞன்; தவிர தன், கலையை மேலும் வலுப்படுத்தும் பயிற்சியில் இருப்பவன் என்றும் ஊகிக்கிறேன். சில விஷயங்களில் அவன் இன்னும் கவனம் செலுத்த வேண்டும்.'

'என்ன அது?'

'முதலாவதாக அவன் ரகசியமாகச் செயல்படவில்லை. நிறைய நபர்களுக்கு முகத்தைக் காண்பித்திருக்கிறான். அவன் நன்றாக வேலை பார்க்கிறான். அவனைச் சிறந்தவனாக்கப் பயிற்சி தேவை.'

'அதுதான் உன் எண்ணமா?'

'மாரா நமக்கு உபயோகமாக இருப்பான், குருஜி.'

'இதை நான் உன்னிடம் விடுகிறேன். என்ன செய்ய வேண்டுமோ செய். அடுத்து ராவணன் என்ன செய்யப் போகிறான் என்பதை அறிய ஆர்வமாக இருக்கிறேன். எப்பொழுது அவன் குபேரனைத் துரத்துவான் என்று நீ நினைக்கிறாய்?'

‘இப்பொழுது அதைச் செய்ய மாட்டான் என்று நினைக்கிறேன். மேக்தூத்தின் மறைவுக்குப் பின்னர் அவன் நிதி மற்றும் ராணுவத்தைத் தன்னுடைய நேரடி கண்காணிப்பில் வைத்திருக்கிறான் - இப்படிச் செய்யும் முதல் இலங்கை மந்திரி அவன். *சபைகளில்* இருந்து குபேரனை ஒதுக்கி வைக்க ஆரம்பித்துவிட்டான். பிரதம-வணிகனின் குரல் இது போன்ற சிறிய *நிர்வாக மேடைகளில்* ஒலிக்க வேண்டிய அவசியமே இல்லை; அது மிகவும் புனிதமானது என்று தூபம் போட்டிருக்கிறான். சொல்லப்போனால் அவன் தான் இலங்கையை ஆள்கிறான். இலங்கையின் ராஜனாகிவிட்டான். இப்பொழுது குபேரனைத் துரத்தி நிலைமையைக் குழப்ப விரும்பமாட்டான்.’

‘ஹ்ம்ம்... சாமர்த்தியமாக நடக்கிறான். ஆனாலும் இப்படிப்பட்ட அநியாய விதிகளை சப்த சிந்துவின் மீது திணிப்பது அவ்வளவு சாதகமான விஷயம் இல்லை என்று நினைக்கிறேன். நாளடைவில் அவனுக்கு உணவளிக்கும் தங்க வாத்தைக் கொன்றுவிடுவான்.’

‘அது அவ்வளவு முக்கியமா, குருஜி? நாம் நினைத்த இடத்தில் அவனை நிறுத்தியிருக்கிறோம் தானே? சரியான தீயவனாக விளங்குகிறான். மொத்த சப்த சிந்துவும் அவனைப் பார்த்து மிரளும் நிலை. இனி நாம் விஷ்ணுவைத் தேடும் வேலையில் இறங்க வேண்டும்.’

‘கண்டிப்பாக. ஆனால் ராவணனை எது செலுத்துகிறது என்ற விஷயத்தை நாம் அறியாமல் இருக்கக் கூடாது. அவன் மனதில் என்ன நடக்கிறது என்று தெரிந்தால் தான் அவனை நம் கட்டுப்பாட்டுக்குள் கொண்டு வர முடியும். அயோத்தியாவை இந்த இடத்துக்குக் கொண்டு வர தவிக்கும் அவன் எண்ணத்துக்குப் பின்னணி என்ன என்பதை அறியவேண்டும். இது வெறும் பணத்துக்கும் அதிகாரத்துக்குமான பேராசை மட்டும் அல்ல. கட்டுப்பாடின்றி மூளையை மறைக்கும் ஆத்திரத்தில் செயல்படுகிறான். அவன் செயல்கள் அனைத்துக்கும் தர்க்கரீதியான விளக்கங்களை அளிக்க முடியவில்லை - அரசியலாகட்டும் தொழிலாகட்டும்.’

‘நான் கண்டுபிடிக்கிறேன், குருஜி.’

‘மேலும் குகை வஸ்துவுக்கும், மருந்துக்கும் கூடுதலாகப் பணம் வாங்குவோம், அவனிடம்.’

அரிஷ்டநேமி, சத்தமின்றிச் சிரித்தான். 'ஆமாம், குருஜி. நானும் அதையேதான் நினைத்தேன். அவனிடம் இருக்கும் அந்தப் பணம் நம்மிடம் இருந்தால் நல்ல காரியத்திற்குச் செலவாகும்.

கப்பல் அறையின் கதவைப் படாரென்று திறந்தபடி உள்ளே நுழைந்த ராவணனின் முகம் வியர்த்துச் சிவந்திருந்தது.

கும்பகர்ணனும் அதே போல சோர்வாகக் காணப்பட்டான், அண்ணனைப் பின் தொடர்ந்து உள்ளே நுழைந்தான். அவர்களுடன் இரண்டு இலங்கை வீரர்கள் நின்றனர். அவன் அறைக்குள் நுழையும்பொழுது வீரர்களை வெளியே நிற்குமாறு பணித்தான். 'உங்கள் கத்திகளைத் தயாராக வையுங்கள். எச்சரிக்கையாக இருங்கள். யாரையும் உள்ளே விடாதீர்கள்.'

ராவணன் ஏற்கனவே அவர்களுக்கு இரண்டு மதுக் கோப்பைகளில் மதுவை ஊற்றியிருந்தான். ஒன்றை தம்பியிடம் நீட்டினான்.

'நன்றி, அண்ணா,' என்றான் கும்பகர்ணன். ரத்தக்கறை படிந்த அந்த மதுக் கோப்பையை ஒரு நொடி வெறித்துவிட்டு ஒரே மடக்கில் அதைக் காலி செய்தான். யுத்தத்தின் சோர்வுக்குப் பிறகு மது வழங்கும் சுகமே தனி என்று எண்ணினான்.

ராவணனும் அதே போல் ஒரே மடக்கில் மதுவைக் காலி செய்தான். அவனுக்கு இன்னும் மூச்சு இறைத்தது.

கரசாபா யுத்தம் முடிந்து இரண்டு ஆண்டுகள் ஆகி இருந்தன. சப்த சிந்து முழுவதும் கவிழ்ந்ததில் பணம் வேகமாக இலங்கையில் குவியத் தொடங்கியது. ராவணன்தான் அந்தத் தீவு நாட்டின் பிரதம மந்திரி மற்றும் ராணுவத் தலைவன், அதனால் நாட்டிலேயே மிகவும் சக்தி மிகுந்தவன் அவன்தான். பேருக்கு மன்னன் என்ற இடத்திற்குக் குபேரன் தள்ளப்பட்டான்.

கும்பகர்ணனின் மேற்பார்வையில் இருபத்தி-ஒன்பது வயதான ராவணனின் தொழில் ராஜ்ஜியத்தை மாரீச்சனும், அகம்பனாவும் நடத்தினார்கள். எந்த அளவுக்கு எல்லைகளை

விரிக்க முடியுமோ அந்த அளவுக்கு விரித்து உலக வணிகத்தில் முதலாவதாக வருவதற்கான ஆயத்தங்களைச் செய்ய மாரீச்சன் அனுப்பப்பட்டான். சப்த சிந்துவின் ஒவ்வொரு சிற்றரசுக்கும் 'ஏற்கப்பட்ட முக்கியமான வியாபாரிகள்' நியமிக்கப்பட்டனர். சாம்ராஜ்ஜியத்தின் அத்தனை வியாபாரமும் இந்தத் தேர்ந்தெடுக்கப்பட்ட வணிகர்கள் மூலம் தான் நடத்தப்பட்டது. இது முக்கியமான யுக்தி - சப்த சிந்துவுடன் நடத்த வேண்டிய வியாபாரத்தில் இலங்கைவாசிகளுக்குக் கூடுதல் சக்தியைக் கொடுத்தது. ஒவ்வொரு நாட்டிலும் விசுவாசிகளை வளர்க்கவும் உதவியது.

அகம்பனாவுக்குக் கொடுக்கப்பட்ட பொறுப்பு இந்தப் பெரிய வணிக சாம்ராஜ்ஜியத்தின் கணக்கு வழக்குகளைப் பார்ப்பது - வரலாறு காணாத மிகப் பெரிய வர்த்தகம் - அவை ஒழுங்காக இருக்கின்றனவா, அதன் பணியாளர்கள், மற்றும் இணைந்து வேலை செய்பவர்கள் லஞ்சம் ஊழல் செய்யாமல் இருக்க மேற்பார்வை செய்யும் பொறுப்பும் அவனுடையது.

இதுவரை அவர்களுடைய திட்டங்கள் அனைத்தும் சீராகப் போய்க் கொண்டிருந்தன. குபேரனை விட அதிக செல்வந்தனாக மாறிய ராவணன் தன் வாழ்க்கையை அனுபவிக்க முடிவு செய்தான். உலகின் மிகப் பெரிய செல்வந்தன் என்றால் இந்த புது அந்தஸ்துக்கு ஏற்றபடி வாழ்க்கை முறையை மாற்றிக் கொள்ள நினைத்தான் - சிறந்த உணவு, சிறந்த மது, அழகான பெண்கள், இசை, நாட்டியம் - என்று சிறந்தவற்றைப் பார்த்துப் பார்த்து அனுபவித்தான். அவனுடைய *இச்சைகளை* (*காமா*) பூர்த்தி செய்த அனைத்திலும் ஈடுபட்டான்.

முன்னாள் பிரதம மந்திரியின் துரதிர்ஷ்டமான மறைவுக்குப் பிறகு, கீழ் கட்டில் உள்ள அனைத்து மாளிகைகளையும் ராவணன் ஆக்கிரமித்துக் கொண்டான். மேக்தூதின் குடும்பம் மற்றும் குபேரனின் இளம் மனைவிகள் மற்றும் தாசிகள் குடியிருந்த வீடுகளைக் காலி செய்யச் சொல்லி அனைத்து மாளிகைகளையும் இணைத்து ஒரு பெரும் ஆடம்பரவளாகமாக மாற்றி அதில் ஆட்சி அமைத்தான்.

சந்தோஷத்துக்காகப் பிரயாணம் செய்ய ஆரம்பித்தான் - இதற்கு முன் அவன் அப்படிச் சென்றதே இல்லை - கும்பகர்ணனும் சில தாசிகளும் மட்டுமே அவனுடன் இந்த பிரயாணங்களை மேற்கொண்டனர். அரபு நாடுகளுக்கு

அவர்கள் அமைதியாகப் பிரயாணித்துக் கொண்டிருந்த போதுதான் கப்பல் மாலுமி ஒருவன் ராவணனின் அறைக்குள் வேகமாக நுழைந்து ஒரு கடல் கொள்ளையரின் கப்பல் அவர்களை நோக்கி வேகமாக வரும் செய்தியைத் தெரிவித்தான். அந்த தேவையற்ற விஷயத்தைக் கவனித்துவிட்டு, சகோதரர்கள் அறைக்குத் திரும்பியிருந்தனர்.

'மடையர்கள்!' என்றான் ராவணன். 'நம்மைத் தாக்குகிறார்களே! என்ன நினைத்துக் கொண்டிருந்தனர்?'

கும்பகர்ணன் நாற்காலியில் இருந்து தன் மதுக் கோப்பையுடன் எழுந்து ராவணனின் காலிக் கோப்பையையும் வாங்கிக் கொண்டு மேசை அருகே சென்று இரண்டு கோப்பைகளையும் வைத்தான். ஒரு துணியை எடுத்து கையில் இருந்த ரத்தத்தைத் துடைத்தான். பிறகு கோப்பைகளையும் சுத்தமாகத் துடைத்தான். அதை முடித்துவிட்டு, கோப்பைகளில் கொஞ்சம் மதுவை ஊற்றிக் கொண்டு, கையில் துணியையும் எடுத்துக் கொண்டு அண்ணனிடம் நடந்தான். 'இந்தா, அண்ணா. இதை வைத்துக் கைகளைச் சுத்தம் செய்து கொள். இந்திரக் கடவுளுக்கு மட்டுமே தெரியும் அது யாருடைய ரத்தம் என்று.'

ராவணன் குனிந்து ரத்தம் தோய்ந்த தன் கைகளைப் பார்த்தான். அவன் உடைகளும் சிகப்பாகக் கரையாகியிருந்தன. அவனுடைய விலை உயர்ந்த ஆடைகளிலோ உடலிலோ இருந்த ஒரு சொட்டு ரத்தம் கூட அவனுடையது அல்ல. அவன் உடலில் ஒரு வெட்டுக் காயமும் இல்லை. அவன் கையிலிருந்த ரத்தத்தை முகர்ந்துவிட்டு, நாக்கால் நக்கினான்.

'அய்ய!' என்று கும்பகர்ணன் அழகு காட்டினான்.

'ஹ்ம்ம்...' என்றான் ராவணன் யோசனையாக. 'இதற்கு ஒரு சுவாரஸ்யமான சுவை இருக்கிறது.'

கும்பகர்ணனுக்குக் குமட்டிக் கொண்டு வந்தது, ராவணனின் கைகளுக்கு எட்டாமல் மதுக் கோப்பையைத் தள்ளி வைத்தான். 'முதலில் உன் வாயைச் சுத்தம் செய்.'

'நான் மதுவினால் சுத்தம் செய்கிறேன்,' என்ற ராவணன் கும்பகர்ணனிடமிருந்து மதுக்கோப்பையை வாங்கி ஒரே மடக்கில் குடித்து முடித்தான். புறங்கையால் வாயைத் துடைத்தான். முகத்தில் மேலும் ரத்தம் தீற்றிக் கொண்டது. 'சரி நாம் என்ன பேசிக் கொண்டிருந்தோம்? அந்த மரமண்டை கொள்ளைக்காரர்கள் நம்மைத் தாக்கும் வரை?'

தான் தற்பொழுது கண்ட காட்சியைப் பற்றி எண்ணாமல் இருப்பதற்காகக் கும்பகர்ணன் தலையசைத்தான். 'நாம் விபீஷணன் மற்றும் சூர்ப்பனகையைச் சந்திப்பதைப் பற்றிப் பேசிக் கொண்டிருந்தோம். அவர்களைப் பார்ப்பதாக நீ அம்மாவிடம் வாக்களித்தாய், நினைவிருக்கிறதா?'

விஷ்ராவாவும் அவருடைய இரண்டாவது மனைவி க்ரேடிச்சும் இறந்த பின்னர் அவர்களுடைய குழந்தைகளான விபீஷணனையும் சூர்ப்பனகையைச் கைகேசி தத்தெடுக்க விரும்பினாள். சிறந்த ரிஷியான விஸ்ராவாவின் ஆசிரம வாசிகள் சிலருடன் அந்த இரு குழந்தைகளும் செல்வந்தனான ராவணனின் இலங்கையைத் தேடி வந்து தஞ்சம் கேட்டனர். அங்கே கிடைத்த வரவேற்பை அவர்கள் எதிர்பார்க்கவில்லை. தன் தந்தை மீது இருந்த கோபத்தினால் அவர்களை வெளியேற்றினான். அவர்களுக்குப் பாதுகாப்புத் தர மறுத்தான். ஆனால் கைகேசி ராவணனுடன் போராடி, அவர்களைக் கூட்டி வரும்படி உத்தரவிட்டாள். அவளுக்கென்று சில பொறுப்புகள் இருப்பதைப் பற்றியும் கூறினாள்.

நல்ல காரியம் செய்கிறேன் என்று அவன் அம்மா இறங்குவதில் ராவணனுக்கு உடன்பாடில்லை. 'கும்பா, அம்மா எப்படிப்பட்டவள் என்று உனக்கு நன்றாகத் தெரியும். அவளுடைய கருணை எல்லாம் போலி. அவர்களை வீட்டிற்குள் சேர்த்துக் கொண்டுதான் எவ்வளவு நல்லவள் என்று உலகுக்கு நிரூபிக்க வேண்டும், அவ்வளவுதான்.'

'அண்ணா, உனக்கு என்ன பிரச்சனை? அம்மாவைப் பற்றி எப்படி உன்னால் இப்படிப் பேச முடியும்?'

'நான் பொய் எதுவும் சொல்லவில்லையே. சரி சொல், இவை அனைத்தையும் அனுபவிக்க அவள் என்ன செய்திருக்கிறாள்? நம் மகிழ்ச்சிக்காக அவள் என்ன தியாகங்கள் செய்திருக்கிறாள்? அந்தப் பிரம்மாண்ட மாளிகையில் அவள் வசதியாகத் தங்கி அனுபவிக்க நான்தான் கடினமாக உழைக்கிறேன். அவள் செய்யும் தான தருமங்களுக்கு நான் தான் செலவழிக்கிறேன் - அவள் அவற்றைப் பிரகடனப் படுத்துகிறாள். தகுதியற்ற அந்தச் சகோதர சகோதரிக்கும் நான்தான் செலவு செய்து தத்து எடுக்கப்போகிறேன், அவள் அவர்கள் மீது அக்கறை செலுத்துவதாகக் காட்டிக்கொள்ள. அவள் சும்மா இங்கும் அங்கும் நடந்தபடி, ''ஓ! இங்கே பார்! நான் எவ்வளவு நல்லவள்.''' ராவணன் கண்களை அகல

விரித்தான். அம்மாவின் உச்ச ஸ்தாயி குரலைப் போலவே பேசிக் காண்பித்தான். 'அவள் ஒரு ஏமாற்றுக்காரி. அவள் தன் வாழ்க்கையை தானே நடத்திக் காட்டட்டும், என் உதவி இல்லாமல், பிறகு மற்றவர்களுக்கு தார்மீக அறிவுரைகளைப் புகட்டியபடி நடக்கலாம். அவளுடைய நீதி போதனை எனக்குச் சோர்வளிக்கிறது.'

'அண்ணா, அவளிடம் எதற்கு இவ்வளவு கடுமை? இதில் விபீஷணன் மற்றும் சூர்ப்பனகையின் தவறு என்ன? அவர்கள் குழந்தைகள்.'

கூடுதல் கைகள் தோளில் நேராக விறைப்பாக நின்றன. அவன் கலக்கத்தில் இருக்கிறான் என்பதற்கான அறிகுறி.

ராவணன் ஆழமாக மூச்சை இழுத்தான். 'நீ நிஜமாகவே கருணை உள்ளம் படைத்தவன் கும்பா, அது உனக்கே நல்லதில்லை.'

கும்பா மௌனமானான்.

ராவணன் கைகளைத் தூக்கிச் சரணடைந்தான். 'சரி, சரி, சிகிரியா சென்ற பின்னர் அவர்களைச் சந்திக்கிறேன்.'

கும்பகர்ணன் சிரித்தான், 'அது நல்ல பிள்ளைக்கு அழகு.'

'என்னது!' என்று ராவணன் நிமிர்ந்தான். 'என்ன சொல்கிறாய், நல்ல ''பிள்ளை'' என்றா? நான் உன் அண்ணா என்பதை மறக்காதே.'

'ஆமாம், ஆமாம்,' என்று கும்பகர்ணன் சிரித்தான்.

ராவணன் அவனைப் பார்த்துச் சிரித்தான், 'உனக்கு நான் ரொம்பத்தான் இடம் கொடுக்கிறேன்.'

'அது ஏன் என்றால் நான் இன்றி உன்னால் இயங்க முடியாது.'

'சரி என் வாழ்வை நிர்வகிக்கும் நிர்வாகஸ்தரே, குபேரனைப் பற்றி என்ன யோசித்தீர்கள்?'

'நாம் இதை ஏற்கனவே பேசிவிட்டோம், அண்ணா. அவனை இப்போதைக்குப் பதவியிலிருந்து நீக்கவேண்டாம். அவன் உங்களுடைய கைதி நிலைமையில் இருக்கிறான். அவன் தன்னுடைய உயர் மாளிகையிலிருந்து கீழே உள்ள நம் வளாகத்தைத் தாண்டிப் போக முடியாது. அவனுடைய காவலாளர்கள் நம் விசுவாசிகள். நாம் அவன் உயிரை நம் கட்டுப்பாட்டுக்குள் வைத்திருக்கிறோம்.'

'அவனை எதற்காக இன்னும் விட்டு வைக்க வேண்டும்?'

'நான் சொல்வதைக் கேள், அண்ணா. இலங்கையில் வரிப் பணம் வேண்டாம் என்று அவன் ரத்து செய்தது சாமர்த்தியம். நமக்கு வரிப் பணம் தேவை இல்லை. சப்த சிந்துவிலிருந்து பணம் கொட்டுகிறது. வரிப் பணம் ரத்து செய்ததால் நாட்டின் குடிமக்களின் வாழ்நாள் விசுவாசத்தை அவன் சம்பாதித்துவிட்டான்.'

ராவணன் தலையசைத்து மறுத்தான். 'இல்லை, வெகு நாட்கள் ஆகி விட்டது. என்னை இலங்கையின் மன்னனாக அறிவிக்க வேண்டும்.'

'உன்னிடம் அதற்கான திட்டம் ஏற்கெனவே உருவாகி விட்டது என்று நினைக்கிறேன்.'

'நிச்சயமாக! அதனால்தான் உன்னிடம் அதைப் பற்றிப் பேசுகிறேன்.'

'நான் என்ன செய்ய வேண்டும்?'

'நான் சொல்கிறேன்... ஆனால் அதற்கு முன் இவர்களை முடித்துவிடலாம்.'

ராவணன் மதுவைக் குடித்து முடித்துவிட்டுத் தன் கோப்பையை வீசிவிட்டு எழுந்து அறையைக் கடந்து கதவருகே வந்தான்.

கும்பகர்ணன் அண்ணனின் காலடிகளைப் பின் தொடர்ந்தான்.

சில வினாடிகளில் கப்பலின் மேல் தளத்துக்கு வந்துவிட்டனர். அது பயணிகள் செல்லும் கப்பல் என்பதால் தளம் பெரிதாகவும் ஆடம்பரமாகவும் இருந்தது. ஆனால் அந்த நொடி அது யுத்தகளம் போல் காட்சி தந்தது. கடல் கொள்ளைக்காரர்காளின் சடலங்கள் எங்கும் இறைந்திருந்தன. ஒரு இலங்கை வீரன் கூட இறக்கவில்லை. சிலருக்கு சிறு காயங்கள் ஏற்பட்டிருந்தன. அந்த பெரிய கப்பல் அருகே கடலில் கொள்ளைக்காரர்களின் ஒரு சிறிய கப்பலும் மிதந்தது. அதை ராவணனின் கப்பலோடு கொக்கிகளால் இணைத்திருந்தனர். கடல் கொள்ளைக்காரர்கள் ராவணனின் கப்பலில் கோழை வியாபாரிகள் பெரும் செல்வத்துடன் செல்கிறார்கள் என்று தப்புக் கணக்குப் போட்டுவிட்டனர். அவர்களை எளிதில் முறியடித்துவிடலாம் என்று நினைத்தனர். அவர்கள் ராவணனின் கப்பலைத் துரத்தி, அதில் ஏறி,

யுத்தக் குரல் கொடுத்தனர். ஆனால் வருத்தமிகு விஷயம் என்னவென்றால், அவர்களின் துணிவு அந்தக் கத்தலோடு நின்றுவிட்டது. இந்து மகா சமுத்திரத்தின் மிகச் சிறந்த வீரர்களை நேருக்கு நேர் சந்தித்தனர். யுத்தம் தொடங்கிய சில நிமிடங்களிலேயே பல கொள்ளைக்காரர்கள் இறந்து விட்டனர். மற்றும் சிலருக்குப் பலமாக அடிபட்டு தளத்தின் ஓரத்தில் மண்டி போட்ட நிலையில் கட்டிப்போடப்பட்டனர்.

சகோதரர்கள் அந்தக் கைதிகளிடம் சென்றனர், விசுவாசமான இலங்கைப் படை வீரர்கள் சிலரும் அவர்களுடன் சென்றனர். சற்று பூசினால் போல் இருந்த இளைஞன் எதிரே நின்றனர். அவன் மண்டியிட்டிருந்தான். நெற்றியில் இருந்த பெரிய வெட்டுகாயத்திலிருந்து ரத்தம் வழிந்தது.

‘அண்ணா, இந்த முட்டாள்களை என்ன செய்ய விரும்புகிறீர்கள்? அவர்கள் யாருக்கு வேலை பார்க்கிறார்கள் என்று கண்டுபிடிக்க வேண்டாமா? மத்தியதரைக் கடலில் இவர்களை அடிமைகளாக விற்றுவிடலாமா?’

ராவணன் தன் தோள்களைக் குலுக்கி, தன் வாளை உருவி, ஒரே வீச்சில் தன் முன் மண்டியிட்டிருந்தவன் தலையைக் கொய்து, அதை பதிலாக அளித்தான்.

கும்பகர்ணன் தோளைக் குலுக்கினான். ‘சரி, நாம் இதையும் செய்யலாம்.’

இலங்கை வீரர்கள் தலைவனின் உதாரணத்தை பின் பற்றினர். வாள்களை உருவி ஒவ்வொரு கொள்ளைக்காரனின் வலியையும் நிரந்தரமாகத் தீர்த்தனர்.

அத்தியாயம் 22

கரசாபா யுத்தம் முடிந்து மூன்று வருடங்கள் கடந்துவிட்டன. ராவணன் தான் இப்பொழுது இலங்கையை ஆளும் ஒரே மன்னன். குபேரனை அனுப்பிவிட்டான். அது எதிர்பார்த்ததை விட எளிதாக முடிந்தது.

அயோத்தியாவில் இலங்கைவாசிகளின் முக்கிய தொடர்பு மந்திரா என்ற பெண்தான். கடந்த சில வருடங்களில் குபேரன் அவளைப் பெரிதும் நம்பினான். ஆனால் ராவணன் அவளுக்குச் செய்தி அனுப்பினான், ஒப்புக்கொண்டால், அதிகத் தரகுப் பணம், மறுத்தால் தண்டனை; யதார்த்தவாதியான மந்திரா உடனேயே ராவணன் பக்கம் சாய்ந்தாள். ராவணன் சொல்லிக் கொடுத்த விதத்தில் அவள் குபேரனிடம் சென்று கூலிப்படை ஒன்றை ஏவியிருக்கும் ராவணன், குபேரனைக் கொல்லாமல் விட மாட்டான் என்றாள். இது உண்மை இல்லை என்றாலும் அவன் அதை நம்பினான், அவனை இன்னும் பதற்ற நிலைமைக்குத் தள்ள, அவனுடைய முன்னாள் பிரதம மந்திரி, மேக்தூத், விபத்தினால் மூழ்கி இறக்கவில்லை, ஆனால் ராவணனின் ஆணைக்கு ஏற்ப மூழ்கடிக்கப்பட்டான் என்பதையும் விளக்கிச் சொன்னாள். இது அப்பட்டமான உண்மை.

மிரண்டு போன குபேரன் உடனே அரியணையைத் துறந்தான். மக்களிடம் தனக்கு இனி சாதிக்க எதுவும் இல்லை என்றான். இமாலயத்தில் உள்ள தேவபூமியில் ஓய்வெடுக்கப் போவதாகக் கூறினான். ஒரு வேளை கைலாஷ் வரை கூடச் செல்லலாம் என்றான். *சன்யாசம்* வாங்கிக் கொள்ளச் செல்பவனைப் போல, அவனை இலங்கைவாசி

கள் மரியாதையுடனும், கௌரவத்துடனும், வழியனுப்பி வைத்தனர். ஆனால் *சன்யாசம்* வாங்கிக் கொள்வது என்பது குபேரன் மனதில் கொஞ்சம் கூட இல்லை. ஏன் என்றால் ராவணன் அவனுடைய சொத்துக்கள், பணம், மனைவிகள், தாசிகள் என்று அனைத்தையும் அவனுடன் எடுத்துக் கொண்டு செல்ல அனுமதி வழங்கியிருந்தான். வடக்கு வரை செல்ல குபேரனைப் புஷ்பக விமானத்தைக் கூட பயன்படுத்திக் கொள்ளச் சொன்னான் - இப்போழுது அந்தப் பறக்கும் விமானம் ராவணனுக்குச் சொந்தமாகிவிட்டது. குபேரன் ரொம்ப மரியாதையாக ராவணனிடம் நடந்து கொண்டான், அதுவும் மக்கள் முன்னால்.

ராவணன் அரியணை ஏறும் சமயம், வேறு யாரும் அரியணைக்குப் போட்டி போடாமல் இருக்கவும், குறை சொல்லாமல் இருக்கவும் குபேரனே புதிய அரசனுக்கு மகுடம் சூட்டி விட்டுச் செல்லும்படி கும்பகர்ணன் கேட்டுக் கொண்டான். எதையும் ஏற்றுக் கொள்ளும் மன நிலையில் இருந்த வணிகன் ராவணனுக்கு முடி சூட்ட ஒப்புக் கொண்டான். மேலும் ஒரு அரசன் பொதுவில் தன் பதவியைத் துறந்து மற்றவனுக்கு முடியும் சூட்டிய நிலையில் அவனை எதிர்த்துக் கொள்ள வேண்டிய அவசியம் புதிய மன்னனுக்கு எழாதே. இது தர்க்க ரீதியாகச் சரி என்று பட்டது, குபேரனுக்கு.

யாரும் போட்டியிடாத இலங்கை மன்னனாக ராவணன் அமர்ந்ததும், குபேரன் ஏற்றுக்கொண்ட பிரதான-வணிகன் என்ற பட்டத்தைத் துறந்து மேலும் சிறப்பான மன்னர் மன்னன், சாம்ராட்டுகளின் சாம்ராட், மூவுலகையும் ஆள்பவன், கடவுளுக்குப் பிரியமானவன், இன்னும், இது போன்ற பல பட்டங்களை ராவணன் தனக்குச் சூட்டிக்கொண்டான். ஆடம்பரமான பட்டங்களைப் பற்றி கும்பகர்ணன் கேலி செய்த போது அவனை வாயை மூடிக் கொண்டு இருக்கச் சொன்னான்.

அவன் நினைத்தவாறே அனைத்தும் செயல்பட்டதால் அவன் மகிழ்ச்சியாகவும் திருப்தியாகவும் இருந்திருக்க வேண்டும். ஆனால் இந்தத் தருணம் அவன் சந்தோஷமாக இருப்பதாகத் தெரியவில்லை.

‘நீ என்னை எப்படிச் சம்மதிக்க வைத்தாய், என்று தெரியவில்லை,’ என்றான்.

கீழ்தளத்தில் இப்பொழுது கைகேசியின் மாளிகை இருந்தது, அதை நோக்கி ராவணனும், கும்பகர்ணனும் சென்று கொண்டிருந்தனர். சிங்கக் கல்லின் மீதிருந்த குபேரனின் மாளிகைக்குச் சகோதரர்கள் குடி போய்விட்டனர். கீழ்தளத்திற்குச் செல்லும் வழியில் அவர்கள் ஒரு பெரிய தட்டை நிலத்தைக் கடக்க வேண்டும். அதை விமானம் இறங்குவதற்குப் பயன்படுத்திக் கொண்டனர். அவர்களை நூறு காவலர்கள் பின் தொடர்ந்தனர், ஆனால் மரியாதை நிமித்தம், மன்னன் மற்றும் அவன் தம்பிக்கு அருகில் நெருங்காமல் சற்று விலகியே வந்தனர்.

'அண்ணா, உனக்கு இது பிடிக்காது என்று தெரியும், ஆனால் அவர்கள் அந்த மாளிகைக்குக் குடி வந்து ஒரு வாரம் ஆகிறது. உனக்காக *க்ருஹப்ரவேசப் பூஜையை* ஒத்தி வைத்திருக்கின்றனர். இது நல்லதுக்கில்லை என்று உனக்கே தெரியும். அவர்களை இனி காக்க வைக்க முடியாது,' என்று கும்பகர்ணன் பதிலளித்தான்.

'அவள் வேண்டுமென்றே சப்த சிந்துவிலிருந்து பூசாரிகளைக் கூட்டி வந்திருக்கிறாள். அது என்னை எரிச்சல் படுத்தும் என்று அவளுக்குத் தெரியும். எப்பொழுதுதான் புரிந்து கொள்வாய், நம் அம்மாவின் ஈனத்தனத்தை?' என்று ராவணன் கோபப்பட்டான்.

அண்ணனின் கோபத்தைப் புறம் தள்ளுவது தான் நல்லது என்று கும்பகர்ணன் கருதினான். பேசாமல் நடந்து வந்தான்.

அவர்கள் மாளிகையை நெருங்கியதும் கைகேசி வாயிலில் காத்திருப்பது தெரிந்தது. இளம் விபீஷணனும், சூர்ப்பனகையும் அவள் பின்னால் ஒளிந்து கொண்டிருந்தனர். இருவரும் பத்து வயதுக்குட்பட்டவர்கள், ராவணனைப் பார்த்து அரண்டு போனார்கள். கைகேசி வரவழைத்திருந்த பூசாரிகள் அவள் அருகே நின்று ஏதோ உத்தரவுகளை அடிக் குரலில் பிறப்பித்தனர். அவர்கள் பின்னால் குறைந்தது நூறு பணிப்பெண்கள் நின்று கொண்டிருந்தார்கள். ஒவ்வொரு உத்தரவையும் நிறைவேற்றினர். தன் மகனின் அதிர்ஷ்டத்தினால் வந்த சுகபோக வாழ்க்கையைக் கைகேசி ரசித்து அனுபவித்தாள்.

ராவணன் கேட்கும் தொலைவில் இருக்கும் பொழுது கைகேசி சூரியனைப் பார்த்துக் கொண்டே நேரம் கடந்ததைச் சுட்டிக் காட்டி, 'நீ தாமதமாக வருகிறாய்,' என்றாள்.

'நான் கிளம்புகிறேன்,' என்றான் ராவணன்.

அவன் அம்மா தன் உதடுகளைச் சுழித்துக் கொண்டு தனக்குள்ளேயே புலம்பினாள். பிறகு ஆரத்தி தட்டைப் பூசாரியிடம் இருந்து வாங்கி மூன்று முறை ராவணனின் முகத்தருகே சுற்றினாள். ராவணன் தள்ளி நின்றதும், கும்பகர்ணனனுக்கு ஆரத்தி எடுத்து வரவேற்றாள்.

'உள்ளே வா,' என்றாள் கட்டைக் குரலில். ராவணனும் கும்பகர்ணனும் முதலில் உள்ளே செல்வதற்காகக் காத்திருந்தாள். ராவணன் உள்ளே நுழையும் சமயம் அவள் உரக்கக் கூறினாள், 'வலது காலை எடுத்து முதலில் வை.'

ராவணன் நின்றான். அம்மாவைப் பார்த்தான். அவளருகே நின்ற பூசாரிகளைப் பார்த்தான். பிறகு இடது காலை எடுத்து உள்ளே வைத்தான்.

'அண்ணா!' என்று கும்பகர்ணன் இயலாமையில் கத்தினான், மூச்சு இறைத்தது. பிறகு யோசித்து மரியாதையாக வலது காலை எடுத்து உள்ளே வைத்தான். 'மாளிகை ரொம்ப அழகாக இருக்கு, மா,' என்றான். 'இவ்வளவு குறைந்த நேரத்தில் நீ நல்ல வேலை செய்திருக்கிறாய்.'

கைகேசி தன் மகனைப் பார்த்து ஆழமாக மூச்சை உள்ளே இழுத்தாள், கண்களில் நீர் கோர்த்துக் கொண்டது. 'நான் இப்படி உணர்ச்சிகரமாக இருப்பதற்கு என்னை மன்னித்துவிடு, மகனே. இப்பொழுதெல்லாம் என்னை யாரும் பாராட்டுவதே இல்லை. நான் அனைவருக்கும் எவ்வளவோ செய்கிறேன், ஆனால் என்னை யாரும் பாராட்டுவதில்லை.'

ராவணன் சட்டென்று திரும்பி கோபம் கொப்பளிக்கச் சொன்னான், 'நான் சீக்கிரம் கிளம்பவேண்டும் அம்மா. எனக்கு நிறைய வேலைகள் இருக்கிறது. இந்த முட்டாள்தனமான பூஜை எங்கே நடக்கப் போகிறது? அதைச் சீக்கிரம் முடிக்கலாம்.'

கைகேசி உடனே குரலை உயர்த்தினாள், 'பார்த்துப் பேசு, ராவணா. இது முட்டாள்தனமான பூஜை இல்லை! இதன் மூலம் நம் மூதாதையர்களையும், கலாச்சாரத்தையும் கௌரவிக்கிறோம். மரியாதை குறைவாக இருக்காதே!'

ராவணன் அம்மாவின் அருகில் நின்றான். 'நீ சொல்வது சரி. இது முட்டாள்தனமான பூஜை அல்ல. *மிக* மடத்தனமான பூஜை.'

இந்தக் குழந்தைத்தனமான சர்ச்சைகள் போதும் என்று நினைத்த கும்பகர்ணன், 'இருவரும் நிறுத்துங்கள்!' என்றான். சுற்றும்முற்றும் பார்த்தான் பணிப்பெண்கள் தரையையே பார்த்துக் கொண்டிருந்தனர். பூசாரிகள் பூஜைக்கு வேண்டிய சாமான்களை அடுக்குவதில் கவனம் செலுத்தினர். விபீஷணனும், சூர்ப்பனகையும் தான் மிரள மிரள விழித்துக் கொண்டிருந்தனர். கும்பகர்ணன் தன்னுடைய அம்மாவையும் அண்ணனையும் மாறி மாறிப் பார்த்தான். 'சடங்குகளைச் சீக்கிரமாக முடிக்கலாம். அப்பொழுது இருவரும் ஒருவரோடு ஒருவர் சண்டையிடமாட்டீர்கள். காயப்படுத்திக் கொள்ளமாட்டீர்கள்.'

'அவனைக் காயப்படுத்த நான் தேவையில்லை,' என்று கைகேசி கடித்துக் குதறினாள். 'தன்னைத் தானே காயப்படுத்திக் கொள்ளும் வல்லமை அவனுக்கு இருக்கிறது.'

ராவணன் அவளைத் திரும்பிப் பார்த்தான். முஷ்டி மடங்கி இறுகியது. 'என்ன சொல்ல வருக்கிறாய், அம்மா?'

'உனக்கே நன்றாகத் தெரியும்.'

'அதை வெளியே தெளிவாகச் சொல், தைரியம் இருந்தால். என்னது அது?'

மறுபடியும், கும்பகர்ணன் அவர்களின் இருவர் கோபத்தை சமாதானம் செய்ய முயன்றான். 'இங்கே பார், இந்தப் பூஜையை நாம் பிறகு செய்யலாம். நாங்கள்...'

ராவணன் கையை உயர்த்தவே கும்பகர்ணன் மௌன மானான். அவன் தன் அம்மாவின் அருகே நெருங்கி அவள் முன்னே பூதாகாரமாக நின்றான். அவர்கள் இருவருக்கும் நடுவே இருந்த காற்று கூட அவர்களின் கோபத்தை பிரதிபலித்தது. 'சொல்லும்மா, என்ன சொல்ல வந்தாய்?'

கைகேசி பின்னால் நகரவில்லை. அவளுடைய அதிகாரத்துக்கும் பணத்துக்கும் பொறுப்பானவன் அவளுடைய மூத்த மகன். இருந்தாலும் அவள் அவன் மீது துவேஷம் பாராட்டினாள். எவ்வளவு கோபமாக இருந்தாலும் ராவணன் அவளை எதுவும் செய்ய மாட்டான் என்பதையும் அறிவாள். எதை வேண்டுமானாலும் சொல்லிவிட்டுத் தப்பிக்கலாம். 'நான் உன் அம்மா என்பதை மறக்காதே. உன் வாழ்க்கையில் நடக்கும் ஒவ்வொரு சிறு விஷயமும் எனக்குத் தெரியும். நான் யாரைப் பற்றிப் பேசுகிறேன் என்று உனக்குத் தெரியும்.'

'யாரைப் பற்றிப் பேசுகிறாய்? சொல்லு! சொல்லு!'

கும்பகர்ணன் திரும்பவும் அவர்களைக் கெஞ்சினான். 'அம்மா, தயவு செய்து எதையும் சொல்லாதே.' ராவணனிடம் திரும்பினான். 'அண்ணா, வா போகலாம்.'

ராவணன் தொடர்ந்து தன் அன்னையை வெறித்துப் பார்த்தான், அவன் கண்களில் கோபம் தெறித்தது. 'சொல்லு!'

'இது அனைத்தும் உன் தவறுதான்! நீ உன் அம்மாவை மதித்து, நல்ல மகன் போல் சொல் பேச்சைக் கேட்டிருந்தால், இது எதுவும் நடந்திருக்காது! கடவுள்கள் உன்னைத் தண்டித்துவிட்டனர் என்பதைப் புரிந்து கொள். உன்னால் ஒரு அப்பாவியைத் தண்டித்தனர். உனக்குத் தர்மத்தைக் கடைப்பிடிக்கத் தெரியாததால் தான், கன்னியாகுமாரி, சிறந்த வேதவதி கொல்லப்பட்டாள்!'

'**அம்மா**!' ராவணன் கத்தியைத் தேடியபடியே அலறினான்.

'நிறுத்து!' என்று அவர்கள் இருவருக்கும் நடுவே நின்றான் கும்பகர்ணன். ராவணனை அம்மாவிடமிருந்து தள்ளிவிட்டான். 'அண்ணா, வேண்டாம்!'

ராவணன் தன் வசத்தை இழந்துவிட்டான். அவன் அம்மா மீது இருந்த கோபத்தால் காற்றில் கத்தியைக் குத்தினான். 'போடி பெட்டை நாயே! என் பாதுகாப்பு இன்றி ஒரு நாள் கூட உன்னால் உயிர் வாழ முடியாது! அவள் பெயரைச சொல்ல உனக்கு எவ்வளவு துணிச்சல்! கன்னியாகுமாரியை அவமதிக்கிறாயா! உனக்கு என்ன தைரியம் இருந்தால் அவளை அவமதிப்பாய், வேத...'

ராவணனின் குரல் வீட்டின் நடைபாதைகளில் எதிரொலித்துக் கொண்டிருந்தது, கும்பகர்ணன் அவன் கையைப் பிடித்து மாளிகையை விட்டு வெளியேற்றினான்.

'காதலா?' என்று விஸ்வாமித்திரர் உண்மையிலேயே ஆச்சரியப்பட்டார்.

மகரிஷியின் ஆணைப்படி, சப்த சிந்து மீது ராவணனுக்கு இருக்கும் எண்ணம் என்ன என்பதை அரிஷ்டநேமி விசாரணை செய்தான். அவன் யதேச்சையாக உண்மையைக் கண்டுபிடித்தான்.

'ஆமாம். அவன் கன்னியாகுமாரியைக் காதலித்தானாம்.'

'எந்த கன்னியாகுமாரி?'

'வேதவதி.'

விஸ்வாமித்திரர் கண்களைச் சுருக்கி தன் உதவியாளனைப் பார்த்தார். 'அரிஷ்டநேமி, அது எந்த கன்னியாகுமாரி என்பது எனக்கு எப்படித் தெரியும்? அவர்கள் பிறக்கும் போது இருந்த பெயர்கள் அனைத்தும் எனக்கு நினைவிருக்குமா? எந்தக் கோவில்? எந்த ஆண்டுகள்?'

'மன்னித்துவிடுங்கள், குருஜி. அவள் வைத்தியநாத்தின் கன்னியாகுமாரி. இது பல வருடங்களுக்கு முன்னால். இருபது வருடங்கள் கூட இருக்கலாம்.'

'அவள் குழந்தையாக இருக்கும் பொழுது சந்தித்தானா?'

'ஆமாம், அப்படித்தான் நினைக்கிறேன்.'

'ஆனால், நாம் அவளை அவனுடன் பார்க்கவே இல்லை, தானே? அவனைப் பின் தொடரும் நாட்கள் முதல்?'

'அவர்கள் அவனுடைய தந்தையின் ஆசிரமத்தில் சந்தித்திருக்கிறார்கள். பிறகு பல வருடங்கள் பார்த்துக் கொள்ளவில்லை. பிறகு எட்டு, ஒன்பது வருடங்களுக்கு முன்பு மறுபடியும் சந்தித்துக் கொண்டனர். எனக்கு ஆண்டு சரியாகத் தெரியவில்லை.'

'அவன் குழந்தைப் பருவம் முழுக்க அவளைக் காதலித்திருக்கிறான், என்கிறாயா? இடையில் பல வருடங்கள் சந்திக்காமலேயே?'

'அப்படித்தான்.'

'இதற்கு என்ன அர்த்தம்?'

'அர்த்தம் எதுவும் இல்லை என்றாலும், நடந்தது இதுதான். ஆனால் அவன் தன்னுடைய தம்பியின் உதவியுடன் அவளைத் திரும்பச் சந்தித்த பொழுது அவளுக்கு வேறு ஒருவருடன் திருமணம் ஆகியிருந்தது.'

விஷயம் என்ன என்று புரிந்தவுடன் விஸ்வாமித்ரர் பின்னால் சாய்ந்தார், 'பரசுராம் தான் கருணை காட்ட வேண்டும்! முன்னாள் கன்னியாகுமாரி தன் கிராமத்தில் கொல்லப்பட்டாளே, அவளா அது? அந்த இடத்தின் பெயர் என்ன... டோடீதானே?'

'ஆமாம், குருஜி.'

'அவள் கணவனும் கொல்லப்பட்டான், இல்லையா?'

'ஆமாம்.'

'மொத்தக் கிராமமும் கொடூரமாக அழிக்கப்பட்டதே?

'ஆமாம். யாருக்கும் சரியாக என்ன நடந்தது என்று தெரியவில்லை. ஏன் என்றால் யாரும் உயிர் பிழைக்கவில்லை. சில நாட்கள் கழித்துப் பக்கத்துக் கிராம மக்கள் சில சடலங்களை மீட்டனர். வன விலங்குகளைத் துரத்திவிட்டு, எஞ்சியிருந்த டோடீ சடலங்களுக்கு அவர்கள் ஈமச் சடங்குகள் செய்தனர்.'

'ஆனால் நான் கேள்விப்பட்டவரை கன்னியாகுமாரி மற்றும் அவள் கணவனின் உடல்களுக்கு வேத முறைப்படி கௌரவமாகச் சடங்குகள் செய்யப்பட்டு எரிக்கப்பட்டன.'

'ஆமாம், நானும் அதேதான் கேள்விப்பட்டேன்.'

'இதற்கு ஒரே ஒரு விளக்கம்தான் இருக்க முடியும்,' என்றார் விஸ்வாமித்ரர்.

அரிஷ்டநேமி தலையாட்டினான். 'நானும் அதையேதான் நினைத்தேன், குருஜி. ராவணனுக்கு வேதவதியின் மீது காதல். ஆனால் அவளைக் கண்டுபிடிப்பதற்குள் அவள் வேறு ஒருவனைத் திருமணம் செய்திருந்தாள். அவள் கணவனைப் பிரிந்து வர மறுத்திருப்பாள், அவள் மறுப்பினால் கோபமடைந்த ராவணன் அவளையும் அவள் கணவனையும் கொன்றிருப்பான். ஒரு வேளை அவளை பலாத்காரம் செய்ய முயன்றிருப்பான்... முழு உண்மை நமக்குத் தெரிய வராது. தன்னுடைய குற்றத்தை மறைக்க மொத்தக் கிராமத்தையும் அழித்திருப்பான்.'

விஸ்வாமித்திரரால் பேசக் கூட முடியாத அதிர்ச்சி. அவருக்கு நீண்ட ஆயுள் - சிலர் அவருக்கு நூற்றி ஐம்பது வயது என்று நினைத்தனர் - அவர் வயதுக்கு அவர் பல கொடுமை களைப் பார்த்திருப்பார். உலகம் என்றுமே கருணையான இடம் இல்லை. ஆனால் இது போன்ற காட்டுமிராண்டித்தனம் அவர் கற்பனைக்கும் அப்பாற்பட்டது. திரிசங்கு காஷ்யப்பின் ஆட்சிக்குப் பிறகு அவர் இப்படிப்பட்டக் கொடூரங்களைக் கேள்விப்படவில்லை.

'குருஜி,' என்றான் அரிஷ்டநேமி, 'நமக்கு ஒரு தீயவன் தேவைப்பட்டான், அவன் நமக்குக் கிடைத்துவிட்டான். அதிலும் ஒரு அசுரன் கிடைத்துவிட்டான்.'

‘இதில் நிச்சயமாகக் கும்பகர்ணனின் பங்கு எதுவும் இருக்காது,’ என்றார் விஸ்வாமித்திரர். பல ஆண்டுகளுக்கு முன்னால் தன் அன்னையுடன் வந்து அவரைச் சந்தித்த அந்த நாகா சிறுவன் மீது அவருக்கு ஒரு பாசம் இருந்தது.

‘என்னால் சரியாகச் சொல்ல முடியாது, குருஜி. ஆனால் அவன் முழுவதுமாக ராவணனின் கட்டை விரலுக்கு அடியில்தான் இருக்கிறான்.’

விஸ்வாமித்திரர் தன் கைகளைத் தாடையில் வைத்துக் கொண்டார் ஆழ்ந்த யோசனையில் இருந்தார். பிறகு ஆழமாக மூச்சு வாங்கியபடி தலையை அசைத்தார். ‘நான் அந்தக் கன்னியாகுமாரியை ஒரு முறை சந்தித்திருக்கிறேன், வைத்தியநாத் கன்னியாகுமாரி... அவளை நினைவிருக்கிறது. அவள் அப்பொழுது சிறு பெண். ஆனந்தமாக, அனைவரிடமும் கருணையுடன் செயல்படுபவள், விலங்கு களிடம் கூட காருண்யம் காட்டுபவள். தங்களைக் காட்டிலும் பலவீனமானவர்களை ஒருவர் எப்படி நடத்துகிறார் என்பதிலேயே அவரின் குணம் நமக்குப் புரிந்துவிடும். ஆமாம்... நினைவிருக்கிறது. மலை மைனாவின் சத்தத்தை அப்படியே செய்து காட்டுவாள். என்னை மாதிரியே கூட பேசிக் காட்டினாள்,’ விஸ்வாமித்திரர் இதைச் சொல்லும் பொழுது புன்னகைத்தார். ‘அருமையான பெண்... உள்ளமும் ஆன்மாவும் பரிசுத்தமானவள்... சிறந்தவள். அவள் அப்படி இறந்திருக்கக் கூடாது.’

‘இப்படிப்பட்ட பரிசுத்தமும் சிறப்பும் கொண்ட புதிய இந்தியாவை நாம் திரும்பவும் உருவாக்க வேண்டும், குருஜி.’

ஒரு சிறிய மௌனத்திற்குப் பிறகு விஸ்வாமித்திரர் சொன்னார், தீர்மானமாக, ‘நாம் இப்பொழுது விஷ்ணுவைக் கண்டுபிடிக்க வேண்டும். ஆமாம்... செய்தே ஆக வேண்டும்... நம்முடைய சிறந்த நாட்டைச் செப்பனிட வேண்டும். நம் மூதாதையர்கள் இருந்த அதே அந்தஸ்துக்கு கொண்டு வரவேண்டும்.’

‘நாம் தேடிக் கொண்டிருந்த தீயவன் கிடைத்துவிட்டான்,’ என்றான் அரிஷ்டநேமி. ‘இனி நாம் சீக்கிரமே சிறந்த விஷ்ணுவை அடையாளம் காண வேண்டும். நம் திட்டங்களைக் கையாள ஒரு விஷ்ணு வேண்டும்.’

குருவும் சிஷ்யனும் ஒருவரை ஒருவர் பார்த்துக் கொண்டனர். அவர்கள் கண்களில் ஒரு பெரிய பணியின் உணர்வு தெரிந்தது.

'அண்ணா!' கும்பகர்ணனின் குரல் மெலிதாகவும் கரடுமுரடாகவும் கேட்டது. உணர்ச்சிகளைக் கட்டுப்படுத்த முடியாதவன் போலத் தெரிந்தான்.

கரசாபா யுத்தத்திற்குப் பிறகு ஐந்து வருடங்கள் ஆகிவிட்டன. ராவணன் அரசனாகி இரண்டு வருடங்கள் உருண்டோடின. அரச குடும்பத்தின் பிரச்சனை அனைவருக்கும் வெளியே தெரிந்துவிட்டது. கேட்பவர்களிடம் எல்லாம் கைகேசி ராவணன் தன் மகன் இல்லை என்று சொல்லிக் கொண்டு திரிந்தாள். அவனுடன் தொடர்பில் இருக்கப்போவதில்லை என்றும் சொன்னாள். அதற்குப் பதிலாக விபீஷணனும், சூர்ப்பனகையும் அவளுடைய குழந்தைகளாக மதிக்கப்பட வேண்டும் என்றாள்.

இலங்கையில் கைகேசியின் அந்தஸ்து – அவள் அனுபவிக்கும் ஆடம்பர சுகம், அவள் கொடுத்த தான தர்மங்கள், அவளுக்குக் கிடைக்கும் கௌரவம், அவள் அதிகாரத்தின் வீச்சு – அனைத்துமே ராவணனின் அம்மா என்ற அடையாளத்தினால்தான் கிடைத்தது. ஆனால் இதை அவள் முகத்தின் எதிரே சொல்லும் துணிவு ஒருவருக்கும் இல்லை. அவளுடைய புலம்பல்களுக்குத் தீனி போட்டே பலர் காரியங்களைச் சாதித்துக் கொண்டனர்.

ஆனாலும் சந்தேகம் இன்றி ஒன்று மட்டும் நிச்சயம்: இலங்கையில் ஒரு அதிகார மையம் தான் இருந்தது, மொத்த இந்திய துணைக் கண்டத்திலேயே, ஏன் உலகத்திலேயே கூட, என்று சொன்னால் அது ராவணன்தான். ராவணனை எதிர்க்க யாருக்கும் துணிவில்லை. அதற்கு மாறாக அவன் சொல்வது அனைத்துக்கும் கட்டுப்பட்டு அவனுடைய உத்தரவுகளைக் கேள்விகள் கேட்காமல் பின்பற்றினர். சிலர் அதற்கு மேலேயும் செய்தனர், அவனுடைய ஒப்புதலை வாங்க. அது போன்ற எல்லை மீறிய செயல் ஒன்று தான் கும்பகர்ணனை வாட்டியது.

'என்ன, கும்பா?' என்று ராவணன் பெருமூச்சு விட்டான். 'என்ன செய்ய வேண்டுமோ செய்து முடி.'

'செய்வதற்கு ஒன்றுமே இல்லை, அண்ணா.' கும்பகர்ணனின் குரலில் மரியாதை கூடுதலாக இருக்கும், அண்ணனிடம் பொதுவெளியில் பேசும் பொழுது, ஆனாலும் அவன் கலக்கமாக இருப்பது நன்றாகவே தெரிந்தது.

ராவணன் ஒரு நிமிடம் கும்பகர்ணனைப் பார்த்தான். அவன் மடியில் அமர்ந்திருந்த சிறிய உடல் வாகு கொண்ட பெண்ணைப் பார்த்துத் தலையசைத்தான். அவள் எழுந்து சென்று தன் மேலாடையை ஒரு மெதுவான அசைவில் எடுத்துக் கொண்டு ஒயிலாக நடந்து சென்றாள். அங்கிருந்த மற்ற நாட்டியக்காரிகளும் அறையை விட்டு அகன்றனர்.

'இப்பொழுது நான் என்ன செய்ய வேண்டும்?'

'ராணுவத்திலிருந்து ப்ரஹஸ்தை நீக்கு.'

ராவணனின் படை இரு பிரிவாகச் செயல்பட்டது. ஒரு பிரிவின் தலைவன் பெயர் மஹிராவணன். நிலத்தில் உள்ள எல்லைகளுக்கு அவன் பொறுப்பு. அடுத்த பிரிவு அஹிராவணன், கடல் எல்லைகளையும் துறைமுகங்களையும் பார்த்துக் கொண்டான். ப்ரஹஸ்த் அதில் ஒருவன். சிலிகாவின் ஆளுநருக்கு நம்பிக்கைத் துரோகம் செய்தபின், அவன் ராவணனின் ராணுவத்தில் தலைவனாகச் சேர்ந்து விட்டான். அவனுடைய கொடூரத்தைப் பார்த்துப் பலரும் அஞ்சினர்.

'நாம் கடல்களைக் கைப்பற்ற வேண்டுமானால், ப்ரஹஸ்த் போன்ற கொடூரமான ஆட்கள் தேவை. பல ஆண்டுகளுக்கு முன் அவன் உதவியால் தான் நாம் கிரகச்சபாஹுவின் அளவு கடந்த செல்வத்தைக் கைப்பற்றினோம் என்பதை மறந்து விட்டாயா?'

'அண்ணா, அதர்மத்துக்கும் கொடூரத்துக்கும் வித்தியாசம் இருக்கிறது.'

'குழந்தைத் தனமாகப் பேசாதே, கும்பா! தர்மம், அதர்மம் என்று எதுவும் கிடையாது. வெற்றி தோல்வி மட்டும்தான் உள்ளது. நான் தோல்வி அடையவே மாட்டேன். நான் ராவணன்.'

'நான் கும்பகர்ணன், அண்ணா. இந்த உலகில் என்னை விட யாருமே உன் மீது அதிக அன்பு வைத்திருக்க மாட்டார்கள்.

நீ பெரிய பாவம் செய்வதிலிருந்து உன்னைக் காப்பாற்ற வேண்டும்.'

'ஒரே பெரிய பாவம் அதிகாரமும் இன்றி, பணமும் இன்றி ஏழையாக இருப்பதுதான், நாம் முன்னொரு காலத்தில் இருந்தோமே. நம் குழந்தைப் பருவத்தில் நாம் எவ்வளவு இயலாமையால் தவித்தோம் என்று நினைவிருக்கிறதா? அந்த நாட்களுக்கு நாம் திரும்பிச் செல்லவே கூடாது.'

'அண்ணா, நமக்கு இன்னும் எவ்வளவு பணமும் அதிகாரமும் தான் வேண்டும்? உலகிலேயே நீ தான் பெரிய செல்வந்தன். உலகிலேயே நீ தான் சக்தியும் அதிகாரமும் மிக்கவன். உனக்கு இனி எதுவும் தேவை இல்லை.'

'இல்லை, எனக்கு வேண்டும். நீ சொல்லலாம் நான் செல்வந்தன் என்று. வரலாற்றிலேயே நான் தான் மிகப் பெரிய செல்வந்தன் என்று அறியும் வரை ஓயமாட்டேன். அதை அடைந்த பின்னர், யாருக்குத் தெரியும்? எனக்குக் கடவுள்களை விட செல்வமும் சக்தியும் வேண்டும் என்று தோன்றலாம்! இது கூட தவறான எண்ணம் இல்லை. இலங்கையின் குடிமக்கள் என்னைக் கடவுளாக ஏற்று வணங்குவார்கள்.'

'அண்ணா, உனக்குக் கடவுளாக வேண்டுமானால், கடவுள் எப்படி நடந்து கொள்வார் என்று யோசித்துப் பார். ப்ரஹஸ்த் செய்தது போன்ற கொடுமைகளைச் செய்ய அனுமதிப்பார்களா?'

'நான் எப்படி நடந்து கொள்ளவேண்டும் என்பதை நானே தீர்மானிக்கிறேன்.'

'அண்ணா, ப்ரஹஸ்த் மும்பாதேவியில் செய்தது தீய விஷயத்துக்கும் அப்பாற்பட்டது.'

'மறுபடியும் சொல்கிறேன், நான் தீர்மானிக்கிறேன். அவன் என்ன செய்தான்?'

மும்பாதேவி துறைமுகம் இந்திய மேற்குக் கடற்கரையில் அமைந்துள்ளது. அது சரியான இடத்தில் அமைந்திருப்பதால் கடல் வழிக்கு ஏற்றது, இண்டஸ் - சரஸ்வதி கரைகளுக்கும் இலங்கைக்கும் இடையே செல்லும் கடல் வழிப்பாதை. இந்து மகா சமுத்திரத்தில் நடந்த வியாபாரத்தின் மொத்தக் கட்டுப்பாடும் தனக்கு வேண்டும் என்று ராவணன் விரும்பினான்-

அதுதான் உலக வியாபாரங்களின் மையம்.

இந்தியத் துணைக்கண்டத்தின் பெரிய துறைமுகங்கள், மேலும் அரேபியா, ஆப்பிரிக்கா, தென்-கிழக்கு ஆசிய நாடுகளின் கடல் வியாபாரம் இவன் கட்டுப்பாட்டின் கீழ் அமைந்தது. இந்த அனைத்து இடங்களிலும் அதிக சுங்க வரியை வதித்தான். அவர்களும் ஒப்புக் கொண்டனர். தன்னுடைய நண்பன், கிஷ்கிந்தையின் மன்னனான வாலியின், உதவியின் மூலம் நர்மதா ஆற்றின் தெற்கே உள்ள நில வழி வியாபாரங்களுக்கும் தடைகள் போட்டு விட்டான். உலகின் செல்வச் செழிப்பான நாடான சப்த சிந்துவைக் கிடுக்கிப் பிடியில் வைத்திருந்தான். அதிலிருக்கும் பணத்தையும் வளத்தையும் சக்கையாகப் பிழிந்து தனக்கும், இலங்கைக்கும் பயன் படுத்திக் கொண்டான்.

மும்பாதேவி மட்டுமே இவன் விதித்த சுங்க வரிகளை ஏற்கவில்லை, தவிர அங்கு தஞ்சம் புகும் எந்த மாலுமியையும் இவனிடம் ஒப்படைக்காமல் அடைக்கலம் தந்தது. மும்பாதேவியை ஆட்சி செய்தது தேவேந்திரர்கள். அவர்கள் வர்த்தகமும் சேவை மனப்பான்மையும் இணைந்து செயல் பட வேண்டும் என்று கருதினர். அவர்களுடைய கடமை மற்றும் தர்மத்திலிருந்து விலக மாட்டோம் என்று ஒரே பிடியில் நின்றனர். தொழில் நன்மை கருதி இதைத் தடுத்து நிறுத்தவேண்டும் என்று ராவணன் கருதினான். அவனுடைய கிடுக்கிப் பிடிக்குச் சவாலாக எதுவும் அமையக் கூடாது என்று எண்ணினான்: இதனால் பணவரவு குறைவதோடு, அவன் மிகவும் சக்தி வாய்ந்த இலங்கை மன்னன் என்ற பிம்பமும் அடிபடும்.

'அவன் மும்பாதேவி துறைமுகத்தைத் தன் கட்டுப்பாட்டில் கொண்டு வந்துவிட்டான்,' என்றான் கும்பகர்ணன்.

'அதனால் என்ன? நான்தான் துறைமுகத்தைக் கைப்பற்றும் படி ஆணை பிறப்பித்தேன். நீ என் ஆணையையே கேள்வி கேட்கிறாயா?'

'இல்லை அண்ணா! நான் உன் ஆணையைக் கேள்வி கேட்கவில்லை. அதை நிறைவேற்ற உன் பணியாள் எடுத்த முறைகளைத்தான் கேள்வி கேட்கிறேன்.'

'எனக்கு முறைகளைப் பற்றி அக்கறை இல்லை. அவன் செயலை முடித்து வெற்றி பெறவேண்டும். அதைச் செய்திருந்தால் அதுவே எனக்குப் போதும்.'

'அண்ணா, மொத்த மும்பாதேவியும் அழிந்துவிட்டது.'

‘அதனால் என்ன? அருகில் இருக்கும் சால்செட் தீவைத் துறைமுகமாகப் பயன்படுத்திக் கொள்ளலாம்.’

கும்பகர்ணன் அதிர்ச்சி அடைந்தான். ‘அண்ணா, நான் இப்பொழுது என்ன சொன்னேன் என்று கேட்டாயா? சால்செட்டை மறந்து விடு. மொத்த மும்பாதேவியும் அழிந்துவிட்டது. ஒரு தேவேந்திரர் பாக்கி இல்லாமல் அனைவரும் இறந்துவிட்டனர். அவர்கள் மாளிகைகள் எரிக்கப்பட்டுத் தரைமட்டமாக்கப்பட்டது. அவர்கள் வீடுகள் இடிந்து கிடக்கின்றன. யாரும் தப்பிக்கவில்லை - ஆண்கள், பெண்கள், குழந்தைகள். அவர்கள் சடலங்கள் நெடிதுயர அடுக்கப்பட்டு கும்பலாகத் தகனம் செய்யப்பட்டன. பாதி எரிந்த சடலமாக அந்தக் கருணை வழியும் மன்னன் இந்திரனின் உடல் கிடைத்தது. அவர்கள் அனைவரும் உயிருடன் கொளுத்தப்பட்டனர் என்று தெரிய வருகிறது.’

ராவணன் எந்த எதிர்வினையையும் காட்டவில்லை. ஒரு நிமிடத்திற்கு இந்தச் செய்தியைக் கேட்டு அவனே அசந்து போய் விட்டது போல இருந்தது.

‘அவர்கள் யாரும் ஆயுதம் ஏந்தாதவர்கள்,’ என்று கும்பகர்ணன் தொடர்ந்தான். ‘அவர்கள் வீரர்கள் இல்லை. அவர்களை இப்படிக் கொல்வது அதர்மம். நம்முடைய சில வீரர்கள் ப்ரஹஸ்த்தின் இந்த நடவடிக்கையை வெறுத்து ராணுவத்தை விட்டு ஓடிவிட்டனர். அவனுடைய ஐயாயிரம் எண்ணிக்கையில் இருந்த படையில், மூன்றில் ஒரு பங்கைத் தொலைத்து விட்டான். தேவேந்திரர்களின் செல்வம் அனைத்தையும் இலங்கைக்குக் கொண்டு வரும் ப்ரஹஸ்த், இந்த தங்கம் அவனை தண்டனையில் இருந்து காக்கும் என்று நினைக்கிறான்.’

ராவணன் ஆழ்ந்த யோசனையில் கீழே பார்த்தான். அவனுடைய வலது கை தன்னிச்சையாகக் கழுத்தில் தொங்கிய பதக்கத்தைப பற்றியது.

கும்பகர்ணன் நகர்ந்து அண்ணன் அருகே மண்டியிட்டு அமர்ந்தான். ‘அண்ணா, நீ ப்ரஹஸ்த்துக்குத் தண்டனை அளிக்க வேண்டும். இப்படிப்பட்ட அதர்மத்தை அனுமதிக்க முடியாது. ஒரு உதாரணத்தை முன் வைக்க வேண்டும்.’

ராவணன் சிறிது நேரம் மௌனமாக இருந்தான், பிறகு நிமிர்ந்து கும்பகர்ணனை நோக்கினான்.

‘அண்ணா?’

‘ஆமாம், ஒரு உதாரணத்தை முன் வைக்க வேண்டும்,’ என்றான் ராவணன். ‘அதனால் இப்படிச் செய்யலாம். ப்ரஹசஸ்த்துக்கு இட மாற்றம் செய்யப்படும். அவன் மும்பாதேவியிலிருந்து கொண்டு வரும் பணம் அவனிடம் இருந்து பறிமுதல் செய்யப்பட்டு இலங்கை கஜானாவில் சேர்க்கப்படும். ராணுவத்தை விட்டு ஓடியவர்களைத் தேடிச் செல்ல ஒரு படை அமைப்போம். சிலரைப் பொதுவெளியில் தூக்கிலிட வேண்டும்.’

கும்பகர்ணன் அண்ணனை அதிர்ச்சியில் பார்த்தான்.

‘கும்பகர்ணா, நீ சொல்வதோடு நான் ஒத்துப்போகிறேன். ப்ரஹஸ்த் கூடுதலாக நடந்து கொண்டான். ஆனால் அவனை ராணுவத்திலிருந்து நீக்க முடியாது. உலகில் பல பேர் நம்மை வெறுக்கிறார்கள். அவனுடைய கொடூரம் நம் பக்கம் இருக்கவேண்டும். மேலும் ராணுவத்தை விட்டு ஓடுவதை அனுமதிக்க முடியாது. அது நம் ராணுவத்தையே அழித்துவிடும். அனைவரையும் தேடிப் போக வேண்டாம். அதற்கு நிறைய முயற்சி வேண்டும். ஒரு தோராயமான எண்ணிக்கை கிடைத்தவுடன், அதாவது நூறு, இருநூறு பேர் கிடைத்ததும் அவர்களைத் தூக்கிலிடு. மற்றவர்களுக்கு இது எச்சரிக்கையாக அமையும்.’

‘அண்ணா... ஆனால்...’

‘சொன்னதைச் செய், கும்பா,’ என்ற ராவணனின் த்வனியில் இனி வாதத்துக்கு இடம் இல்லை என்ற செய்தி தெளிவாக இருந்தது.

இலங்கையின் அரசன் கதவுப்பக்கம் திரும்பி, கைகளைத் தட்டினான். நாட்டியக்காரிகள் உடனேயே உள்ளே ஓடி வந்தனர். அவர்கள் மேல் சட்டையைக் கழட்டியபடியே உள்ளே ஓடி வந்தனர். சந்திப்பு நேரம் முடிந்துவிட்டது என்பதை கும்பகர்ணன் உணர்ந்தான்.

அத்தியாயம் 23

பதினொன்று ஆண்டுகள் ஆகிவிட்டன கரசாபா யுத்தம் முடிந்து; இலங்கை வியாபாரத்தில் உலகை ஆளத் தொடங்கிவிட்டது. ராவணனின் சொந்த செல்வம் மதிப்பிட முடியாத அளவுக்கு அதிகரித்ததோடு அல்லாமல் அவன் அந்த தீவு நாட்டை வல்லரசாக மாற்றியிருந்தான். சப்த சிந்துவில் அதிகமான வரி வசூல் நிர்ணயித்ததால் ஏழு ஆறுகள் கொண்ட பூமி வளமிழந்து காணப்பட்டது. பெருமளவில் வளத்தை இழந்தும் கூட அதன் செல்வம் முழுவதும் கரையவில்லை. இலங்கை வசூலிக்க இன்னும் நிறைய பாக்கியிருந்தது.

இந்து மகா சமுத்திரத்தின் வணிகப் பாதைகள் மற்றும் முக்கிய துறைமுகங்களின் அதிகாரம் முழுவதும் இலங்கையிடம் இருந்தது, அதனால் புது உலகின் வியாபாரச் சந்தையில் கோலோச்சியது. நகரம் செல்வப் பளபளப்பில் மின்னியதால் அதைத் தங்க இலங்கை என்று அழைத்தனர் - வரிகள் இன்றி மிகவும் குறைந்த செலவில் வாழ்ந்தனர். இலங்கைவாசிகள். இலவச மருத்துவ வசதி, கல்வி, ஈயக் குழாய்கள் மூலம் வீடுகளுக்கு இருபத்தி நான்கு மணி நேரமும் நீர் வசதி, பரந்து கிடந்த பொதுப் பூங்காக்கள், விளையாட்டு அரங்கங்கள், இசை மன்றங்கள் என்று பல வசதிகள் பெருகின. ராவணனின் இலங்கையில் ஏழை என்பவனே இல்லை.

முப்பத்தி எட்டு வயது நிறைந்த ராவணன் தன்னுடைய நாட்டில் ஒரு கடவுள் அந்தஸ்தை அடைந்துவிட்டான். கடந்த ஓராண்டில் முளைத்த சில கோவில்களில் அவனுடைய உருவ வழிபாடுகள் கூட நடந்தன. அவன் அம்மா கைகேசி மட்டும்தான் அவனுடைய கடவுள் நிலையைக் கேள்வி

கேட்டாள், மேலும் உயிருடன் இருக்கும் பொழுதே கும்பிடுவது வேதங்களுக்குப் புறம்பானது, அவற்றை இழிவுபடுத்தும் செயல் என்று கருதினாள்.

தனிப்பட்ட வாழ்க்கையிலும் ராவணனுக்கு நிறைய மாற்றங்கள் ஏற்பட்டிருந்தன. கடைசியாகக் கும்பகர்ணனின் விடாப்பிடியான கோரிக்கையினால் திருமணம் செய்து கொண்டான். மண்டோதரி அடக்கமான, பக்தியான, அழகான பெண். மத்திய இந்தியாவில் இரண்டு சின்ன ஆனால் செல்வச் செழிப்புள்ள கிராமங்களின் நிலச்சுவாந்தாரரான மாயாவின் பெண்தான் மண்டோதரி. துரதிர்ஷ்டவசமாக அவளுக்கும் மற்றவர்களுக்கும் சீக்கிரமே புரிந்த விஷயம், ராவணன் அவளைத் திருமணம் முடித்தது அவன் த்வேஷம் பாராட்டும் நாட்டை வஞ்சம் தீர்க்கத்தான் என்பது. சப்த சிந்து சாம்ராஜ்ஜியம் அவனிடம் ஒப்புக் கொள்ள வேண்டும், அவன் சக்தி அவர்கள் ராணுவத்தைத் தோல்வி அடையச் செய்வதோடு நில்லாமல் அவர்கள் செல்வங்கள் அனைத்தையும் அபகரித்து, அவர்கள் பெண்களையும் கொண்டு செல்வான் என்று அவர்களுக்குப் பிரகடனப்படுத்த விரும்புவன் போல் தோன்றியது. இந்த துரதிர்ஷ்டவசமான திருமணத்தினால் நடந்த ஒரே நல்ல விஷயம், அவன் மகன் இந்திரஜித்தின் பிறப்பு. ராவணனுக்கு அவன் மீது கொள்ளைப் பிரியம்.

இருபத்தி ஒன்பது வயதான கும்பகர்ணன் அதீத வருத்தத்தில் இருந்தான். அண்ணன் மீது அபரிதமான அன்பைப் பொழிந்தாலும், அவன் மீதிருந்த விசுவாசத்தி னால் பிடிக்காத சில செயல்களைச் செய்ய வேண்டிய கட்டாயத்துக்குத் தள்ளப்பட்டான். தன்னுடைய சொந்த தர்மத்தை கடைப்பிடிக்க வேண்டும் என்ற நிலைப்பாட்டுக்கும், தன்னுடைய அண்ணன் மீது கொண்ட அன்புக்கும் இடையே நடந்த போராட்டத்தினால் பல நேரங்களிலும் கும்பகர்ணன் இலங்கையை விட்டு ஏதோ ஒரு காரணத்தைச் சொல்லி வெளியேறினான். அவன் நீண்ட தூரப் பிரயாணங்களை மேற்கொண்டான், சில சமயம் வியாபார பேரங்கள் பேசவும், பல சமயம் கடல் கொள்ளைக்காரர்களின் அட்டகாசத்தைத் தவிர்க்க ராணுவப் பிரயாணமும் மேற்கொண்டான். ஏதாவது சரியான காரணத்தைச் சொல்லிக் கொண்டு சிகிரியாவை விட்டு வெளியேறினான்.

அப்படிச் சென்ற ஒரு பயணத்தில்தான் அவன் எதியோபியாவைச் சேர்ந்த தமத் ராஜ்ஜியத்தைப் பார்த்தான். இலங்கையின் வெகு நாளைய நட்பு நாடு அது. அனைவருக்கும் நினைவு தெரிந்த நாட்களிலிருந்தே இந்தியாவுக்கும் மேற்கு நாடுகளுக்குமான வாணிபம் மேற்குக் கடல் வழியே தான் நடந்தது. இதற்கான வழி செங்கடலில் உள்ள மண்டப் ஜலசந்தி மூலம்தான் அமைந்தது. அல்லது பாரசீக வளைகுடாவின் ஹோர்முஸ் ஜலசந்தி வழியாகச் செல்ல வேண்டும். அங்குள்ளவர்கள் அதை ஜாம் ஜ்ராயாங் என்றும் அழைப்பார்கள். எகிப்திய மற்றும் மெசொபொடேமிய வணிகக் கப்பல்கள் ஏதோ ஒரு ஜலசந்தி வழியாகத்தான் இந்தியாவுக்குள் நுழைய முடியும். அதனால் அதி சாமர்த்தியமாக ராவணன் ஜிபௌடி மற்றும் துபாய் துறைமுகங்களைக் கைப்பற்றிவிட்டான். இவை இரண்டும்தான் அந்த இரு ஜலசந்திகளைத் தம் கீழ் வைத்திருந்தன. இப்பொழுது தமத் மற்றும் மேற்கில் இருக்கும் பல நாடுகளில் இருந்து வரும் கப்பல்கள் இந்த இரண்டு துறைமுகங்களுக்கும் அதிகமான சுங்கவரி கட்டித்தான் உள்ளே வர முடியும். அப்பொழுது தான் வணிகப் பாதையில் இந்து மஹா சமுத்திரத்தை அடைய முடியும்.

கும்பகர்ணன் அந்த நாட்டு அரசனைச் சந்தித்து வணிகப் பங்கீடுகளைப் பற்றியும், அடுத்த வருடத்துக்கான சுங்க வரிகளைப் பற்றியும் பேசவந்திருந்தான். பேரங்கள் முடிந்ததும் தமத்தின் தலைநகரமான யஹா-அஸ்கும் நகரச் சந்தைகள் வழியாக நடந்து செல்ல விரும்பினான். இன்னும் இரண்டு நாட்களில் இலங்கை திரும்பவேண்டியிருந்ததால், முதன் முறையாக வந்திருந்த அவன் பயணத்தில் அந்த அழகிய நகரத்தின் அனைத்துக் காட்சிகளையும், சத்தங்களையும் நிதானமாக அனுபவிக்க முடியவில்லை.

சட்டென்று ஒரு பரிச்சயமான சத்தம் காதில் விழுந்தது - வீட்டிலிருந்து இவ்வளவு தொலைவு வந்த பின்னரும் கேட்ட மத்தளச் சத்தம்.

தூம்-தூம்-தன-தூம்-தூம்-தன.

தூம்-தூம்-தன-தூம்-தூம்-தன.

கண்களுக்குப் புலப்படாத கயிறு அவனை இழுத்துச் செல்வது போல அவன் அந்த சத்தம் வந்த இடத்தை நோக்கி நடந்தான்.

தூம்-தூம்-தன-தூம்-தூம்-தன.

சில நிமிடங்களில் அவன் ஒரு அழகான கட்டிடம் முன் நின்றன், அவன் எதிர்பாராத விதமாக அது ஒரு இந்தியக் கோவில் போல் இருந்தது - ஒரு பெரிய சிகப்புக் கல்லால் ஆன மேடை, அதன் மீது வான் நோக்கிச் சென்ற கோபுரம். கடவுள்களுக்குக் கை எடுத்துக் கும்பிடுவது போல அமைந்திருந்தது. புறச் சுவர்கள் அழகாகச் செதுக்கிய சிற்பங்களைக் கொண்டிருந்தன, தேவதைகள், ரிஷிகள், ரிஷிகாக்கள், அரசர்கள், அரசிகள், அனைவரும் இந்திய பாணி உடை அணிந்திருந்தனர். ஒரே வித்தியாசம் அவர்களுடைய முகங்கள் ஆப்பிரிக்கர்கள் போல இருந்தன.

இந்தியாவில் குடியேறிய சில ஆப்பிரிக்க மக்களைக் கும்பகர்ணன் சந்தித்திருக்கிறான். சில ரிஷிகளும் ரிஷிகாக்களும் ஆதியில் ஆப்பிரிக்காவிலிருந்து வந்தவர்கள் என்று புரிந்து கொண்டான். ஆனால் யஹா-அஸ்கும் மத்தியில் ருத்திரக் கடவுளுக்கு ஒரு கோவில் இருக்கும் என்று அவன் கொஞ்சம் கூட எதிர்பார்க்கவில்லை.

அவன் கோவிலுக்குள் செல்லும் பொழுது மத்தளச் சத்தம் அதிகரித்தது.

தூம்-தூம்-தன-தூம்-தூம்-தன.

பிரதான கோவில் கூடத்தில் கருவறைக்கு முன்னால் பெரிதாக மூன்று மத்தளங்கள் நிறுத்தப்பட்டிருந்தன. ஆஜானுபாஹுவான ஆண்கள் கைகளில் குச்சிகள் வைத்தபடி மத்தளங்கள் அருகே நின்று தாள லயத்துடன் அடித்தனர். கோவில் வளாகத்தில் மக்கள் ஆடிக் கொண்டிருந்தனர். அனைத்தையும் துறந்த ஆனந்த நடனம்.

அந்த இடமே மின்சாரம் பாய்ந்தது போல விறுவிறுவென்று இருந்தது, அந்த உணர்வு கும்பகர்ணனையும் பற்றிக் கொண்டது. தன்னிச்சையாக அவன் உடல் ஆடத் தொடங்கியது. பிறகு அவன் நன்றாகவே ஆடினான். ருத்ரக் கடவுளின் இரைச்சலான களிப்பு அவன் உடல் மற்றும் ஆவி முழுவதும் பரவியது.

தாளம் துரிதமானது, ஆட்டத்தின் வேகம் அதிகரித்தது. கோவில் வளாகம் ருத்ரக் கடவுளின் பக்தி அலையில் ஆர்ப்பரித்தது. வேகம் அதிகரித்து கடைசியில் அனைவரும் 'ஜெய் ஸ்ரீ ருத்ரா!' என்று ஜெபிக்கத் தொடங்கினர்.

கும்பகர்ணனும் களிப்புடன் குரல் உயர்த்திக் கடவுளை விளித்தான்.

ருத்ரக் கடவுளுக்குப் பெருமை உண்டாகட்டும்!

'ஜெய் தேவி இஷ்டார்!'

இஷ்டார் தேவிக்குப் பெருமை உண்டாகட்டும்!

தன்னைச் சுற்றிக் குழுமியிருந்த சந்தோஷமான முகங்களைக் கும்பகர்ணன் பார்த்தான். பரபரப்பான நடனம் ஆடியதால் முகங்கள் வியர்த்திருந்தன. சிலருக்கு ஆனந்தக் கண்ணீர் கன்னங்களில் வழிந்தோடியது. சிலர் இன்னும் மயக்க நிலையில் இருந்தனர். முன் பின் பரிச்சயம் இல்லாதவர்கள் ஒருவரை ஒருவர் அணைத்து நல்வாழ்த்துக்கள் கூறிக் கொண்டனர். கும்பகர்ணனையும் அணைத்துக் கொண்டனர். யாரும் அவன் குறைகளையோ, அவன் நாகா என்பதையோ பொருட்படுத்தவில்லை.

'நீ எங்கே இங்கே, கும்பகர்ணா?'

அப்பழுக்கற்ற பழுப்பு நிறத் தோல் உடைய ஒரு உயர்ந்த, கம்பீரமானவர் நின்றிப்பதைப் பார்த்தான் கும்பகர்ணன். அவருடைய முகலக்ஷணம் அவர் தமத்தைச் சார்ந்தவர் என்பதை அறிவுறுத்தினாலும், அவர் காவி வேஷ்டியும் அங்கவஸ்திரமும் அணிந்திருந்தார். அது துறவிகளின் கோலம். முடி அனைத்தும் மழிக்கப்பட்டு, உச்சிக் குடுமி மட்டும் வைத்திருந்ததில் அவர் பிராமணர் என்பதை உணர்ந்தான். உப்பும் மிளகுமான நிறத்தில் நீண்ட தாடி வைத்திருந்தார், அது அவர் முகத்தை மென்மையாகக் காட்டியது. அவர் உயர்ந்த ஆகர்ஷன சக்தி உடையவராகத் தெரிந்தாலும், அவருடைய மென்மையான கண்களில் மிகுந்த அமைதி தென்பட்டது. அவர் தன்னுடைய தனிப்பட்ட அமைதியை உணர்ந்தவர் போல் தெரிந்தார்.

கும்பகர்ணன் முகத்தைச் சுருக்கி, 'நான் உங்களை முன்னால் எங்கோ பார்த்திருக்கிறேனே,' என்றான்.

பிராமணர் சிரித்தபடி தலையாட்டினார்,

'நேற்று அரசவையிலா?'

'ஆமாம்,' என்றார். 'நான் பின்னால் இருந்தேன், பரவா யில்லை, உனக்குக் கூர்ந்து கவனிக்கும் சக்தி இருக்கிறது.'

'நான் முக்கியமானவர்களைக் கண்டிப்பாகக் கவனிப்பேன்,' என்று கும்பகர்ணன் கைகள் கூப்பி மரியாதையுடன் வணக்கம் செலுத்தினான். 'ஆனால் நீங்களும் ருத்ரக் கடவுளின் பக்தர் என்பது எனக்குத் தெரியாது. உங்கள் பெயர் என்ன, நண்பரே?'

அவரும் சிரித்தபடி வணங்கி, பதிலளித்தார், 'என்னை எம்பகுர் என்று அழைக்கலாம், நண்பா.'

'எம்பகுரா?' கும்பகர்ணன் ஆச்சரியமானான். 'ஒரு பழைய சம்ஸ்கிருத வார்த்தை இருக்கிறது. பகுர் என்று, தெரியுமா-போர் முழக்கம் செய்ய ஊதும் கருவி.'

'தெரியும். எங்கள் மொழியில் அதற்கு எம் என்ற ஒலியைச் சேர்த்தால் *சிறந்த* போர்க் கருவி என்று மாறிவிடும்.'

கும்பகர்ணன் அகலமாகச் சிரித்தான். 'சிறந்த பெயர். நீங்கள் அமைதியானவராகத் தெரிகிறீர்கள்.'

'எனக்கு, போர் போதும் என்றாகிவிட்டது. அதற்கான வடுக்களையும் ஏந்திக் கொண்டிருக்கிறேன்.'

'அதனால் வலுவான வாளைக் கீழே வைத்து விட்டுக் கோவில் மத்தளத்தை ஏற்றுக் கொண்டீர்களா?'

எம்பகுர் மென்மையாகச் சிரித்தார். 'சண்டையிடுவதை விட, நடனம் அதிக மகிழ்ச்சியைத் தருகிறது என்றால், நீ ஒப்புக் கொள்வாயா?'

கும்பகர்ணனும் சிரித்தபடி தலையாட்டி ஒப்புக்கொண்டான்.

'கோவில் பூசாரியாவதற்கு எனக்குச் சில காரணங்கள் இருந்தன,' என்றார் எம்பகுர். 'நீ ஏன் வணிக பேரத்தை செய்கிறாய், உன் மனது அதில் லயிக்கவில்லை என்பது தெளிவாகத் தெரிகிறது.'

'மன்னிக்கவும். நான் அதில் சிறந்து விளங்கவில்லையா, என்ன?' தப்பாக எடுத்துக் கொள்ள வேண்டுமா என்ற ஒரு சிறு குழப்பம் கும்பகர்ணனுக்குள் எழுந்தது.

'நான் அப்படிச் சொல்லவில்லை. உன் மனது லயிக்க வில்லை என்கிறேன். நேற்றைய பேரத்தைப் பார்த்துக் கொண்டுதான் இருந்தேன். எனக்கு ஆச்சரியமாக இருந்தது. நீ இன்னும் கூடுதலாகக் கூடக் கேட்டிருக்கலாம். எங்களுக்கு நிறைய சலுகைகள் கொடுத்துவிட்டாய்.'

கும்பகர்ணன் மௌனமானான்.

'வேறு ஏதோ விஷயத்துக்காக விட்டுக் கொடுப்பது போல, அதீதமாக விட்டுக் கொடுப்பது போல. எங்களுக்கு உதவுவதால் உன் மனதில் இருக்கும் பாரம் சற்றே குறையும் என்பது போல.'

கும்பகர்ணன் சுற்றிலும் பார்த்தான். கோவிலில் கூட்டம் குறையத் தொடங்கிவிட்டது. பக்தர்கள் கிளம்பிவிட்டனர். திரும்பவும் எம்பகுரைப் பார்த்தான். 'நீங்கள் யார்?'

'என்னுடன் உட்கார், நண்பா,' என்றார் எம்பகுர் மென்மையான குரலில்.

பிரதான கோவில் கூடத்தில் அமர்ந்தனர், தூண்களில் சாய்ந்து கொண்டு தொலைவில் இருந்த கருவறையைப் பார்த்தான் கும்பகர்ணன். ஆள் உயர ருத்ரக் கடவுளின் சிலை உள்ளே இருந்தது: உயரமான, தசைகள் திரண்ட உருவம், முடி நீளமாகப் பறந்தது, தாடியும் நீளமாக இருந்தது.

நிஜ வாழ்க்கையில் அவர் இருந்தது போலவே வடிவமைத் திருந்தனர் - கம்பீரமும், ஆக்ரோஷமும் ததும்பியது. கும்பகர்ணன் கை கூப்பி ஆழ்ந்த பக்தியுடன் தலை வணங்கினான், எம்பகுரும் அதையே செய்தார்.

ருத்ரனின் வலது பக்கம் இருந்த தேவியும் ஆள் உயரத்துக்கு இருந்தாள். அமைதியான முகங்கள் ஆப்பிரிக்கச் சாயலில் இருந்தன. உடைகள் இந்திய பாணியில் இருந்தன. வேஷ்டி, அங்கவஸ்திரம், மேலாடை. அவளின் இடது கரத்தில் முட்டை, வலது கரத்தில் வாளேந்தி அவள் அன்பு மற்றும் போருக்கான கடவுளாக வடிவமைக்கப் பட்டிருந்தாள். கும்பகர்ணனும் எம்பகுரும் இஷ்டார் தேவியையும் வணங்கினர்.

இலங்கையன் மறுமுறையும் கேட்டான், 'யார் நீங்கள்?'

'உனக்கு உதவக் கூடியவன்,' என்றார் எம்பகுர்.

'எனக்கு உதவி வேண்டும் என்று யார் சொன்னார்கள்?'

'அனைத்தும் சொல்லித் தெரியவேண்டியதில்லை. தன்னையே காயப்படுத்திக் கொள்ளும் ஒருவரைப் பார்த்தால், அவருக்கு உதவி தேவை என்பது தெளிவாகத் தெரியும். ஆனால் என்னை நம்பலாமா என்று யோசிக்கிறாய் போலும்...'

கும்பகர்ணன் மௌனமாக இருந்தான்.

எம்பகுர் குனிந்து கிசுகிசுத்தார், 'நான் ஹனுமானின் நண்பன்.'

கும்பகர்ணன் அதிர்ந்து போனான். வாயுபுத்ர இனத்தைச் சேர்ந்தவன் ஹனுமான். மென்மையானவன், ஆனால் திடகாத்திரமானவன், தங்க உள்ளம் கொண்டவன். யாருக்கு உதவி தேவைப்பட்டாலும் செய்பவன். நீண்ட காலத்துக்கு முன் கும்பகர்ணனின் உயிரைக் காப்பாற்றியவன். ஆனால் அதைப்பற்றி யாரிடமும் சொல்லக்கூடாது என்று அவன் வாக்கு வாங்கிக் கொண்டதால், கும்பகர்ணன் அதைப் பற்றி நினைப்பது கூட இல்லை. ஆனால் அவன் எப்பொழுதும் ஹனுமானுக்கு நன்றிக் கடன்பட்டவன், அதைத் திருப்பித் தரக் கடமைப்பட்டவன், காத்திருக்கிறான்.

ஹனுமானின் நண்பன் அவனுடைய நண்பனும் கூட.

'நீங்கள் வாயுபுத்ரரா?' என்றான் கும்பகர்ணன்.

எம்பகுர் தலையசைத்து, 'ஆமாம்,' என்றார்.

'நீங்கள் என்னை வெறுக்கவில்லையா?'

எம்பகுர் மென்மையாகச் சிரித்தார். 'நான் ஏன் உன்னை வெறுக்க வேண்டும்?'

'அதாவது...' கும்பகர்ணன் பெருமூச்சு விட்டான். 'நான் வந்து...'

'மேலே சொல்லு.'

'நீங்கள் தெய்வீகமான வாயுபுத்ரா இனத்தைச் சேர்ந்தவர். ருத்ரக் கடவுள் விட்டுச் சென்ற பழங்குடி. இந்தியப் புனித நாட்டைக் காக்கும் பணி உங்களிடம் விடப்பட்டிருக்கிறது. இந்தியாவை அழிப்பவனின் தம்பி நான்.'

'இந்தியாவை அழிக்கிறானா? நிஜமாகவா?' என்று எம்பகுர் கண்கள் களிப்பில் விரியக் கேட்டார். 'உன் அண்ணன் அவ்வளவு பலசாலியா?'

கும்பகர்ணன் குழப்பமடைந்தான். அண்ணனைப் புகழ்ந்து பேசுபவர்களைத் தான் பார்த்திருக்கிறான். யாரும் அவன் சக்தியையோ அல்லது பலத்தையோ கேள்வி கேட்டுப் பார்த்ததில்லை. 'என்னது? எனக்குப் புரியவில்லை.'

எம்பகுர் சிரித்தார். 'சொல்லு, இந்தியாவை ஒருவன் அழிப்பதைப் பற்றிய உன் கருத்து என்ன?'

'அது... அது என் நாடு. என் தாய்நாட்டை நான் விரும்புகிறேன்.'

'உன் தாய்நாடு என்ன அவ்வளவு பலவீனமானதா, ஒரு ஆள் அதை அழிக்கும் அளவுக்கு? சரி இப்படிக் கேட்கிறேன். ஒரு ஆள் அழிக்கும் அளவுக்குப் பலவீனமாக இருக்கும் நாட்டைக் காப்பாற்றத் தான் வேண்டுமா என்ன?'

'நீங்கள் என்ன சொல்கிறீர்கள்?'

'நீ *மத்ஸ்ய நியாயம்* பற்றிக் கேள்விப்பட்டிருக்கிறாயா?'

'யார் தான் கேள்விப்பட்டதில்லை? பெரிய மீன் சிறிய மீனை உண்ணும். அது தான் *மீன்களின் சட்டம்* என்றே சொல்லலாம்.'

'அந்தச் சட்டமும் விதியும் மீன்களுக்கு மட்டும் பொருந்தும் விஷயம் இல்லை என்பது தெரியுமா?'

கும்பகர்ணன் சிரித்தபடி, 'தெரியும்,' என்றான்.

'இது இயற்கையின் விதி. ஜீவிக்கும் சக்தி இருப்பவன் மட்டுமே ஜீவிப்பான்.'

'ஆமாம். ஆனால் அது குரூரமான விதி. அதனால் தான் நாம் அதிலிருந்து விலகி விட்டோம். நம்மைவிடப் பலவீனமானவர்களை நாம் கொல்வதில்லை. அவர்களைக் காக்கிறோம்.'

'அது மனிதனின் கோட்பாடு. ஆனால் இயற்கை அப்படி இயங்குவதில்லை. காருண்யம், குரூரம் என்பதெல்லாம் மனிதன் ஏற்படுத்தியது. இயற்கை சீரான நிலைமையை மட்டுமே கவனிக்கிறது. சீர் தூக்கிப் பார்த்தல் என்ற செயலுக்குக் கடுமையான அன்பு தேவை.'

'கடுமையான அன்பா?'

'அன்பு, சமயத்தில் நம்மைப் பலவீனப்படுத்தும். அன்பு பின்னால் வரும் விஷயங்களை எதிர் கொள்ளத் தயார்படுத்தும். சில சமயம் அந்த அன்பு கடுமையாகத் தெரிந்தாலும் அது தேவை. ஒரு பெற்றோராக இருந்து கொண்டு இப்பொழுது நடக்கும் விஷயங்களில் மட்டுமே கவனம் செலுத்தினால், குழந்தை கேட்பதையெல்லாம் கொடுத்துவிடுவோம். அவள் முகத்தில் புன்னகையைப் பார்ப்பதே குறியாக இருக்கும். ஆனால் அவளின் எதிர்காலத்தைப் பற்றிச் சிந்திக்கும் பெற்றோராக இருந்தால் செல்லம் கொடுப்பது குழந்தையைக் கெடுத்து விடும் என்பது புரியும்.'

'ஆமாம், ஆனால் ரொம்பக் கடுமையாக நடந்து கொண்டால், குழந்தை உடைந்துவிடுமே.'

எம்பகுர் சிரித்தார். 'இதுதான் இயற்கைக்கும் மனிதனுக்கும் உள்ள வித்தியாசம். இயற்கை அன்னை எப்பொழுதும் சீர் தூக்கிப் பார்ப்பதில்லை, விதி வசம் அந்தப் பணியை விட்டு விடுகிறாள். பிழைக்கத் தெரிந்தால் மட்டுமே பிழைக்க முடியும் என்ற விதிப்படி தான் வாழ்க்கை ஓடும். அதனால் பலவீனமானவர்கள் உடைந்து காணாமல் போய் அழிந்து விடுகிறார்கள். ஆனால் மனிதர்கள் வித்தியாசமானவர்கள். நம்மால் சிந்திக்க முடியும்... நடப்பதைக் கண்காணிக்கவும் முடியும். கடுமையான அன்பைச் சரியான அளவுக்கு கூட்டவோ, குறைக்கவோ முடியும். வலிமைப்படுத்தும் அளவுக்குக் கடுமை, ஆனால் உடையும் அளவுக்கு அல்ல.'

'இதற்கும் எனக்கும் என் அண்ணனுக்கும் என்ன சம்பந்தம்?'

'நீ எப்பொழுதாவது நின்று நிதானமாக யோசித் திருக்கிறாயா? இயற்கை அன்னையின் விளையாட்டைப் போல, நம் வாழ்க்கையைப் பெரும் சக்திகள் ஆட்டுவிக்கின்றன என்று? ஒருவேளை உன் அண்ணன் அப்படிப்பட்ட சக்தியின் கைப்பாவையாக இருக்கிறானோ?'

கும்பகர்ணனுக்கு ஏற்பட்ட அதிசயத்தில் பதிலளிக்க முடியவில்லை.

எம்பகுர் சட்டென்று பேச்சை மாற்றினார். 'காட்டுத் தீயை பார்த்திருக்கிறாயா?'

'பார்த்திருக்கிறேன்.'

'அவற்றால் நன்மையா, தீமையா?'

'சூழ்நிலையைப் பொறுத்தது.'

'சூழ்நிலை எதைச் சார்ந்திருக்கிறது?'

'தீ, நம் கட்டுப்பாட்டுக்குள் இருக்கிறதா இல்லையா என்ற சூழ்நிலை.'

'சரியாகச் சொன்னாய். கட்டுப்பாட்டுக்குள் இருக்கும் காட்டுத் தீ தேவையற்ற சருகுகளையும் சுள்ளிகளையும் எரிக்கும். அதிகம் இருந்தால் இந்தச் சருகுகள் விஷமாக மாறி காட்டையே அழித்துவிடும். சிறிய காட்டுத் தீயைக் கட்டுக்குள் வைத்து சருகுகளை அகற்றாவிட்டால் பெரும் காட்டுத்

தீ உருவாவதற்கான சாத்தியக்கூறுகள் அதிகமாகிவிடும். கட்டுபாடற்ற காட்டுத் தீ அனைத்தையும் அழித்துவிடும். அது. நல்லதுக்கில்லை தானே?'

'கண்டிப்பாக நல்லதுக்கில்லை.'

'ஆமாம். அதனால் சிறிய காட்டுத் தீ துளி விஷத்தைக் கொண்டு பெரும் விஷத்தை முறியடிப்பதற்குச் சமம்.'

கும்பகர்ணன் இறுகினான். 'என் அண்ணன் விஷம் கிடையாது.'

எம்பகுர் நகைத்தார். பதில் அளிக்கவில்லை. மன்னிப்புக் கேட்கவும் இல்லை.

கும்பகர்ணன் புறப்படத் தயாரானான்.

'நாம் இன்னும் முடிக்கவில்லை,' என்றார் எம்பகுர்.

'என் அண்ணனைக் காட்டிலும் நீங்கள் சிறப்பானவர் என்ற எண்ணம் உங்களுக்கு எங்கிருந்து வந்தது?' என்று திரும்பவும் அமர்ந்தபடி கேட்டான். 'மக்கள் ஏதோ ஒரு காரணத்துக்காக, ''பெரும்பான்மையின் நல்லதுக்காகத்'', தான் கஷ்டப்படுகிறார்கள் என்று ஏற்றுக் கொள்ளும் தங்களின் மெத்தனப்போக்கு என் அண்ணன் செய்பவை போலவே தப்பாகத்தான் தெரிகிறது.'

'இயற்கை அன்னையின் போக்கின்படி சரி என்பதன் எதிர்ப்பதம் தவறு இல்லை; வலது அல்லது இடது என்று கொள்ளலாம்.'

'இது வார்த்தை ஜாலம். நீங்கள் என்ன சொல்ல வருகிறீர்கள்?'

'ஒரே ஒரு சரியான விடை, நேர்த்தியான பதில் என்று எதுவும் இல்லை. உலகமே நேர்த்தியின் பின் செல்பவர்களின் கைகளில் தான் அதிகம் துன்பப்படுகிறது. அப்படிப்பட்ட உயர்ந்த நேர்த்தி எதிலும் இல்லை என்ற புரிதல் வேண்டும். உண்மையான அறிவாளிகள் இருப்பதில் நல்ல தேர்வு எது என்றுதான் யோசிப்பார்கள். நேர்த்தியான தேர்வைத் தேடி அலையமாட்டார்கள். *பெரும்பான்மையான* மக்களுக்கு உதவும் தேர்வே நல்ல தேர்வின் அடிப்படை. *அனைத்து* மக்களுக்கும் உதவும் தேர்வு என்பதே இல்லை. இந்தியா சிரமப்படுவதற்கு க்ஷத்திரியர்கள் அதிக சக்தி வாய்ந்தவர்களாகிவிட்டதுதான் காரணம். அவர்கள் தங்கள் அகம்பாவத்தினால் சூத்ரர்களையும், வைஸ்யர்களையும்

துன்புறுத்துகின்றனர். இந்தப் பிணியிலிருந்து விடுவிக்கா விட்டால் சமூகத்தைத் தூக்கி நிறுத்த முடியாது. இதைத் தான் ராவணன் திறம்பட செய்கிறான். அவனால் க்ஷத்ரியர்களின் சக்தியை உடைக்க முடியும்.'

'இவற்றை எல்லாம் என்னிடம் எதற்குச் சொல்கிறீர்கள்? என் அண்ணனிடம் சென்று நீங்கள் அவனை எப்படிப் பயன்படுத்திக் கொள்கிறீர்கள் என்று சொல்லிவிட்டால்?'

'அவன் அதைக் கேட்பான் என்று நினைக்கிறாயா?' என்றார் எம்பகுர். 'திடீரென்று அவன் தர்ம வழிக்கு மாறிவிடுவான் என்றா நினைக்கிறாய்?'

'நீங்கள் அனைவரும் தர்ம வழி நடக்கிறீர்கள் என்று நான் எப்படி நம்புவது?'

எம்பகுர் புன்னகைத்தார், 'தர்மத்தைப் பற்றிய கேள்விகளுக்கு எளிய விடைகள் இருந்தால் நன்றாக இருக்கும்.'

'என்னிடம் சொல்லிப் பாருங்களேன்.'

'தர்மம் சிக்கலான விஷயம். ஒரு வாழ்நாளெல்லாம் பேசலாம். தர்மம் எது, அதர்மம் எது என்று. ஆனால் முக்கியமான விஷயம் என்னவென்றால், நம் நோக்கங்கள் தர்மம் சார்ந்தவையா - இறுதி முடிவு நம் கைகளுக்கு அப்பாற்பட்டது. அதனால் அதைத் தர்மத்தைக் கொண்டு அளக்க முடியாது.'

'நோக்கங்கள் என்றால்?'

'சிலர் மற்றவர்களுக்கு நல்லது நினைக்கலாம், வாயுபுத்ரர்கள் செய்கிற மாதிரி. ஆனால் அதில் நாம் வெற்றி பெறுவோமா? காலம்தான் பதில் சொல்லும். ஆனால் நமக்குத் தெரியும் நம் நோக்கங்களை யாரும் சந்தேகிக்கமுடியாது என்று. மற்றவர்களின் நலனைக் கருதுகிறோமே தவிர நம் இலக்குகளை அல்ல. இதுதான் தர்மத்தின் முதல் படி. மற்றவர்களின் நலனுக்காகத் தன்னலத்தைப் புறக்கணிப்பது.'

கும்பகர்ணன் முன்னால் சாய்ந்தான். 'மறுபடியும் கேட்கிறேன், இவற்றை ஏன் என்னிடம் சொல்கிறீர்கள்?'

'ஏன் என்றால் ராவணனின் அசுரத்தனத்தைப் பொது நலனுக்கு உபயோகிக்கலாம். அவனுடைய ஆன்மாவையும் காப்பதற்கான முயற்சியில் தான் நாம் இருக்கிறோம்.'

கும்பகர்ணன் முகம் சுளித்தான். 'வாயுபுத்திரர்களுக்கு அவன் மீது கரிசனம் என்பதை நம்பும் அளவுக்கு நான் அப்பாவியா?'

'ஏன் இல்லை? நாங்கள் அவரைப் பற்றியும் அக்கரைக் கொள்வோம். அனைவருக்கும் உதவ முடியாவிட்டாலும், நாங்கள் அனைவரின் மீதும் அக்கறை கொள்வோம்.'

'ஆனால் உங்களுக்கு என்னிடம் இருந்து என்ன வேண்டும்?'

'உன் அண்ணனுக்கு நீ உதவுவாய் என்று நம்புகிறோம்.'

'நான் அதை விட வேறு என்ன செய்து கொண்டிருக்கிறேன்?'

'சுமாராகப் பேரம் பேசுவது அவனுக்கு உதவுவதாக ஆகாது.'

'நாங்கள் பயன்படுத்துவதற்கும் அதிகமான செல்வம் எங்களிடம் இருக்கிறது. அதைப் பல இடங்களில் பரப்புவதில் என்ன தவறு இருக்கிறது? அது சிறிதளவாவது உபயோகமாக இருக்கும் தானே? தானம் கொடுக்கும் ஒவ்வொரு காசும் தர்மத்துக்கு நல்லது தானே.'

எம்பகுர் சிரித்தபடி கேட்டார், 'உனக்கு விதுரப் பிரபுவைத் தெரியுமா?'

'கண்டிப்பாக, கேள்விப்பட்டிருக்கிறேன்,' என்றான் கும்ப கர்ணன். 'அந்தத் தத்துவ ஞானியைப் பற்றி அனைவருக்கும் தெரியுமே, வரலாறு காணாத அறிவாளி.'

'பணத்தை விரயம் செய்ய இரண்டு வழிகள் இருப்பதாக, விதுரப் பிரபு கூறுவார். ஒன்று, தகுதியற்றவனுக்குப் பணத்தைத் தானம் செய்வது, மற்றொன்று தகுதியானவனுக்குச் செய்யாமல் இருப்பது.'

'நான் வந்து...'

'நீ கொடுக்கும் வணிகச் சலுகைகள் என் நாட்டு ஆட்சியாளர்களுக்கும், வியாபாரிகளுக்கும் போய்ச் சேர்கிறது. அவர்களுக்கு நன்கொடை தேவை இல்லை. ஏழை மக்களுக்குத்தான் உதவி தேவை. தமத்தில் மட்டும் அல்ல, அனைத்து இடங்களிலும் இதே நிலைதான். அவர்களைக் கண்டு பிடித்து அவர்களுக்கு உதவு. உன் அண்ணன்

பெயரில் அவர்களுக்கு உதவு. அவனுக்கு நல்ல கர்மா சேர உதவு. துக்கத்துக்கு இடம் கொடுக்காதே. வாழ்க்கையில் ஒரு குறிக்கோளைக் கண்டுபிடி. நீ பிறந்த பொழுது உன்னைக் காப்பாற்றியது உன் அண்ணன்தான் என்பதை நான் அறிவேன். இனி அவன் ஆன்மாவைக் காக்க வேண்டியது உன் பொறுப்பு.'

தீவிரமான சிந்தனையுடன் கும்பகர்ணன் எம்பகுரின் வார்த்தைகளைக் கேட்டுக் கொண்டிருந்தான்.

'அவனைக் கை விட்டு விடாதே,' என்று எம்பகுர் தொடர்ந்தார். 'நாம் நிறைய மாற்றங்களுக்கு இடையே வாழ்கிறோம். ராவணனின் ஆன்மாவைக் காப்பாற்றும் வாய்ப்பு விரைவிலேயே வரும் என்று நினைக்கிறேன். அவன் அதை உணராமல், அறியாமல் இருக்கலாம், ஆனால் நீ அவனுக்கு உதவ வேண்டும்.'

கும்பகர்ணன் கண்களில் நீர் மல்க மென்மையாகப் பேசினான். 'நான் என் அண்ணனை இழந்து விட்டேன். எனக்கு அவன் மீது பாசம் அதிகம், ஆனால் அவனை இழந்து விட்டேன். அவனுடைய கோபத்திற்கு அவனை இழந்து விட்டேன். அவனுடைய வலிக்கும், அவன் துயரத்துக்கும் அவனை இழந்துவிட்டேன்...'

'வேதவதியின் இறப்பினால்,' என்றார் எம்பகுர். 'எனக்குத் தெரியும்.'

கும்பகர்ணன் எம்பகுரை வெறித்துப் பார்த்தான். ராவணனின் தனிப்பட்ட விஷயங்களையும் இவர் அறிந்து வைத்திருக்கிறாரே, என்று அதிர்ந்தான். பலருக்கும் அது ரகசியம்.

'அவனுக்கு உன் மீது அபாரமான அன்பு என்பதை மறக்காதே. அவன் வாழ்விலேயே அன்பு வைத்திருக்கும் இரண்டு ஜீவன்கள். நீ, மற்றும் அவன் மகன் இந்திரஜித் தான்.'

'இந்திரஜித்தும் அவன் மீது மிகுந்த அன்பு வைத்திருக்கிறான். என்னைக் காட்டிலும் என்று கூட சொல்லலாம்.'

எம்பகுர் சிரித்தார். 'எனக்குத் தெரியும். ஆனால் அவன் சிறுவன். அவனால் இப்பொழுது தன் தந்தைக்கு உதவ முடியாது. அதனால் ராவணனைப் பாதுகாக்கும் பொறுப்பு

உன்னுடையது. இந்தப் பிறப்பில் உன்னுடைய ஸ்வதர்மா அதுதான். அதைச் சரியாகச் செய்.'

'அண்ணா, இந்தப் பணத்தினால் நமக்கு எந்தப் பெரிய லாபமும் இல்லை.' கும்பகர்ணன் கோபம் மற்றும் வருத்தத்தில் இருந்தான். அவனுடைய தோள்களில் இருந்த இரண்டு கைகளும் விறைப்பாக நேராக நின்றன.

கரசாபா யுத்தம் முடிந்து பதினேழு ஆண்டுகள் கடந்துவிட்டன. கும்பகர்ணன் ராவணனின் தனி அறையில் அவனுடன் இருந்தான். அந்தப் பிரம்மாண்டமான அறையின் மத்தியில், வழக்கம் போல சில பெண்கள் அரை-நிர்வாணமாக ஆடிக் கொண்டிருந்தனர். ராவணன் சாய்வு நாற்காலியில் அமர்ந்து தன் மடியில் கிடந்தவளின் முடியைக் கைகளால் கோதி விளையாடிக் கொண்டிருந்தான். மற்றொரு கையில் போதைப்பொருள் அடைக்கப்பட்ட புகைக் குழாய் இருந்தது.

கும்பகர்ணன் நன்கொடையையும், தானத்தையும் தானே தன் சொந்தப் பணத்தில் செய்திருக்க முடியும். ஆனால் இந்தக் குறிப்பிட்ட நன்கொடை ராவணனின் சொந்த வருமானத்தில் இருந்து செல்ல வேண்டும் என்று விரும்பினான். அது அப்படித்தான் நடக்க வேண்டும்.

ராவணன் புகைக் குழாயில் இருந்து ஆழமாகப் புகையை இழுத்து விட்டபடி கும்பகர்ணனை வெறித்துப் பார்த்தான், போதையேறிய சோம்பேறித்தனமான புன்னகை இதழ்களில் தவழ்ந்தது. புகை வட்டங்களின் ஊடே அவன் பேசினான். 'நான் என் மொத்தப் பணத்தையும் எரித்துச் சாம்பலாகக் கூட ஆக்குவேன், ஆனால் ஒற்றை பைசா சப்த சிந்துவுக்குப் போகக் கூடாது. வைத்தியநாத்தில் கட்டப்படும் மருத்துவ சாலையாக இருந்தாலும் சரி.'

கும்பகர்ணன் அறையைச் சுற்றி நோக்கினான். பெண்கள், புகை, மது, போதைப் பொருள், அனைத்தும் மிகையாக இருந்தன. 'உன் பணத்தை நீ ஏற்கனவே எரித்துக் கொண்டிருக்கிறாய், அண்ணா.'

'நன்று. நான் சம்பாதித்தேன்... அதை வைத்துக் கொண்டு நான் என்ன வேண்டுமானாலும் செய்யலாம்.'

கும்பகர்ணன் ஆட்டக்காரிகளைப் பார்த்து, 'எங்களைத் தனியாக விடுங்கள்,' என்று ஆணையிட்டான்.

அவர்கள் ஆட்டத்தை நிறுத்தினார்கள், ஆனால் அறையை விட்டு நகரவில்லை. அவர்கள் நின்ற இடத்தில் நின்றார்கள், பாதி திமிர் மற்றும் பாதி பயத்துடன், ராவணனின் ஆணைக்காகக் காத்திருந்தனர்.

ராவணனின் மடியில் அமர்ந்தவளுக்குச் சைகை செய்து, 'வெளியே செல்,' என்றான்.

அவள் எழ முயற்சித்தாள். ஆனால் ராவணன் கோபமாக அவளை இழுத்து நெஞ்சோடு அணைத்துக் கொண்டான். 'உன் எல்லையைக் கடக்காதே, கும்பகர்ணா,' என்று எரிந்து விழுந்தான்.

கும்பகர்ணன் முன்னால் வந்து ராவணன் கழுத்தில் தொங்கிக் கொண்டிருந்த பதக்கத்தைச் சுட்டிக் காட்டினான். 'இந்த மருத்துவ சாலை நீ கன்னியாகுமாரிக்குக் கொடுத்த வாக்கு, அண்ணா. அவளுடைய அந்திமச் சடங்கில் அவளுடைய கர்மாவை நாம் வாங்கிக் கொண்டோம். நீ அதை மறந்திருக்கலாம், ஆனால் நான் மறக்கவில்லை. அந்த மருத்துவ சாலையை நான் கட்டியே தீருவேன், அது பணம் வாங்காமல் சிகிச்சை செய்யும் இடமாக மாறி பல உயிர்களைக் காக்க வேண்டும். இந்த ஹுண்டியில் உன் முத்திரையை வை.'

ராவணன் மௌனமானான். அவன் உணர்ச்சியின்றி அமர்ந்திருந்தான். கோபமோ, வருத்தமோ, துக்கமோ இல்லை. தன் வலியைப் போக்க அவன் நாடியது போதைப் பொருட்கள், மது மற்றும் முட்டாள் பெண்கள். மன அமைதிக்காக அவன் கொடுக்கும் விலை அது.

கும்பகர்ணன் முன்னால் நகர்ந்து ராவணனின் கையைப் பற்றி, ஆள் காட்டி விரலில் அணிந்திருந்த முத்திரை மோதிரத்தைப் பத்திரத்தில் பதித்தான். இப்பொழுது அந்த நன்கொடைக்கு ராவணனின் பணம் போய்ச் சேரும்.

அசௌகர்யமாக அண்ணனின் மடியில் தொங்கிக் கொண்டிருந்த பெண்ணைப் பார்த்தபடி கும்பகர்ணன் கூறினான், 'உனக்கு ஒரு மனைவி இருக்கிறாள், அண்ணா. அவளை நீ இப்படி அவமதிக்கக் கூடாது.'

ராவணன் பதில் அளிக்கவில்லை.

கும்பகர்ணன் திரும்பிப் பார்க்காமல் அறையை விட்டு வெளியேறினான்.

மடியில் அமர்ந்திருந்த பெண் மேலும் நெருங்கி ராவணனின் கன்னங்களை வருடியபடி, எதோ அக்கறை கொண்டவள் போல் கிசுகிசுத்தாள், 'உங்கள் தம்பி உங்களிடம் பேசும் விதம் எனக்குப் பிடிக்கவில்லை.'

ராவணனின் எதிர்வினை துரிதமாக இருந்தது. அவன் முஷ்டி வேகமாக அவள் முகத்தைப் பதம் பார்த்தது. மூக்கு உடைந்தது. அவள் வலியில் அலறியபடி கீழே விழுந்தபொழுது தொலைவில் இருந்த ஆட்டக்காரிகளைப் பார்த்து இறைந்து கத்தினான் ராவணன், 'எல்லோரும் இங்கிருந்து வெளியே போங்கள்!' கேவல்கள் வெடித்தபடி தன் காலடியில் விழுந்து கிடந்தவளைச் சுட்டிக் காட்டினான். அவள் முகம் சிவந்து மூக்கிலிருந்து ரத்தம் கொட்டிக் கொண்டிருந்தது. 'இந்த வேசியை உங்களுடன் இழுத்துச் செல்லுங்கள்!'

அந்தப் பெண் அறையை விட்டு ஓடும்பொழுது ராவணன் தன் நாற்காலியில் சாய்ந்து கொண்டான், வேதவதியின் விரல்களை இறுகப் பற்றினான். மூடியிருந்த கண்கள் வழியாகக் கட்டுப்படுத்த முடியாத கண்ணீர் அவன் கன்னங்களில் வழிந்தோடின.

இதை விடச் சிறப்பாக நீ வர முடியும். முயற்சியாவது செய்.

அத்தியாயம் 24

'நான் அவனுக்கு நல்லது செய்கிறேனா, என்றே எனக்குத் தெரியவில்லை. நான் அவனுக்கு நிறைய மன அழுத்தத்தைத் தருகிறேன்,' என்றான் கும்பகர்ணன். 'அவன் ரொம்ப பலவீனமாக இருக்கிறான்.'

வைத்தியநாத்தில் இலவச மருத்துவ சாலை கட்டுவதற்கு ராவணனின் முத்திரையைக் கட்டாயப்படுத்திப் பெற்று சில மாதங்கள் ஆகிவிட்டன. அதைக் கட்டுவதற்கு முன்பான ஆயத்தங்கள் தயாராக இருக்கின்றனவா என்று பார்ப்பதற்காக அந்தக் கோவில் நகரத்திற்கு வந்திருந்தான். நிதி ஒதுக்கப்பட்டு விட்டது. மருத்துவர்களை அடையாளம் கண்டு வேலைக்கு அமர்த்தியாகி விட்டது. கட்டிட வேலைகள் சில மாதங்களில் முடிந்துவிடும். பல ஆண்டுகளாக எம்பகுர் கும்பகர்ணனுடன் தொடர்பில் இருந்தார். அவரும் வேலையைச் சீக்கிரம் முடிப்பதற்காக வைத்தியநாத் வந்திருந்தார்.

'உன் அண்ணனுக்கு நிறைய பிரச்சனைகள் இருக்கலாம்,' என்றார் எம்பகுர், 'ஆனால் அவன் கண்டிப்பாக பலவீனமானவன் அல்ல.'

'உண்மையைச் சொல்ல வேண்டுமானால், இப்பொழு தெல்லாம் அவனைப் பார்க்கவே சங்கடமாக இருக்கிறது. அவன் மொத்தமாக மதுவுக்கும் போதைப் பொருட்களுக்கும் அடிமையாகி விட்டான். அவனுக்குக் கிட்டத்தட்ட நாற்பத்தி ஐந்து வயதாகிவிட்டது. அவன் தன் உடலை இப்படி வருத்திக் கொள்ளக் கூடாது. நான் அவனுக்குக் கொடுக்கும் அழுத்தம் வேறு அவனைப் பாதிக்கிறது.'

'நீ தவறாகச் சொல்கிறாய். அழுத்தம் நல்லது.'

'அட, என்ன எம்பகுர்ஜி. அழுத்தம் எப்படி நல்ல விஷயமாகும்?'

அவர்கள் பின்னால் இருந்த மேடையின் மீதிருந்த ஒரு சிறிய அடுப்பைச் சுட்டிக் காட்டினார் எம்பகுர், அதில் ஒரு பாத்திரத்தில் நீர் நிரப்பி வைக்கப்பட்டிருந்தது. அதில் எளிமையான மதிய உணவாக உருளைக் கிழங்குகளும், முட்டைகளும் கொதித்துக் கொண்டிருந்தன.

'இந்த கொதிக்கும் நீரைப் பார்த்தாயா?' என்றார் எம்பகுர்.

'இதற்கும் அழுத்தத்திற்கும் என்ன தொடர்பு?' என்றான் கும்பகர்ணன்.

'உனக்குப் புரிய வைக்க இது உதவும்.'

கும்பகர்ணன் ஆழமாக மூச்சை இழுத்து விட்டான். 'புதிர் போடாமல் உங்களால் பேச முடியாதா?'

'புதிர் போட்டுப் பேசுவது சுவாரஸ்யம். ஒரு புதிருக்கு விடை காணும் பொழுது அது சொல்லும் விஷயத்தை நன்றாக உள் வாங்க முடியும். யாரோ கூறியது போல: *'பரோக்ஷப்ரியா வை தேவஹா.'*

பண்டைய சமஸ்கிருதத்தில் கூறப்பட்ட வார்த்தைகளின் தோராயமான மொழிபெயர்ப்பு, ***கடவுள்களுக்கு உகந்தது, சுற்றி வளைத்துப் பேசுவது.***

'அப்படி என்றால், தத்துவத்தை நேரடியாகப் பேசவே முடியாதா?' என்று கும்பகர்ணன் கேள்வியை எழுப்பினான்.

'அப்படியும் செய்யலாம். ஆனால் ஒரு சிக்கலான விடுகதை அல்லது புதிர் மூலம் சொன்னால் அதன் சுவாரசியம் இரட்டிப்பாகும். விஷயத்தை விடுவிக்கும்போது தத்துவத்திற்கு உயிர் கிடைக்கும். மேலும் அப்படி ஏற்படும் புரிதல் ஒரு சாதனை உணர்வை உருவாக்கும். ஒரு அதிசய உணர்வோ சாதனை உணர்வோ இல்லாவிட்டால், முக்கியமான செய்தி கூட அதன் இலக்கை அடையத் தவறி விடும்.'

'இந்தக் கொதிக்கும் நீரைக் கொண்டு நீங்கள் சொல்ல வரும் பெரிய தத்துவத்தை நான் புரிந்து கொள்ள வேண்டுமா?' என்று கும்பகர்ணன் கேட்டான்.

'நீ புரிந்து கொள்வது மட்டுமல்ல, நீயே அதைப் புதிரிலிருந்து விடுவிப்பாய்.'

கும்பகர்ணன் பொறுமையின்றி இரண்டு கைகளையும் உயர்த்தி சைகை செய்தான். 'சரி. உங்கள் கேள்விக்கான பதில், ஆமாம் நான் கொதிக்கும் நீரைப் பார்க்கிறேன்.'

'உருளைக் கிழங்குகளும், முட்டைகளும் ஒரே நீரில் தானே இருக்கின்றன?'

'ஆமாம், நிச்சயமாக. என்னால் அவற்றைப் பார்க்க முடிகிறது.'

'நீரின் கொதிநிலையில், ஒரே வெப்பத்தில் தானே இரண்டும் கொதிக்கின்றன? ஒரே பாத்திரம், ஒரே நீர், ஒரே கொதிநிலை, சரியா?'

'ஆமாம்.'

'கொதிக்கும் நீரில் முட்டை என்ன ஆகும்?'

'அவித்த முட்டையாகும்.'

எம்பகுர் சிரித்தார். 'அது ரொம்பத் தெளிவாக அனைவருக்கும் தெரியும். எனக்குத் தெரிய வேண்டிய விஷயம் என்னவென்றால், அவித்த முட்டைக்கும், பச்சை முட்டைக்கும் என்ன வித்தியாசம்?'

'அவித்த முட்டை கடினமாக இருக்கும்.'

'மிகச் சரி! இப்போழுது உருளைக் கிழங்குகளை எடுத்துக் கொள். அவை தண்ணீரில் என்னவாகும்?'

கும்பகர்ணன் சிரித்தபடி பதிலளித்தான். 'அவை மென்மையாகிவிடும்.'

'பார்த்தாயா? ஒரே கொதிநீர், ஒரே பாத்திரம், ஒரே வெப்பநிலை, ஆனால் முட்டைகள் கடினமாகின, உருளைக்கிழங்குகள் மென்மையாகிவிட்டன.'

'அதனால் வெந்நீர் அழுத்தம் போன்றது. ஒவ்வொருவரும் ஒவ்வொரு மாதிரி மாறுவார்கள். அழுத்தம் சிலரைக் கடினமாக்கும், சிலரை மென்மையாக்கும். அது தான் உங்கள் தத்துவமா?'

'அது முதலில் தெரியும் மேலோட்டமான விஷயம். ஆனால் இன்னும் கொஞ்சம் யோசி. கொதிக்கும் நீரின் அழுத்தம் அதைத் தாகும் வரை முட்டையின் நிலை என்ன?'

'கடினமான ஓடு. உள்ளே திரவம்.'

'முட்டை வெளியே கடினமாகவும் உள்ளே மென்மை யாகவும் இருக்கிறது. கொதிக்கும் நீரின் அழுத்தம் அதன் உட்புறத்தையும் கடினமாக்கி விட்டது. சரியா?'

‘ஆமாம்.’

‘இப்பொழுது உருளைகிழங்கைப் பார்க்கலாம். அதை எப்படி விவரிப்பாய்?’

‘மெலிதான தோல் - அதனால் மேலே மென்மை, உள்ளே கடினம்.’

‘மக்கள் பெரும்பாலும் அழுத்தத்திற்கு இப்படித்தான் எதிர்வினை காட்டுகிறார்கள். உள்ளே மென்மையாக இருப்பவர்கள் சரியான அழுத்தம் கொடுத்தால் கடினமாகி விடுவார்கள், உள்ளே கடினமாக இருப்பவர்கள் மென்மை யாகிவிடுவார்கள். இப்படி யோசித்தால் நம் குணத்தைச் சரியான முறையில் சீர்தூக்கிப் பார்க்கச் சரியான அளவு அழுத்தம் தேவைப்படுகிறது. மிகுந்த அழுத்தம் நல்லதில்லை - அது நம்மை உடைத்துவிடலாம். அழுத்தமே இல்லாவிட்டால் அதுவும் சரியில்லை. நம்மை வளர வைப்பது, நம் குணத்தைச் சீர் தூக்கி நிறுத்துவது நல்ல அழுத்தம்தான்.’

‘அதனால் என் அண்ணனுக்கு நான் கொடுக்கும் அழுத்தம் அவனை வலுப்பெறச் செய்யும் என்று சொல்கிறீர்களா?’

எம்பகுர் தலையசைத்து மறுத்தார். ‘நான் உன் அண்ணனைப் பற்றியே பேசவில்லை. உன்னைப் பற்றித் தான் பேசுகிறேன்.’

கும்பகர்ணன் முகத்தைச் சுருக்கி அதிர்ந்தான்.

‘உலகம் முழுவதும் பலர் இருக்கிறார்கள், அவர்களுக்கு உன்னைப்பற்றி அதாவது நாகாக்களைப் பற்றி தவறான அபிப்பிராயம் இருக்கிறது. உனக்குக் கடினமான அச்சுறுத்தும் வெளித் தோற்றம். ஆனால் உள்ளே நீ மென்மையானவன். அதிகமாக உணர்ச்சிவசப்படுபவன். நான் சந்தித்தவர்களிலேயே நீ மிகவும் சிறந்த மனிதன் என்பதில் எனக்கு அலாதியான சந்தோஷம்.’

கும்பகர்ணன் எதுவும் பேசவில்லை. ஆனால் எதிர்பாராத பாராட்டினால் அவன் முகம் சிவந்தான்.

எம்பகுர் தொடர்ந்தார், ‘உண்மை என்னவென்றால் உன் அண்ணனுக்கு நடக்கும் விஷயங்களைப் பார்த்து அழுத்தம் பெற்றது நீ தான். இந்த அழுத்தம் உன்னைக் கடினப்படுத்துகிறது. வரப் போகும் நிகழ்வுகளைச் சந்திக்கும் உரத்தை உனக்கு அளிக்கிறது.’

‘என்ன நடக்கப் போகிறது?’

'விஷ்ணு.'

'விஷ்ணுவா?'

'ஏழாவது விஷ்ணு அவதரிக்கப் போகிறார். அதர்மத்தின் பாதையில் செல்பவர்களுக்கு அது கடினமான சமயம். உன் அண்ணனைச் சரியான பாதையில் கொண்டு சென்று அவன் ஆன்மாவைப் பாதுகாப்பது உன் பொறுப்பாக இருக்கும், கும்பகர்ணா. இலங்கையின் அப்பாவிகளையும் நீ தான் காக்க வேண்டும். அதற்கு நீ கடினமானவனாக இருக்க வேண்டும்.'

'நான் விஷ்ணு வருவதைப் பற்றிக் கேள்விப்படவே இல்லை...'

எம்பகுர் சிரித்தார். 'நெருப்பு அவர்கள் மீது வரும்பொழுது தான் முட்டாள்கள் செயல்படுவார்கள். ஆனால் அறிவாளிகள் தீ மூட்டுவதற்குப் பல வருடங்களுக்கு முன்பே அதை இனம் கண்டுகொள்வார்கள்.'

'ஆனால் விஷ்ணு எதற்காக என் அண்ணனைத் தாக்குவார்?'.

எம்பகுர் கும்பகர்ணனைப் பார்த்தார், புருவங்களை உயர்த்தினார், மடத்தனமான கேள்விக்குப் பதில் எதிர்பார்க்கிறாயா என்பது போல்.

கும்பகர்ணன் லேசான கூச்சத்துடன் தன் தவறை உணர்ந்தான், பின் வாங்கினான். 'இந்த விஷ்ணு யார்? அவள்/ அவன் பெயர் என்ன?'

எம்பகுர் பதிலளிக்கும் முன் சற்றே தயங்கினார், 'பதில் தெளிவாக இல்லை,' என்றார்.

கும்பகர்ணனிடம் உண்மையைச் சொல்ல முடியாது என்று எம்பகுருக்குத் தெரியும், அதே சமயம் அவர் பொய்யும் சொல்லவில்லை. அதாவது நேரடியான பொய் இல்லை.

—— ——

அறை வாசலில் நின்றபடி உரக்கக் கேட்டான் கும்பகர்ணன், 'என்னைக் கூப்பிட்டாயா, அண்ணா?'

கரசாபா யுத்தம் முடிந்து இருபது வருடங்கள் கடந்துவிட்டன. கடந்த வருடம் ராவணனின் போக்கில் ஒரு மாற்றம் தெரிந்தது. நாற்பத்தி ஏழு வயதான ராவணன் மிகுந்த

பிரயத்தனப்பட்டு தன் போதைப பழக்கத்திலிருந்து வெளியே வர முயற்சித்தான். தன் தொழிலில் திரும்பவும் கவனம் செலுத்தினான். அவன் எப்பொழுதாவது வைத்தியநாத்தில் உள்ள மருத்துவ சாலையைப் பற்றி விசாரித்தான். ஆனால் அங்கு சென்று பார்க்கவில்லை.

சில வருடங்களுக்கு முன் சிகிரியாவுக்கு ஏற்பட்ட பெரும் துயரத்தினால்தான் ராவணன் தன் மெத்தனப்போக்கையும், போதைப் பழக்கங்களையும் கைவிட்டு விட்டான் என்பது கும்பகர்ணனின் அனுமானம். மர்மமான கொள்ளை நோய் நகரத்தையே ஆக்கிரமித்தது. அதன் கோரப் பிடியில் நகரம் தவித்தது. எந்த முயற்சியும் எடுபடவில்லை. விநோதமாக அது குழந்தைகளையே தாக்கியது. குழந்தைகள் குறைப் பிரசவத்திலோ அல்லது இறந்தோ பிறந்தன. தப்பிப் பிறந்த குழந்தைகள் எழுதப் படிக்கச் சிரமப்பட்டன, பசியின்மை, நிரந்தர வயிற்று வலி, சோம்பேறித்தனம், சோர்வு போன்றவற்றுக்கு ஆளாகின. சில குழந்தைகள் செவிடாகவும், சில காக்கா வலிப்புடனும் பிறந்தன. பெரியவர்களுக்கும் வலியிலிருந்து விதிவிலக்கு இல்லை. பலரும் மூட்டு வலி, வாதம் மற்றும் தொடர் தலைவலியினால் அவதியுற்றனர். கர்ப்பமான நிறைய பெண்கள் கருச்சிதைவு, இறந்தே பிறக்கும் குழந்தைகள் அல்லது பிரசவ சமயத்தில் அவர்களே இறப்பது போன்ற கொடுமைகளை அனுபவித்தனர்.

நோயின் கொடுமை பெரும்பாலான மக்கலின் உடலைத் தாக்கியது என்றாலும் அதன் வீரியம் அவர்களின் மனதையும் சந்தோஷத்தையும் குலைத்த பாதிப்பு தான் அதிகம். இலங்கையின் சிறந்த மருத்துவர்களால் இந்த கொள்ளை நோயின் காரணத்தைக் கண்டுபிடிக்க முடியவில்லை. அதற்கான தீர்வையும் கண்டுபிடிக்க முடியவில்லை. இலங்கையின் மொத்த மக்கள் தொகையும் எதோ ஒரு விதத்தில் கஷ்டப்படுவதைக் கேள்விப்பட்டு, சிகிரியா சபிக்கப்பட்டு விட்டது என்று கதை கட்டத் தொடங்கினர்.

ராவணனை அதிகம் கவலையுறச் செய்த விஷயம் ராணுவப்படை கொள்ளை நோயால் பலவீனமடைந்ததுதான். இந்து மகா சமுத்திரத்தில் பல்வேறு துறைமுகங்களில் நிறுத்தி வைக்கப்பட்டிருந்த பல வீரர்களை இலங்கைக்கு வரவழைத்து ராணுவத்தை வலிமைப்படுத்தலாம். ஆனால் அது அந்த துறைமுகங்களின் பாதுகாப்பைக் கேள்விக் குறியாக்கிவிடும்.

மேலும் இலங்கையின் எதிரிகளுக்கு இலங்கையில் நிலைமை சரியில்லை என்பதைப் பறை சாற்றுவது போலாகும். அது போராட்டங்களை விளைவிக்கும்.

சப்த சிந்துவிற்கு விஷயம் தெரியாதபடி ராவணன் தன்னால் இயன்றவரை ராணுவத்தை வலுவாக வைத்துக் கொண்டிருந்தான். கும்பகர்ணன் தன் பங்குக்கு இதைப்பற்றி ஆய்வு செய்து தீர்வு காண மருத்துவர்களுக்கு பணத்தை வாரி இறைத்தான். அவன் இதைப் பற்றிய சிந்தனையில், அண்ணனின் பதிலுக்காகக் காத்திருந்தான்.

பிறகு அவனுக்கு ராவணனின் குரல் கேட்டது. 'ஆமாம், கும்பா. உள்ளே வா.'

கும்பகர்ணன் ராவணனின் ரகசிய அறைக்குள் சென்றான். அண்ணனுக்கு மிகவும் விருப்பமான பல இசைக் கருவிகள், பல முக்கியமான, ஆயிரக்கணக்கான புத்தகங்களின் கையெழுத்துப் பிரதிகள் பத்திரப்படுத்தப் பட்டிருந்தன. அதைவிட முக்கியமாக அண்ணன் போற்றிப் பாதுகாத்த கன்னியாகுமாரியின் சித்திரங்கள் அங்கே இருந்தன.

'இங்கு வெளிச்சம் ஏன் இவ்வளவு குறைவாக இருக்கிறது?' என்று கேட்டான்.

ராவணன் சுவற்றில் இருந்த தீப்பந்தங்களைச் சுட்டிக் காட்டினான். 'இனி நீ அவற்றை ஏற்றலாம். இந்தக் கடைசி பகுதியை முடிக்க, எனக்கு குறைவான ஒளி தேவைப்பட்டது.'

கும்பகர்ணன் பந்தங்களை ஏற்றிவிட்டு அண்ணன் அருகே வந்து அவன் என்ன செய்து கொண்டிருக்கிறான் என்று பார்வையிட்டான். சித்திரம் வரையும் கித்தானைப் பார்த்து அதிர்ந்தான்.

'எப்படி இருக்கிறது?' என்று ராவணன் கேட்டான்.

தன் மனதுக்கு பட்ட வார்த்தைகளைச் சொல்வதைத் தவிர்க்க கும்பகர்ணன் சிரமப்பட்டான். *ஒரே சமயத்தில் பயமாகவும் அற்புதமாகவும் இருக்கிறது.*

அது வேதவதியின் ஓவியம்தான், ஆனால் அவன் அறிந்த வேதவதி அல்ல. அவள் இறந்தபொழுது அவளுக்கு என்ன வயதோ, அந்த வயதில் தான் ஓவியத்திலும் இருந்தாள், ஆனால் அந்த ஒரு குறிப்பிட்ட விஷயத்தோடு அவர்களுக்கான ஒற்றுமை முடிந்தது. இந்தப் பெண் வலிமை யானவளாக, சக்தி நிறைந்தவளாக, உடல் தசைபிடிப்புடன்

முறுக்கேறி காட்சி தந்தாள். நிஜ வாழ்வில் அவள் இருந்ததைக் காட்டிலும் உயரமாக இருந்தாள். அவள் உடல் வாகில் ராவணன் எந்த மாற்றத்தையும் செய்யவில்லை என்றாலும் அவள் வளைவுகளில் பெண்மைத் தன்மை குறைந்து அவள் ஒரு விளையாட்டு வீராங்கனையின் உடல்வாகுடன் தென்பட்டாள். ராவணன் செய்த மாற்றங்களின் மொத்த வடிவத்தைப் பார்க்கும் பொழுது அவள் காருண்யத்தை விட, வீராங்கனைக்கான லட்சணத்துடன் இருந்தாள். அவளுடைய நீண்ட கூந்தல் அலை மோத அவள் ஒரு அற்புதமான குதிரையின் மீது அமர்ந்திருந்தாள். ஒரு கையில் ரத்தம் சொட்டும் வாளை உயர ஏந்தி எந்த நிமிடமும் அடுத்த தாக்குதலுக்குத் தயாரானவள் போல் தெரிந்தாள். அவள் எதிரே மண் தரையில் சப்த சிந்துவின் பல மன்னர்கள் மண்டியிட்ட நிலையில் இருந்தனர். அவர்கள் அச்சத்துடன் செய்வதறியாமல் பரிதவித்தனர். சிலர் வாய் திறந்து அலறுவது போலிருந்தனர். சிலரின் தலைகள் ஏற்கனவே கொய்யப்பட்டிருந்தன. மற்றவர்கள் தயவு கேட்டுக் கெஞ்சினர். பின்புறத்தில், வெகு தொலைவில், மக்கள் நின்றனர் - இந்தியர்கள் - ஏழ்மையில் நொந்து போய் இருந்தாலும் அவர்களை ஒடுக்கியவர்களைப் படுகொலை செய்த தங்கள் தேவியைப் போற்றி உற்சாகத்துடன் ஆர்ப்பரித்தனர்.

அச்சுறுத்தலும் அற்புதமும் ஒரே சமயத்தில் வெளிப்பட்டது.

'நீ என்ன நினைக்கிறாய்?' என்றான் ராவணன் மறுமுறை.

'வந்து... வந்து... கண்கவர் ஆச்சரியம், அண்ணா! எனக்கு என்ன சொல்வதென்றே தெரியவில்லை,' என்று கும்பகர்ணன் தடுமாறினான்.

'நீ இப்படி நினைப்பது எனக்கு மகிழ்ச்சி,' என்றான் ராவணன். 'இப்படித்தான் உலகம் அவளை நினைவில் கொள்ள வேண்டும். இப்படித்தான் உலகம் அவளை நினைவில் கொள்ளும்.'

ஆனால் அவள் இப்படி இல்லையே.

கும்பகர்ணன் தன் எண்ணங்களைத் தனக்குள்ளேயே வைத்துக் கொண்டான்.

'அவள் முகத்தைப் பார். நாம் கடைசியாகச் சந்தித்த பொழுது அவள் எப்படி இருந்தாளோ அப்படியே அவளை வரைந்திருக்கிறேன்.'

‘ஆமாம், அண்ணா. இருபது ஆண்டுகளுக்குப் பின்னரும், நீ அவளை அப்படியே தெளிவாக நினைவில் வைத்திருப்பது அதிசயம்தான்.’

‘ஆன்மா எப்படித் தன் பிறவிப்பயனை மறக்கும்?’

கும்பகர்ணன் இதற்கு பதில் சொல்வதற்குள், ராவணன் திரும்பி ஒரு கடிதத்தை எடுத்தான், அவன் கண்களில் ஆர்வம் மின்னியது. ‘இதைப் பார்.’

கும்பகர்ணன் கடிதத்தை வாங்கி வேகமாகப் படித்தான். ‘இதற்கு என்ன அர்த்தம்?’

‘என்ன அர்த்தமா?’ என்று கேட்டான் ராவணன். ‘உனக்கு என்ன கண் குருடா? திரும்பவும் படி. ஸ்படிகம் போலத் தெளிவாக இருக்கிறது.’

‘ஆமாம், ஆனால்...’

‘ஆனால் என்ன?’

‘மிதிலை நாட்டிலிருந்து, இளவரசி சீதாவின் ஸ்வயம்வரத்திற்கான அழைப்பிதழ் இது.’

சப்த சிந்துவில் இருந்த மிதிலை தன் பழம் பெருமைகளை இழந்த சாதாரணமான நாடு. ஒரு காலத்தில் செல்வம் கொழிக்கும் கண்டகி ஆற்றங்கரைத் துறைமுகம் கொண்ட நாடாக விளங்கியது. ஆனால் ஒரு நில நடுக்கத்தின் காரணமாக ஆறு தன் பாதையை மாற்றியது. அதனால் நகரத்தின் செல்வமும், சக்தியும் குறைந்துவிட்டது. ஆனால் குன்றிய இந்த நிலையிலும் மிதிலை சப்த சிந்துவின் மதிப்பைப் பெற்ற நாடாகத் தான் விளங்கியது. ரிஷிகளும் ரிஷிகாக்களும் அதிகம் நேசிக்கும் நாடு, ஆன்மீகத்திலும், ஞானத்திலும் இந்தியாவிலேயே அதிகம் மதித்துப் போற்றப்பட்ட நாடு.

‘சரியாகச் சொன்னாய்.’

‘ஆனால் நீ ஏன்...’

‘நான் ஏன் போவேன்?’

‘இது ஒரு பொறி வைக்கும் யுக்தி, அண்ணா. சப்த சிந்துவின் அரச குடும்பத்தினர் உன்னை வெறுக்கின்றனர் என்று உனக்கே தெரியும். அவர்கள் எதற்கு உனக்கு அழைப்பு விடுக்கிறார்கள்? தயவு செய்து போகாதே.’

ராவணன் வியந்தான். ‘நான் சப்த சிந்துவுடன் சமரசம் செய்து கொள்ளவேண்டும் என்று நீ நினைப்பதாகத் தானே எண்ணினேன்?’

ராவணனைப் பார்ப்பதற்கு முன் கும்பகர்ணன் வேதவதியின் ஓவியத்தையே சற்று நேரம் பார்த்தான்.

'இந்த ஓவியத்தைச் சில மாதங்களுக்கு முன் தொடங்கினேன். நான் மீண்டும் புதிதாகத் தொடங்குவதில் விருப்பமாக இருக்கிறேன்,' என்றான் ராவணன். 'இந்த அழைப்பிதழ் என்னை யோசிக்க வைத்திருக்கிறது, மீண்டும் சப்த சிந்துவினர்களுடன், இணக்கமாக இருந்தால் என்ன? நம் செல்வத்தை ஒரு நல்ல் காரியத்திற்குப் பயன் படுத்தலாம். கேள்வி என்னவென்றால் நீ என்னுடன் நிற்பாயா?'

எட்டு வருடங்களுக்கு முன் எம்பகுர் சொன்ன வார்த்தைகள் கும்பகர்ணனுக்கு நினைவுக்கு வந்தன. *ராவணனின் ஆன்மாவைக் காக்கும் வாய்ப்பு உனக்குத் திரும்பி வரும் என்பது நிச்சயம்... அந்த நேரம் வரும் பொழுது உன் உதவி அவனுக்குத் தேவைப்படும்.*

அவன் முன்னால் வந்து ராவணனை ஆரத்தழுவினான். 'நான் கண்டிப்பாக உன்னுடன் நிற்பேன், அண்ணா!'

நாம் அதர்மத்திலிருந்து விலகி நடந்தால், நம்மைத் தாக்க விஷ்ணுவிற்கு எந்தக் காரணமும் இருக்காது.

—२०I—

அகம்பனா குழம்பினான். 'ஆனால் இறைவா... எனக்குப் புரியவில்லை. மிதிலாவா? அவர்கள் ஏதும் அற்றவர்கள். அவர்களின் மதிப்பு அறிவாளிகளாகவும், தத்துவ ஞானிகளாகவும் இருப்பது தான். அவர்களுக்கு உண்மையான சக்தி எதுவும் இல்லை.'

ராவணன் முன் போல் இருந்திருந்தால் வாயை மூடிக் கொண்டு சொல்வதைச் செய் என்று அகம்பனாவை அதட்டியிருப்பான். ஆனால் பெரிய தாக்கத்தை உண்டு பண்ணுபவர்கள் மற்றும் பெரிய செயல்களில் ஈடுபடும் மனிதர்களுக்கு வழக்கமாக ஒரு பலவீனம் இருக்கும்: அவர்கள் தங்களின் பெரிய செயல்களைப் பற்றித் தம்பட்டம் அடித்துக் கொள்ள விரும்புவார்கள். அவர்கள் எவ்வளவு சிறப்பானவர்கள் என்று வார்த்தைகளால் சொல்லவில்லை என்றாலும், அவர்களின் சேவகர்களின் பாராட்டும் ஒரே பார்வையும் போதும் அவர்களுக்கு. ராவணனும் இதற்கு

விதிவிலக்கல்ல.அவன் சாதாரணமாகத் தன் திட்டங்களைக் கும்பகர்ணனுடன் மட்டும் தான் பேசுவான். இந்திரஜித் இன்னும் சிறுவன், மேலும் வேறு யாரையும் ராவணன் மதிக்கவில்லை. ஆனால் கொஞ்ச காலமாகச் சகோதரர்களுக்கு இடையேயான பேச்சு வார்த்தை சற்றே பரஸ்பரம் குறைந்துவிட்டது.கும்பகர்ணன் சதா சர்வ காலமும் தர்மத்தைப் பற்றிப் பேசுவது ராவணனைச் சோர்வடைய வைத்தது.

‘நீ இதைப் பற்றி யாரிடமும் சொல்லமாட்டேன் என்று வாக்குக் கொடு,’ என்றான் ராவணன்.

உடனே அகம்பனா இலங்கைவாசிகள் வைக்கும் வணக்கத்தை முயன்று தோல்வியுற்று, ‘அப்படியே, இறைவா,’ என்றான்.

‘கும்பகர்ணனிடம் கூட மூச்சு விடக்கூடாது.’

அகம்பனாவின் மார்பு பெருமையில் விம்மியது. கடைசியில் அவன் பிரபு அவன் மதிப்பை உணர்ந்துவிட்டான். தன் சொந்த ரத்தத்தைவிட இவன் மீது கூடுதல் நம்பிக்கை வைக்கிறான். ‘நான் கனவில் கூட அவனிடம் சொல்லமாட்டேன். ஜகன்னாத் கடவுளின் மீது ஆணை.’

‘நான் இதைத் தான் செய்யப்போகிறேன். நான் சுயம்வரத்தில் ஜெயித்தவுடன் மிதிலையை என் கீழ் கொண்டு வந்து ஜனக மன்னனை என் ஆணைக்கு உட்படுத்துவேன். அவனையும் அவனுடைய ரிஷிகளின் கூட்டத்தையும் கட்டாயப்படுத்தி என்னை வாழும் கடவுளாக ஏற்க வைப்பேன். லௌகீக விஷயத்தில் மிதிலை சக்தியற்ற நாடாக இருக்கலாம், ஆனால் ஆன்மீகத்தைப் பொறுத்தவரை இது அதிகம் மதிக்கப்படும் நாடு, காசியை விடக் கூடுதலாக என்றே சொல்லலாம். சரஸ்வதி நதிக்கரையில் இருக்கும் நாடு மட்டும்தான் இதிலும் கூடுதலான மதிப்பைப் பெற்ற நாடு. மிதிலை என்னைக் கடவுளாகக் கும்பிடத் தொடங்கினால் சப்த சிந்துவின் பல நாடுகளும் அதை முன் உதாரணமாக ஏற்று அப்படிச் செய்ய ஆரம்பிக்கும். நான் உயிருடன் இருக்கும் பொழுதே எனக்குக் கோவில்கள் கட்ட ஆரம்பிப்பார்கள். அப்பொழுதுதான் எனக்குச் சாகாவரம் உறுதியாகும்.’

சுயம்வரத்தில் வேறு ஒரு விஷயமும் ராவணனைப் பரபரப்படையச் செய்தது. அவன் இளவரசி சீதாவைத் திருமணம் முடிப்பது சப்த சிந்துவினருக்குப் பெருத்த

அவமானத்தை ஏற்படுத்தும். அவர்களின் செல்வம், துறைமுகங்கள் மட்டும் அல்லாமல் அவர்களின் பெண்களையும் அபகரிக்கும் சக்தி படைத்தவன் என்பதை அவர்களுக்கு எடுத்துக்காட்டும். இதே காரணத்துக்காகத்தான் அவன் மண்டோதரியை மணந்தான். ஆனால் மண்டோதரி ஒரு நிலச்சுவாந்தாரரின் மகள்தான். சீதை ஒரு மன்னனின் மகள் - உண்மையான இளவரசி. அரச குடும்பங்களின் மூக்கை உடைப்பது போல அவர்களில் ஒருத்தியைத் திருமணம் செய்வது ராவணனுக்கு மிகுந்த சந்தோஷத்தையும் மன நிறைவையும் அளித்தது. ஆனால் இதை அவன் அகம்பனாவிடம் சொல்ல முடியாது. அவன் விசுவாசமான வேலைக்காரன் என்றாலும், தன் சொந்த வாழ்கையைப்பற்றி ராவணன் அவனுடன் அலச முடியாது.

விசுவாசமான வேலைகாரன் அதிர்ச்சியில் திக்கு முக்காடினான். 'ஆனால், இறைவா, அவர்கள் நடக்க விடு...'

'கண்டிப்பாக நடக்கும்.'

'உங்களை எதிர்க்க நான் யார், இறைவா? ஆனால், வந்து... சப்த சிந்துவின் மக்கள் பிடிவாதக்காரர்கள். நம் இலங்கை வாசிகள் போல் அவர்கள் எளிதில் அனைத்தையும் ஏற்பவர்கள் கிடையாது. ஏன் விஷ்ணுக்களுக்கும், மஹாதேவ்களுக்குமே அவர்கள் உயிருடன் இருக்கும் பொழுது கோவில்கள் கட்டப்படவில்லை.'

ராவணன் முன்னால் சாய்ந்தான். அவன் முகம் அகம்பனாவின் முகத்திற்கு வெகு அருகே இருந்தது. 'நான் விஷ்ணு, மஹாதேவ் போன்றவர்களுக்குக் குறைவானவனா?'

'உங்களை அப்படி குறைத்துச் சொல்ல எனக்குத் துணிவில்லை, சிறந்த இறைவா! கண்டிப்பாக, அவர்களை விட நீ சிறந்தவன்தான். ஆனால் சப்த சிந்துவினர் இந்த உண்மையை ஒப்புக் கொள்வார்களா? சில சமயம் சூரியன் உதித்து உச்சிவெயில் வந்த பிறகும் அவன் உதித்ததை ஒப்புக் கொள்ளாதவர்கள் இருக்கிறார்கள்!' என்று போலியான பணிவுடன் சிரித்தான், ராவணனைத் திருப்திபடுத்தும் முயற்சியில்.

'நீ அதைப்பற்றிக் கவலைப்படாதே. அவர்களுக்கு உண்மை புரியும். என்னை நம்பு.'

'நீங்கள் சரியாகத் தான் சொல்கிறீர்கள் என்பதில் எனக்கு எந்தச் சந்தேகமும் இல்லை, இறைவா. வேறு எதற்காக அவர்கள் உங்களுக்கு அழைப்பிதழ் அனுப்ப வேண்டும்?'

'அவர்கள் அப்படி யோசிக்கவில்லை. நான்தான் அனுப்ப வைத்தேன்.'

'நிஜமாகவா!' அகம்பனா பிரமித்தான்.

'ஆமாம். சங்கஷ்ய மன்னன் குஷத்வாஜ், மிதிலையின் மன்னன் ஜனகனின் சகோதரன். அவன் இலங்கைக்குப் பெரிய கடனாளி. சில வருடங்களுக்கு முன் அவனுடைய பிரதம மந்திரி, சுலோச்சன் மாரடைப்பால் காலமானதால் அவனுடைய தொழில் நிலை குழப்பமடைந்துவிட்டது. பெரும்பான்மையான கடனைத் தள்ளுபடி செய்ததால் அவன் நமக்கு அழைப்பிதழ் ஏற்பாடு செய்தான்.'

'அதை ரொம்ப அழகாகக் கையாண்டிருக்கிறீர்கள், இறைவா.'

அகம்பனாவின் பாராட்டால் ராவணன் களிப்படைந்தான். 'ஆமாம். நான் அதைச் சிறப்பாகத்தான் கையாண்டேன்.'

'மேலும், நமக்கும் துணை செய்ய ஒருவர் மிதிலையில் உள்ளார், வேந்தே.'

சப்த சிந்துவின் ஒவ்வொரு ராஜ்ஜியத்திலும் ஒரு வணிகப் பிரதிநிதியை அமர்த்தியிருந்தான் ராவணன். அது மட்டும் அல்ல. அனைத்து ராஜ்ஜியங்களிலும் ஒரு ரகசிய ஒற்றர்படையையும் ராவணன் ஏற்பாடு செய்திருந்தான். இவர்கள் ரகசியமாகச் செயல்பட்டு கொடுத்த வேலையைக் கச்சிதமாக முடித்தனர்.

'மிதிலையில் ஒரு ஆளை அமர்த்தும் அளவுக்கு அதற்கு நான் முக்கியத்துவம் தரவில்லை. ஆனால் அதுவும் நமக்கு நல்லதுதான். யாரது?'

'நாம் அவளைச் செயலில் பல வருடங்களாக ஈடுபடுத்த வில்லை. நீங்கள் சொல்வது போல் வேந்தே, மிதிலை அவ்வளவு முக்கிய நாடு இல்லைதான். அதனுடன் நம் வணிகமும் அதிகம் இல்லை. ஆனால் நம் ஒற்றன் அந்த நாட்டின் நிர்வாகப் பொறுப்பில் உயர் பதவியைப் பிடித்து - மிதிலை காவலின் தலைமைப் பதவி, மற்றும் நெறிமுறை அதிகாரியாகப் பணி புரிகிறார்.'

'யார் அவன்?'

‘அவள், வேந்தே. அவள் பெயர் சமிச்சீ.’

ராவணன் அந்தப் பெண்ணின் பெயரை கேட்டதும் உறைந்தான். வேதவதி கொல்லப்பட்ட பொழுது அவனுடன் தொடர்பில் இருந்த யாருடனும் அவனுக்கு இணைய விருப்பம் இல்லை, கும்பகர்ணனைத் தவிர்த்து. அவர்களைப் பார்த்தால் அந்த கோர சம்பவம் நடந்த தினம்தான் நினைவுக்கு வரும். டோடிக்கு அவனுடன் வந்த இலங்கை வீரர்கள் அனைவரும் எங்கோ கண்காணாத ஊர்களில் அமர்த்தப்பட்டனர். அவன் அவர்களைத் திரும்பவும் பார்க்கவே வாய்ப்பில்லாத இடங்களுக்கு அனுப்பப்பட்டனர். சமச்சீயின் பெயரைக் கேட்டதும் அவனுக்குக கடந்த கால நினைவுகள் வந்தன. வேதவதியைக் காப்பாற்றத் தவறிய அந்தச் சம்பவம் கண் முன்னே வந்தது.

‘அவளிடம் பேசி அனைத்தும் எனக்குச் சாதகமாக அமையும்படி ஏற்பாடு செய்யச் சொல்,’ என்றான்.

‘கண்டிப்பாக, இறைவா.’

‘ஒரு தவறும் நேரக்கூடாது.’

‘கண்டிப்பாக, இறைவா.’

‘நான் அங்கிருக்கும் சமயம் எனக்கு சமிச்சீயைப் பார்க்கவோ, சந்திக்கவோ வேண்டாம். தெளிவாகப் புரிகிறதா?’

அகம்பனா குழம்பினான், ஆனால் உடனே ஒப்புக் கொண்டான். ‘உங்கள் சொல்படியே, இறைவா.’

புஷ்பக விமானம் சற்று நேரம் காற்றில் சுற்றிவிட்டுப் பிறகு அதன் காற்றாடி வேகம் குறைய ஆரம்பித்தவுடன், மென்மையாகவும், நிதானமாகவும் நிலத்தில் இறங்கித் தரையைத் தொட்டது. ராவணன், சிறந்த விமான ஓட்டிகளைப் பணியில் அமர்த்தியிருந்தான்.

கதவுகள் மெதுவாகத் திறந்தவுடன், பிரசித்திப்பெற்ற இந்த விமானத்தின் விசாலமான உட்புறத்திலிருந்து ராவணன் இறங்கினான். கும்பகர்ணன் அவனைத் தொடர்ந்தான். கிஷ்கிந்தையின் மன்னனும், பிரபலமான வானரப்படையின்

வாரிசுமான, வாலி, பாதுகாப்பான தொலைவில் தன்னுடைய மொத்த தர்பாருடன் நின்றிருந்தான்.

ராவணனின் படையான பத்தாயிரம் வீரர்கள் ஏற்கெனவே மிதிலைக்கு பயணப்பட்டிருந்தனர். இந்தியாவின் கிழக்குக் கடற்கரை மார்க்கமாகக் கங்கையை அடைந்தனர். கப்பல் களிலிருந்து இறங்கி ஜனகனின் நாட்டுக்குக் கால்நடையாகச் சென்றனர். அங்கே ராவணனின் வருகைக்காகக் காத்திருந்தனர். இடைப்பட்ட நாட்களில் ராவணன் கிஷ்கிந்தைக்கும் விஜயம் செய்யத் திட்டமிட்டிருந்தான்.

சுற்றிலும் பாறைகளும் மலைகளுமாக இருந்த கிஷ்கிந்தை நாடு நிலவின் பரப்பு போன்ற தோற்றம் அளித்தது. வலிமையான துங்கபத்ரா நதி வடகிழக்காகப் பாய்ந்து, நிதானமாக அந்த நாடு முழவதும் சுற்றி, ஊர்ந்து பிறகு வடக்கில் கிருஷ்ணா நதியுடன் கலக்கும். வேத காலத்து மக்களின் நம்பிக்கைக்கு இணங்க இயற்கைக்கும் விக்ரகங்கள் அமைத்து பல கோவில்கள் கட்டி வழிப்பட்டனர். அதனால் நகரத்தின் பல பகுதிகளில் துங்கபத்ராவுக்கு கோவில்கள் எழுப்பப்பட்டன. ஆற்றைச்சுற்றி இருந்த நிலம், மற்றும் பழம் பெரும் கடவுள்களும் போற்றி வணங்கப்பட்டன. கிஷ்கிந்தையின் ஒவ்வொரு மாவட்டமும் ஒரு கோவிலைச் சுற்றி அமைக்கப்பட்டிருந்தது. அதைச் சுற்றி சந்தைகள், நாடக அரங்குகள், நூலகங்கள், பூங்காக்கள் மற்றும் வீடுகள் இருந்தன. வாலி ஒரு அறிவான வலிமையான மன்னன். அவன் நாடு செல்வம் நிறைந்து, மக்கள் மகிழ்ச்சியுடன் இருந்தனர். துணிவு, கௌரவம் மற்றும் கண்ணியத்துக்கு பெயர் போனவன் வாலி. அவன் புகழ் எட்டு திக்கும் பரவியிருந்தது.

'ஏதோ தவறாக உள்ளது,' என்று கிசுகிசுத்தான் கும்பகர்ணன். அவர்கள் தங்களை வரவேற்கக் காத்திருந்தவர்களை நோக்கி நடந்தனர்.

அவர்கள் எதிர்பார்த்த சம்பிரதாயமான வேத முழக்கம் எதுவும் அவர்களை வரவேற்கவில்லை. வேலைப்பாடுகள் செய்யப்பட்ட பட்டாடைகளால் அலங்கரிக்கப்பட்ட பட்டத்து யானையோ, அலங்கரிக்கப்பட்ட பசுக்களோ, வேத வித்துக்களோ காணப்படவில்லை. சம்பிரதாய ஆரத்தி தட்டுக்களுடன் யாரும் அவர்களை வரவேற்கவில்லை அது மட்டுமல்ல, குழுமியிருந்தவர்கள் அசௌகர்யமான மௌன

நிலையில் இருந்தனர் - இசை வாத்தியங்களோ, மந்திர ஜெபங்களோ ஒலிக்கவில்லை..

வாலி தலைமை இடத்தில் நின்றான், அவன் கைகளைக் குவித்து மரியாதையாக வணக்கம் தெரிவித்தான். கிஷ்கிந்தை மன்னன் வெண்மை நிறத்தில் இருந்தாலும், உடல முழுவதும் ஏராளமான முடி சாதாரண உயரத்தில் இருந்தாலும், அசாத்தியமான திடகாத்திரமான உருவம். அவன் முழு ராஜ உடையில் இருந்தாலும் கவனம் முழுவதும் அங்கில்லை.

'நான் சுக்ரீவனைப் பார்க்கவில்லையே,' என்று ராவணன் கும்பகர்ணனிடம் கிசுகிசுத்தான்.

வாலியின் ஒன்று-விட்ட தம்பி சுக்ரீவன், ராவணனின் அபிப்பிராயத்தில் பெண்மை நிறைந்த மடையன். ராவணனின் சுமார் என்ற அபிப்பிராயத்தைப் பலரும் ஆமோதித்தனர். சுக்ரீவனைப் பார்த்தால் செல்லம் கொடுத்துக் கெடுக்கப்பட்ட சுகவாசியின் தோற்றம். சிறந்த மன்னனின் தம்பி என்றாலும் அதீத சாதனைகள் படைத்த அண்ணனின் சாதனைகளைச் சாதிக்கும் திறனற்றவன். தன் குறைபாடுகளைக் குடித்தும், சூதாடியும் போக்கிக் கொண்டான். நாட்டை விட்டுப் பகிஷ்கரிக்கப்படும் அளவுக்குப் பல குற்றங்களைச் செய்தவன், ஆனால் அவர்களின் தாய் ஆருனியின் பாதுகாப்பினால், வாலியால் தம்பியை நாடு கடத்த முடியவில்லை.

'நானும் அவனைப் பார்க்கவில்லை,' என்றான் கும்பகர்ணன்.

ராவணன் சிரித்தான், அவனுக்கு ஒரு வாய்ப்பு கண்ணில் பட்டது.

கிஷ்கிந்தை தாய்வழிச் சொத்துக்களைப் பங்கீடு செய்யும் நாகரீகத்தைக் கொண்ட நாடு. அரியணைக்கான தகுதி தந்தையிடமிருந்து மகனுக்கு செல்வதில்லை. தாயிடமிருந்து மகளுக்குச் சென்றது. மகளின் கணவன், அன்னையின் கணவனுக்குப் பிறகு அரியணையில் அமர்ந்தான். ஆனால் ஆருணி தேவி அகம்பாவமான, அதிகாரம் நிறைந்த பெண். அதனால் அவள் சம்பிரதாயத்தை மாற்றினாள். அதை உடைத்து தகுதியும் திறனும் பெற்ற தன்னுடைய மூத்த

மகனைப் பதவியில் அமர்த்தினாள். அவளுக்குப் பெண்கள் இல்லை. அதனால் அவளுடைய தங்கையின் பெண்ணின் கணவனுக்கு அரியணையை விட்டுக் கொடுப்பதற்கு பதிலாக, தன்னுடைய சொந்த குடும்பத்திற்கு உள்ளேயே அரச பதவியைத் தக்க வைக்க நினைத்தாள்.

ராவணனுக்கு இந்த வரலாறு தெரியும். ஆனால் அவனை இப்பொழுது சுவாரஸ்யப்படுத்தியது அது அல்ல. அவன் வாலியுடன் கிஷ்கிந்தையின் அரச மாளிகையில் விருந்தினர்கள் தங்கும் பகுதியில் இருந்தான். கும்பகர்ணனைத் தவிர அவர்களுடன் வேறு யாரும் இல்லை; வாலியின் பாதுகாவலர்கள் கூட இல்லை.

ராவணன் ஜாக்கிரதையாக அக்கறை உள்ளவன் போல் நடித்தான். 'உனக்கு ஒரு கவனச்சிதறல் இருக்கிறதே வாலி மன்னா. உனக்குக் கிடைக்கும் சுங்க வரிகளின் பங்கு குறைவாக இல்லையே? சில சமயம் என்னுடைய ஆட்கள் பேராசைக்காரர்களாக விளங்குவார்கள்,' என்றான்.

வாலி பேருக்குச் சிரித்தான். 'உன் மக்களுக்குத் தெரியும் என்னுடன் விளையாட முடியாது என்று. நான் வாலி.'

ராவணன் கடகடவென்று சிரித்தான். 'நீதான் ஆண் மகன், என் நண்பா.'

வாலி ராவணனைப் பார்த்தான். அவன் முகத்தில் சோகம் இழையோடியது. அவன் மௌனமாக இருந்தாலும் அவனின் சோகமான கண்கள் அறிவித்த செய்தி: *ஆண்மகனா? நானா?*

அன்று காலை ஒற்றர்கள் மூலம் தனக்குக் கிடைத்த செய்தி சரி என்பது ராவணனுக்கு ஊர்ஜிதமானது. ஆனால் அவன் எது செய்வதற்கும் முன்னால் நிச்சயப்படுத்திக் கொள்ள வேண்டும்.

'நண்பா,' என்று ஆரம்பித்தான். 'அங்கதன் எங்கே? அவனை எங்குமே பார்க்கவில்லையே? அவன் நலம்தானே?'

அங்கதன் வாலியின் ஐந்து வயது மகன். அவனை வாலி கண்ணின் மணி போல் போற்றினான். கடினமான, கண்டிப்பான, அதிகம் உணர்ச்சிவசப்படாத வாலியிடம் மக்கள் அன்பை விட மரியாதையைத் தான் அதிகம் காண்பித்தனர். ஆனால் அவன் மகனிடம் வாலி வித்தியாசமானவனாக மாறி விடுவான். அவனுடன் விளையாடினான், சிரித்தான், சமயம்

கிடைக்கும் போதெல்லாம் அவன் கேட்டதைச் செய்தான். சில சமயம் அங்கதன் ஓட்டும் குதிரையாக வாலி மாறினான். அங்கதன் பிறந்த பிறகு கிஷ்கிந்தையின் மக்களும் சரி, அரச குடும்பமும் சரி ஒரு யதார்த்தமான, குதூகலமான வாலியைப் பார்க்க நேர்ந்தது.

'ஆமாம்... அங்கதன்... அவன்...' வாலி பேசுவதை நிறுத்தினான். அவன் முகம் வலியால் துவண்டது. குரல் உடைந்தது.

ராவணனுக்கு இப்பொழுது தெளிவாகப் புரிந்துவிட்டது, தன்னுடைய செய்தி சரியானதுதான் என்று. தன்னுடைய மூச்சைச் சீர் செய்தான். தன்னுடைய பரபரப்பை வெளிக் காட்டிக்கொள்ளக் கூடாது என்று தீர்மானித்தான்.

பிறகு. கிஷ்கிந்தையை பிறகு அக்கிரமிப்பேன். மிதிலையை அபகரித்த பிறகு.

வாலியின் முகத்தில் தெரிந்த வேதனையைப் பார்த்துக் கும்பகர்ணன் அதிர்ச்சியானான். கிஷ்கிந்தையின் கம்பீரமான மன்னனை அவன் இப்படிப் பார்த்ததே இல்லை. 'சிறந்த மன்னா,' என்றான் கும்பகர்ணன்,' எல்லாம் நலம் தானா?'

வாலி சட்டென்று அவர்கள் முன் எழுந்து நின்று கை கூப்பினான். 'என்னை மன்னித்து விடுங்கள் நண்பர்களே. நான்... நான்... போகவேண்டும். நான் சற்று நேரத்தில் திரும்புகிறேன்.'

ராவணனும் கும்பகர்ணனும் உடனே எழுந்தார்கள்.

'கண்டிப்பாக, வாலி,' என்றான் ராவணன், முகத்தை மிகவும் அக்கறையாக வைத்துக் கொண்டு. 'தயவு செய்து நாங்கள் ஏதாவது உதவ முடியுமானால் எங்களிடம் சொல்லு.'

'நன்றி. நாம் பிறகு பேசலாம்,' என்று சொல்லியபடி அறையை விட்டு ஓடாத குறையாக வெளியேறினான் வாலி.

வாலி போவதையே வேடிக்கை பார்த்த கும்பகர்ணன் குழப்பத்துடன் அண்ணனைப் பார்த்தான். 'வாலி மன்னன் தன்னுடைய அம்மாவுடன் இவ்வளவு நெருக்கமானவன் என்று நான் நினைக்கவே இல்லை.'

ஒரு சிறிய உடல் நோயால் வாலியின் அம்மா ஒரு மாதத்திற்கு முன்பு தான் காலமானாள்.

'அது அம்மாவால் அல்ல,' என்றான் ராவணன்.

கும்பகர்ணனுக்கு வியப்பு. 'பிறகு என்ன? அவன் பலவீனமாகத் தோற்றம் அளிக்கிறான். எந்தத் துயரத்துக்கும் அவன் மனம் தளர்ந்து நான் பார்த்ததே இல்லை. ஏதோ அவனைக் கவலை கொள்ளச் செய்கிறது.'

ராவணன் சட்டென்று கதவுப்புறம் பார்வையைச் செலுத்தினான். அவர்கள் தனியாகத் தான் இருக்கிறார்களா என்று ஊர்ஜிதப்படுத்திக் கொண்டான். 'நாம் பேசுவது நமக்குள்ளேயே இருக்கட்டும். கண்டிப்பாக நமக்குள்ளேயே வைத்துக் கொள்.'

'கண்டிப்பாக, என்றான் கும்பகர்ணன் உடனேயே. 'இது எதைப் பற்றி?'

'அங்கதனைப் பற்றி.'

'அங்கதனைப் பற்றியா? அந்த அழகான குழந்தைக்கு என்ன ஆயிற்று?'

'இப்பொழுது ஒன்றும் நிகழவில்லை. விஷயம் என்னவென்றால் அவன் பிறப்பதற்கு முன் என்ன நடந்தது என்பதுதான்.'

'அவன் பிறப்பதற்கு முன்பா?'

'ஆமாம். உனக்கு நியோகா சம்பிரதாயத்தைப் பற்றித் தெரியுமா?'

கும்பகர்ணனுக்குத் தூக்கி வாரி போட்டது. நியோகா என்பது மிகவும் பழமையான வழக்கம். ஒரு பெண்ணின் கணவனுக்கு குழந்தை பேறு அளிக்கும் சக்தி இல்லை என்றால், அவள் மற்றொருவனைக் குழந்தை பெற்றுக் கொள்வதற்காக நியமிக்கலாம். பல காரணங்களுக்காக, தேர்வு செய்யப்படும் ஆண் பெரும்பான்மையாக ஒரு ரிஷியாக இருப்பார்.

ரிஷிகள் அவர்களுடைய ஞானத்துக்காகப் போற்றப்படு பவர்கள். அது அவர்களின் வாரிசுகளுக்கும் கிடைக்க வாய்ப்பு உண்டு. அதை விட முக்கியம் ரிஷிகள் ஓரிடத்தில் தங்க மாட்டார்கள்; அதனால் அவர்கள் வாரிசுகளைத் தங்களுடையது என்று உரிமை பாராட்ட மாட்டார்கள். சட்டப்படி நியோகா முறைப்படி பிறக்கும் எந்த குழந்தையும் அந்த மனைவிக்கும் கணவனுக்கும் பிறந்ததாகவே கருதப்படும். அப்பா யாராக இருந்தாலும் சொந்தம் கொண்டாட முடியாது, அவர் பெயரற்றவராகவே இருக்க வேண்டும்.

'என் ஒற்றர்கள் சொல்வதைப் பார்த்தால்,' என்று ராவணன் தொடர்ந்தான், 'ஒரு முறை சுக்ரீவனைக் காப்பாற்றப் போய் வாலிக்குத் தீவிர காயம் ஏற்பட்டது. பல வருடங்களுக்கு முன்னர் அவர்கள் வேட்டையாடச் சென்றபொழுது நடைபெற்றது. காயத்தைக் குணப்படுத்துவதற்காக அவன் எடுத்துக் கொண்ட மருந்துகளின் பக்க விளைவாக அவனுக்குக் குழந்தை பாக்கியம் இல்லாத நிலைமை வந்துவிட்டது. இதை யாருக்கும் தெரியாமல் ரகசியமாகவே வைத்திருந்தனர்.'

'அவனுடைய பயனற்ற தம்பி,' என்றான் கும்பகர்ணன் வெறுப்பாக. 'அதனால் வாலி மன்னனின் மனைவி தாரா இப்படி ஒரு முடிவு...'

'தாரா இல்லை,' என்று ராவணன் அவனை வெட்டிப் பேசினான். அவனுடைய அம்மாதான். ராஜ மாதா வாலியின் மகன் தான் அவனுக்குப் பின் கிஷ்கிந்தையை ஆள வேண்டும் என்று முடிவெடுத்தாள். நியோகாவை ஒரு தீர்வாகப் பார்த்தாள்.'

'அதனால் என்ன?' என்றான் கும்பகர்ணன். 'அங்கதன் வாலிக்குப் பிறந்தவனா, இல்லையா என்பதில் என்ன குழப்பம்? சட்டம் தெளிவாக இருக்கிறதே. வாலி மன்னன், தாரா ராணியின் கணவன் என்பதால் அவன்தான் குழந்தையின் தந்தையாகக் கருதப்படுவான், வேறு யாருக்கோ பிறந்தவனாக இருந்தாலும். அங்கதன் மிகவும் நல்ல பிள்ளை. அவன் ஒரு நாள் சிறந்த மன்னனாக வருவான். இந்த வயதிலேயே அவனுடைய சிறந்த அப்பாவின் குணங்களை என்னால் பார்க்க முடிகிறது. அதே உந்துதல், அதே புத்திசாலித்தனம்.'

'இங்கே பார், இது அதை விடச் சற்று சிக்கலான விஷயம்.'

'எப்படி?'

'உனக்கு ஆருணி எப்படிப்பட்டவள் என்று தெரியுமா?'

'நான் கதைகள் கேள்விப்பட்டிருக்கேன், ஆமாம், ராஜ மாதா பிடிவாதக்காரி என்று...'

'ஆமாம், ஆனால் சாவின் விளிம்பில் இருக்கும் பொழுது அவர்கள் தங்கள் ஆன்மாக்களைப் பற்றிக் கவலைப் படுகிறார்கள். பாவ மன்னிப்புக் கேட்டு 'உண்மையைச் சொல்ல' விரும்புகிறார்கள்.'

'வாலி மன்னனிடம் அவள் என்ன உண்மையைச் சொன்னாள்?'

'தடைபடாத பரம்பரை ஆட்சி சொந்த வாரிசுகளால்தான் ஏற்படவேண்டும் என்று முடிவு செய்து, நியோகாவைத் தேர்ந்தெடுத்த ஆருணி, வாலியின் மனைவியை ரிஷியிடம் அழைத்துச் செல்லவில்லை.'

'அவள் என்ன செய்தாள்?'

'அவளுடைய ரத்த வாரிசு தான் ஆட்சி செய்ய வேண்டும் என்று முடிவெடுத்தாள். அதனால் அவள்...'

'அடக்கடவுளே!' கும்பகர்ணன் கத்தினான், உண்மை புரிந்தவுடன்.

சுக்ரீவன்.

கும்பகர்ணன் தன் தலையைப் பிடித்துக் கொண்டான், அவனால் வாலியின் வலியை உணர முடிந்தது. 'அவனுக்கு எவ்வளவு துக்கம் இருக்கும் என்று என்னால் கற்பனை செய்து கூட பார்க்க முடியவில்லை. அங்கதன் அவனுடைய ஆனந்தம், கௌரவம். இப்பொழுது போய்... உண்மையை அறிவது... அதுவும் சுக்ரீவனின் கோழை ரத்தம் அங்கதன் நரம்புகளில் ஓடுகிறது என்றால்...'

'அதேதான்,' என்றான் ராவணன்.

'அங்கதனுக்கு இது தெரியுமா?'

'எனக்குத் தெரிந்த வரையில் அவனுக்குத் தெரியாது.'

'ராஜமாதா இதை வாலியிடம் கூறினாளா?'

'ஆமாம், அவள் இறக்கும் தருவாயில்.'

'அவள் ஏன் எதுவும் சொல்லாமல் இறக்கவில்லை?'

'குற்ற உணர்ச்சி? வாலிக்கு நன்மை செய்யவில்லை என்பதை உணர்ந்திருக்கிறாள், அதனால் இறப்பதற்கு முன் உண்மையை உடைத்து விட்டாள்.'

'எவ்வளவு பெரிய சுயநலவாதி! தன் ஆன்மாவின் கெட்ட கர்மாவைக் கரைப்பதற்குத் தன்னுடைய மகனிடம் உண்மையைச் சொல்லி அவனுக்கு வாழ் நாள் முழுவதும் துன்பத்தையும் வேதனையையும் அளித்துவிட்டாளே?'

'அம்மாக்கள் எவ்வளவு சுயநலவாதிகள் என்பது உனக்குத்தான் தெரியுமே...'

கும்பகர்ணன் இந்த நக்கலைப் புறம்தள்ளினான். 'வாலி மன்னன் அந்தக் கோழை சுக்ரீவனை நேரடியாகக் கேள்வி கேட்டானா?'

'ஆமாம். அவனும் ஒப்புக் கொண்டான்; மேலும் அவனுக்கு அதில் எந்தத் தேர்வும் செய்ய உரிமை கொடுக்கப்படவில்லையாம். அம்மாவின் ஆணையை நிறைவேற்றினானாம்.'

'என்ன ஒரு கோழைத்தனம்!' என்றான் கும்பகர்ணன். 'தன் குழந்தை ஒரு நாள் அரியணை ஏறுவது சுக்ரீவனுக்கு ஒரு குரூர திருப்தியாக இருந்திருக்கும்.'

'உண்மையை அறிந்ததும் வாலி சுக்ரீவனை நாட்டை விட்டு வெளியேற்றிவிட்டான்,' என்றன் ராவணன். 'நானாக இருந்தால் அவனைக் கொன்றிருப்பேன்!'

'ருத்திரக் கடவுள் கருணை காட்டட்டும்!' என்றான் கும்பகர்ணன். 'என்ன ஒரு சிக்கல்!'

ராவணனுக்கு வாலியைப் பார்த்துப் பரிதாபமாக இருந்தாலும், தன்னுடைய மடியில் வந்து விழுந்த அதிர்ஷ்டத்தைக் கண்டு களிப்படையாமல் இருக்க முடியவில்லை. வாலி மற்றும் சுக்ரீவனுக்கு இடையே உள்ள பகையைப் பயன்படுத்தி வானர குலத்தையே அழித்து செல்வம் கொழிக்கும் கிஷ்கிந்தையை இலங்கையின் நுகத்தடிக்கடியில் கொண்டு வருவது மிகவும் எளிதாகிவிடும். வாலியின் ராணுவம் இவன் ஆணைக்குக் கீழ்படியும், பிறகு அதை இலங்கையின் பாதுகாப்புக்கு இவன் விரும்பினால் பயன்படுத்திக் கொள்ளலாம்.

அவன் நிம்மதிப் பெருமூச்சுவிட்டான். அவன் இவ்வளவு நாட்களாகப் போராடிக் கொண்டிருந்த ஒரு பிரச்சனைக்குத் தீர்வு கிடைத்துவிட்டது: இலங்கையில் பலவீனப்பட்டுக் கொண்டிருக்கும் அவனுடைய படைக்கான மாற்று.

ஆனால் தன்னுடைய திட்டத்திற்குக் கும்பகர்ணன் ஒத்துப் போவான் என்று அவன் நினைக்கவில்லை. அவன் இதைத் தனியேதான் கையாளவேண்டும்.

அத்தியாயம் 25

புஷ்பக விமானம் அலுங்காமால் நலுங்காமல் இந்திய மண்ணில் பல்லாயிரம் அடிகளுக்கு மேலே கிஷ்கிந்தையைத் தாண்டி மிதிலையை நோக்கிப் பறந்தது. ராவணனும் கும்பகர்ணனும் சௌகரியமாக நாற்காலிகளில் வார்களினால் பிணைக்கப்பட்டுப் பாதுகாப்பாக அமர்ந்திருந்தனர். அவர்கள் சரியான நேரத்தில் மிதிலையில் இறங்கிவிடுவார்கள்; ராவணனால் சீதையின் சுயம்வரத்தில் கலந்து கொள்ள முடியும்.

ஆனால் பயண சமயம் அவர்களின் சிந்தனை மிதிலையைப் பற்றியோ சீதையைச் சுற்றியோ இல்லை.

'பெண்களைத் தீண்டாமல் இருக்க முடியுமா, கும்பா?' என்றான் ராவணன். 'நிஜமாகவே? பெண்கள் ஒரே ஒரு விஷயத்திற்காகத் தான் உருவாக்கப்பட்டிருக்கிறார்கள். அவர்களுக்கு அந்தப் பயனைத் தராமல் நீ அவர்களைத் தொடாமல் இருப்பதில் என்ன லாபம்?'

'நிஜமாக, அண்ணா, நீ ஏன் பெண்களை இவ்வளவு அவமதிக்கிறாய்?' என்றான் கும்பகர்ணன். தென் இந்தியாவின் கோடியில் உள்ள சபரிமலைக் கோவிலுக்குச் செல்வதற்காக நாற்பத்தி-ஒன்று நாட்கள் விரதம் மேற்கொள்ளப் போவதாகக் கும்பகர்ணன் அறிவித்தது அண்ணனைக் கோபமடையச் செய்தது என்று கும்பகர்ணன் உணர்ந்தான். தன்னை விட்டு விலகி, தம்பி எதோ தர்ம வழியில் நடப்பதாக ராவணன் வருந்தினான்.

'அவர்களை நான் மதிக்க வேண்டும் என்கிறாயா, என் அருமைத் தம்பியே?' என்று ராவணன் வாய்விட்டுச்

சிரித்தான். 'என்னை நம்பு, பெண்கள் மரியாதை, கௌரவம் போன்றவற்றைத் தேடுவதில்லை. அவர்கள் செலவுகளை ஏற்றுக் கொண்டு அவர்களைப் பாதுகாப்பவனைத் தான் தேடுகிறார்கள். அதற்குப் பதிலாகக் காதல் என்ற பெயரில் எதையோ தர ஒப்புக் கொள்கிறார்கள்!'

'அண்ணா, நீ இரண்டாவது முறை மணம் முடிக்க இருக்கிறாய். பெண்களைப் பற்றிய உன் அபிப்பிராயத்தை மாற்றிக் கொள்வது நல்லது என்று நினைக்கிறேன்.'

'இதைக் கேள் கும்பா, நான் பதினைந்து நாட்களுக்குள் அனுபவிக்கும் பெண்களின் எண்ணிகையை நீ வாழ்நாள் முழுவதும் கூடப் பார்த்திருக்க மாட்டாய். அவர்கள் எப்படி நினைப்பார்கள் என்று எனக்குத் தெரியும். அவர்கள் நல்லவனும் உணர்வு பூர்வமானவனுமான ஆண்மகன் தான் வேண்டும் என்று கூறுவார்கள். ஆனால் நினைவில் கொள், பெண்கள் எப்பொழுதுமே சொல்வது ஒன்று, அதற்கான அர்த்தம் வேறொன்று என்று வாழ்பவர்கள். உண்மையில் அவர்கள் பலவீனமான, மென்மையான, குடும்பத்துக்கு அடங்கிய ஆண்மகனை நம்பகத்தன்மையற்றவன் என்று கருதி ஒதுக்கி விடுவார்கள். அவர்களுக்கு உண்மையான ஆண்கள் தேவை - வலிமையான திடகாத்திரமான ஆண்கள்.'

'நம் தர்மத்தின்படி உண்மையான ஆண்மகன் பெண்களை மதிப்பவன்தான்.'

'அப்பொழுது உண்மையான ஆண்மகன் பெண்ணிடம் சரணடைந்து அவள் காலில் மிதிபட்டுக் கிடக்க வேண்டுமா?'

'நான் அப்படிச் சொல்லவில்லை. உண்மையான ஆண்மகன் தன்னையும் மற்றவர்களையும் மதித்து நடப்பவன்.'

'என்ன அபத்தம். என்னுடைய சொந்த அனுபவத்திலிருந்து கூறுகிறேன், ஒரு ஆணின் மதிப்பை நான்கு பெண்கள் கூட்டாகச் சேர்ந்தாலும் நிரப்ப முடியாது. சொல்லப்போனால் நானூறு பெண்கள் சேர்ந்தால் கூட ஒருவனுக்கு ஈடாக மாட்டார்கள்.'

'என்ன மடத்தனம்! நீ பேசுவதை நீயே கேட்டுப் பார்த்திருக்கிறாயா, அண்ணா?'

'எப்பொழுதும். எனக்கு எதுவும் தப்பாகக் கேட்கவில்லை!'

தன் எரிச்சலைக் கட்டுபடுத்த கும்பகர்ணன் மூச்சை இழுத்து விட்டான். 'சரி விடு. உன் அபிப்பிராயங்கள் அய்யப்பனுக்கு

மாலை போடும் என் நம்பிக்கையிலிருந்து என்னை மாற்ற முடியாது.'

'நீ பெண் வாசமே இல்லாமல் இருப்பது, எப்படி ஒரு கடவுளைச் சந்தோஷப்படுத்தும்?' என்று ராவணன் கேலி பேசினான். கும்பகர்ணனைச் சீண்டுவதில் ஒரு சந்தோஷம்.

'இது பெண்களைத் தொடாமல் இருப்பது பற்றி மட்டும் அல்ல, அண்ணா,' என்று கும்பகர்ணன் பொறுமையாக விளக்கினான். 'இந்த விரதத்தை மேற்கொள்வதால், நான் அய்யப்பக் கடவுளுக்கு என் விசுவாசத்தைத் தெரிவிக்கிறேன்; அவன் முன்னாள் மஹாதேவ் ருத்ரக் கடவுளுக்கும், முன்னாள் விஷ்ணு-மோகினி தேவிக்கும் பிறந்தவன். நாடு முழுவதும் ஐய்யப்பனுக்குப பல கோவில்கள் இருந்தாலும், *விரதம்* மேற்கொள்வது என்பது சபரிமலைக்கே உரித்தாகும். ஒரு சிறு வனவாசிக் கும்பல் வனத்தின் தலைவியான சபரியின் தலைமையில் இந்தக் கோவிலை நடத்துகிறது. அனைத்து பக்தர்களுக்கும் விதிகள் போடப்பட்டுள்ளன.'

கும்பகர்ணன் தன் விரல்களை விட்டு எண்ணினான்: நாற்பத்தி-ஒன்று நாட்கள் விரதம் மேற்கொள்ளும் பொழுது புலால் உண்ணுதல், மது அருந்துதல் போன்றவற்றை விட்டுவிட வேண்டும். தரையில் உறங்க வேண்டும். உடல் ரீதியாகவோ, வார்த்தைகளின் பிரயோகத்தினாலோ யாரையும் காயப்படுத்தக் கூடாது. சமூக விழாக்களில் பங்கேற்கக் கூடாது. விஷயம் என்னவென்றால், எளிமையாக வாழ்ந்து உயர்ந்த எண்ணத்தைச் சிந்திக்க வேண்டும் என்பதுதான்.'

'இவை எல்லாம் சிறப்பாகத்தான் இருக்கின்றன. ஆனால் ஒன்று சொல்லேன். எப்பொழுதும் பெண்களை மதிப்பவன் என்கிறாயே, பெண்கள் சபரிமலைக்குள் அனுமதிக்கப்படுவதில்லை என்பது தெரியுமா? அது அவர்களை அவமதிக்கும் விதி இல்லையா?'

'பெண்கள் அனுமதிக்கப்படுகின்றனர்! கண்டிப்பாக! குழந்தை பெற்றுக் கொள்ளும் வயதில் இருக்கும் பெண்களுக்கு மட்டுமே இந்தக் கோவிலுக்குள் அனுமதி மறுக்கப்படுகின்றது. மாதவிடாய் இருக்கும் பெண்கள் குறிப்பாக மறுக்கப்படுகின்றனர்.'

'ஆஹா! அப்பொழுது குழந்தை பெற்றுக் கொள்வது அசிங்கமா? மாதவிடாய் கொண்ட பெண்கள் கோவிலை

அசுத்தப் படுத்திவிடுவார்களா? இந்தியாவின் வடகிழக்கில் இருக்கும் காமாக்கியா கோவிலில் மாதவிடாய் சமயத்தில் வரும் ரத்தம் புனிதமாகக் கும்பிடப்படுகிறது என்று தெரியுமா?'

'பயனைப் பற்றிப் பேசுவதை நீ தப்பாகப் புரிந்து கொண்டு விட்டாய், அண்ணா. மாதவிடாய் ரத்தம் அசுத்தம் என்று கருதி அவர்களுக்குத் தடை விதிக்கப்படவில்லை. எப்படி ஒரு இந்தியன் அப்படி நினைப்பான்? இது *சந்நியாஸத்துக்கும் துறவறத்துக்குமான* வழி.'

கும்பகர்ணன் தொடர்ந்தான், 'உனக்கே நன்றாகத் தெரியும், இந்தியாவில் உள்ள பெரும்பான்மையான கோவில்கள் *க்ரிஹஸ்தா* வழியைக் கடைபிடிக்கின்றன. ஒரு குடும்பத்தலைவனின் வாழ்க்கையைச் சிறப்பிக்கின்றன. இங்கே நடக்கும் சடங்குகள் அனைத்துமே யதார்த்தமான வாழ்க்கையை முன் நிறுத்தி கடைப்பிடிக்கப்படுகின்றன. உறவுகளைக் கொண்டாடுகின்றன, கணவன் அல்லது மனைவியாகட்டும், பெற்றோர் அல்லது குழந்தையாகட்டும் அல்லது ஒரு மன்னனும், அவன் மக்களும் ஆகட்டும். *துறவிகளுக்கும், சந்நியாசிகளுக்கும்* கூட கோவில் உண்டு. பல, தொலைவில் உள்ள கற்பாறைகளுக்கு நடுவில் இருக்கும் குகைகளாக இருக்கலாம்; சந்நியாசி அல்லாதவர்களுக்கு இங்கு அனுமதி இல்லை. சந்நியாசியின் கோவிலுக்குள் செல்ல வேண்டுமானால், நாமும் அனைத்தும் துறந்துவிட வேண்டும் - உலகப் பற்றுதல்கள், குடும்பம், அசையும் சொத்துக்கள் போன்றவை. பிறகு, நிரந்தரமாக சந்நியாசி கூட்டத்தில் சேர்ந்துவிட வேண்டும்.'

ராவணன் பயந்தவன் போல் பேசினான், 'நீ சந்நியாசியாகப் போகிறாயா? என்னை விட்டுப் போகிறாயா? என்ன பேசுகிறாய்!'

கும்பகர்ணன் சிரித்தான், 'இதைக் கேள், அண்ணா. சபரிமலை நிரந்தர சன்யாசிகளுக்கான கோவில் இல்லை. விரத காலமான நாற்பத்தி-ஒன்று நாட்களுக்கு மட்டுமே அப்படி இருக்க வேண்டும். சன்யாசியின் வாழ்க்கையின் ஒரு சிறிய அனுபவம் நமக்குக் கிடைக்கும். இது உனக்குப் புரிந்தால் நான் மேற்கொண்ட விரதங்களின் அர்த்தம் உனக்குப் புரியும். நாற்பத்தி-ஒன்று நாட்களுக்கு வாழ்வின் இன்பம் மற்றும் சௌகரியங்களில் இருந்து வலகி நிறக

வேண்டும். அதீத உணர்வுகளையும் கட்டுப்படுத்த வேண்டும். அதனால் தான் போதைப் பொருட்கள், புலால் மற்றும் உடலுறவிலிருந்து விலகி இருக்கச் சொல்கிறார்கள். கோவில் ஆண் சந்நியாசி வழியில் நடப்பது. அதனால் மாதவிடாய் வரும் பெண்களுக்கு அனுமதி இல்லை. சிறுமிகள் மற்றும் மூதாட்டிகள் வரலாம். இதைப் போலவே பெண் சன்யாசி பாதை வகுக்கும் கோவில்கள் உள்ளன. அங்கே வளர்ந்த ஆண்களுக்கு அனுமதி கிடையாது, உதாரணத்துக்குக் குமாரி அம்மன் கோவில். திருநங்கைகளுக்கான சன்யாச வழி கோவில்களும் உள்ளன. புரிதலின்மை நடப்பதற்குக் காரணம் உங்களைப் போன்ற யதார்த்தவாதிகளுக்கு, சன்யாசிகளின் வழி புரியாது.'

'சரி, சரி, நான் விட்டுவிடுகிறேன்,' என்று ராவணன் இரு கைகளையும் தூக்கி கேலியாகச் சரணாகதி கேட்டான். 'நீ உன் புனித யாத்திரைக்குச் சென்று வா. எப்பொழுது அது? இன்னும் சில மாதங்களிலா?'

'ஆமாம்,' என்று சிரித்த கும்பகர்ணன் மென்மையாக முணுமுணுத்தான், *'சுவாமியே சரணம் ஐயப்பா.'*

நாம் ஐய்யப்பக் கடவுளின் காலடியில் தஞ்சம் புகுந்தோம்.

அவன் தன் தம்பியைக் கேலி பேசினாலும், ஐயப்பனைத் தவறாகப் பேச மாட்டான், அவமதிக்கவும் மாட்டான். ருத்ரக் கடவுள் மற்றும் மோகினி தேவியின் புதல்வன் தான் காட்டின் கடவுள். வாழ்ந்த வீரர்களிலேயே தலை சிறந்த வீரன் என்ற பெயர் பெற்றவன் ஐயப்பன்.

கும்பகர்ணன் சொன்னதை ராவணனும் சொன்னான், 'சுவாமியே சரணம் ஐயப்பா.'

ராவணன் வேறு எதுவும் பேசுவதற்குள் ஒரு இரைச்சலான அறிவிப்பு கேட்டது. 'நாம் தரை இறங்கப் போகிறோம். உங்கள் வார்களைச் சரி பார்த்துக் கொள்ளுங்கள்.'

ராவணனும், கும்பகர்ணனும் நாற்காலிகளுடன் பிணைக்கப் பட்டிருந்த வார்கள் சரியாக இருக்கின்றனவா என்று ஒரு முறைக்கு இரு முறை சோதித்துப் பார்த்தனர்.

ராவணன் குனிந்து ஜன்னல் வழியாக *மிதிலையைப்* பார்த்தான். *மண்ணின் மைந்தர்களின் ஊர்.* மேலிருந்து பார்க்கும் பொழுது மற்ற இந்திய நகரங்களை விட மிதிலை

வித்தியாசமாகத் தெரிந்தது. பல நகரங்களைப் போல மிதிலையும் ஆற்றங்கரையில் தான் அமைந்திருந்தது. அது ஒரு ஆற்றுத்-துறைமுகம் கூட. ஆனால் கண்டகி ஆறு சில ஆண்டுகளுக்கு முன் பாதை மாறி, மேற்குப்பக்கம் ஓடியதால் மிதிலையின் தலையெழுத்து முழுவதுமாக மாற்றி எழுதப்பட்டு விட்டது. சப்த சிந்துவின் சிறந்த நகரம் என்ற அந்தஸ்தை இழந்து வேகமாக வீழ்ச்சியைக் கண்டது. சாம்ராஜ்ஜியத்தின் மற்ற நகரங்களைக் காட்டிலும் மிகுந்த ஏழ்மை நிலைமையில் இருந்தது. மற்ற நகரங்களை ராவணன் உறுதியாக அழித்துக் கொண்டிருந்தான். அதனால்தான் அமர்த்தியிருந்த உப வணிகர்களை மிதிலையிலிருந்து ராவணன் தானே அகற்றிவிட்டான். அவர்களுக்கு வேலையே இல்லை.

‘நகரம் வரை அடர்ந்த காடு நம்முடனேயே பயணிப்பது அதிசயமாக இருக்கிறது,’ என்றான் ராவணன்.

செழிப்பான சகதியான சமவெளி நிலம், வானம் பார்த்த பூமி, பருவ மழை பொய்க்காமல் பொழிந்தது என்பதால் மிதிலையைச் சுற்றி இருந்த நிலம் அதிக விளைச்சலைத் தந்தது. விவசாயிகள் அதிக நிலத்தை விளை நிலங்களாகப் பயன்படுத்தாததால் இயற்கை வளங்களைப் பயன்படுத்திக் கொண்டு காடு அடர்ந்து வளர்ந்து நகரின் எல்லைக்கு வேலியைப் போல் அமைந்தது.

‘அகழியைப் பார்,’ என்றான் கும்பகர்ணன் ஆச்சரியமாக.

மேலிருந்து பார்த்தால் கோட்டையைச் சுற்றி இருக்கும் தண்ணீர் தெரிந்தது. ஒரு காலத்தில் அது தற்காப்புக்காக ஏற்படுத்தப்பட்ட அகழியாக இருந்திருக்கலாம். அதில் முதலைகள் வாசம் செய்திருக்கும். ஆனால் இப்பொழுது அது தண்ணீர் வழங்கும் ஏரியாக மாறி இருந்தது.

மொத்த நகரத்தைச் சுற்றியும் ஏரி அமைந்ததால், மிதிலை ஒரு தீவு நகரம் போலக் காட்சி தந்தது. ராட்சத சக்கரங்கள் ஏரியிலிருந்து தண்ணீரை இறைத்தன. குழாய்கள் மூலம் தண்ணீர் நகரத்துக்குள் எடுத்துச் செல்லப்பட்டது. எரிக் கரையில் படித்துறை கட்டப்பட்டு ஏரியின் நீரை எடுக்க வசதி செய்யப்பட்டிருந்தது.

‘சரியான, பாதுகாப்பான அகழியே இனி இல்லையா!’ என்று ராவணன் ஆச்சரியப்பட்டான்.

'இது சாமர்த்தியமான ஏற்பாடு என்றுதான் நான் நினைக்கிறேன். மிதிலையை யார் தாக்கப் போகிறார்கள்? இங்கு கொள்ளை அடிக்கப் பணம் இல்லை. அவர்களின் ஒரே சொத்தான அறிவை அவர்கள் இலவசமாகக் கொடுக்கிறார்கள்.'

'ஹ்ம்ம்... நீ சொல்வது சரிதான்.'

கோட்டையின் அகழியைப் பார்த்தபடி இருந்த சகோதரர்களின் கண்கள் அதன் உட்புறச்சுவர்கள் மீது விழுந்தன. பிரதான கோட்டைக்கும் அதற்கும் ஒரு மைல் தொலைவு இருக்கும். அந்த இடம் விவசாய நிலங்களாகப் பிரிக்கப்பட்டு பாத்தி கட்டப்பட்டிருந்தன. தானியங்கள் விளைந்து அறுவடைக்குத் தயாராக இருந்தன.

ராவணன் பிரமிப்படைந்தான். 'நல்ல விஷயம்தான். மிதிலையில் யாருக்கோ ராணுவ அறிவு இருக்கிறது.'

கோட்டைக்குள்ளேயே உணவை உற்பத்தி செய்வதால் எதிரிகளின் முற்றுகையின் பொழுது உணவுப் பற்றாக்குறை ஏற்படாது. அங்கு மக்கள் யாரும் குடியிருக்கவில்லை என்பதால் வெளிப்புறச் சுவரைத் தாண்டி வரும் எதிரிகளைக் கொலை செய்யும் களமாக அது மாறும். தாக்கும் எதிரி நிறைய அழிவைச் சந்திக்க நேரிடும். நிறைய வீரர்களை இழக்க வேண்டியிருக்கும். பின் வாங்கவும் வழி இருக்காது.

கும்பகர்ணன் அண்ணன் சொன்னதை ஒப்புக்கொண்டான். 'கண்டிப்பாக இது சாமர்த்தியமான ராணுவ அமைப்புதான். இரண்டு கோட்டைச் சுவர்கள், மத்தியில் குடிமக்கள் இல்லாத அமைப்பு. நாமும் இதை முயற்சிக்கலாம்.'

புஷ்பக விமானம் தரையை நோக்கிச் சுழன்றது. மிதிலையின் பிரதான வாயில் கதவுகள் தெரிந்தன. இந்தியாவில் உள்ள மற்ற கோட்டைகளைப் போல அதில் எந்த முத்திரைகளும் பதிக்கப்படவில்லை.

அதற்குப் பதிலாக, ***ஞானத்தின் தேவியான, சரஸ்வதி தேவியின்*** படம் வாயிலின் மேல் பகுதியில் செதுக்கப்பட்டு இருந்தது.

அந்தப் படத்தில் இரண்டு வரிகளும் பொறிக்கப் பட்டிருந்தன. தொலைவிலிருந்து அவற்றைப் படிக்க முடிய வில்லை.

'அந்த வரிகள் என்னவாக இருக்கும்?' ராவணன் யோசித்தான்.

'அகம்பனாஜி அதைப்பற்றி என்னிடம் கூறியது எனக்கு நினைவில் இருக்கு,' என்றான் கும்பகர்ணன்.

'ஸ்வக்ருஹே பூஜ்யதே முர்காஹா;
ஸ்வகிராமே பூஜ்யதே பிரபுஹு
ஸ்வதேசே பூஜ்யதே ராஜா;
வித்வான் சர்வத்ர பூஜ்யதே.'

ஒரு முட்டாளை அவன் வீட்டினர் ஆராதிப்பர்.
ஒரு தலைவனை அவன் கிராமம் ஆராதிக்கும்.
ஒரு ராஜாவை அவன் ராஜ்ஜியம் ஆராதிக்கும்.
ஒரு அறிவாளி எங்கும் ஆராதிக்கப்படுகிறான்.

ராவணன் சிரித்தான். உண்மையாகவே ஞானத்துக்காக இருக்கும் ஒரு நகரம். ரிஷிகளுக்குப் பிடித்த நகரம். அவனுடைய தேவைக்கு உகந்த நகரம்தான்.

சிறிய உலோகத் திரைகள் ஜன்னல் கண்ணாடிகளின் மீது இறங்கின. அவை காட்சிகளை மறைத்தன.

'நாம் தரையில் இறங்குகிறோம்,' என்றான் கும்பகர்ணன்.

ராட்சசக் காற்றாடிகளின் இடி முழக்கம் ஒலிக்க, புஷ்பக விமானம் மெதுவாக தரையிறங்கியது. கோட்டையின் புறச்சுவர்களுக்கு அப்பால் காடுகளுக்கு அருகே அதற்காக ஏற்படுத்தப்பட்டிருந்த நிலத்தில் இறங்கியது. ராவணனின் பத்தாயிரம் வீரர்கள் அங்கே நேர்த்தியாக அணிவகுத்திருந்தனர்.

ராவணன் ஆழமாக மூச்சை உள் இழுத்து, 'செயலில் இறங்கும் நேரம்,' என்றான்.

—ॐ—

'எதோ சரி இல்லை, அண்ணா,' என்றான் கும்பகர்ணன். நாம் கிளம்பலாம் வா.'

மிதிலைக்கு வெளியே முகாம் அமைத்திருந்தான் ராவணன். இங்கே தன் படை வீரர்கள் சூழ இருப்பது சப்த சிந்துவின் ஒரு

ராஜ்ஜியத்துக்குள் இருப்பதைக் காட்டிலும் பாதுகாப்பானது என்று அவன் கருதினான். தன்னுடைய வணிக விதிகளினால் ஏழையாக்கிய ராஜ்ஜியத்தில் தங்குவது அபாயம் தான்.

'ஆனால் மன்னன் குஷத்வாஜ் தானே எனக்கு அழைப்பு விடுத்தான்!' என்றான் ராவணன் கோபமாக. இவன் வருகையை அறிவிப்பதற்காகக் கும்பகர்ணனும் இவன் படை வீரர்களும் மிதிலையின் அரசவைக்குக் சென்றிருந்தனர். அவர்களின் வரவை எதிர்பார்த்துக் காத்திருந்தான்.

'அவன்தான் அனுப்பினான் என்று எனக்கும் தெரியும், ஆனால் அவன் வாயே திறக்கவில்லை. மன்னன் ஜனகனும் மௌனமாகத் தான் இருந்தான்.'

'பின்னே யார் தான் பேசியது?'

'குரு விஸ்வாமித்திரர்.'

'குருஜி அங்கே என்ன செய்து கொண்டிருக்கிறார்? சுயம்வரச் சடங்கில் என்ன விவாதம் இருக்கப்போகிறது!'

'அவர் அங்கே என்ன செய்கிறார் என்பது எனக்குத் தெரியாது, ஆனால் நான் பார்த்தவரை அவர்தான் அங்கே அனைத்து முடிவுகளும் எடுப்பவர் போல் இருந்தார். என்னை, இளவரசி சீதாவைச் சந்திக்கவே விடவில்லை.'

'இதற்கு என்ன அர்த்தம்?' ராவணன் மேலும் பொறுமை இழந்து பதற்றமடைந்தான். 'நான் தான் இலங்கை. உலகிலேயே மிகவும் சக்தி வாய்ந்த நாட்டை ஆள்பவன். உலகின் செல்வம் மிகுந்த நாடு. சீதையைத் திருமணம் முடிக்க நான் இங்கு வந்தது மிதிலைக்கு தான் ஆதாயம். என்னை அவர்கள் எப்படி, இப்படி நடத்தலாம்?'

'அண்ணா, நாம் புறப்படலாம். சப்த சிந்துவினர் நம்மை ஏற்க மாட்டார்கள். நாம் முயற்சித்து விட்டோம். ''ஆர்யவர்தா'' எக்கேடோ கெட்டுப் போகட்டும். நாம் இலங்கையில் சுகமாக வாழலாம். இந்தியாவின் ஒரு கோடியில். நாம் கிளம்பலாம்.'

'என்னை அவர்கள் அவமானப்படுத்தியது, உலகுக்கே தெரியும்படியாக இருக்கும் பொழுது நாம் எப்படிப் போவது? எந்த ஒரு அற்பனும் இதை அறிந்து நம்மை எதிர்த்து நாளை போராடலாம். முடியாது. நான் போக மாட்டேன்!'

'அண்ணா, நான் சொல்வதைக் கேள். சுயம்வரத்துக்கு உனக்கு வரவேற்பு இல்லை என்பதை குரு விஸ்வாமித்திரர் என்னிடம் சொல்லாமல் சொன்னார். ஒவ்வொருமுறை நான்

மன்னன் குஷத்வாஜ் பக்கம் திரும்பும் பொழுதும் அவன் என் பார்வையைச் சந்திக்காமல் தரையைப் பார்த்தான். ஒரு வார்த்தை பேசவில்லை. அதனால் இது எதுவும் எனக்குச் சரி என்று படவில்லை.'

'நாம் அந்த முட்டாள் குஷத்வாஜால் தான்அழைக்கப் பட்டோம் என்பதை நீ ஏன் அவர்களிடம் சொல்லவில்லை?'

'அதனால் என்ன ஏற்படப்போகிறது, அண்ணா? நம்மை அவன் அடையாளம் கண்டு கொள்ளாதவாறு அமர்ந்திருந்தான். நமக்கு இங்கே வரவேற்பு இல்லை. நாம் சென்று விடலாம்.'

'இல்லை, நாம் போகக் கூடாது!'

'அண்ணா...'

'ராவணனை இப்படி அவமானப்படுத்தக் கூடாது! இலங்கையும் இப்படி அவமானப்படக்கூடாது! அவர்கள் என்ன நினைக்கிறார்கள் என்பதில் எனக்கு அக்கறை இல்லை. நான் சுயம்வரத்துக்குச் சென்று வெல்வேன். நான் சீதாவுடன் தான் வெளியேறுவேன், பிறகு அவளைச் சிகிரியாவின் சிறையில் அடைத்தாலும் சரி. நான் இந்த சுயம்வரத்தில் வெற்றி பெற வேண்டும். என் கௌரவத்தைக் காக்க வேண்டும்!'

'அண்ணா, நான் அப்படி நினைக்கவில்லை-'

'கும்பகர்ணா! என் முடிவுதான் இறுதி!'

சுயம்வர தினம் அன்று ராவணனும், கும்பகர்ணனும் முப்பது வீரர்களுடன் முகாமிலிருந்து கிளம்பினர். பதினைந்து வீரர்கள் அவர்களுக்கு முன்னாலும், பதினைந்து வீரர்கள் அவர்கள் பின்னாலும் வீர நடை போட்டனர். வீரர்கள் பளபளப்பான சிறந்த உடைகளை அணிந்திருந்தனர். உலகிலேயே மிகவும் செல்வம் கொழிக்கும் நாட்டின் வீரர்கள் எப்படி இருக்க வேண்டுமோ அப்படி உடை அணிந்திருந்தனர். இலங்கையின் அந்தஸ்த்தை நிலை நிறுத்தினர்: கொழுந்து விட்டு எரியும் நெருப்பிலிருந்து வெளியேறும் சிங்க முகம் கொண்ட கறுப்புக் கொடியைத் தூக்கியபடி நடந்தனர்.

அவர்களுக்குச் சுயம்வரத்துக்கு அழைப்பு இல்லை என்றபடியால் கும்பகர்ணன் சுமார் ஆயிரம் வீரர்களை,

ஆயுதங்கள் ஏந்தி ராவணனனையும் அவன் காவலர்களையும் பின் தொடரச் சொல்லியிருந்தான். சுயவரம் நடக்கும் இடத்துக்கு வெளியே காத்திருக்கச் சொன்னான். மலயபுத்ரர்களைக் கோபப்படுத்தாமல் அதே சமயம் பாதுகாப்பையும் அண்ணனுக்காக பலப்படுத்தியிருந்தான்.

ஏறி மீதிருந்த இழுக்கும் பாலத்தைத் தாண்டி இலங்கைப் படை வெளிப்புறக் கோட்டைச் சுவர்களின் திறந்த வாயில் கதவுகள் வழியாக உள்ளே நுழைந்து உட்புறச் சுவர்களுக்குள் வந்தனர். ராவணனுக்கும் கும்பகர்ணனுக்கும் பின்னால் இருந்த வீரர்கள் சங்கை ஊதினர். இயன்ற வரை தங்கள்பால் கவனத்தை ஈர்த்தனர்.

பெரும்பான்மையான மிதிலைவாசிகள் ஏற்கனவே சுயம்வரத்துக்குச் சென்று விட்டனர் அல்லது சென்று கொண்டிருந்தனர். நகரத்தில் தங்கி விட்ட வேறு சிலர் வெளியே வந்து இந்தக் கூட்டத்தைப் பார்த்தனர். உலகிலேயே மிகுந்த செல்வமும் சக்தியும் வாய்ந்தவனின் ஊர்வலத்தைப் பார்த்தனர். இலங்கை வாசிகளின் ஆடம்பரம் மற்றும் படாடோபத்தைப் பார்த்து மிதிலை வாசிகள் தங்கள் இல்லத்திற்குள்ளேயே சென்று விட்டனர். இலங்கையினரை எந்த விதத்திலும் அவமதிக்கவோ, எள்ளி நகையாடவோ கூடாது என்ற ஜாக்கிரதை உணர்வுடன் வீட்டுக்குள் சென்றனர்.

வெற்றி வாகை சூடி திரும்பும் மன்னனைப் போல் கண்களை நேரே நிறுத்தி நடந்தான் ராவணன். பயந்த மிதிலைவாசிகளின் கண்களைச் சந்திக்க மறுத்தான் ராவணன்.

மாளிகை வளாகத்தில், தர்மத்தின் கூடம் என்ற இடத்தில்தான் சுயம்வரம் ஏற்பாடாகி இருந்தது. அரசவையில் அல்ல. தர்மக் கூடத்தின் கட்டிடத்தை ஜனக மன்னன் மிதிலையின் பல்கலைக் கழகத்துக்குக் கொடையாகத் தந்திருந்தான். சாதாரணமாக அந்தக் கூடத்தில் விவாதங்களும், கலந்தாலோசனைகளும் நடக்கும். அலசப்படும் விஷயம் சிறப்பு வாய்ந்ததாக இருக்கும் - இந்த உலகமே மாயை, ஆன்மாவின் தன்மை, உலகம் தோன்றிய மூலம், உருவச் சிலைகளை வணங்குவதற்கான முக்கியத்துவமும் - அழகும், நாத்திகத்தின் தத்துவம்... ஜனக மன்னன் தத்துவ விரும்பி, அதனால் தன் நாட்டில் உள்ள அனைவரையும் ஆன்மீகத்திலும், அறிவு சம்பந்தப்பட்ட விஷயங்களிலும் ஈடுபடுத்தினான்.

வட்டமான கூடத்தின் மேல் கூரை, பெரிய, வேலைப்பாடுடன் கூடிய குவி மாடம் வடிவில் அமைக்கப் பட்டிருந்தது. சுவர்கள் முழுவதும் கடந்த கால ரிஷிகள் மற்றும் ரிஷிகாக்களின் சித்திரங்கள் வரையப்பட்டு அலங்கரிக்கப்பட்டிருந்தன. வட்ட வடிவமே ஜனக மன்னனின் ஆட்சி அமைப்பைக் குறியீடாகக் கொண்டது: அனைத்துத் தரப்பு அபிப்பிராயங்களுக்கும் சம உரிமை கொடுக்கப்பட்டது. விவாதங்களின் பொழுது அனைவரும் சம தளத்தில் அமர்ந்தனர், யாரும் யாரையும் அடக்குமுறை செய்யாமல் தைரியமாக மனதில் தோன்றியதை விவாதித்தனர்.

சுயம்வரத்துக்கு வரும் பார்வையாளர்களுக்காக மண்டப நுழைவாயிலில் சிறப்பு மூன்றடுக்கு உட்காரும் வசதி செய்திருந்தனர். மறு கோடியில் ஒரு மர மேசையில் மன்னனுக்கான அரியணை ஏற்பாடாகியிருந்தது. அரியணைக்குப் பின்னால் உயரமான பீடத்தில் மிதிலை நாட்டைத் தோற்றுவித்த மிதி மன்னனின் சிலை இருந்தது. ஆடம்பர அழகில் சற்றே குறைந்த மேலும் இரண்டு அரியணைகள் மன்னனின் அரியணைக்கு வலதும் இடதுமாக இருந்தன. மண்டபத்தின் மையப்பகுதியில் வட்டமாக, அமர, சௌகர்யமான இருக்கைகள் போடப்பட்டிருந்தன. அங்கே மன்னர்களும், இளவரசர்களும் - திருமண மாப்பிள்ளைகள் - அமர வசதி செய்யப்பட்டிருந்தது.

சத்தமான இலங்கையின் சங்கு முழக்கத்தோடு, தங்களின் முப்பது காவலர்களோடு பிரமிப்பூட்டும் வகையில் ராவணனும் கும்பகர்ணனும் மண்டபத்திற்குள் பிரவேசம் செய்தனர். மண்டபத்தின் வெளியே ஆயிரம் படை வீரர்கள் அணிவகுத்தனர். கண்களில் படாமல் ஆனால் தேவைப்பட்டால் செயல்படும் தொலைவில் இருந்தனர். ஆணையிட்டால் தங்கள் மன்னனைக் காப்பதற்காகத் தாக்கும் நிலையில் தயாராக இருந்தனர்.

ராவணனும் கும்பகர்ணனும் ஏற்பாடுகளைப் பார்வையிட்டபடி முன்னேறினர்.

மூன்றடுக்கின் மேல் அடுக்குகளில் சாமானிய குடிமக்கள் அமர்ந்திருந்தனர். முதல் வரிசைகளில் பிரபுக்களும், செல்வந்தர்களும் அமர்ந்திருந்தனர். மண்டபத்தின் நடுவே வட்டமாக இருந்த சௌகர்யமான இருக்கைகளில் போட்டி யாளர்கள் அமர்ந்திருந்தனர். இளவரசி சீதை நடப்பது

அனைத்தையும் பார்க்க முடியும், ஆனால் *குப்த் சுயம்வரம்* என்பதால் அவளைப் போட்டியாளர்களால் பார்க்க முடியாது.

மண்டபத்தின் நடு மத்தியில் ஒரு மேசையின் மீது அலங்காரமாக நாண் பூட்டப்படாத ஒரு வில் வைக்கப் பட்டிருந்தது. மிகவும் பிரபலமான பினாகா, ருத்ரக் கடவுளின் வில். அதனருகே நிறைய அம்புகள் வைக்கப்பட்டிருந்தன. மேசையின் அருகே, தரையில், தாமிர முலாம் பூசிய பெரிய வட்டப் பாத்திரம் வைக்கப்பட்டிருந்தது. போட்டி யாளர்கள் முதலில் வில்லைத் தூக்கி அதற்கு நாண் பூட்ட வேண்டும். இதுவே சாதாரண விஷயம் கிடையாது. பிறகு அவர்கள் பாத்திரம் அருகே செல்ல வேண்டும். அதில் தண்ணீர் நிரப்பப்பட்டிருந்தது. மேலிருந்து நீர் சொட்டுசொட்டாக அதை நிரப்பிக் கொண்டிருந்தது. அதனால் பாத்திரத்தின் நீரில் சிற்றலைகள் ஏற்பட்டன. நடுவிலிருந்து பாத்திரத்தின் விளிம்பு வரை வட்ட வட்டமாகச் சிற்றலைகள் உருவாகின. நிலைமையை மேலும் சிக்கலாக்குவதற்கு, என்ன நடக்கும் என்பதை ஊகிக்க முடியாதவாறு பாத்திரத்தில் நீர் எப்பொழுது விழும் என்றே கணிக்க முடியாது.

ஒரு (ஹில்ஸா) வெங்கன்னை மீனைச் சக்கரத்தில் குத்தியிருந்தனர். தரையிலிருந்து நூறடி உயரத்தில் கூரையிலிருந்து இது தொங்கவிடப்பட்டிருந்தது. சக்கரம் ஒரே சீராகச் சுழன்றபடி இருந்தது. கீழே அலைகள் நிரம்பியிருந்த சலனங்கள் கொண்ட நீரில் தெரியும் மீனின் பிம்பத்தைப் பார்த்துக் கொண்டே அதன் கண்ணில் அம்பு அடிக்க வேண்டும். இதை முதலில் செய்பவருக்கே மணமகள் கிடைப்பாள்.

மணமகன்களாகப் பிரியப்படும் போட்டியாளர்களுக்குக் கொடுக்கப்பட்ட பணியைப் பற்றி எல்லாம் ராவணன் அக்கறை கொள்ளவில்லை. சிறந்த மலயபுத்ரரான குரு விஸ்வாமித்ரரின் துவக்க உரை இவன் உள்ளே நுழைந்ததால் தடைப்பட்டதைப் பற்றியும் அவன் கண்டு கொள்ளவில்லை. இதுவரை நடந்திராத பேரவமானம் ஏற்பட்டது மகரிஷிக்கு. அதற்கும் ராவணன் கவலைப்படவில்லை. எதோ ஒன்று அவன் கவனத்தை ஈர்த்தது. போட்டியாளர்கள் வட்டத்தில் அனைத்து இருக்கைகளும் நிரம்பிவிட்டன.

எனக்காக ஒரு இடத்தை அவர்கள் ஒதுக்கவில்லை! வேசி மகன்கள்!

ராவணனின் பரிவாரம் மண்டபத்தின் மையத்திற்கு வந்து ருத்ரக் கடவுளின் வில் அருகே நின்றது. முதலில் இருந்த காவலன் உரத்த அறிவிப்புச் செய்தான். 'மன்னர் மன்னன், சாம்ராட்டுகளின் சாம்ராட், மூவுலகையும் ஆளும் வேந்தன், கடவுள்களுக்குப் பிரியமானவன், ராவண வேந்தன்!'

பினகாவுக்கு வெகு அருகில் அமர்ந்திருந்த ஒரு குறுநில மன்னனைப் பார்த்துச் சத்தமின்றி உறுமித் தலையசைத்தான். அரண்டு போன அவன் சடாரென்று எழுந்து கேள்வி கேட்காமல் ஊர்ந்து, வேறொரு போட்டியாளன் பின்னால் ஒடுங்கிக்கொண்டான். ராவணன் அந்த இருக்கையை நோக்கி நடந்தான்; ஆனால் அமரவில்லை. தன் வலது காலை அந்த இருக்கையில் ஊன்றினான். முட்டியில் கையை வைத்துக் கொண்டான். கும்பகர்ணனும் அவன் ஆட்களும் அவன் பின்னால் வரிசை கட்டினர். பரம நிதானத்துடன் ராவணன் தன் பார்வையை அரியணைகள் இருந்த மறு கோடிக்குத் திருப்பினான்.

மிதிலை மன்னனுக்காக ஒதுக்கப்பட்ட சம்பிரதாயமான அரியணையில் மகரிஷி விஸ்வாமித்திரர் அமர்ந்திருந்தார். சிறந்த மகரிஷியின் வலது பாகம் இருந்த சற்றே சிறிய அரியணையில் மிதிலையின் மன்னன், ஜனகன், அமர்ந்திருந்தான். மன்னனின் தம்பி குஷத்வாஜ் விஸ்வாமித்திரரின் இடப்புறம் அமர்ந்திருந்தான்.

தொலைவில் அமர்ந்திருந்த விஸ்வாமித்திரரைப் பார்த்து உரக்கக் கூறினான் ராவணன், 'தொடருங்கள், சிறந்த மலயபுத்ரரே.'

மலயபுத்ரர்களின் தலைவரின் பேச்சை இடைமறித்து அவமதித்தற்காக மன்னிப்பு கேட்பது அவசியம் என்று கூட ராவணன் நினைக்கவில்லை.

விஸ்வாமித்திரருக்கு அடங்காக் கோபம் பிறந்தது. அவரை யாரும் இந்த அளவுக்கு அவமதித்ததில்லை. 'ராவணா...' என்று கர்ஜித்தார்.

ராவணன் அவரைக் கவலையின்றி முறைத்தான்.

தன் கோபத்தைச் சிரமப்பட்டு அடக்கினார் விசுவாமித்ரர்; அவருக்கு முக்கியமான ஒரு பணி காத்திருந்தது. ராவணனைப் பிறகு கவனித்துக் கொள்ளலாம் என்று நினைத்தார். 'மன்னர்களும், இளவரசர்களும் எந்த

வரிசையில் வர வேண்டும் என்று இளவரசி சீதை நிர்ணயித்து விட்டாள்.'

விசுவாமித்ரர் பேசிக்கொண்டிருக்கும் போதே ராவணன் இருக்கையிலிருந்து காலை எடுத்துவிட்டுப் பினாகாவை நோக்கி நடந்தான். ராவணன் வில்லை எடுக்கும் சமயம் மலயபுத்ரர்களின் தலைவன் தன் அறிவிப்பை முடித்தார். 'போட்டியிடப் போகும் முதல் ஆண் நீ இல்லை, ராவணா. அது ராம், அயோத்தியாவின் இளவரசன்.'

வில்லின் சில அங்குலங்கள் உயரத்தில் ராவணனின் கைகள் நின்றன. அவன் விசுவாமித்ரரைப் பார்த்துவிட்டு அவர் அழைத்தவன் யார் என்று சுற்றிலும் பார்த்தான். இருபது வயது மதிக்கத் தக்க இளைஞன், வெண்மை நிற உடைகளில் துறவிக் கோலம் பூண்டு நின்றான். அவனுக்குப் பின் மற்றொரு இளைஞன், ஆனால் அவன் பூதாகாரமாக நின்றான், அவனுக்கு அருகில் அரிஷ்டநேமி. ராவணன் முதலில் முறைத்தது அரிஷ்டநேமியைத் தான். பிறகு தான் ராமைப் பார்த்தான். பார்வையால் கொலை செய்யும் ஆற்றல் இருந்திருந்தால் ராவணன் அன்று சிலரைக் கொன்று சாய்த்திருப்பான்.

அவன் தந்தையைத் தோற்கடித்த தினம் பிறந்த சிறுவன் இவன்! இந்தச் சிறுவனை என்னுடன் மோத வைக்க விஸ்வாமித்திரருக்கு என்ன திமிர்? இலங்கை மன்னனுக்கு எதிராகவா? உலகை ஆளும் மன்னனுக்கு எதிராகவா?

கழுத்தைச் சுற்றித் தொங்கும் வேதவதியின் விரல் எலும்புகள் பதக்கத்தைப் பற்றியபடி ராவணன் விஸ்வா மித்திரரை எதிர்கொண்டான். அவள் அவனுக்குத் தேவைப் பட்டாள். அவள் குரல் அவசியமானது. ஆனால் அவனால் எதையும் கேட்கமுடியவில்லை. அவனுடைய பெருத்த அவமானத்தின் போது அவளும் அவனைப் பரிதவிக்க விட்டுவிட்டாள்.

ராவணன் சத்தமாக அதிரும் குரலில் பேசினான், 'நான் அவமதிக்கப்பட்டு விட்டேன்!'

ராவணனின் இருக்கைக்குப் பின்னால் இருந்த கும்பகர்ணன், யாரும் அறியாத வண்ணம் தலையசைத்தான். அவன் சோகமாக இருந்தான்.

‘ஆற்றலற்ற சிறுவர்களை எனக்கு முன்னால் போட்டியிட வைப்பதாக இருந்தால் என்னை எதற்கு அழைத்தீர்கள்?’ ராவணனின் உடல் கோபத்தில் நடுங்கியது.

குஷத்வாஜ்ஜை எரிச்சலுடன் பார்த்தபடி ஜனகன் தீனமாக ராவணனை வெட்டிப் பேசினான், ‘இந்தச் சுயம்வரத்தின் விதிகள் இவைதான், இலங்கையின் சிறந்த வேந்தனே...’

கடைசியாக இடிமுழக்கம் போன்று ஒலித்த குரல் கேட்டது.

அது கும்பகர்ணன்தான். ‘போதும் இந்த மடத்தனம்!’ ராவணனைப் பார்த்து, ‘அண்ணா, வா போகலாம்,’ என்றான்.

ராவணன் சட்டென்று குனிந்து பினாகாவை எடுத்தான். யாரும் எதுவும் செய்வதற்கு முன் நாண் பூட்டி அம்பு ஒன்றை அதில் வைத்தான். பெரும்பான்மையானவர்களால் அந்தப் பினாகாவைத் தூக்கக் கூட முடியாது. இருந்தும் ராவணன் தன்னுடைய வலிமையையும் ஆற்றலையும் காட்டுவதற்காக அதை எளிதில் தூக்கி நாண் பூட்டி அம்பு ஒன்றை அதில் வைத்தான். மற்றவர்கள் சுதாரிப்பதற்குள் அவனுடைய துரிதம் மற்றும் ஆற்றலுடன் செயல்பட்டான். அதைக் காட்டிலும் சிறப்பு அவன் வைத்த குறி.

அனைவரும் ஸ்தம்பித்து அமர்ந்திருந்தனர். ராவணன் அம்பை நேராக விஸ்வாமித்திரரைப் பார்த்துக் குறி வைத்தான், சிறந்த மகரிஷி, மலயபுத்ரர்களின் தலைவன் மீது குறி வைத்தான்.

சென்ற விஷ்ணு விட்டுச் சென்ற பழங்குடியினர் தான் மலயபுத்ரர்கள். அதனால் அவர்களின் தலைவன் விஷ்ணுவின் பிரதிநிதி. அவரை எதிர்த்து ஒரு கடின சொல் சொல்வதே கூட யாரும் கேள்விப்பட்டிராத விஷயம். ஆனால் யாராவது, அவன் ராவணனைப் போன்ற வலியவனாகவே இருப்பினும் விஸ்வாமித்திரரின் மீதா அம்புக் குறி வைப்பது? யோசித்துப் பார்க்க முடியாத விஷயம்.

கூட்டம், திகிலுணர்வுடன் மூச்சை ஆழமாக இழுத்தது. விஸ்வாமித்திரர் எழுந்தார், அங்கவஸ்திரத்தை ஒருபுறம் தள்ளினார், முஷ்டி மடக்கித் தன் மார்பில் அடித்தபடி பேசினார், ‘அம்பு விடு, ராவணா!’

சிறந்த மகரிஷியின் வீரன் போன்ற தோற்றம் அனைவரையும் அதிசயிக்க வைத்தது. ஞானியிடம் இப்படிப்பட்ட

பட்டவர்த்தனமான துணிவு அபூர்வம்தான். ஆனால் ஒரு காலத்தில் விஸ்வாமித்திரர் வீரனாக இருந்திருக்கிறார்.

மண்டபம் முழுவதும் ரிஷியின் குரல் எதிரொலித்தது. 'செய்! அம்பு விடு, துணிவிருந்தால், செய்!'

நான் அவர் மீது அம்பு தொடுக்க வேண்டும். ஜம்பமாகத் திரியும் பைத்தியக்காரன்... ஆனால் மருந்துகள்... கும்பகர்ணனுக்கு... எனக்கு...

ராவணன் தன் குறியைச் சற்றே விலக்கி அம்பைத் தொடுத்தான். விஸ்வாமித்திரரின் பின்னால் இருந்த மிதி மன்னனின் சிலையில் பட்டு அந்தப் பழமையான மன்னனின் மூக்கு உடைந்தது.

இலங்கை மன்னன் தன்னைச் சுற்றிலும் பார்த்தான். நகரத்தைத் தோற்றுவித்தவனை அவமானப்படுத்திவிட்டான். அந்தப் பழமையான மன்னனை மக்கள் போற்றி ஆராதித்தனர். இன்று வரை அவன் நினைவு புனிதமாகத் திகழ்ந்தது. சில மிதிலைவாசிகளாவது கோபமுறுவார்கள் என்று ராவணன் எதிர்பார்த்தான்.

வாருங்கள்! மிதி மன்னனின் கௌரவத்தைக் காக்க சண்டையிட வாருங்கள், என்னுடைய படையை உள்ளே அழைத்து உங்கள் அனைவரையும் படுகொலை செய்யும்படி ஆணையிட எனக்கு ஒரு காரணத்தை உருவாக்குங்களேன்!

ஆனால் எந்த மிதிலைவாசியும் எழவில்லை. தங்கள் கௌரவத்தை விழுங்கிக் கொண்டுக் கூச்சமில்லாமல் அமர்ந்திருந்தனர், நாட்டைத் தோற்றுவித்தவருக்கு நடந்த அவமானம் கூட அவர்களை எழுச்சி பெறச் செய்யவில்லை.

கோழைகள்!

ராவணன் கை அசைத்து ஜனகனை மதிக்கவில்லை என்று தெரிவித்துவிட்டு, குஷத்வாஜ்ஜை முறைத்தான். வில்லைக் கீழே எறிந்துவிட்டு வாயிலை நோக்கி நடந்தான், அவனுடைய காவலர்கள் அவனைத் தொடர்ந்தனர்.

இந்தக் குழப்பத்தில் கும்பகர்ணன் மேடை மீது ஏறினான், வேகமாக பினாகாவின் நாணை அவிழ்த்தான், பிறகு இரண்டு கைகளாலும் மரியாதையுடன் வில்லை நெற்றிக்குக் கொண்டு வந்து வணங்கினான்.

ருத்ரக் கடவுளே, நான் மன்னிப்பு கேட்கிறேன், ஏற்றுக் கொள்ளுங்கள். உங்களுடைய புனித வில்லுக்குக் களங்கம்

கற்பிக்க என் அண்ணன் விரும்பவில்லை. அவன் தன் உணர்சிகளுக்கு இரையாகிவிட்டான். அவனை இதற்காகத் தண்டித்து விடாதீர்கள்.

நிறைய மரியாதை மற்றும் கண்ணியத்துடன், ருத்ரக் கடவுளின் பினாகா வில்லை, கும்பகர்ணன் மேசை மீது வைத்தான். பிறகு அவன் வேகமாக நடையைக் கட்டினான். மண்டபத்திலிருந்து வெளியேறி கொந்தளித்துக் கொண்டிருந்த ராவணனை நெருங்கினான்.

அத்தியாயம் 26

‘என்ன தைரியம் அவர்களுக்கு!’ நிறுத்தி வைக்கப்பட்டிருந்த புஷ்பக விமானத்தில் இங்கும் அங்குமாக நடந்தபடி கத்தினான் ராவணன். ‘என்ன தைரியம் அவர்களுக்கு? நான் இலங்கை! நான் அவர்களின் தலைவன்! அவர்களுக்கு எவ்வளவு தைரியம்!’

கும்பகர்ணன் அவனை அமைதிப்படுத்த முயன்றான். ‘பரவாயில்லை, அண்ணா. நான்தான் என்ன நடக்கும் என்று சொன்னேனே. நாம் போகலாம்.’

‘போவதா? போவதா? உனக்கு என்ன பைத்தியமா, கும்பகர்ணா?’

தன் அண்ணன் தன்னைக் ‘‘கும்பா’’ என்று அழைக்காமல் முழுப் பெயரையும் வைத்து அழைத்தால், அமைதியாக இரு என்று கும்பகர்ணன் சொல்லும் எந்த அறிவுரையையும் ஏற்கும் மனநிலையில் இல்லை என்று அர்த்தம்.

‘இந்தக் கோழைகள் என்னை அவமதித்துவிட்டனர்,’ ராவணன் சீறினான், அவன் கைகள் மடங்கி விரிந்தன. ‘என்னைப் பொது மக்களுக்கு எதிரே அவமதித்துவிட்டனர். இதற்கான விலையை அவர்கள் தர வேண்டும்!’

‘அண்ணா,’ என்றான் கும்பகர்ணன் அவன் குரல் உணர்ச்சிகள் இன்றி இருந்தது. ‘நீ என்ன செய்ய நினைக்கிறாய்?’

ராவணன் மிதிலையை சுட்டிக்காட்டினான். ‘நான் இந்த நகரைத் தரைமட்டமாக ஆக்குவேன்! எரிப்பேன்! அதில் உள்ள

அனைவரையும் கொல்லுவேன்! மண்ணின் மைந்தர்களின் நகரத்தை மண்ணோடு மண்ணாக்குவேன்!'

'அப்பாவி மக்களை, அவர்களின் தலைவர்கள் செய்த தவறுக்காக எதற்கு தண்டிக்க வேண்டும், அண்ணா?'

'தங்களின் தலைவர்களின் குற்றங்களுக்கு நாட்டு மக்கள் பொங்கி எழவில்லை என்றால், அவர்களும் குற்றவாளிகளே!'

'ஆனால், அண்ணா-'

'எந்த ஆனாலும் இல்லை. அவர்கள் குற்றவாளிகள்தான் என்று நான் கூறுகிறேன்.'

கும்பகர்ணன் பேச்சை மாற்றி காருண்யத்திற்காக வாதாடாமல் பகுத்தறிவை வைத்து வாதாட நினைத்தான். 'அண்ணா, அயோத்தியாவின் அரியணை-ஏறும் இளவரசன் ராம் அங்கே இருந்தான். அவன் சுயம்வரத்தில் வெற்றி பெற்று இளவரசி சீதையின் கரம் பற்றிவிட்டான். அவன் தன் மனைவியை விட்டுவிட்டு மிதிலையை விட்டு ஓடமாட்டான். என்னுடைய ஒற்றர்களின் கூற்றுப்படி கடந்த சில ஆண்டுகளில் இளவரசன் ராம் தசரத சாம்ராட்டுக்கு மிகவும் பிரியப்பட்ட மகனாக ஆகிவிட்டான். நாம் அவனைக் கொன்றுவிட்டால் சாம்ராட் கண்டிப்பாக நம் மீது போர் தொடுப்பான். சாம்ராட் யுத்தத்துக்கு அழைத்தால் ஒப்பந்தப்படி மற்ற மன்னர்களும் கண்டிப்பாக அதில் கலந்து கொள்ள நேரும். உனக்கே தெரியும், நம்மால் இப்பொழுது ஒரு யுத்தத்துக்குத் தயாராக முடியாது. நம்மைப் பற்றிய புகழின் பிம்பம் தான் நம்மைப் பாதுகாப்பாக வைத்திருக்கிறது.'

ராவணன் கெட்ட வார்த்தைகளால் சபித்தான். கும்பகர்ணன் சொல்வது சரிதான். கொள்ளை நோய் இலங்கை ராணுவத்தை பலவீனப் படுத்திவிட்டது. மொத்தமாக யுத்தத்துக்கு அழைப்பது நினைத்துக் கூடப் பார்க்க முடியாத விஷயம்.

ஆனால் ராவணனின் கோபம் அவ்வளவு எளிதில் தணியக்கூடியது இல்லை. 'என்னவாக இருந்தாலும், நாம் திரும்பிச் செல்வதாக இல்லை,' என்றான்.

'அண்ணா, அகம்பனாஜி என்னிடம் இதைச் சொன்னான். அவனுக்கு விஷயத்தை சமிச்சீ சொல்லியிருக்கிறாள். மிதிலையில் நான்காயிரம் ஆண்களும் பெண்களும் காவலுக்கு இருக்கிறார்களாம். அவர்களால் சண்டையிட முடியும்.'

'ஆனால் நம்மிடம் பத்தாயிரம் இலங்கை வீரர்கள் இருக்கிறார்கள்.'

'இரண்டு பேருக்கு-ஐந்து பேர் என்ற கணக்கில் சண்டையிட்டாலும் கூட அவர்களின் தற்காப்பு மிக்க இரண்டு சுவர் கோட்டை நமக்குத் தான் கேடு விளைவிக்கும். உனக்கே அது தெரியும்.'

ராவணன் விஷயத்தை விடுவதாக இல்லை. 'உட்புறச்சு வருக்குள் செல்ல, கிழக்குப் பக்கமாக ஒரு சுரங்கப்பாதை இருக்கிறது என்று கேள்விப்பட்டிருக்கிறேன்.'

'நகரின் உள்ளே செல்ல ஒரு சிறிய படையைச் சுரங்கப்பாதை வழியாக அனுப்புவோம். வாயில் புறத்தில் இருக்கும் காவலர்களை நம் படையினர் கொன்ற பின், நகரின் பிரதான கதவுகளை நமக்கு திறந்து விடுவார்கள். மொத்த படையும் உள்ளே செல்லும். நாம் அவர்களைப் படுகொலை செய்துவிடலாம்!'

அகம்பனாவிடமிருந்து கும்பகர்ணனும் ரகசிய சுரங்கப் பாதையைப்பற்றிக் கேள்விப்பட்டிருக்கிறான். அவனுக்கு சமிச்சீயிடம் இருந்து இந்த விஷயம் தெரிய வந்துள்ளது.

சமிச்சீ அவர்களைச் சுரங்கப்பாதை வழியாகச் செல்ல வழிநடத்தினாலும், அகம்பனாவிடம் ஒரு வாக்குறுதியைக் கேட்டிருக்கிறாள். தாக்குதலில் இளவரசி சீதாவுக்கு எதுவும் ஆகக்கூடாது என்ற தகவலையும் கும்பகர்ணனிடம் அகம்பனா கூறியிருந்தான். ராவணனுக்கும், இலங்கைக்கும் தன் விசுவாசத்தை மொழிந்திருந்த சமிச்சீ இப்படிக் கேட்பது விந்தையாக இருந்தது. ஒரு வேளை சுரங்கைப்பாதை என்பதே இவர்களைப் பிடிக்க ஒரு வலையோ? கும்பகர்ணன் சமிச்சீயின் விசுவாசத்தையே சந்தேகித்தான். ஆனால் ராவணன் அப்படி நினைக்கவில்லை.

'தாக்குதலுக்கு ஆயத்தமாகுங்கள்,' என்றான்.

'அண்ணா, நான் இப்பொழுதும் நினைக்கிறேன்-'

'தாக்குதலுக்கு ஆயத்தமாகுங்கள் என்று சொன்னேன்!'

கும்பகர்ணன் ஆழமாக மூச்சை இழுத்து, தலையைக் குனிந்து சோகமாக முணுமுணுத்தான், 'சரி, அண்ணா.'

இரவு வெகு நேரம் கழிந்துவிட்டது. நான்காம் ப்ரஹாரத்தின், நான்காவது மணி நேரம். இலங்கை முகாமில் தீப்பந்தங்கள் ஏற்றப்பட்டன. மாலை முழுவதும் பரபரப்பாக ராவணனின் காவலாளிகள் வேலை பார்த்தனர். காட்டின் மரங்களை வெட்டித் துடுப்புப் படகுகள் தயாரித்தனர், அகழியைத் தாண்டிச் செல்வதற்காக. அவர்களால் இழு பாலம் வழியாகச் செல்ல முடியாது; ஏன் என்றால் மிதிலைவாசிகள் அதை உடைத்து நாசமாக்கி விட்டனர்.

ராவணன் ஏரி அருகே நின்று தண்ணீருக்கப்பால் தெரிந்த கோட்டைச் சுவர்களைப் பார்த்தான். தன் மார்பை மூடும் கவசம் அணிந்திருந்தான். இரண்டு வாள்களும், மூன்று கத்திகளும் அவன் இடுப்பிலிருந்து தொங்கின. இரண்டு சிறிய கத்திகள் அவன் காலணிகளில் மறைக்கப்பட்டிருந்தன. அவன் முதுகில் ஒரு அம்புறாத்துணியில் பல அம்புகள் இருந்தன. இடது கையில் ஒரு வில் வைத்திருந்தான். ராவணன் யுத்தத்திற்குத் தயார்.

இலங்கை மன்னனுக்கு அருகில் நின்றவன் கும்பகர்ணன். ராவணன் வைத்திருந்ததைக் காட்டிலும் அவன் உடலில் அதிக ஆயுதங்கள் வைத்திருந்தான். அவன் தோள்களில் இருந்த கூடுதல் கைகளுக்கும் கத்தி வீசும் திறமை இருந்தது.

வீரர்களும் ஆயுதங்கள் ஏந்தித் தயாராக நின்றனர். பத்தாயிரம் இலங்கை வீரர்கள் சற்று தொலைவில் நின்றனர், படகுகளின் அருகில் - எச்சரிக்கையாக, தங்கள் புகழைப் பாதுகாக்கத் தயாராக இருந்தனர்.

பார்த்துக்கொண்டிருந்த தொலைநோக்கியைக் கீழே இறக்கினான் ராவணன். 'வெளிச்சுவர் காவலுக்கு யாரும் இல்லை,' என்றான்.

கும்பகர்ணன் தன் தொலைநோக்கியை எடுத்துத் தன் பங்குக்குக் பார்த்தான், சுவர்களைக் கூர்மையாக நோட்டம் விட்டான். 'ஹ்ம்ம். அது சரிதான். நாம் வெளிச்சுவர்களை ஏற வேண்டும் என்று அவர்கள் நினைக்கிறார்கள். பெரும்பான்மையான அவர்களின் வீரர்கள் உட்புறச் சுவர்களின் மாடங்களின் பின்னால் இருக்கிறார்கள். நாம் உட்புறச் சுவர்களுக்குச் செல்லும் பொழுது அவர்கள் அம்பு தொடுப்பார்கள். எவ்வளவு வீரர்களைக் கொல்ல முடியுமோ அவ்வளவு பேரை அந்தக் கல்லறையில் கொல்ல நினைப்பார்கள்.'

ராவணன் நக்கலாகச் சிரித்தான். 'அந்த நாட்டில், படித்த அசடுகளுக்கு நடுவே யாருக்கோ ஒரு கீற்று ராணுவ மூளை இருக்கிறது. ஆனால் நமக்கு இணையானது அல்ல. நாம் உட்புறச் சுவர்களை ஏற மாட்டோம். நாம் திறந்த கதவுகள் வழியாக உள்ளே செல்வோம்.'

கும்பகர்ணன் தலையசைத்தான்.

'நமக்கு எப்பொழுது தகவல் வரும்?' என்று ராவணன் கேட்டான்.

கோட்டையையே வெறித்துப்பார்த்தபடி நின்ற கும்பகர்ணன் பதிலளித்தான், 'இதுவரை நமக்குச் செய்திவரவில்லை என்பதே எனக்குச் சரியாகப்படவில்லை.'

'அதைப் பற்றி எனக்கு அக்கறை இல்லை. நாம் பின்வாங்கப் போவதில்லை.'

கும்பகர்ணன் தன் அண்ணன் பக்கம் திரும்பினான். 'எனக்குத் தெரியும், அண்ணா.'

அப்பொழுது அகம்பனா அவர்களை நோக்கி ஓடி வந்தான். 'இறைவா! இறைவா! அது ஒரு சூழ்ச்சி!'

'மெதுவாக, முட்டாளே!' என்று ராவணன் சீறினான்.

'என்ன நடந்தது?' என்றான் கும்பகர்ணன்.

'ரகசிய சுரங்க வழி ஏற்கனவே இடிந்துவிட்டது, சிறந்த இறைவா. அதிலும் மோசம் அந்தத் துரோகி ஜடாயுவும் அவனுடைய மலயபுத்ரப் படையும் சுவரின் மீது நின்று எங்கள் மீது அம்புகளைத் தொடுத்தனர். கொண்டு சென்ற பாதிப் படையை இழந்துவிட்டோம். பத்து ஆட்கள் எப்படியோ தப்பித்து எனக்குத் தகவல் தெரிவித்தனர். ஒருவேளை அவர்கள் சமிச்சீயைப பிடித்து சித்திரவதை செய்து நம் போர் யுக்திகளை அவளிடமிருந்து தெரிந்து கொண்டு விட்டார்களோ?'

'அல்லது சமிச்சீ நம்மிடம் பொய் சொல்லியிருக்கலாம்,' என்றான் கும்பகர்ணன்.

'அது இப்போது முக்கியம் இல்லை,' என்றான் ராவணன். 'நாம் கண்டிப்பாக அவர்களைத் தாக்குகிறோம்.'

'அண்ணா...'

'எனக்கு மாற்றுத் திட்டம் இருக்கிறது.'

கும்பகர்ணன் படகுகளைப் பார்த்தான். அவற்றின் மீது பெரிய மர வஸ்துக்கள் ஏற்றப்பட்டிருந்தன. 'அவை என்ன?'

வீரர்கள் படகுகளை அகழிக்குள் தள்ளினர். பத்தாயிரம் வீரர்களும் ஏரியைக் கடந்து மறுபக்கம் சென்று வெளிப்புறக் கோட்டைச் சுவருக்குச் செல்ல முப்பது நிமிடங்கள் ஆகும்.

மிதிலை யுத்தம் தொடங்கியது.

வெளிப்புறக் சுவரைச் சுற்றி இலங்கைப் படை நேர்த்தியாக அணிவகுத்தது.

எந்த எதிர்ப்பும் இல்லாததால் - மாடங்களில் இருந்து எந்த மிதிலை வீரனும் அம்பு தொடுக்காததால், கொதிக்கும் எண்ணையை அவர்களின் மீது ஊற்றாததால் - அவர்கள் சுதந்திரமாக நின்றனர்.

அதே சமயம் கும்பகர்ணன் ராவணனின் கல்பனா சக்தியையும் அதன்மூலம் அவன் கண்டுபிடித்த கண்டுபிடிப்புகளைப் பார்த்து அதிசயித்தான் - ராவணனின் மாற்றுத்திட்டம்.

'இது அதி புத்திசாலித்தனம், அண்ணா. இது வேலை செய்யும் வாய்ப்பு அதிகம்,' என்றான் கும்பகர்ணன்.

'இது *கண்டிப்பாக* வேலை செய்யும்!' என்றான் ராவணன். 'நீ தான் சிறப்பானவன்! உன்னுள் இன்னும் சக்தி இருக்கிறது.'

'நான் அதை இழக்கவே இல்லை!' என்றான் ராவணன்.

கும்பகர்ணன் அதிசயித்த விஷயம், ராவணனின் கண்டுபிடிப்பு ஒரு எளிய வடிவம், ஆனால் அதன் அழிக்கும் சக்தி அபாரம். அது ஒரு பெரிய தாங்கி, அதன் மீது ஒரு ராட்சத வில், ஆளுயரம் இருக்கும். தரையோடு ஒட்டி ஒரு ஓரத்தில் அந்த வில் படுக்க வைக்கப்பட்டிருந்தது. வில்லின் மத்தியில் ஒரு அச்சு இருந்தது. அதில் மிகவும் கனமான வில்லின் நாண் இருந்தது. தாங்கியின் அந்தப் புறம் ஒரு இருக்கை இருந்தது. அங்கே வில்லாளன் அமர வசதி. வில்லாளன் ஒரு நீளமான அம்பை, அதாவது ஒரு சிறிய குத்தீட்டி நீளம் கொண்ட அம்பை வில்லில் வைத்துக் கயிற்றை இரு கரங்களாலும்

பின்னால் இழுத்துத் தொடுக்க வேண்டும். நிறைய (pulley) கப்பிகளும், சிறிய சக்கரங்களும் சுழன்று அந்தத் தாங்கியை எந்தத் திசைக்கு வேண்டுமானாலும் திருப்பும் வசதியை ஏற்படுத்தும். அம்பின் கோணத்தையே கூட மாற்றலாம்.

இது போல ஆயிரம் தாங்கிகள் இருந்தன. அவற்றில் ஓராயிரம் வில்கள் ஏற்றப்பட்டிருந்தன.

ராவணன், எதிரியின் கோட்டையை அம்பு தொடுத்துத் தாக்கும் சம்பிரதாயமான யுக்தியைத்தான் கடைபிடித்தி ருக்கிறான், ஆனால் அதற்கு அவன் கொடுத்திருக்கும் வீரியம்தான் அலாதி.

சமிச்சீயின் தகவல் படி மிதிலையின் ''வீரர்கள்'' வெறும் நகரக் காவலர்கள்தான். போர் வீரர்கள் இல்லை. அவர்களிடம் உலோகக் கேடயம் இருக்காது, மரக் கேடயங்கள்தான் இருக்கும். ஒரு சிறிய அம்புப்படையை தாங்கும் வலிமை இருக்கலாம், ஆனால் இப்படிப்பட்ட ஈட்டி அளவிலான ஆயுதத் தாக்குதலைச் சமாளிக்க முடியாது.

'அவர்களை எது தாக்கியது, என்றே அறியமாட்டார்கள்,' என்றான் கும்பகர்ணன். 'வெளிப்புறச் சுவர்களில் இருந்து நாம் எப்படி அவர்கள் மீது ஈட்டிகளை வீசுகிறோம் என்று குழம்புவார்கள். நம் படையில் அசுரர்களும், பூதங்களும் இருக்கிறார்களோ என்று சிந்திப்பார்கள்!'

ராவணன் இளித்தான், ரத்ததாகம் அதிகரிக்கத் தொடங்கியது. யுத்தத்தின் வேகம் செய்வது போல வேறு எந்த விஷயமும் அவன் இதயத்தை இப்படி படபடக்கச் செய்யாது. 'அவர்களுக்கு யோசிக்கவெல்லாம் நேரம் இருக்காது. அவர்கள் இறப்பதில் மும்முரமாக இருப்பார்கள்.'

'நான் தாக்குதலை அறிவிக்கட்டுமா?'

ராவணன் சுற்றிலும் பார்த்தான். கோட்டையின் வெளிப்புறச் சுவர்களின் மீது நீளமான ஏணிகள் சாத்தப்பட்டி ருந்தன. நோட்டம் விடுவதற்கென்றே பலர் கையில் தொலைநோக்கியுடன் அந்த ஏணிகளில் நின்றனர். மிதிலை யின் உட்புறச் சுவரில் சற்று நேரத்தில் நடக்கப்போகும் அழிவுகளைப் பற்றி தகவல் தெரிவிப்பதற்காகவே நிறுத்தப்பட்டிருந்தனர். ஈட்டிகளின் தாக்குதல் தொடங்கிய வுடனேயே மிதிலையின் காவலர்கள் ஓடிவிடுவார்கள் என்று ராவணன் எதிர்பார்த்தான். ஆனாலும் ஒரு நல்ல போர் தளபதி,

தன்னுடைய எதிர்பார்ப்புகளைவிட, தனக்குக் கிடைக்கும் தகவல்களில்தான் கூடுதல் நம்பிக்கை வைப்பான். அப்படி நடக்கும் சாத்தியம் குறைவு என்றாலும், சில மிதிலை வீரர்கள் ஈட்டிகளைத் தாண்டியும் சண்டையிடத் தீர்மானிக்கலாம். மிதிலையைக் காக்கும் காவலர்கள் யாரும் உட்புறச் சுவருக்கு அருகே இல்லை என்ற உறுதியான செய்தி கிடைத்த பிறகுதான் இலங்கைப் படையினர் வெளிப்புறச் சுவர்களை ஏறத்தொடங்குவார்கள். பிறகு தாக்குதலை நடத்துவார்கள்.

ராவணன் கும்பகர்ணனைப் பார்த்தான், 'நாம் படுகொலைகளைத் தொடங்கலாம்.'

இது இரவுத் தாக்குதல் என்பதால், ஆணைகளைக் கொடிகளை வைத்துச் செய்ய முடியாது. கும்பகர்ணன் தன்னுடைய செய்தி சொல்லியைப் பார்த்துத் தலையசைத்தான். அவன் உடனே ஒரு சங்கை எடுத்து முழங்கினான். சமிக்ஞை பறந்தது. முழக்கத்தின் நீளமும் அது விட்டுவிட்டு ஒலிப்பதையும் கொண்டு ராவணனின் செய்தி படைக்குத் தெரிவிக்கப்பட்டும். மற்ற செய்தி சொல்லிகளும் அதையே பின்பற்றி மொத்தப் படைக்கும் தகவல் தெரிவித்தனர்.

வில்லாளர்கள் பெரிய வில்களில் அம்புகளை ஏற்றத் தொடங்கினர். ஒரு சிறிய மௌனத்திற்குப் பிறகு சங்கு முழங்கத் தொடங்கியது. இலங்கைக் குத்தீட்டிகள் பறந்தன. ஓராயிரம் ஈட்டிகள் ஒரே சமயத்தில் பறந்தன, சாவின் பயணத்தை நோக்கிச் சென்றன. மிதிலை என்ற நகரம் ஞானத்துக்காக நிறுவப்பட்டது, போருக்காக அல்ல. மிதிலைக் காவலர்கள் தங்களின் மரக் கேடயங்களுக்குப் பின்னால் ஒடுங்கினர். தங்கள் எதிரே வரும் ஈட்டிகளைத் தடுக்கும் சக்தியற்ற கேடயங்கள் அவை.

நோட்டம் விடுபவர்களிடமிருந்து வரும் தகவலுக்காக ராவணனும் கும்பகர்ணனும் காத்திருந்தனர். ஒரு நொடிக்குப் பின்னர், ஒவ்வொருவனும் ஒரே சமயத்தில் தன் முஷ்டியை மடக்கி மேலே உயர்த்தினான்.

கீழே தரையில் நின்றிருந்த இலங்கைப் படையிடம் இருந்து உற்சாகக் கூக்குரல் கேட்டது. *'பாரதாதிப லங்கா!'*

இலங்கை, இந்தியாவின் தலைவன்! இன்னும் சரியாகச் சொல்ல வேண்டுமானால், இலங்கை, இந்தியாவின் ஆட்சியாளன்!

'நேரான அடி!' என்று ராவணன் கர்ஜித்தான்.

உட்புறக் கோட்டைச் சுவர்களில் பதுங்கியிருந்த ஏராளமான மிதிலையின் காவலர்களை ஈட்டிகள் தாக்கிவிட்டன. 'இனி வீணடிக்க நேரம் இல்லை! இன்னொருமுறை ஈட்டிகளை அனுப்புங்கள்.'

வில்லாளர்கள் உடனே குனிந்து தங்கள் பணியில் இறங்கினர். அனைத்து வில்களையும் ஒரு சேர நிறுத்த சில நிமிடங்கள் ஆகும்.

'நம் ஆட்கள் வெளிப்புறச் சுவர்களில் ஏறத் தொடங்கியதும் நம்மால் ஈட்டிகளைத் தொடுக்க முடியாது,' என்றான் கும்பகர்ணன். 'அவர்கள் உட்புறச் சுவர்களுக்கு அருகே ஓடும்பொழுது நம்முடைய வீரர்களை நாமே தாக்க நேரிடும்.'

'அதனால்தான் இப்பொழுதே இன்னொரு முறை ஈட்டித் தாக்குதல் நடத்தச் சொல்கிறேன்,' என்றான் ராவணன். 'நாம் தாக்கும் பொழுது மிதிலைவாசிகள் பின் வாங்க வேண்டும்.'

கும்பகர்ணன் நிமிர்ந்து நோட்டம் விடுபவர்களைப் பார்த்தான். மொத்த பேருமே இரண்டு கைகளையும் தலைக்கு மேலே தூக்கி ஆட்டிய வண்ணம் இருந்தனர்.

'அங்கே பார், அண்ணா! நாம் இன்னொரு ஈட்டித் தாக்குதல் நடத்த வேண்டாம் என்று நினைக்கிறேன்,' என்றான் கும்பகர்ணன். 'அவர்கள் ஏற்கெனவே பின் வாங்குகிறார்கள்.'

ராவணன் வெறுப்பாக உறுமினான். 'கோழைகள்! ஒரு தாக்குதலையே சந்திக்க வலுவில்லாதவர்கள்.'

'நாம் தாக்கவேண்டுமா?'

'இல்லை. பாதுகாப்புக்காக, எதற்கும் மற்றொரு முறை தாக்குதல் நடத்து.'

நோட்டம் விடும் மொத்த பேருமே இப்பொழுது இரண்டு கைகளையும் தலைக்கு மேலே தூக்கி அவற்றைக் குறுக்காக வைத்த வண்ணம் இருந்தனர். அதாவது மிதிலைவாசிகள் மொத்தமாகப் பின்வாங்குகிறார்கள் என்ற சமிக்ஞை.

ஒரு ராட்சத வேகமும் சத்தமும் எழுப்பியபடி அடுத்த தாக்குதல் நடந்தது. திரும்பவும் ஓராயிரம் ஈட்டிகள் வில்களில் இருந்து புறப்பட்டு உட்புற மாடங்களை நோக்கிப் பயணித்தன. புறமுதுகிட்டு ஓடும் மிதிலைவாசிகளில் சற்று நிதானமாகப் பின்தங்கியவர்களைப் பதம் பார்த்தன.

அந்தச் சில நிமிடங்களில், கண்டிப்பாக நாலாயிரம் மிதிலைக் காவலாளிகளில் ஆயிரம் பேர் இறந்துவிட்டனர். ஒரு இலங்கை வீரனின் உயிர் கூடப் பிரியவில்லை.

நோட்டம் விடும் மொத்த பேருமே இப்பொழுது இரண்டு கைகளையும் தலைக்கு மேலே தூக்கிக் கைகளைத் தட்டிய வண்ணம் இருந்தனர். சமிக்ஞை தெளிவாக இருந்தது. அதாவது மிதிலைவாசிகள் யாருமே உட்புறச சுவரின் மாடத்தில் இல்லை. அவர்கள் ஒன்று, இறந்துவிட்டார்கள், அல்லது ஓடிவிட்டார்கள்.

'தாக்குங்கள்!' ராவணன் கஜித்தான்.

தகவல் சொல்லிகள் படை முழுவதும் ஆணையைப் பரப்பினர். இலங்கை வீரர்கள் வெளிப்புறச் சுவர் மீது ஏறத் தொடங்கினர். யுத்த கோஷங்களை எழுப்பினர். ஆயுதங்கள் தயார் நிலையில் இருந்தன. மிதிலையின் அப்பாவி குடிமக்களை அழிக்கப் புறப்பட்டனர்.

அவர்களுக்கு ஆச்சரியம் காத்திருந்தது.

மிதிலை ஏழ்மையான நகரம். அதனிடம் இருந்த குறைந்த செல்வம் நியாயமற்ற முறையில் பங்கிடப்பட்டிருந்தது. செல்வந்தர்கள் மிகுந்த செல்வத்துடனும், ஏழைகள் மிகுந்த ஏழ்மை நிலையிலும் இருந்தனர்.

இதன் விளைவால் செல்வந்தர்கள் மாட மாளிகைகளில் வசித்தனர். நகரின் மத்தியில் இந்த ஆடம்பர இல்லங்கள் இருந்தன. கோட்டைச் சுவர்களுக்கு அருகே ஏழைகள் சேரிகளிலும் குடிசைகளிலும் வாழ்ந்தனர். மிதிலையின் இளவரசி சீதையாலும், அதன் பிரதம மந்திரியாலும் இந்தக் கொடுமையை ஜீரணிக்க முடியவில்லை. அதனால் அவள் வரிப்பணம் மூலமாகவும், வெளியிலிருந்து ஆதரவு அளித்து பணம் கொடுத்தவர்களிடமிருந்தும் நிதி திரட்டிச் சேரிகளை சீர் செய்யும் பணியில் இறங்கினாள். அனைத்து ஏழைகளுக்கும் பெரிய வீடுகள் கட்டுவதற்கான நிலம் இல்லாததால் அவள் ஒரு சாமர்த்தியமான திட்டத்தைக் கொண்டு வந்தாள் - நான்கு மாடிகள் கொண்ட தேனீக்களின் கூடு போன்ற கட்டிடங்கள். அவை கோட்டையின் உட்புறச் சுவர் எங்கும் கட்டப்பட்டிருந்தன.

சேரியை மாற்றி அமைத்த இந்த பிரமாண்டமான கட்டிடம் அதன் வடிவத்தினால் தேனீக்கள் குடில் என்றே

பெயர் பெற்றது. பல சேரி வாழ் மக்கள் உட்புறச் சுவர்களில் ஜன்னல்கள் செய்து கொண்டனர். உட்புறச் சுவர் அவர்களின் வீட்டின் சுவர்களாகவும் விளங்கின. சீதா இதைத் தடுக்கவில்லை. சப்த சிந்துவின் அதிகாரம் நிறைந்த நாடுகளின் வரிசையில் மிதிலை மிகவும் கீழ் தட்டில் இருந்ததால் பாதுகாப்பு என்பதை விட ஏழைக் குடிமக்களின் வாழ்க்கை தரத்தை உயர்த்தும் விஷயத்தில் மட்டுமே சீதை முனைப்பாக இருந்தாள்.

சுயம்வரத்திற்காக அந்த ஜன்னல்களைத் தற்காலிகமாக மரப்பலகைகளை வைத்து அடைத்து விட்டனர். ஆனால் இப்பொழுது அந்த மிதிலைவாசிகள் துரிதமாக அவற்றை உடைத்து விட்டனர். இரண்டு சுவர்களுக்கும் இடையே இருந்த காலி நிலத்தை அவர்களால் ஜன்னல் வழியாக பார்க்க முடிந்தது. இந்த ஆதாயத்தை உபயோகித்து அவர்கள் தங்களை நோக்கி வரும் இலங்கை வீரர்களின் மீது அம்புகளைத் தொடுத்தனர். மிதிலைவாசிகள் தேனீக்கள் குடிலுக்குள் பதுங்கிவிட்டதால் அவர்களின் கூரைகள் அவர்களை ஈட்டி தாக்குதலில் இருந்து காப்பாற்றி விட்டது.

நகர்ப்புறத்தைச் சீராக்க அவர்கள் எடுத்துக் கொண்ட சில தொழில் நுட்ப நடவடிக்கைகள் யுத்த சமயத்தில் அவர்களுக்கு மிகப்பெரிய யுக்தியாக அமைந்துவிட்டது!

தங்களுக்குக் காத்திருக்கும் அபாயத்தை அறியாத இலங்கை வீரர்கள் பரபரப்பாக உள்ளே ஓடிவந்தனர். அவர்கள் ஏணிகளைக் கொண்டு உட்புறச் சுவர்களில் ஏறவும், ஆயுதங்களைத் தயார் நிலையில் வைத்து பாதுகாப்பற்ற மிதிலைவாசிகளைக் கொன்று குவிக்கவும் எண்ணி ஓடி வந்தனர். அவர்கள் எந்த எதிர்ப்பையும் எதிர்பார்க்கவில்லை.

‘அவர்கள் அனைவரையும் கொல்லுங்கள்!’ என்று ராவணன் இடிபோல முழங்கினான். தன்னுடைய வீரர்களுக்குச் சமமாகத் தோளோடு தோள் நின்றான், அவர்களோடு ஓடினான். ரத்த தாகம் கண்களில் தெறிக்க, ‘கருணை காட்டாதே! கருணை காட்டாதே!’ என்று அலறினான்.

இலங்கை வீரர்கள் எழுப்பிய இரைச்சலில் தொலைவில் உரத்த குரலில் எழுந்த ஆணையை ராவணன் கவனிக்கவில்லை. தேனீக்கள் குடிலிலிருந்து சீதாவும் அவள் கணவன் ராமும் ஆணையிட்டனர். ‘அம்பு தொடுங்கள்!’

தாக்கும் வெறியில் இருந்த இலங்கை வீரர்கள் அதிர்ச்சி அடையும் வகையில் அம்புகள் சடாரென்று அவர்கள் மீது பொழிந்தன. ராவணன் உள்ளே இருந்த மாடங்களில் தேடினான், அப்புறம் தான் புரிந்தது அதற்கு வெகு கீழே உள்ள ஜன்னல்கள் வழியாக அம்புகள் வருகின்றன என்று. அப்படிப்பட்ட ஜன்னல்கள் உள்ளதையே அவர்கள் அறியவில்லை.

அதிர்ச்சித் தாக்குதலை எதிர்பார்க்காத இலங்கை வீரர்களின் தரப்பில் பலத்த சேதம் ஏற்பட்டது. ஒவ்வொரு அம்பும் குறி தவறாமல் இலங்கை வீரர்களை வீழ்த்தியது. அவர்கள் மொத்தமாகத் திரண்டு வந்ததால் சேதம் அதிகமாகியது. எழுந்த குழப்பத்தில் பல வீரர்கள் நகராமல் அப்படியே நின்றனர். சிலர் கோணல் மாணலாக ஓடினர். சிலர் கேடயங்களுக்குப் பின்னால் பதுங்கினர். மிதிலைக் காவலர்கள் சலிக்காமல் அம்புகளைத் தொடுத்த வண்ணம் இருந்தனர். எவ்வளவு எதிரிகளைக் கொல்ல முடியுமோ அவ்வளவு பேரைக் கொன்றனர்.

ராவணனையும், கும்பகர்ணனையும் சுற்றி இருந்த வீரர்கள் அவர்கள் மீது கேடயத்தைப் பிடித்துச் சகோதரர்களைப் பாதுகாத்தனர்.

'பின்வாங்கலாம், அண்ணா!' என்று கத்தினான் கும்பகர்ணன். 'நாம் சாவுத் திடலில் இருக்கிறோம்.'

'முடியவே முடியாது!' ராவணன் கர்ஜித்தான். 'நாம் உட்புறச் சுவரில் ஏறிவிட்டால் போதும். நம் படை அவர்கள் கதையை முடித்து விடும்! இன்னும் சில நிமிடங்களே!'

ராவணன் கொதித்துப் போயிருப்பது கும்பகர்ணனுக்குத் தெரிந்தது. ராவணனின் அனுமதியின்றி பின்வாங்கும் உத்தரவை அவனால் பிறப்பிக்க முடியாது என்பதும் தெரியும். 'அண்ணா! அவர்கள் நம்மைப் பீப்பாயில் உள்ள மீன்களைப் போலத் தாக்குகின்றனர்! ஆணை பிறப்பித்துவிடு!'

அவனைப் பாதுகாக்கும் கேடயங்களுக்குப் பின்னால் அவனைச் சுற்றி நடப்பவற்றைப் பார்த்தான். அவனுடைய விசுவாசமான வீரர்கள் குரூரமாக தாக்கப்பட்டு இறந்து கொண்டிருந்தனர்.

இலங்கை மன்னன் தலையசைத்தான். இருட்டில் அந்த அசைவு தெளிவாகக் கூடத் தெரியவில்லை.

கும்பகர்ணன் செய்திசொல்லி பக்கம் திரும்பினான். 'பின்வாங்கு!'

சங்குகள் முழங்கின. இலங்கைப் படை முழுவதும் அந்த ஒலி பரப்பப்பட்டது. இம்முறை அவர்கள் அதை வேறு விதமாக முழங்கினர். அந்த சமிக்ஞையில் இலங்கை வாசிகள் ஓட ஆரம்பித்தனர். வந்த வேகத்திலேயே திரும்ப ஓடினர்.

தேனீக்கள் குடிலிலிருந்து மிதிலைவாசிகள் உற்சாகமாகக் கூவினர்.

முதல்முறையாக இலங்கையின் தாக்குதல் தடுக்கப்பட்டது.

அத்தியாயம் 27

மறுநாள் முதல் ப்ரஹாரத்தின் ஐந்தாவது மணி நேரம்.

நடந்த சேதத்தை விட அதிர்ச்சிதான் இலங்கைப் படையில் அதிகமாக இருந்தது. அமைதியை நாடும் மிதிலைவாசிகளிடம் அவர்கள் எதிர்பார்த்தது எளிதான வெற்றி. ஒரு வலிமையான எதிர்தாக்குதலை அவர்கள் எதிர்பார்க்கவில்லை.

கடந்த இரவு நடந்தவற்றைக் கண்டு ராவணன் அதிகச் சினம் கொண்டாலும், யோசித்துப் பார்த்ததில் அவன் பக்கம் சில ஆதாயங்கள் இன்னும் இருப்பதாகப் புரிந்தது. இலங்கைப் படை ஆயிரம் பேரை இழந்தது என்றால் மிதிலையும் ஆயிரம் பேருக்கு மேல் இழந்திருந்தது என்று சமிச்சீ மூலம் தெரிந்து கொண்டான். ஆயிரம் பேர் இழந்தது மிதிலையின் சின்ன படைக்குப் பெரிய இழப்பு. இளவரசி சீதையின் படை காவல் துறையிலிருந்து சேகரிக்கப்பட்ட மூவாயிரமாக இருந்தது. ஆனால் இலங்கைப் படையைப் பொறுத்தவரைக்கும் போரில் அனுபவப்பட்ட தேர்ச்சி பெற்ற ஒன்பதாயிரம் வீரர்கள் இருந்தனர். மேலும் மிதிலையின் குடிமக்கள் நேற்று இரவு நடந்த இழப்பையும் சேதத்தையும் கண்டு திகிலடைந்துள்ளனர் என்று சமிச்சீ கூறியிருந்தாள். தார்மீக உணர்வு வெகுவாகக் குறைந்த நிலையில் இளவரசி சீதா அனைவரையும் ஊக்குவித்துத் தன் குடிமக்களையும் போர் நடத்தும்படி அறிவுறுத்தி வருகிறாள் என்றும் கேள்விப்பட்டான். ஆனால் சீதாவால் இதைச் செய்து முடிக்க முடியாது என்று தான் தோன்றியது.

இதைப்பற்றிக் கூடுதலாக யோசிக்க, யோசிக்க, ராவணனுக்குத் தன் படையின் மூலம் வெற்றி பெற

முடியும் என்ற எண்ணம் தான் மேலோங்கியது. மன்னன் மிதியின் நகரத்தை அழிக்க முடியும் என்று நம்பினான். வேறு எப்பொழுதும் இல்லாத வகையில் இப்போது இது அவனுக்குக் கௌரவப் பிரச்சனையாக மாறிவிட்டது.

இரவு முழுவதும் இலங்கை வீரர்கள் கடினமாக உழைத்தனர். மருத்துவ கூடாரங்கள் அமைத்து அடிபட்டவர்களுக்குச் சிகிச்சை கொடுக்கப்பட்டது. காட்டின் ஒரு பகுதி துரிதவேகத்தில் வெட்டப்பட்டது. காலைக்குள் அவர்களுக்குத் தேவையான மரம் கிடைத்துவிட்டது. சிலர் அந்த மரக்கட்டைகளை ரம்பம் கொண்டு அறுத்துப் பலகைகளாக மாற்றினர். மற்றவர்கள் இவற்றை இணைத்து ராட்சதச் செவ்வகக் கேடயங்களாகச் செய்தனர். அவற்றுக்குக் கீழேயும் பக்கவாட்டிலும் பிடித்துக்கொள்ள வலுவான கைப்பிடிகளைச் செய்தனர். ஒவ்வொரு கேடயமும் குறைந்தது இருபது வீரர்களையாவது பாதுகாக்கும்.

கும்பகர்ணனுடன் இணைந்து ராவணன் வேலைகளை மேற் பார்வையிட்டான்.

'ஆமைக் கேடயங்கள் நன்றாக உருவாகின்றன,' என்றான் கும்பகர்ணன். திரும்பவும் போரிடுவதில் அவனுக்கு அவ்வளவாக ஆர்வம் இல்லை என்றாலும், கிளம்பிச் செல்வது என்ற கேள்விக்கே இடம் இல்லை என்று அறிவான். தோல்வியுற்ற முதல் முயற்சிக்குப் பிறகு பின்வாங்கினால், சப்த சிந்து முழுவதும் செய்தி பரவும், ஒரு சிறிய சக்தியற்ற நாடு வலிமையான இலங்கைப் படையை யுத்தத்தில் தோற்கடித்துவிட்டது என்று பரவிவிடும். இது ராவணனின் எதிரிகளுக்கு மின்சாரம் பாய்ச்சிய பரபரப்பை உண்டாக்கும். முதலிலேயே யுத்தம் செய்யாமல் புறக்கணித்திருந்தால் இவ்வளவு பெரிய இழப்பைச் சந்திக்க நேர்ந்திராது. ஆனால் இப்பொழுது விஷயம் கை மீறிவிட்டது. மற்ற புரட்சிகளையும் போராட்டங்களையும் தடுக்க வேண்டும் என்றால் அவர்கள் மிதிலையுடன் சண்டையிட்டு வெல்ல வேண்டும்.

'ஆமாம்,' என்றான் ராவணன். 'இன்றிரவு நாம் மறுமுறை தாக்கலாம். வெளிப்புறச் சுவர்களைத் தகர்த்துவிடுவோம். அதன் மீது ஏறவேண்டாம். என்னவாக இருந்தாலும் ஒரு மிதிலைவாசியும் அங்கே இருக்க மாட்டான். நாம் புறச் சுவரைத் தாண்டிவிட்டால், நம்மைப் பாதுகாக்க இந்த ஆமைக் கேடயங்கள் உள்ளன. உட்புறச் சுவர்களையும்

தாண்டிவிடுவோம். இந்த முட்டாள்கள் முற்றுகைக்குத் தயாராக இல்லை. முன்னால் நாம் இவர்களைக் குறைவாக எடை போட்டுவிட்டோம். இந்த முறை அந்தத் தவறைச் செய்ய மாட்டோம்.'

கும்பகர்ணன் தலையசைத்து ஒப்புக் கொண்டான். ஆனால் குரு விஸ்வாமித்திரரும், மலயபுத்ரர்கள் சிலரும் இன்னும் கோட்டைக்குள் இருப்பது அவனுக்கு வித்தியாசமாகப்பட்டது. மலயபுத்ரர்களைக் குறைவாக யாரும் எடை போடக்கூடாது. எப்பொழுதுமே.

வரப்போகும் யுத்தத்தைத்தான் ராவணனின் மனம் இன்னமும் சிந்தித்துக் கொண்டிருந்தது. 'அவர்கள் சுவர்களை நாம் உடைத்துவிட்டால், அவர்கள் அனைவரையும் அழித்துவிடலாம். யாரையும் உயிருடன் விடாதீர்கள், விலங்குகள் உட்பட.'

கும்பகர்ணன் பதில் எதுவும் பேசவில்லை.

'நீ அந்தக் கேடயங்கள் செய்வதை மேற்பார்வையிடு. நான் ஒற்றர்களின் அறிக்கையைப் படிக்கிறேன்.'

'சரி, அண்ணா.'

கும்பகர்ணன் அங்கிருந்து நகர்ந்தான். ஆழமான யோசனையில் இருந்தான். இந்த யுத்தத்தை அவர்கள் கண்டிப்பாக நடத்தவேண்டும் என்பதில் சந்தேகம் இல்லாவிட்டாலும், அதன் முடிவைப் பற்றி அவனுக்கு ஒரு பயம் இருந்தது.

ஆட்களுக்கு நடுவில் நடந்தான். ஆமை கேடயங்களைப் பார்வையிட்டான். சட்டென்று சந்தேகத்திற்கு அப்பாற்பட்ட ஒரு சத்தம் கேட்டது. ஒரு அம்பு காற்றைத் துளைத்தபடி பறந்தது. அவன் தன்னிச்சையாகக் குனிந்தான். அவன் காலடியில் இருந்த மரப்பலகையில் அந்த அம்பு குத்தியது. அவன் ஆச்சரியத்தில் நிமிர்ந்து பார்த்தான்.

மிதிலையில் இப்படி ஒரு அம்பை விடும் ஆற்றலை யார் பெற்றுள்ளான், இவ்வளவு தொலைவிலும் குறிதவறாமல் பயணிக்கும் அம்பு தொடுக்க வல்லவன் யார்?

கும்பகர்ணன் சுவர்களை வெறித்துப் பார்த்தான். உட்புறச் சுவரின் மாடத்தில் இரண்டு அசாதாரணமான ஆட்கள் நின்றுகொண்டிருப்பது மட்டும்தான் கண்ணுக்குத் தெரிந்தது. மூன்றாவது ஆள் அவர்களைக் காட்டிலும் சற்றே

குள்ளமானவன். மூன்றாவது ஆள் கையில் வில் இருந்தது. அவன் நேராக இவனைப் பார்ப்பது போல் இருந்தது.

கும்பகர்ணன் முன்னால் நகர்ந்து பலகையில் குத்தப்பட்ட அம்பைச் சோதிக்க நினைத்தான். அம்பின் முன் பகுதியில் ஒரு சிறிய மடல் இணைக்கப்பட்டிருந்தது. அவன் அதை அம்பிலிருந்து எடுத்து இழுத்துக் கட்டப்பட்டிருந்த செய்திமடலைப் பிரித்தான், அதைச் சீக்கிரமாகப் படித்தான்.

ருத்ரக் கடவுள் கருணை காட்டட்டும்!

'அவர்கள் நிஜமாகவே இப்படிச் செய்வார்கள் என்று நீ நினைக்கிறாயா, கும்பகர்ணா?' என்று கேலியாகச் சிரித்தபடி வெறுப்புடன் மடலை விசிறி எறிந்தான் ராவணன்.

கும்பகர்ணன் ஓடிவந்து ராவணனைத் தனியே கூப்பிட்டு மடலைக் காட்டினான். அயோத்தியாவின் அரியணை-ஏறும் இளவரசன் ராமிடமிருந்து வந்த மடல். இப்பொழுது அவன் சீதாவின் கணவன். மிதிலையின் இளவரசியும் - பிரதம மந்திரியாகவும் விளங்கியவள் சீதை. அந்தச் சிறு மடல் தெளிவாக எச்சரித்தது: மலயபுத்ரர்கள் அசுராஸ்திரத்தை மிதிலையின் கோட்டையின் உட்புறச் சுவர் நடுவே, இலங்கை வீரர்களால் நெருங்க முடியாத தொலைவில், பொருத்தி யிருந்தனர். இலங்கைப் படை கலைந்து பின்வாங்காவிட்டால் ராம் அசுராஸ்த்ராவை ஏவுவான். ராவணனுக்கு முடிவு செய்ய ஒரு மணி நேரம் அவகாசம் தரப்பட்டது.

'அண்ணா,' என்றான் கும்பகர்ணன்,' அவர்கள் அசுராஸ்த்ராவை ஏவினால் அது வந்து-'

'அவர்களிடம் அசுராஸ்த்ராவெல்லாம் இல்லை,' என்று ராவணன் இடைமறித்தான். 'பொய் சொல்கிறார்கள்.'

அசுராஸ்த்ராவைப் பலரும் தெய்வீக அஸ்த்ரமாகக் கருதினர். அதைப் பெரும் அழிவுக்குத்தான் பயன்படுத்தினர். சென்ற மஹாதேவ் ருத்ரக் கடவுள் பல நூறு ஆண்டுகளுக்கு முன்பே அனுமதியின்றி தெய்வீக அஸ்த்ரத்தைப் பயன்படுத்துவதற்குத் தடை விதித்திருந்தார். இந்த விதியை அனைவரும் பின்பற்றினர். இந்த விதியை மீறுவது யாராக இருந்தாலும் பதினான்கு ஆண்டுகள் நாடு கடத்தப்படவேண்டும் என்று

ஆணையிட்டிருந்தார். இரண்டாவது முறை விதியை மீறினால் அதற்கு மரண தண்டனை விதிக்கப்பட்டது. ருத்ரக் கடவுள் விட்டுச் சென்ற பழங்குடியினரான வாயுபுத்திரர்கள் இந்த விதி மீறலுக்கு தக்க தண்டனையை பாரபக்ஷம் பார்க்காமல் நிறைவேற்றுவர்.

ஆனால் சிலர் அசுராஸ்த்ரா பெரும் அழிவுக்கான ஆயுதம் இல்லை என்றும், அது பெரும் அளவில் செயலிழக்கச் செய்யும் என்றும் வாதிட்டனர். அப்படியானால் அது தெய்வீக அஸ்த்ரம் இல்லை, அதனால் ருத்ரக் கடவுளின் தடை மீறலுக்கு உட்படாது என்றும் வாதிட்டனர். அசுராஸ்த்ரா தெய்வீக அஸ்த்ரமா இல்லையா என்ற ஆராய்ச்சியில் ராவணன் இறங்கவில்லை. மலயபுத்ரர்களிடம் அசுராஸ்த்ரா இருக்கிறது என்பதை அவனால் நம்ப முடியவில்லை. அதைச் செய்வதற்கான முக்கிய, பிரதான விஷயத்தைக் கண்டுபிடிப்பது மிகவும் கடினம் - மேலும் அது இந்தியாவில் கிடைக்காது. எதிரி வைத்துக் கொள்ள முடியாத ஆயுதத்தைப் பற்றிக் கவலைப்படுவது வீண் என்று கருதினான்.

'ஆனால் அண்ணா, மலயபுத்ரர்களிடம் இருப்பது-'

'விஸ்வாமித்திரர் பொய் சொல்கிறார், கும்பகர்ணா!'

குரு விஸ்வாமித்திரரை பெயரிட்டு ராவணன் கூறியதைக் கேட்டு அதிர்ந்த கும்பகர்ணன் மௌனமானான்.

இலங்கைவாசிகளுக்கு அந்த எச்சரிக்கை மடல் கிடைத்து மூன்று மணி நேரம் ஆகியிருந்தது. இதற்குள் கும்பகர்ணனே கூட மடல் பொய் தானோ என்று எண்ணத் தொடங்கிவிட்டான். ஆனாலும் ஏதோ கெட்டது நடக்கப்போகிறது என்ற அச்சம் மட்டும் அவன் மனதில் இருந்து மறையவில்லை.

'நீ இப்பொழுது நம்புகிறாயா, கும்பா?' என்று ராவணன் கேட்டான். 'நான் சொல்வதில் எப்பொழுதுமே தவறில்லை என்பதை நீ அறிவாய்.'

அண்ணனின் நம்பிக்கையைப் பகிரவேண்டும் என்று கும்பகர்ணனுக்கு ஆசை இருந்தாலும், அவனுடைய மனம் வேறு மாதிரி யோசித்தது.

'தெய்வீக அஸ்த்ரத்தைப் பயன்படுத்தினால் கிடைக்கும் தண்டனையைப் பற்றி உனக்குத் தெரியுமல்லவா?' என்றான் ராவணன். 'ருத்ரக் கடவுளின் விதியை மலயபுத்ரர்கள் மீறுவார்கள் என்றா நினைக்கிறாய்? நாம் மிதிலையில் உள்ள அனைவரையும் கொன்றாலும் அவர் மீது கைவைக்க மாட்டோம் என்பதை குருஜி அறிவார். அவர்கள் பாதுகாப்பாகத்தான் இருக்கிறார்கள்.'

ராவணன் உணர மறுத்த விஷயம் என்னவென்றால் மலயபுத்ரர்களுக்கு வேறு வழி இல்லை என்பதுதான். அவர்கள் ருத்ரக் கடவுளின் விதிகளை அறிந்திருந்தாலும், என்ன நடந்தாலும் சீதாவை அவர்கள் காப்பாற்றியே ஆகவேண்டும்.

கும்பகர்ணனின் உள்ளுணர்வு சரியாகத்தான் வேலை செய்தது.

'தயவு செய்து, நான் வெளியே செல்ல உன்னுடைய அனுமதி கிடைக்குமா?' என்று ராவணன் நக்கலடித்தான்.

கும்பகர்ணன் உறுதியாகச் சொன்னதால் வேண்டா வெறுப்பாக ராவணன், நிறுத்தி வைக்கப்பட்டிருந்த புஷ்பக விமானத்திலேயே முடங்கிக் கிடந்தான். விமானத்தைக் கட்டுவதற்குப் பயன்படுத்தப்பட்ட ஒரு உலோகம் ஈயம். அனைவருக்கும் தெரிந்த விஷயம் ஈயம் தெய்வீக அஸ்த்ரத்தின் விளைவுகளைத் தடுத்து நிறுத்தக் கூடியது, அசுராஸ்த்ராவையும் சேர்த்துத்தான். அதனால்தான் அதற்கு அதிசய உலோகம் என்ற பெயர். மிதிலை கோட்டையில் எந்த இடத்திலிருந்து மடல் அனுப்பப்பட்டதோ அந்த இடத்தை கும்பகர்ணன் கூர்ந்து கவனித்தான். சிக்கல் என்று தெரிந்த உடனேயே விமானத்தின் கதவுகளைச் சாத்தத் தயாராக இருந்தான். அப்பொழுதுதான் அவன் அண்ணனுக்குப் பாதுகாப்பு கிடைக்கும்.

கும்பகர்ணன் தலையசைத்து மறுத்தான். 'வேண்டாம் அண்ணா. தயவு செய்து. என் வேலை உன்னைப் பாதுகாப்பது.'

'உன்னுடைய சொந்த முட்டாள்தனத்திலிருந்து உன்னைக் காப்பது என்னுடைய கடமையாகும். நகர்ந்து நில். ஆமைக் கேடயங்களின் பாரத்தைத் தாங்குமளவுக்குப் படகுகளுக்கு வலு இருக்கிறதா என்று நான் சோதிக்க வேண்டும்.'

'அண்ணா, தயவு செய்து, நான் சொல்வதைக் கேள்.'

'ருத்ரக் கடவுளின் பெயரால் சொல்கிறேன். உனக்கு என்ன பைத்தியம் பிடித்துவிட்டதா, கும்பகர்ணா?' ராவணன் எரிச்சலுடன் கேட்டான்.

'தயவு செய்து, அண்ணா, உன் பாதுகாப்பு எனக்கு ரொம்ப முக்கியம்.'

'உன் பாதுகாப்புத் தேவைப்படும் குழந்தை இல்லை நான்.'

'தயவு செய்து இங்கேயே இரு, அண்ணா,' என்றான் கும்பகர்ணன். 'நான் போய் படகுகளைப் பார்த்துவிட்டு வருகிறேன்.'

'கழிசடை!'

'அண்ணா, என்னை சந்தோஷப்படுத்துவதற்காகச் செய்வதாக நினைத்துக் கொள். எனக்கு ஒரு அச்சம் தோன்றுகிறது-'

'உன்னுடைய ''உணர்வுகளுக்கு'' ஏற்றவாறு யுத்தம் செய்ய முடியாது!'

'நான் உன்னைக் கெஞ்சிக் கேட்கிறேன். விமானத்திலேயே இரு. நான் படகுகளைப் பார்த்துவிட்டு வருகிறேன்.'

ராவணன் கோபமாக அமர்ந்தான். 'நன்று!'

ஏரியில் நின்று கும்பகர்ணன் இலங்கை வீரர்களுக்கு ஆமை கேடயங்களைப் படகுகளில் ஏற்றுவதைப் பற்றி அறிவுறுத்திக் கொண்டிருந்தான். மேலும் அவன் எச்சரிக்கையாகக் கோட்டையின் மீது ஒரு கண் வைத்திருந்தான், அசுராஸ்த்ரா ஏவப்படுகிறதா என்று பார்த்துக் கொண்டிருந்தான்.

தனக்குப் பின்னால் சில அடிகள் தொலைவில் விமானம் நிறுத்தப்பட்டிருப்பதைப் பார்த்தும், அதில் முகத்தில் எள்ளும் கொள்ளும் வெடிக்க நின்றிருந்த ராவணனைப் பார்த்தும் நிம்மதி அடைந்தான்.

நிற்கும் இடத்திலேயே நிற்கும்படி ராவணனுக்கு சைகை காட்டினான் கும்பகர்ணன். திரும்பப் படகுகளின் மீது கவனம் செலுத்தினான்.

அவனின் உள்ளுணர்வின் அச்சம் அதிகரித்தது. ஒரு வலி போல் இருந்தது. அவனுடைய குடலை யாரோ இறுக்கிப் பிடித்து நசுக்குவதைப் போல் வலியும் பயமும் தோன்றின.

அவன் கோட்டைப் பக்கம் பார்வையைச் செலுத்தினான். தேனீக்கள் குடிலை ஒட்டியிருந்த உட்புறச் சுவரின் மீதுதான் பார்வை சென்றது. அவன் கண்கள் பயத்தில் விரிந்தன.

கும்பகர்ணன் அறியாத விஷயம் என்னவென்றால் மலயபுத்ரர்கள் அசுராஸ்த்ராவைப் பிரயோகிக்க ஒரு ஆளைக் கண்டு பிடித்துவிட்டனர். குற்றம் மற்றும் தண்டனையை ஏற்க ஒருவன் சம்மதித்து விட்டான். ருத்ரக் கடவுளின் விதி மீறலுக்குப் பிரயாச்சித்தம் தேட ஒருவன் கிடைத்து விட்டான். தான் காதலிக்கும் பெண்ணைக் காப்பது என்ற எண்ணம், விதியை மீற தைரியம் அளித்தது, சாதாரணமாக அதை அவன் செய்ய ஒப்புக் கொள்ளமாட்டான் - அவன்தான் சீதாவின் கணவன், ராம்.

ராம் செலுத்திய, தீயுடன் கூடிய ஒரு அம்பு காற்றைக் கிழித்துக் கொண்டு அச்சுறுத்தும் வேகத்தில் வந்தது.

ருத்ரக் கடவுளே உன் கருணை தேவை.

கும்பகர்ணன் உடனே திரும்பி அலறினான், ‘அண்ணா!’

அவன் தன் கால்கள் எவ்வளவு வேகம் எடுத்து ஓடுமோ அந்த வேகத்தில் விமானத்தை நோக்கி ஓடினான்.

அதற்குள் தேனீக்கள் குடிலின் மேல் இருந்த சிறிய சிகப்புச் சதுரத்தில் நிறுத்தப்பட்டிருந்த அசுராஸ்த்ரா கோபுரத்தின் மேல் அந்தத் தீ அம்பு பட்டது. அதைப் பின்னால் தள்ளியது. அசுராஸ்த்ரத்தின் பின்னால் நிறுத்தப்பட்டிருந்த வாங்கி (பாத்திரம்) தீயை வாங்கி எரிபொருள் அறைக்கு விரைவில் எடுத்துச் சென்றது; அது தான் அஸ்திரத்திற்கு சக்தியை வழங்கியது. ஒரு அதீத ஒளி பளிச்சிட்டது, பிறகு சில மென்மையான வெடிச்சத்தங்கள் கேட்டன. சில நொடிகளிலேயே அஸ்திர கோபுரத்தின் அடிப்பகுதி தீப்பிழம்பாக மாறியது.

கும்பகர்ணன் விமானத்தை அடைந்து நுழைவாயிலுக்குள் குதித்தான், தன்னுடைய உடல் முழுவதையும் அண்ணனின் மீது கிடத்த அண்ணன் விமானத்தின் பின்னால் உள்ளுக்குள் தள்ளப்பட்டான். கும்பகர்ணன் விழுந்த வேகத்தில் அவனும் உள்ளுக்குள் தள்ளப்பட்டான்.

ஆனால் விமானத்தின் கதவு திறந்தே இருந்தது.

அசுராஸ்த்ரா வேகம் எடுத்து மிதிலையின் சுவர்களைச் சில வினாடிகளில் கடந்து ஒரு அரை வட்ட வடிவில் வந்தது. அகழியின் வெளிப்புறத்தில் நின்று கொண்டிருந்த இலங்கை வீரர்கள் அதிர்ச்சியிலும் பயத்திலும் மேலே பார்த்தனர்.

அந்த ஏவு கணைக்கு ஒரே ஒரு அர்த்தம்தான் இருக்க முடியும்.

தெய்வீக அஸ்த்ரம்.

அவர்களின் அழிவு நிச்சயம். அவர்களுக்குப் புரிந்துவிட்டது.

எதிர்வினைக்கு நேரம் இல்லை. ஓட நேரம் இல்லை. அப்படியே ஓடினாலும் எங்கே பதுங்குவது?

அவர்கள் திறந்த வெளியில் நின்றுகொண்டிருந்தனர். அசுராஸ்த்ரத்திற்கு நேராக.

அழிவு அவர்களை நோக்கித் துரிதமாக வந்தாலும் அவர்களால் அந்தக் கண்கவர் காட்சியிலிருந்து கண்களை விலக்க முடியவில்லை. ஏவுகணை அகழி-ஏரியைத் தாண்டி வரும் பொழுது ஒரு சின்ன வெடிச்சத்தம் கேட்டது. குழந்தைகள் வெடிக்கும் பட்டாசு போல.

வீரர்களின் மனதிலிருந்த திகிலுணர்வு சற்றே மறந்து ஒரு சின்ன எதிர்பார்ப்பு எட்டிப் பார்த்தது.

ஒரு வேளை தெய்வீக அஸ்த்ரம் தோல்வியுற்றதோ?

ஆனால் தேனீக்கள் குடிலின் மேல் நின்ற மலயபுத்ரர்களுக்கும், அயோத்தியாவின் இளவரசன் ராமுக்கும் அதைப்பற்றி நன்றாகவே தெரியும். அவர்கள் குரு விஸ்வாமித்திரர் அறிவுரை வழங்கியது போல காதுகளை மூடிக் கொண்டனர்.

அசுராஸ்த்ரா இன்னும் தாக்கத் தொடங்கவில்லை.

அதற்குள் கும்பகர்ணன் விமானத்துக்குள் எழுந்து நின்றான். ராவணன் இன்னும் விழுந்து கிடந்தான். அவன் அவசரமாகக் கதவருகே சென்று அதன் உலோகக் கதவை மூடுவதற்காகப் பக்கத்தில் இருந்த உலோகப் பொத்தானைத் தன் உடலின் பலம் அனைத்தையும் பிரயோகித்து அழுத்தினான். விமானத்தின் கதவு நிதானமாக மூடத் தொடங்கியது. சர்வ நிதானமாகச் செயல்பட்டது.

கதவு நேரத்துக்கு மூடாது.

இரண்டாவது நிமிடம் யோசிக்காமல், கும்பகர்ணன் தன் உடலால் விமானத்தின் கதவை மறைத்தபடி நின்றான். விமானத்தின் உள் பக்கமாகக் கதவை அடைத்தபடி நின்றான். விமானத்தின் கதவு மிகவும் நிதானமாக அங்குலம் அங்குலமாக மூடியது.

கும்பகர்ணன். இன்னும் மூடப்படாத கதவின் பகுதியைத் தன் ராட்சத உடம்பால் மறைத்தான்.

வெடியின் விளைவுகள் அவன் உடலைத் தாண்டிச் செல்லாமல் மறைத்தான்.

கும்பகர்ணன். தன்னையே தியாகம் செய்யத் தயாரானான். அவன் நேசித்தவனுக்காக.

தன் சகோதரன்.

தன் அண்ணன்.

அசுராஸ்த்ரா இலங்கை வீரர்களின் மீது சற்று நேரம் சுழன்று விட்டுக் காது கிழியும் சத்தத்துடன் வெடித்தது. தொலைவில் இருந்த மிதிலையின் சுவர்கள் கூட சத்தத்தில் அதிர்ந்தன. இலங்கை வாசிகளின் காது ஜவ்வு கிழிந்து வலி உண்டானது. அவர்கள் நுரையீரல்களில் இருந்து காற்று உறிஞ்சப்பட்டு உலர்ந்து போவதை உணர்ந்தனர்.

ஆனால் நடக்கப்போகும் அழிவுக்கான சின்ன அபாய மணிதான் அது.

வெடிச்சத்தத்தின் பின் ஒரு அமானுஷ்ய மௌனம் நிலவியது. மிதிலைக் கோட்டையிலிருந்து வேடிக்கை பார்த்துக் கொண்டிருந்த பார்வையாளர்கள் ஏவுகணை விழுந்த இடத்தில் முதலில் ஒரு பச்சை ஒளியைப் பார்த்தனர். அதீத தீவிரத்துடன் வெடித்து கீழே உள்ள இலங்கை வீரர்களுக்கு மின்னல் கீற்றுப் போல் தெரிந்தது. அவர்கள் அசையாது அங்கேயே ஸ்தம்பித்து நின்றனர். தற்காலிக பக்கவாதம் போல். வெடித்துச் சிதறிய துண்டுகள் கீழே விழுந்தன.

கும்பகர்ணன் பச்சை ஒளியைப் பார்க்கும் பொழுதே விமானத்தின் கதவு மூடியது. கதவு நகர்ந்து மூடியதும் தானியங்கிப் பூட்டுக்கள் விமானத்தை பூட்டின. மேலும் காயப்படாமல் விமானத்தின் உள்ளே இருப்பவர்கள் காக்கப்படுவார்கள். ஆனால் கும்பகர்ணன் நிலைகுலைந்து மயங்கி விழுந்தான்.

'கும்பாஆஆஆ...!' என்று கத்தியபடி ராவணன் தம்பியை நெருங்கினான்.

விமானத்தின் வெளியே அசுராஸ்த்ரா தன் வேலையை இன்னும் முடித்தபாடில்லை. முழு அழிவு இனிமேல்தான் வரப்போகிறது.

ஒரு சீற்றம் அதிலிருந்து வெளியேறியது. பெரிய பாம்பின் யுத்த கோஷம் போல இருந்தது. அதே போல கீழே விழுந்த துண்டுகளிலிருந்து பூதாகாரமான பச்சைப் புகை மேகம் எழும்பியது. அது சவங்களை மூடும் துணி போல இலங்கையினரை மூடியது.

எரிவாயுதான் அசுராஸ்த்ரத்தின் இதயம். அதுதான் உண்மையான ஆயுதம். வெடிச்சத்தமும் ஸ்தம்பிக்க வைக்கும் பச்சை ஒளியும் பாதிக்கப்படுபவர்களைத் தயார் நிலைக்குக் கொண்டு செல்லும் விஷயங்களே. அடர்த்தியான பச்சை நிற எரிவாயுதான் கொலையாளி.

சில நொடிகளிலேயே அந்தப் பச்சை வாயு இலங்கைப் படையைச் சூழ்ந்தது. புஷ்பக விமானத்துக்கு வெளியே இருந்த திறந்த வெளியில் அவர்கள் சுருண்டு விழுந்தனர். அது அவர்களைப் பல நாட்கள் ஆழ்ந்த மயக்கத்தில் தள்ளும், வாரங்கள் கூட ஆகலாம். சிலரை அது கொன்று விடும். ஆனால் தற்சமயம் எங்கும் மயான அமைதியாக இருந்தது. கருணை காட்டு என்ற எந்த வித அலறல் சத்தமும் இல்லை. யாரும் தப்பி ஓட நினைக்கவில்லை. அவர்கள் அப்படியே தரையில் விழுந்தனர். அசையாமல் கிடந்தனர். அந்த அசுராஸ்த்ரா அவர்களைத் துயிலில் ஆழ்த்தக் காத்திருந்தனர். மயான அமைதியைக் கலைத்த ஒரே சத்தம் கீழே விழுந்த துண்டுகளில் இருந்து சீறிக் கிளம்பும் எரிவாயுவின் சத்தம் மட்டுமே.

விமானத்தினுள்ளே ராவணன் முழுவதுமாய் உடைந்து விட்டான். மண்டியிட்டு அமர்ந்து தம்பியைக் கைகளில் ஏந்தினான். பக்கவாதம் தாக்கியது போல அசையாமல் கிடந்த தம்பியின் உடலை உலுக்கினான். கண்களில் கண்ணீர் உருண்டோடியது. 'கும்பா! கும்பா!' என்று அரற்றியபடி தொடர்ந்து அவனை உலுக்கினான்.

—૬ါ—

முப்பது நிமிடங்கள் கழிந்தன. அசுராஸ்த்ரா தன் வேலையை முடித்தது. இலங்கைப் படையை முழுவதுமாக அழித்தது.

விமானத்திலிருந்த ஒரு சிறு குழு மட்டும் தப்பியது. அதில் ஒருவன் மருத்துவன். விமானம் எப்பொழுதுமே புறப்படத் தயார் நிலையில் தான் வைக்கப்பட்டிருக்கும். அதுதான் வழக்கமாகப் பின்பற்றும் முறை.

அவசரச் சிகிச்சைக்காக வைத்திருந்த மருத்துவப் பெட்டியிலிருந்த மருந்துகளைக் கொண்டு, ஏவுகணை உண்டாக்கியிருந்த கும்பகர்ணனின் பக்கவாதம் போன்ற அசைவற்ற தன்மையை ஓரளவுக்கு மருத்துவன் குறைத்தான். அவன் உடல் இன்னமும் அசைவற்றுதான் இருந்தது, மூச்சும் சீராக இல்லை. ஆனால் அவனால் தன் தலையை லேசாக நகர்த்த முடிந்தது. விமானத்தின் தரையில் படுத்திருந்தான். அவனுடைய நாகா கூடுதல் கைகளில் இருந்து ரத்தம் வழிந்தது. அவன் தலை அண்ணனின் மடியில் இருந்தது.

அவன் ஏதோ சொல்ல வந்தான், ஆனால் அவன் நாக்கு தடித்து, பேச்சு குழறியதால் ஒன்றும் புரியவில்லை.

'அமைதியாக இரு,' என்று ராவணன் கிசுகிசுத்தான். அவன் கன்னங்கள் கண்ணீரால் ஈரமாக இருந்தன.

'அண்... அண்... சரியா...?'

தம்பி சொல்வது புரிந்ததும் அவன் கண்ணீர் மேலும் வழிந்தது. இந்த நிலையிலும் ராவணனின் நலத்தில் தான் கும்பகர்ணனுக்கு அக்கறை. இலங்கை மன்னன் தம்பியின் நெற்றியில் மென்மையாக முத்தமிட்டான். 'நான் நலம். நீ ஓய்வெடு தம்பி, ஓய்வெடு.'

வாதத்தினால் பாதிக்கப்பட்ட கும்பகர்ணனின் முகத்தில் கோணலாக ஒரு சிரிப்பு அரும்பியது. 'ந் ந் நீ... எனக்கு... க க டன் பட்டிருக்...'

ராவணன் கண்ணீருக்கு நடுவில் சிரித்தான். 'ஆமாம், ஆமாம். நான் உனக்குக் கடன் பட்டிருக்கிறேன், தம்பி. நான் உன் கடனாளி.'

கும்பகர்ணன் கண்ணீருக்கு நடுவே சிரித்தான். 'தும்மா திண்டல்...' என்று திக்கித் திணறினான்.

'ஓய்வெடு கும்பா, ஓய்வெடு.'

கும்பகர்ணன் கண்களை மூடினான்.

ராவணன் தம்பியின் முகத்தை மார்போடு அணைத்துக் கதறினான். ‘என்னை மன்னித்துவிடு, கும்பா. தயவு செய்து மன்னித்துவிடு. நீ சொன்னதை நான் கேட்டிருக்க வேண்டும்.’

‘வேந்தே,’ என்று ஒரு இலங்கை வீரன் கிசுகிசுத்தான். ஜன்னல் வழியாகப் பார்த்தபடி.

ராவணன் நிமிர்ந்து பார்த்தான்.

‘எரிவாயு இன்னும் தெளிவாகத் தெரிகிறது,’ என்றான். ‘வீரர்களைச் சுற்றிக் கொண்டிருக்கிறது. நாம் என்ன செய்வது?’

அவன் சொல்வது என்னவென்று ராவணனுக்கு விளங்கியது. வெளியில் விழுந்து கிடந்த ஆயிரக் கணக்கான இலங்கை வீரர்கள் ஸ்தம்பித்து அசைவின்றிக் கிடப்பார்கள். நாட்களோ, வாரங்களோ இந்த மயக்கம் தொடர்ந்து நீடிக்கும். சிலர் அதிலிருந்து மீளவே மாட்டார்கள். அவனாலும் வெளியே சென்று பார்வையிட முடியாது. எரிவாயுவின் தாக்கம் இன்னும் மிச்சம் இருந்தது.

மிதிலை யுத்தம் தோல்வியில் முடிந்தது. அவனுடைய தனிப்பட்ட காவல் படை அழிந்து விட்டது. விமானத்தில் இருக்கும் சொல்ப வீரர்களைத் தவிர அவனிடம் படை இல்லை. அவனால் எதுவும் செய்யமுடியாது.

ஆனால் இப்பொழுது அது ஒரு விஷயமாகவே தெரியவில்லை.

குனிந்து தம்பியைப் பார்த்தான். இறுக்கி அணைத்தான்.

அவனுக்கு முக்கியம் அவன் தம்பி மட்டும் தான். கும்பகர்ணனைத் திரும்பவும் ஆரோக்கியமானவனாக ஆக்கி நடமாட வைக்க வேண்டும்.

புஷ்பக விமான ஓட்டிகளை ராவணன் பார்த்தான். ‘இந்தச் சபிக்கப்பட்ட நாட்டிலிருந்து பறந்து செல்லுங்கள்.’

அத்தியாயம் 28

ராவணன் ஆழமாக மூச்சு விட்டான், 'கடைசியில் மலயபுத்ரர்களுக்கு பதிலடி கொடுக்கும் நேரம் வந்துவிட்டது,' என்று சொன்னான்.

மிதிலை யுத்தம் நடந்து பதின்மூன்று ஆண்டுகள் ஆகிவிட்டன. ராவணனும் கும்பகர்ணனும் சிகிரியாவில் இருந்தனர். அரச மாளிகையில் மன்னனின் தனி அறையில் இருந்தனர். யுத்தத்தின் நினைவு தேயத் தொடங்கிவிட்டது. ஆனாலும் காயம் அப்படியே இருந்தது.

அவமானப்படக் கூடிய வழியில் நடந்த தோல்வி, ராவணனுடைய பத்தாயிரத்திற்கும் மேலான வலிமையான படை வீரர்களுக்கு நடந்த அழிவு, சப்த சிந்துவில் கண்ட வெற்றியை இங்கே காண முடியாதது போன்ற விஷயங்களை மறக்க முடியவில்லை. மிதிலை யுத்தத்திற்குப் பிறகு ஒரு சிறிது காலம் சப்த சிந்துவில் சிலர், இலங்கை மீது மறுபடியும் படை எடுக்கலாமா என்று கூட கனவு கண்டனர். அயோத்தியாவின் இளவரசன் ராமைப் போராட்டத் தலைவனாகவே பார்க்கத் தொடங்கினர். ஆனால் அந்தப் போராட்டம் வலுப்பெறுவதற்குள், ராம் பதினான்கு ஆண்டுகள் தசரதனால் நாடு கடத்தப்பட்டு காட்டுக்கு அனுப்பப்பட்டான். முந்தைய மஹாதேவ் கட்டளையை மீறி தெய்வீக அஸ்த்ரத்தைப் பயன்படுத்தியதால் ராமுக்கு விதிக்கப்பட்ட தண்டனை. ராம் சென்றவுடன் போராட்டக் கனவுகள் மூட்டை கட்டப்பட்டன. மிதிலையின் இளவரசியும், ராமின் மனைவியுமான சீதாவும், அவன் தம்பி லக்ஷ்மணனும் ராமுடன் காட்டுக்குச் சென்றது அவர்களின் கனவுக்கு முற்றுப்புள்ளி வைத்தது.

ராவணனும் கௌரவம் இழந்தான். அவன் மக்கள் அவன் திரும்பவும் மிதிலை சென்று அடைந்த அவமானத்தைத் துடைக்கும் வழியில் அதைப் போரிட்டு அழிப்பான் என்று எதிர்பார்த்தனர்; ஆனால் ராவணன் அறிந்தவரையில் இலங்கை ராணுவம் ஒரு முழுபோருக்குத் தயாராக இல்லை. மேலும் உயிருடன் இருந்த இலங்கை வீரர்களையும் மலயபுத்ரர்கள் போர் கைதிகளாகக் கூட்டிக் கொண்டு மிதிலையைவிட்டுக் கிளம்பிவிட்டனர். அந்த வீரர்களைத் திரும்பப்பெற வேண்டுமானால், ராவணன் இனி மிதிலை மீதோ அல்லது சப்த சிந்துவில் எந்த நாட்டின் மீதோ போரிட மாட்டான் என்று ருத்திரக் கடவுளின் மீது ஆணையிட்டுச் சொல்ல வேண்டும் என்றனர்.

ராவணன் தன் வார்த்தையைக் காப்பாற்ற வேண்டும் என்பதற்காக, குரு விஸ்வாமித்திரர் அவனை அச்சுறுத்தினார்; அவன் படையெடுக்கலாம் என்று யோசித்தாலே அவர் மருந்து கொடுப்பதை நிறுத்திவிடுவார், பிறகு ராவணனும் கும்பகர்ணனும் இறப்பைத்தான் சந்திக்க நேரும். இதை மேலும் உறுதிப்படுத்த அவர் மருந்து மற்றும் குகை வஸ்துவின் விலையை ஏற்றிவிட்டார். அவமானத்தில் துடித்தாலும் ராவணனுக்குப பேசாமல் இருப்பதைத் தவிர வேறு வழி இல்லை. ஆனால் எப்படியாவது மலயபுத்ரர்களைப் பழிவாங்க வேண்டும் என்ற எண்ணத்தில் வெறியோடிருந்தான். இப்பொழுது கடைசியில் அவனுக்கு ஒரு வாய்ப்பு ஏற்பட்டுள்ளது.

'இது பழி வாங்கும் முயற்சி இல்லை, அண்ணா,' என்றான் கும்பகர்ணன். 'நமக்கு வேண்டியதைப் பெற வேண்டும். நாம் ஜாக்கிரதையாகச் செயல்பட வேண்டும். மிகவும் எச்சரிக்கையாகச் செயல்பட வேண்டும்.'

'இது உன்னைப் பொறுத்தவரையிலான விஷயமாக இருக்கலாம், ஆனால் எனக்கு மலயபுத்ரர்களைப் பழி வாங்க வேண்டும். அதுவும் முக்கியம். ஆனால் நான் அதற்காக எந்த முட்டாள்தனமான விஷயத்திலும் கோபத்துடன் இறங்கமாட்டேன். நான் முட்டாள் அல்ல.'

கும்பகர்ணன் கைகளை உயர்த்தி ஒப்புக் கொண்டான். 'சரி.'

'முக்கியமான விஷயம் அவர்களிடம் இப்பொழுது விஷ்ணு இருக்கிறான். அதுவும் எப்படிப்பட்ட சுவாரஸ்யமான விஷ்ணு,' என்றான் ராவணன் யோசனையுடன்.

‘ஆமாம்,’ என்றான் கும்பகர்ணன். ‘சடாரென்று நிறைய விஷயங்கள் விளங்குகின்றன. உதாரணத்துக்கு, மலயபுத்ரர்கள் மிதிலையைக் காக்க வேண்டும் என்று ஏன் குறியாக இருந்தனர். அவர்கள் ஏன் அசுராஸ்த்ராவைப் பயன்படுத்தினர்; ருத்ரக் கடவுள் அதற்கு தடை விதித்திருந்ததையும் மீறியதால், வாயுபுத்திரர்களுடன் பகை ஏற்பட்டிருக்கும். அந்த உறவு நிரந்தரமாக விரிந்திருக்கும். ஒரு சிறிய நாடான மிதிலைக்காக இவ்வளவு சிரமம் தேவை இல்லை. இப்பொழுது தானே புரிகிறது, ரிஷிகள் வாழும் அவர்கள் நகரத்தைக் காக்கப் பாடுபடவில்லை, விஷ்ணுவுக்காகப் போராடியிருக்கிறார்கள்! நீ இருந்த ஆத்திரத்தின் மிகுதியில் நீ அனைவரையும் கொன்றிருப்பாய் என்று அவர்களுக்குத் தெரியும்.’

ராவணன் தலையசைத்தான். ‘உண்மைதான். அவர் களுடைய உயிர்களின் மீது அவர்களுக்கு அக்கறை இல்லை. அவர்களுடைய கடமை மற்றும் இலக்கின் மீதுதான் குறி. அவர்கள் இலக்கை அடைய அவர்களுக்கு விஷ்ணுவின் உதவி அவசியம்.’

‘இளவரசி சீதா.’

‘சக்தியற்ற சின்ன நாடான மிதிலையிலிருந்து தங்கள் விஷ்ணுவுக்குப் பெண் எடுப்பார்கள் என்று யார் நினைத்திருப்பார்கள்,’ என்றான் ராவணன் தன் வலது தோளை மடக்கியபடி. இப்பொழுது அவனுக்கு அறுபது வயதாகிவிட்டது. உடல் வலியும் வேதனையும் வாழ்க்கையின் ஒரு பகுதியாகிவிட்டது. அவனை உயிருடன் வைக்க எடுத்துக் கொண்ட மருந்தும் அதன் விளைவுகளைக் காட்டியது, வலிமையைக் குறைத்தது. மர்மமான கொள்ளை நோய் வேறு சிகிரியாவைத் தாக்கியது.

‘அவள் மட்டுமே ஒரே தேர்வு அல்ல,’ என்றான் கும்பகர்ணன்.

ராவணன் தன் தம்பியை ஆச்சரியமாகப் பார்த்தான்.

‘வாயுபுத்திரர்களும், குரு வசிஷ்டாவும் ராம் தான் அடுத்த விஷ்ணுவுக்கான தேர்வு என்று கருதினர்,’ என்றான் கும்பகர்ணன்.

அயோத்தியாவின் அரச குடும்பத்துக்கு வசிஷ்டர்தான் பிரதம ஆலோசகர், மற்றும் ராஜகுரு. ஆனாலும் சப்த சிந்து

முழுவதும் பரவியிருந்த மன்னர்கள் அனைவரும் அவரை இவ்வளவு கௌரவத்தில் வைக்க அது மட்டுமே காரணம் இல்லை. அவர் ஒரு *மஹரிஷி, முற்றும் அறிந்த ஞானி.* அவர் அறிவுக்கு யாரையும் ஈடாக்க முடியாது. அவருக்குச் சமமானவர் என்றால், மலயபுத்ரர்களின் தலைவரான மஹரிஷி விஸ்வாமித்திரர் தான். மேலும் வசிஷ்டர், முந்தைய மஹாதேவ் விட்டுச் சென்ற பழங்குடியினரான வாயுபுத்திரர்களுடன் மிகவும் இணக்கமாக இருந்தார் என்பதை அனைவரும் அறிவார்கள்.

'ராமா? நிஜமாகவா?'

'ஆமாம்.'

'இது இக்கட்டாக இருக்கிறதே,' என்றான் ராவணன். 'பிறகு, வாயுபுத்ரர்களும் குரு வசிஷ்டரும் சேர்ந்து என்னதான் செய்ய முயல்கிறார்கள்? அவர்களிடையே குடும்பப் பிரிவினை செய்கிறார்களா?'

கும்பகர்ணன் வாய்விட்டுச் சிரித்தான். 'வாயுபுத்ரர்களும், குரு வசிஷ்டரும் என்ன நினைக்கிறார்கள் என்பது கடைசி தேர்வில் பெரிய பாதிப்பை ஏற்படுத்தாது. விஷ்ணுவை மலயபுத்ரர்கள் தான் தேர்வு செய்வார்கள். குரு விஸ்வாமித்திரர் தன் தேர்வை செய்துவிட்டார், சீதை தான் அடுத்த விஷ்ணு.'

ராவணன் தன் நாற்காலியில் பின்னால் சாய்ந்து அமர்ந்து, ஆழ்ந்து மூச்சு விட்டான். 'குரு வசிஷ்டருக்கும் குரு விஸ்வாமித்திரருக்கும் என்ன பிரச்சனை? அவர்கள் ஒரு காலத்தில் நண்பர்களாக விளங்கியவர்கள்தானே.'

'எனக்குத் தெரியாது, அண்ணா. அது வேறு கதை, வேறு புத்தகத்துக்கானது. நமக்கு தேவையற்றது.'

'ஆனால் உனக்கு நிறைய விஷயங்கள் தெரிந்திருக்கிறது,' என்றான் ராவணன். 'நீ இந்த விஷ்ணு சமாச்சாரத்தைப் பற்றி இவ்வளவு விஷயங்கள் எங்கிருந்து சேகரித்தாய்?'

'உனக்கு தெரியாமல் இருப்பதே நல்லது.'

'ஏன்?'

'என்னை நம்பு, அண்ணா.'

ராவணன் கும்பகர்ணனை வெறித்துப் பார்த்தான். 'நாம் ஒரு பெரிய விளையாட்டில் கைக் கூலிகள் என்ற எண்ணம் எனக்கு ஏன் வருகிறது?'

'ஒவ்வொரு மனிதனும் கைக்கூலி தான், அண்ணா. ஆனால் சதுரங்கத்தில் முன்னிலை வீரன், கட்டங்களைக் கடந்து எதிர்பக்கம் சென்றுவிட்டால் அந்த வீரனின் சக்தி கூடிவிடும்.'

ராவணன் புருவத்தை உயர்த்திச் சிரித்தான். 'சதுரங்க விளையாட்டுக்கும், நிஜ வாழ்வுக்கும், நிறைய வித்தியாசம் இருக்கிறது, தம்பி.'

'கண்டிப்பாக. ஆனால் சதுரங்கம் வாழ்க்கையைப் பிரதிபலிப்பது தானே. எப்படிச் சதுரங்கம் விளையாடுகிறோம் என்பது, எப்படி வாழ்க்கையை நடத்துகிறோம் என்பதையும் பிரதிபலிக்கிறது.'

'அறிவான வார்த்தைகள்,' என்ற ராவணன், 'எதுவாக இருந்தாலும் எனக்கு உன்மீது பூரண நம்பிக்கை இருக்கிறது, கும்பா. உன்னை நம்பாத நேரங்களில் நான் சிரமப்பட்டிருக்கிறேன்.'

கும்பகர்ணன் சிரித்தபடியே கொட்டாவியை அடக்கினான்.

'திரும்பவும் தூக்கம் வருகிறதா?' என்றான் ராவணன், முகத்தில் ஒரு குற்ற உணர்வு ஓடியது.

அசுராஸ்த்ரா கும்பகர்ணனை அதிகம் பாதித்துவிட்டது. நாகாவாகப் பிறந்ததால், பிறவியிலிருந்தே அவன் பல வலிகளையும், அசௌகர்யங்களையும் சந்தித்திருந்தான். கூடுதலாக வளர்ந்த கைகள் இணையும் இடத்தில் வலி உயிர் போகும். சிறுவயதில் அதிலிருந்து ரத்தம் வழியும். மலயபுத்ரா மருந்து வலியையும், ரத்தப்போக்கையும் ஓரளவுக்கு நிறுத்தியிருந்தது. ஆனாலும் அசுராஸ்த்ராவின் பச்சை நிற விஷ ஒளி அவன் உடல் நிலையைப் பெரிதும் பாதித்துவிட்டது. மேலும் ஐம்பத்தி ஒன்று வயதில் அவன் முன் போல் வலிமையாக இல்லை. இப்பொழுது வலியும் ரத்தப்போக்கும் மறுபடியும் தொற்றிக் கொண்டதால் அவனால் தாங்க முடியவில்லை.

மலயபுத்ர மருத்துவர்கள் சிகிரியா வரை வந்து புது மருந்துகளைக் கொடுத்து அவன் வலியையும் ரத்தப்போக்கையும் ஓரளவுக்கு மட்டுப்படுத்தியிருந்தனர். ஆனால் அவன் மிகவும் சோம்பேறித்தனமாக உணர்ந்தான். தினமும் முக்கால்வாசி நேரம் தூங்கிக் கொண்டே இருந்தான். சில நாட்கள் மருந்து எடுத்துக் கொள்ளாமல் இருந்தால் தான் அவனால் முனைப்பாகச் செயல்பட முடியும். ஆனால்

ஐந்து நாட்களுக்கு மேல் அவன் மருந்தைத் தொடர்ந்து எடுத்துக் கொள்ளாமல் விட்டுவிட்டால் ரத்தப்போக்குத் தொடங்கிவிடும். அதை அனுமதித்தால் அவன் உயிருக்கே ஆபத்தாக முடியும்.

மிதிலை யுத்தத்தில் தன் அண்ணனின் உயிரைக் காப்பதற்காகத் தன் உயிரைப் பற்றி கவலைப்படாமல் முன்னால் வந்து நின்றதனால் வந்த விளைவு.

ராவணனால் தன்னை மன்னித்துக் கொள்ளவே முடிய வில்லை. கடந்த பதின்மூன்று வருடங்களாகத் தன்னுடைய அனைத்துத் திட்டங்களையும் ஒத்தி வைத்திருந்தான் - இலங்கையின் சாம்ராஜ்ஜியத்தை விரிவு படுத்துவது, கிஷ்கிந்தாயைக் கைப்பற்றுவது போன்ற திட்டங்கள் அமலுக்கு வரவில்லை. தன்னுடைய தம்பி ஆரோக்கியமாகவும், உயிருடன் இருக்கவும் அவன் தன் கவனத்தைச் செலவழித்தான்.

கும்பகர்ணன் ராவணனைப் பார்த்துச் சிரித்தான், 'நான் நன்றாகத் தான் இருக்கிறேன், அண்ணா,' என்றான்.

ராவணனும் சிரித்தபடி தம்பியின் தோளைத் தட்டிக் கொடுத்தான்.

'எதுவாக இருந்தாலும்,' என்று கும்பகர்ணன் தொடர்ந்தான், 'நாம் இனி வாயுபுத்ரர்களுடனோ, குரு வசிஷ்டருடனோ எந்தத் தொடர்பும் வைத்துக் கொள்ளப் போவதில்லை. மலயபுத்ரர்களை மட்டும் நம் கட்டுப்பாட்டில் கொண்டு வந்தால் போதும். நாம் விஷ்ணுவைக் கடத்தி நம்மிடம் கொண்டுவந்து விட்டால், அது தானாக நடக்கும். அவளை எப்படியாவது விடுவிக்க முயற்சி செய்வார்கள். அப்பொழுது அவர்களைக் கிடுக்கிப் பிடியில் வைக்க வேண்டும். நமக்கு இருபது வருடங்களுக்கு வேண்டிய மருந்தை ஒரே தவணையில் கொடுக்கும்படி கேட்போம் - அதுவும் அவர்கள் கேட்கும் அதிக விலைக்கு இல்லாமல். இலங்கையில் கைதியாக விஷ்ணு இருக்கும் வரையில் நாம் எது கேட்டாலும் கொடுக்கக் கடமைப்பட்ட நிலையில் தான் மலயபுத்ரர்கள் இருப்பார்கள்.'

ராவணன் தலையசைத்தான்.

'நாம் இந்தத் திட்டத்தைச் செயல்படுத்தலாமா? என்றான் கும்பகர்ணன்.

'ஆமாம், நாம் சீதாவைக் கடத்தவேண்டும்.'

'நினைவில் கொள், அண்ணா, இது பழி வாங்கும் விஷயம் அல்ல. நமக்குத் தேவையானதை மட்டும் கேட்போம். மலயபுத்ரர்கள் மீது நமக்கு ஒரு பிடி வேண்டும். நாம் விஷ்ணுவைக் கொல்ல வேண்டாம்.'

ராவணன் தலையசைத்து ஒப்புக் கொண்டான்.

'அவள் நம் கைதியாக இருப்பாள்.'

'ஆமாம்.'

'அரசியல் கைதி. இலங்கையின் ஒரு மாளிகையில் அவளைத் தங்க வைக்கலாம். சிறையில் அல்ல.'

'எனக்குப் புரிகிறது, கும்பா! அதைப் பற்றியே பேசிக் கொண்டிருக்காதே!'

கும்பகர்ணன் சிரித்தபடி கை கூப்பி, மன்னிப்பு கேட்பது போல நின்றான்.

'அண்ணா, இது நல்ல திட்டம் என்று எனக்குத் தோன்றவில்லை,' என்று கும்பகர்ணன் கிசுகிசுத்தான்.

சிகிரியா அரச மாளிகையில், தன் தனியறையில் கும்பகர்ணனுடன் இருந்தான் ராவணன். ராவணனின் இருபத்தி-ஏழு வயது மகன் இந்த்ரஜித்தும், அவர்களுடன் இருந்தான். அப்பாவைப் போலவே பிரம்மாண்டமான அச்சுறுத்தும் உருவம் கொண்டிருந்தான். உயரம், திடகாத்திரம், அதிகாரத்தனமான குரல் என்று பிரமிக்கவைத்தான். அம்மாவின் உயர்ந்த கன்ன எலும்புகளும், அடர்த்தியான பழுப்பு நிற முடியும் பெற்றிருந்தான். முடியை நீளமாக வளர்த்துச் சிங்கத்தின் பிடரியைப் போல் காட்சியளிக்கும்படி விளங்கினான். அதை நடுவில் வகுடு எடுத்துப் பிரித்து, உச்சி மண்டையில் ஒரு கொண்டை போல முடிந்திருந்தான். மழமழவென்ற முகத்தில் எண்ணெய் தடவிய பெரிய முறுக்கு மீசை இருந்தது. அவன் உடைகளின் வண்ணங்கள் கண்ணைப் பறிப்பதாக இல்லை. பழுப்பு வேஷ்டியும், வெளிர் மஞ்சள் அங்கவஸ்த்திரமும் அணிந்திருந்தான். அவன் எந்த ஆபரணங்களையும் அணியவில்லை. இந்தியப் போர்

வீரர்கள் விரும்பும் காதணிகளை மட்டும் அணிந்திருந்தான். இலங்கையை ஆட்டிவைத்த கொள்ளைநோய் இந்த்ரஜித்துக்கு எந்த பாதிப்பையும் ஏற்படுத்தவில்லை. அதுவே ராவணனுக்குப் பெருமையாக இருந்தது.

இலங்கை மன்னன் தன் மகன் மீது அபாரப் பிரியம் வைத்திருந்தான். அவனேதான் மகனுக்குப் பெயர் தேர்வு செய்தான்: *இந்த்ரஜித் என்றால், கடவுள்களின் தேவனான இந்திரனை வெல்லக் கூடியவன் என்று பொருள்.*

பண்டை காலத்தில் இந்தியாவின் புகழ் பெற்ற அரசனாக விளங்கியவன் இந்திரன். காலப்போக்கில் அது மருவி கடவுள்களின் மன்னனைக் குறிப்பதாக மாறிவிட்டது. தன்னுடைய மகனுக்காக ராவணன் கொண்ட உயர்ந்த லட்சியம் ரகசியம் அல்ல, அனைவரும் உணர்ந்தது.

'நான் கும்பகர்ண சித்தப்பா சொல்வதை ஒப்புக் கொள்கிறேன்,' என்று அமைதியான குரலில் இந்த்ரஜித் பேசினான், மற்றவர்கள் கேட்காமல் இருப்பதற்காக. 'இது ஒரு முக்கியமான பணி. இதை நாமேதான் செய்ய வேண்டும். நாம் இதை சித்தப்பா, அத்தை, அவர்களிடம் விட முடியாது. அவர்கள் இருவரும் ஒரு கொடுமையான இணைப்பு, அகங்காரம் மற்றும் ஆற்றலின்மை.'

தன்னிடம் இருந்து சற்றே விலகி மரியாதையாக நின்ற அந்த ஆணையும், பெண்ணையும் பார்த்தான் ராவணன். விபீஷணன் மற்றும் சூர்ப்பனகை - அவனுடைய ஒன்று விட்ட தம்பி தங்கை, இந்த்ரஜித்தின் 'சித்தப்பா மற்றும் அத்தை.' சீதாவைக் கடத்தும் பணிக்கு அவர்கள் இருவரும் தன்னார்வலர்களாக வந்தனர். அவர்களைப் பார்க்கும் பொழுது ராவணனால் தன் வெறுப்பைக் காட்டாமல் இருக்க முடியவில்லை. அவன் வெறுத்த அப்பாவுக்கும், அவன் த்வேஷம் பாராட்டிய அவரின் இரண்டாவது மனைவிக்கும் பிறந்தவர்கள். அது போதாதென்று வாடகைக்குக்-கேட்டால்-கூட-கண்ணீரைத் தரவல்ல அவன் அன்னை கைகேசி அவர்களைத் தத்தெடுத்து, சீராட்டி வளர்த்தாள். அவனைச் சீரழிக்க அவள் எந்த அளவுக்கு வேண்டுமானாலும் இறங்குவாள் என்று அவன் நினைத்துக் கொண்டான்.

'நாங்கள் பார்த்துக் கொள்கிறோம், அண்ணா,' என்று மிகவும் மரியாதையாக தன்னை விட வயதில் கூடுதலான தன் ஒன்று விட்ட அண்ணனிடம் சொன்னான்.

விபீஷணன் சாதாரண உயரம், அதீத வெண்மை நிறம்; வெடவெடவென்று இருந்த ஒல்லியான தேகம், ஓட்டப்பந்தய வீரனைப் போல் தோற்றம் அளித்தது. அவன் தன்னுடைய ஒல்லியான கைகளைப் பரத்தி வைத்துக் கொண்டு நிற்பது, ஏதோ தன் தசை வலிமையைக் காட்டுவது போலிருந்தது. அவனுடைய மை வண்ணக் கருமையான நீண்ட முடி பின்னால் கொண்டையாகப் போடப்பட்டிருந்தது. அவனுடைய நீண்ட அடர்த்தியான தாடி, சீராக வெட்டப்பட்டு பழுப்பு நிற வண்ணம் பூசப்பட்டிருந்தது. அவன் விலை உயர்ந்த கத்திரிப் பூ வண்ண வேஷ்டி மற்றும் இளம் சிவப்பு அங்கவஸ்திரம் அணிந்திருந்தான். ஆபரணங்களை அதிகமாக அணிந்து கொண்டிருந்தான். அவன் ஆடை அணிகலன்களை அணிய விரும்புபவன், அவனுடைய மரியாதையும், பணிவும் பொய்யானவை என்பது ராவணனின் கருத்து.

'நான் உன் அண்ணன் இல்லை,' என்றான் ராவணன் உறுதியாக. 'நான் உன் மன்னன்.'

'கண்டிப்பாக, வேந்தே', என்றான் விபீஷணன், உடனேயே தன்னைத் திருத்திக் கொண்டான். காதுகளைப் பிடித்தபடி மன்னிப்புக் கேட்டான்.

ராவணன் கண்களை உருட்டினான்.

'எங்கள் திட்டம் வேலை செய்யும், வேந்தே,' என்றான் விபீஷணன்.

ராவணனின் ஒற்றர்களின் தகவல்கள்படி, சீதா, ராம் மற்றும் லக்ஷ்மணன் பஞ்சவடியில் முகாமிட்டிருந்தனர். கோதாவரி ஆற்றின் கரையில் அமைதியான இடம். பதினாறு மலயபுத்ரா வீரர்கள் அவர்களுக்கு காவல் நின்றனர். விஷ்ணுவைப் போன்ற முக்கியமான நபருக்கு ஏன் பதினாறு பேர்தான் காவல் என்பது ராவணனுக்குச் சந்தேகத்தை எழுப்பியது. ராமை நிர்ப்பந்தப்படுத்தி அசுராஸ்த்ராவை மலயபுத்ரர்கள் விடச் சொன்னதால் அவர்கள் மீது சீதை கோபமாக இருந்தாள். அவர்கள் ஆதரவு வேண்டாம் என்று மறுத்துவிட்டாள். அவளுடன் இருந்த வீரர்கள் ஜடாயுவிற்கடியில் பணி புரிபவர்கள். ஜடாயுவைத் தன் சகோதரனாகக் கருதினாள்.

அதனால்தான் அவர்களை அங்கே தங்க அனுமதித்திருந்தாள்.

சூர்ப்பனகையின் அழகைக் கொண்டு ராம் மற்றும் லக்ஷ்மனின் கவனத்தைச் சிதறடிக்கலாம் என்பது விபீஷணனின் யோசனை. அவளைச் சந்தித்தால் அவர்கள் தங்கள் எச்சரிக்கை நிலையைக் கைவிடுவார்கள். பிறகு ஏதோ ஒரு காரணம் காட்டி அவள் சீதையைத் தனியாக விலக்கி அழைத்துச் சென்று கடத்திவிடுவாள். அயோத்திய இளவரசர்களிடம் சீதைதான் பொறாமையினால் சூர்ப்பனகை யைத் தாக்கினாள், நடந்த சண்டையில் ஏற்பட்ட விபத்தில் அவள் ஆற்றில் மூழ்கிவிட்டாள். கோதாவரியில் அடிக்கடி சு ழல் ஏற்படும் என்பதால், அவள் உடல் கண்டு பிடிக்கப்படாமல் போக வாய்ப்புண்டு.

இவ்வாறாக இலங்கையின் மீது பழி விழாமல் சீதாவைக் கடத்தலாம் என்பது விபீஷணனின் யோசனை.

'நம் வீரர்களை அனுப்பி அவளை ஏன் தூக்கி வரச் சொல்லக் கூடாது?' என்று கும்பகர்ணன் கேட்டான்.

'அதில் ராமுக்கு அடிப்பட்டால் என்ன செய்வது?' என்று விபீஷணன் எதிர் கேள்வி கேட்டான்.

விபீஷணன் சொல்லாமல் விட்டது அனைவருக்கும் தெளிவாகப் புரிந்தது. ராம் இன்னமும் அயோத்திய மன்னன்தான், சப்த சிந்து அவனை சாம்ராட்டாக ஏற்றுக் கொண்டுள்ளது. அவன் இலங்கை வீரன் கையில் இறக்க நேர்ந்தால் ஒப்பந்தப்படி சப்த சிந்துவின் சிற்றரசர்கள் ஒன்று திரண்டு ராவணன் மீது போர் தொடுப்பார்கள். தற்பொழுது இலங்கையால் போர் செய்ய முடியாது. ராணுவம் மிகுந்த தளர்வு நிலையில் இருந்தது.

கும்பகர்ணன் சமாதானமாகவில்லை. 'ராமையும் சீதாவையும் பிரிப்பதற்கு உன் தங்கையைத் தூண்டிலாகப் பயன்படுத்தாமல் வேறு நல்ல வழிகள் மூலம் முயற்சி க்கலாமே.'

'நம்மிடம் கிடைத்திருக்கும் ஆயுதங்களைக் கொண்டுதான் நாம் போரிட வேண்டும், அண்ணா,' என்றான் விபீஷணன். 'சூர்ப்பனகை அபரிதமான அழகு கொண்டவள்.'

சூர்ப்பனகை பெருமையாகச் சிரித்தாள், பாராட்டு அவளுக்கு மகிழ்ச்சியைத் தந்தது. அவள் விபீஷணனின் ச ாயலில் இருந்தாலும், அவனைப் போன்ற நோஞ்சானாக இல்லாமல் வசீகரமாக இருந்தாள். இந்திய தந்தையை விட

கிரேக்க அம்மாவின் மரபணுக்களை அதிகம் கொண்டவளாக இருந்தாள். அவள் தோல் முத்துப் போல் வெண்மையாக இருந்தது. கண்களில் காந்த சக்தி இருந்தது. கூர்மையான சற்றே மேல் நோக்கிய மூக்கு, உயர்ந்த கன்ன எலும்புகள். தங்க நிற முடி, இந்தியாவில் இது அதிசயம், முடி நேர்த்தியாகச் சீவப்பட்டிருக்கும். அவளுடைய சிறிய உடல்வாகில் அனைத்துமே நேர்த்தியாக அமைந்திருந்தது. அவள் பழமை வாய்ந்த விலை உயர்வான, ஊதா நிற வேஷ்டி அணிந்திருந்தாள். அவள் நவ நாகரீகமாக அதை இடுப்புக்குக் கீழ் தொப்புள் தெரிய உடுத்தியிருந்தாள். வளைவுகள் நிறைந்த சிறிய இடுப்பு எடுப்பாக இருந்தது. அவளுடைய பட்டு ரவிக்கை ஒரு சிறு துண்டுத் துணியை போல் இருந்தது. அவளுடைய மார்புகளைத் தாராளமாகக் காட்டியது. அவள் மேலாடை தோளின் ஓரத்தில் எங்கோ பெயருக்குத் தொங்கியது. அது மறைத்ததை விட எடுத்துக் காட்டியது தான் அதிகம். ஆடம்பரமான அணிகலன்கள் மிகையை மிகையாக்கின.

இந்தத் திட்டத்தைத் தன்னால் நிறைவேற்ற முடியும் என்பதில் அபார நம்பிக்கை வைத்திருந்தாள். கும்பகர்ணனுக்கு இன்னும் சந்தேகமாகத்தான் இருந்தது. இந்த்ரஜித்திடம் கருத்து கேட்டான்.

தன்னம்பிக்கையுடன் இருந்த அந்த இளைஞன் உடனே பதில் சொன்னான், 'விபீஷண சித்தப்பா, நான் மரியாதைக் குறைவாகப் பேசுகிறேன் என்று நினைக்காதீர்கள், ஆனால் என் வாழ்நாளிலேயே இதைவிட முட்டாள்தனமான யோசனையை நான் கேட்டதே இல்லை. இது எப்படி வேலை செய்யும் என்று எனக்குப் புரியவே இல்லை.'

விபீஷணனுக்கு மூக்கின் மேல் கோபம் வந்தாலும் தன் ஆத்திரத்தையும் மன அழுத்தத்தையும் சிரமப்பட்டுப் பல்லைக் கடித்துக் கட்டுப்படுத்திக் கொண்டான். அண்ணனின் அவமாரியாதைகளைத் தாங்கி வளர்ந்தவன், அதனால் அவற்றை ஏற்க முடிந்தது. ஆனால் இந்தச் சிறுவன்? இந்தக் கத்துக் குட்டியிடமிருந்து இது போன்ற வார்த்தைகளைச் சகிக்க முடியவில்லை.

'இதயத் துடிப்புள்ள எந்த ஆடவனாவது இந்தத் திட்டத்தை வேண்டாம் என்பானா?' என்று சூர்ப்பனகை தன்னைச் சுட்டிக் காட்டினாள்.

‘அடக்கடவுளே! சூர்ப்பனகை! நீ என் சகோதரி. என் எதிரே இப்படி எல்லாம் பேச எப்படி மனம் வருகிறது?’ கும்பகர்ணன் அதிர்ச்சியுற்றான்.

‘நீங்கள் துறவறம் மேற்கொண்டு விட்டீர்கள், அண்ணா,’ என்று கும்பகர்ணனைக் கேலி பேசினாள். ‘உங்களுக்குப் புரியாது.’

கும்பகர்ணன் ராவணனைப் பார்த்தான். ‘அண்ணா, எனக்கு இதில் உடன்பாடு இல்லை. நம் முதல் திட்டத்தின் படி போவது தான் நல்லது.’

‘அண்ணா,’ என்றாள் சூர்ப்பனகை ராவணனைப் பார்த்து - விபீஷணனைப் போன்ற சங்கடங்கள் அவளுக்குக் கிடையாது - ‘நான் இதைக் கையாளுகிறேன். உங்கள் கைகளில் களங்கம் வேண்டாம். உங்கள் நம்பிக்கையை சம்பாதிக்க வாய்ப்பு கொடுங்கள்.’

ராவணன் யோசித்தான். கும்பகர்ணன் சோர்வாகவும் தூக்கக் கலக்கத்திலும் இருந்தான். அவனுக்குச் சீக்கிரமே மருந்து கொடுக்க வேண்டும். பிறகு இந்திரஜித் - அவனுடைய கௌரவம் மற்றும் சந்தோஷம். அவன் வாரிசு. இவர்கள் இருவரையும் ஆபத்தில் சிக்கி இறந்துவிடாமல் பாதுகாக்க ஒரு வழி இருந்தால்...

‘மேலும், வேந்தே,’ என்றான் விபீஷணன், ‘நிறைய மக்கள் நாங்கள் உங்களுடன் இணக்கமாக இல்லை என்றே நம்புகிறார்கள். அதனால் நாங்கள் பிடிபட்டாலும், சீதையின் மறைவுக்கு நீங்கள்தான் காரணம் என்று உங்களை யாரும் தொடர்பு படுத்தமாட்டார்கள். உங்களுக்குப் பிடிக்காத சில உறவினர்கள் தான்தோன்றியாக வேலை பார்த்தாக நினைக்கும். உங்கள் கைகள் சுத்தமாக இருக்கும்.’

ராவணன் கண்களைச் சுருக்கினான். இது நல்ல விஷயமாகப் பட்டது.

‘அண்ணா,’ என்று சூர்ப்பனகை தொடர்ந்தாள், ‘இதில் உங்களுக்கு எந்த இழப்பும் இல்லை. நாங்கள் இந்தப் பணியில் தோற்றுவிட்டால், நீங்கள் உங்கள் வீரர்களுடன் பஞ்சவடிக்குப் பயணிக்கலாமே. எங்களுக்கு வாய்ப்புக் கொடுப்பதில் என்ன சங்கடம்?’

அதுதானே... என்ன பிரச்சனை?

'சரி,' என்றான் ராவணன்.

சூர்ப்பனகை சந்தோஷத்தில் கை கொட்டிக் கூச்சலிட்டாள்.

விபீஷணன் சம்பிரதாய வழக்கப்படி மண்டியிட்டுத் தலையைத் தரையில் கவிழ்த்து ராவணனுக்கு மரியாதை செலுத்தினான். 'நீங்கள் இதற்காக வருத்தப்படமாட்டீர்கள், வேந்தே.'

ராவணன் அவனைப் பார்த்தான். *போலி முட்டாள்.*

ஸ்ரீ

அத்தியாயம் 29

இலங்கையைக் கடந்து கடல் மார்க்கமாக விபீஷணனும், சூர்ப்பனகையும் கிளம்பிப் பல வாரங்கள் ஆகிவிட்டன. மேற்குக் கடற்கரையில் உள்ள சால்செட் துறைமுகத்துக்குப் பயணித்தனர். சிதிலமடைந்த மும்பாதேவி துறைமுகத்திற்கு வந்தனர். அந்தத் தீவு இப்பொழுது இலங்கையின் கைப்பிடியில் இருந்தது. புறக்காவல் இடமாக மாறி இருந்தது. மேலும் பதினாறு வீரர்களுடன் ராம், சீதை மற்றும் லக்ஷமன் முகாமிட்டிருந்த பஞ்சவடிக்கு வெகு அருகில் இருந்தது.

இந்த்ரஜித் தன்னுடைய சித்தப்பா மற்றும் அத்தையுடன் சால்செட்டுக்கு வந்திருந்தான். ஆனால் இந்தப் பணியில் அவன் வேறு எந்த விதத்திலும் பங்கெடுக்க வேண்டாம் என்று ஆணையிடப்பட்டிருந்தான். தன் மகனை ஆபத்தில் விட ராவணனுக்கு விருப்பம் இல்லை. துணிவான இளைஞன், எவ்வளவு போராடிப் பார்த்தும் கடைசியில் தந்தையின் அறிவுரைக்குக் கீழ்ப்பணிந்தான்.

சீதையைக் கடத்தும் நோக்கத்துடன், சால்செட்டிலிருந்து விபீஷணனும், சூர்ப்பனகையும், சில வீரர்களுடன் பஞ்ச வடிக்குப் பயணித்தனர்.

ஆனால் அந்தப் பணி படு தோல்வி அடைந்தது.

'என்னை மன்னித்துவிடு,' என்றான் ராவணன் கும்பகர்ணனிடம். 'நீ சொன்னதை நான் கேட்டிருக்கவேண்டும்.'

ராவணனும் கும்பகர்ணனும் புஷ்பக விமானத்தில் நூறு வீரர்களுடன் சால்செட்டுக்குப் பயணித்துக் கொண்டிருந்தனர்.

சீதையைக் கடத்துவதில் சூர்ப்பனகை படுதோல்வி அடைந்தாள். அது மட்டுமல்லாமல் சூர்ப்பனகையைப்

பிடித்துக் கை கால்களைக் கட்டிப் போட்டுவிட்டாள் சீதை. கதறிய இலங்கை இளவரசியைப் பிடித்து இழுத்தபடி பஞ்சவடி முகாமுக்குக் கூட்டி வந்தாள். அங்கே காத்திருந்த இலங்கை வீரர்கள் ராம் மற்றும் சீதாவைப் பின்தொடர்பவர்களான மலயபுத்ரர்களுடன் கைகலப்பில் இறங்கினர். அதிலும் கொடுமை சூர்ப்பனகையின் மூக்கு தெரியாத்தனமாக லக்ஷ்மன்னால் காயப்படுத்தப்பட்டது.

விபீஷணன் உடனேயே சண்டையிடாமல், தன் வீரர்களைப் பின்வாங்கச் சொல்லி உத்தரவிட்டான். அதனால் அவனும் அவன் தங்கையும் வீரர்களும் உயிர் பிழைத்தனர். அவர்கள் சால்செட்டுக்குத் துரிதகதியில் திரும்பினர். இந்த்ரஜித் தலைமையில் இலங்கைக்குப் பயணித்தனர். ராவணனிடம் தங்கள் அவல நிலையை எடுத்துச் சொல்லச் சென்றனர்.

ராவணன் அவர்களுக்குப் பதிலடி கொடுக்கும் விதமாக இலங்கையிலிருந்து உடனே புறப்பட்டான். புஷ்பக விமானத்தில் எவ்வளவு வீரர்கள் கொள்வார்களோ அவ்வளவு பேரை ஏற்றிக் கொண்டு புறப்பட்டான். அறுவைசிகிச்சை சூர்ப்பனகையின் காயத்தை வடுவின்றி மறைய வைத்துவிடும் என்றாலும். தோல்வியடைந்ததற்கு ரத்தத்தால்தான் பதிலடி கொடுக்க முடியும்.

விமானப் பயணம் முழுவதும் தன் ஒன்றுவிட்ட தம்பி, தங்கையைத் திட்டிக் கொண்டே வந்தான் ராவணன். ஆனாலும் கும்பகர்ணன் பொறுமையாக எடுத்துச் சொல்லி விளக்கியதில், அவனுக்கு ராமின் முகாமைப் படையெடுக்க ஒரு சரியான காரணம் அமைந்துவிட்டது என்பதைப் புரிந்து கொண்டான். இலங்கையின் அரச குடும்பத்து நபர் யாராக இருப்பினும் அவருக்கு நேர்ந்த அவமானத்துக்குத் தக்க நடவடிக்கை எடுத்துத்தானே ஆகவேண்டும். அது ஒரு கௌரவப் பிரச்சனை, தர்க்க ரீதியாக யோசிக்கும் யாராக இருந்தாலும் ஒப்புக் கொள்ள வேண்டிய விஷயம் அது; அதனால் நடவடிக்கையைப் போராக நினைக்கக் கூடாது. இந்தக் கோணம் அயோத்தியாவுக்கு உதவி செய்ய சப்த சிந்துவும் திரண்டு வரவேண்டும் என்ற ஒப்பந்தத்தின் விதிகளையும் ரத்து செய்து விடும்.

கும்பகர்ணன் அண்ணனைப் பார்த்துச் சிரித்தான். அவன் கேட்ட மன்னிப்பை வேண்டாம் என்று கையசைத்துப்

புறம்தள்ளினான். 'பரவாயில்லை அண்ணா, நாம் இதைப்பற்றி ஏற்கனவே பேசிவிட்டோம். நம் தம்பி தங்கையை வேண்டிய அளவுக்குத் திட்டி விட்டோம். இப்பொழுது ஆக வேண்டிய வேலையைப் பார்ப்போம். நாம் விஷ்ணுவைக் கடத்த வேண்டும். அவ்வளவுதான். இதை மனதில் வைத்துக் கொள்ள வேண்டும்.'

'ஆமாம்,' என்றான் ராவணன் சிரித்தபடியே. கைகளை மேலே தூக்கி சோம்பல் முறித்தான். 'நம் தாக்குதலிலேயே எரிச்சலூட்டும் விஷயம் எது தெரியுமா?'

'எது?'

'காத்திருப்பதுதான்.'

'உண்மைதான்.'

'சிறிது நேரத்தில் நாம் போரைச் சந்திக்கப் போகிறோம் என்ற எதிர்பார்ப்பின் துடிப்பில் இருக்கும் பொழுது, அது தொடங்கும் வரை காத்திருப்பதன் வேதனையை விவரிக்க முடியாது. ஒன்றும் செய்யாமல் சும்மா அமர்ந்திருப்பது மிகுந்த வேதனை அளிக்கிறது. ஒன்றுமே நடக்காதது போல சாதாரணமாகப் பேசிக் கொண்டு இருப்பது கடினம். இதயத் துடிப்பைச் சீராக வைத்துக் கொண்டு, ரத்த தாகத்தை உயர்த்தி, ஆனால் கட்டுக்குள் வைத்துப் பார்த்துக்கொள்வது, எல்லாமே கடினம்.'

கும்பகர்ணன் வாய் விட்டுச் சிரித்தான். 'ஆனால் நீ உன் ரத்த தாகத்தை அங்கேயும் கட்டுக்குள்தான் வைத்திருப்பாய்.'

ராவணன் கும்பகர்ணனை முறைத்தான்.

'அண்ணா, உண்மையைச் சொல். நீ முன் போல இல்லை. இப்பொழுது உனக்கு வயது அறுபது. உன் தொப்புள் சதையும், தொடர்ந்து எடுத்துக் கொள்ளும் மருந்தும் உன்னைப் பலவீனப்படுத்திவிட்டன. நீ நிறைய யுத்தங்கள் செய்தாகிவிட்டது. இனி வீரர்கள் போர் புரியட்டும்.'

'நீ மட்டும் என்ன திடமாக இருக்கிறாயா என்ன?!' ராவணன் அவனைப் பழித்தான்.

விமான ஓட்டிகள் கேட்கும் தொலைவில் இருந்ததால் அவர்களைப் பார்த்தபடி பேசினான் கும்பகர்ணன்.

'அதனால் நானும் சண்டையிலிருந்து விலகுகிறேன்,' என்றான் மெல்லிய குரலில்.

'நம் குடும்பத்தை அவர்கள் தாக்கியிருக்கிறார்கள். நாம் எதிர்வினை காட்ட வேண்டாம் என்று என்னைத் தடுக்கிறாயா?' ராவணன் கோபத்தில் சீறினான், குரலை உயர்த்தாமல்.

'இல்லை, அண்ணா. நாம் சாமர்த்தியமாகச் செயல் பட வேண்டும் என்று நினைக்கிறேன்.'

'நான் கோழை அல்ல!'

'நான் அப்படிச் சொல்லவே இல்லையே.'

'அப்படியென்றால் நான் போரிட வேண்டும்.'

'கண்டிப்பாகக் கூடாது.'

'நான் என்ன செய்ய வேண்டும் என்று சொல்ல உனக்கு உரிமை இல்லை, கும்பகர்ணா.'

'நீ சொல்வது சரிதான், எனக்கு உரிமை இல்லை. ஆனால் நீ எனக்கு வாக்களித்த மூன்று வரங்களில் முதல் வரத்தைக் கேட்கும் உரிமை எனக்கு இருக்கிறது.'

மிதிலை யுத்தத்திற்குப் பிறகு, தன் தவறினால் கும்பகர்ணனுக்கு ஏற்பட்ட நிரந்தர உடல் நலக் கேட்டினால் குற்ற உணர்விலும், வருத்தத்திலும் இருந்த ராவணன், தம்பிக்கு மூன்று வரங்களை அளித்து, தன் வாழ்நாளுக்குள் எப்பொழுது வேண்டுமானாலும் அதைப் பயன்படுத்திக் கொள்ளலாம் என்று அனுமதி அளித்திருந்தான். என்னவானாலும் அந்த மூன்று வரங்கள் கௌரவிக்கப்படும் என்று வாக்களித்திருந்தான். கும்பகர்ணன் இது வரை எதுவுமே கேட்கவில்லை.

ராவணன் கோபமாக உறுமினான். தனக்கு வேறு வழி இல்லை என்பதை உணர்ந்தான். 'நீ நியாயமாக நடந்து கொள்ளவில்லை, கும்பா!'

'நாம் விஷ்ணுவைக் கைப்பற்றுவோம், அண்ணா. அவளைக் கடத்துவோம். ஆனால் அதற்காக உன் உயிரைப் பணயம் வைக்க வேண்டிய அவசியம் இல்லை.'

ராவணன் சினம் பொங்க முகத்தைத் திருப்பிக் கொண்டான்.

கும்பகர்ணன் மென்மையாகச் சிரித்தான். 'நேர்மறையாக யோசி, அண்ணா. எனக்கு இன்னும் இரண்டு வரங்கள்தான் மிச்சம் இருக்கின்றன.'

விமானத்தின் ஜன்னல் வழியாக சால்செட் நிலத்தைப் பார்த்தான் ராவணன்.

அவர்கள் அவசரமாக அங்கே நிறுத்தி சமிச்சீயையும் அவள் காதலன் காராவையும் ஏற்றிக் கொண்டனர். காரா இலங்கைப் படையின் தளபதி. விமானம் திரும்பவும் மேலே பறந்தது. கோதாவரி ஆற்றை நோக்கிச் சென்றது.

சூர்ப்பனகை மற்றும் விபீஷணனுடன் நடந்த கேவலமான சந்திப்பிற்குப்பின் ராம், சீதா, லக்ஷ்மன் மற்றும் மலயபுத்ரர்கள் பஞ்சவடியை விட்டுச் சென்று விட்டனர். இலங்கை ஒற்றர் படையால் அவர்களைக் கண்டறிய முடியவில்லை. ஆனால் சமிச்சீ எப்படியோ விஷ்ணு மற்றும் அவளுடன் துணைக்கு இருந்தவர்களின் சரியான இடத்தைக் கண்டுபிடித்துவிட்டாள். இந்த விஷயத்தை, பிடிபட்ட ஒரு மலயபுத்ரனைச் சித்திரவதை செய்து தெரிந்து கொண்டாள். அவர்கள் இன்னமும் ஆற்றுக்கு அருகில்தான் இருக்கிறார்கள் என்பது தெரிய வந்தது. ஆனாலும் பஞ்சவடியைவிடத் தொலைவில் இருந்தனர். கும்பகர்ணனை இந்தத் தகவல் அடைந்தவுடன், அவர்களைக் கடத்தப் போகும் கூட்டத்துடன் இணையச் சொன்னான்.

ராவணன் சமிச்சீயைப் பார்த்தான், பிறகு தன் தம்பியை நோக்கினான். ‘நாம் இந்தப் பெண்ணை எதற்கு நம்முடன் கூட்டிச் செல்ல வேண்டும்? எனக்கு இவளை அருகில் வைத்துக் கொள்வதில் இஷ்டம் இல்லை!’ ‘உனக்கு அது சிரமம் என்று எனக்குத் தெரியும், அண்ணா,’ என்றான் கும்பகர்ணன் அமைதியாக. ‘ஆனால் அவளுக்குத்தான் அவர்கள் இருக்கும் சரியான இடம் தெரியும்.’

‘அதனால் என்ன? நமக்கும் தெரிந்து விட்டதே. நாமே செல்லலாமே.’

‘நம் எல்லோரையும் விட சமிச்சீ, இளவரசி சீதையை நன்கு அறிவாள். விஷ்ணுவின் பணியில் பல ஆண்டுகள் இருந்திருக்கிறாள். அவள் பரிந்துரைகள் நமக்குப் பயனளிக்கலாம்.’

‘நாம் சால்செட்டிலிருந்து கிளம்புவதற்குமுன் நீ அவளிடம் அனைத்தையும் விசாரித்திருக்கலாம். இப்பொழுதும் அவள் நம்முடன் பயணிக்கும் காரணம் எனக்குப் புரியவில்லை.’

‘அவளை வைத்துக்கொள்வது நல்லது.’

‘மிதிலை யுத்தத்தில் அவள் இருந்தாள். அதனால் நமக்கு ஒரு பயனும் இல்லை. அவள் வீண்!’

‘ஆனால் இப்பொழுது அவள் நமக்கு உபயோகமாக இருக்க முயற்சிக்கிறாள். அவளுக்கு அதற்கான வாய்ப்பை அளிக்கலாம். அதனால் நாம் என்ன இழக்கப் போகிறோம்?’

ராவணன் ஆழமாக மூச்சை இழுத்தான். பதில் கூறவில்லை.

‘அண்ணா, தயவு செய்து என்னை நம்பு. நாம் விஷ்ணுவைக் கைப்பற்றுவது அவசியம். நாம் நம் உணர்ச்சிகளை ஒதுக்கி வைத்து விட்டு அதில் முனைப்பாக இருக்கலாம்.’

‘நீ என்னை வெறுப்பேற்றுகிறாய், கும்பா! நான் உன்னை ஏன் வரைந்தேன் என்றே எனக்குத் தெரியவில்லை,’ என்று ராவணன் சட்டென்று ஆத்திரமடைந்தான்.

‘என்னை ஓவியமாகத் தீட்டினாயா நீ?’ கும்பகர்ணனுக்கு உண்மையிலேயே ஆச்சரியமாக இருந்தது. ராவணன் வரையும் அனைத்து ஓவியங்களிலும் நிரந்தரமாக ஒரு உருவம்தான் இடம் பெறும் என்று கும்பகர்ணனுக்குத் தெரியும். ‘கன்னியாகுமாரியுடன் என்னை வரைந்தாயா?’

ராவணன் ஆமாம் என்று தலையசைத்தான்.

‘நான் அதை எப்பொழுது பார்க்க முடியும்?’ என்றான் கும்பகர்ணன்.

தன்னருகே இருந்த ஒரு துணி மூட்டையிலிருந்து சுருட்டி வைத்திருந்த கித்தானை எடுத்தான்.

‘என்னது? உன்னிடமே வைத்துக் கொண்டிருக்கிறாயா?’ கும்பகர்ணன் களிப்படைந்தான்.

ராவணன் கித்தானைத் தம்பியிடம் கொடுத்தான்.

கும்பகர்ணன் அதை விரித்தான், சற்றே நகர்ந்து கொண்டான், விமானத்தில் உள்ளவர்கள் பார்க்காத வண்ணம். ‘ஆஹா! அற்புதம்!’

ராவணனின் நிரந்தர தேவதை கன்னியாகுமாரி நடுவில் இருந்தாள். அவளுக்கு வயது அதிகரித்திருந்தது. அவள் முடி வெளுத்துவிட்டது. அவள் முகத்தில் சுருக்கங்கள் விழுந்து விட்டன. லேசாகக் கூன் போட்டாள். அவளுக்கு அறுபது வயது மதிப்பிடலாம். மேலேயும் இருக்கலாம். ஆனால் முகம் அதே தேவதையின் வனப்போடு இருந்தது-நளினம், அழகு மற்றும் கனிவு.

மதில்மேல் ஏறும் ஒரு குழந்தைக்கு உதவிக் கொண்டிருந்தாள்.

கும்பகர்ணன் சிரித்தான். 'குழந்தை பரிச்சயமானதாக இருக்கிறது!'

ராவணன் மென்மையாகச் சிரித்தான். அந்தக் குழந்தை, சாக்ஷாத் கும்பகர்ணன்தான். உடல் முழுவதும் முடி, கரடியைப் போல அடர்ந்திருந்தது, குடம் போன்ற காதுகள், தோள்களின் மீது இரண்டு அதிகப்படியான கைகள் துருத்திக் கொண்டிருந்தன. விந்தையாக இருந்தாலும், குழந்தை கொள்ளை அழகுடன் இருந்தது. மகிழ்ச்சியுடன் கட்டி அணைக்கத் தூண்டியது.

'நான் எங்கே செல்கிறேன்?' என்று ஓவியத்திலிருந்து வைத்த விழி வாங்காமல் கேட்டான் கும்பகர்ணன்.

சுவருக்கு மேல் இருந்த வேலியைச் சுட்டிக் காட்டினான் ராவணன். வட்டமாகச் சக்கரம் போன்ற ஒரு வடிவம் பலமுறை வரையப்பட்டிருந்தது. கைப்பிடி போல் இருந்தது. கும்பகர்ணனால் அதை அடையாளம் காண முடிந்தது.

'தர்மத்தின் சக்கரம்.'

'ஆமாம்,' என்றான் ராவணன். 'நீ உன் தர்மத்தை அடைய உயர்வாய்.'

'இந்த ஓவியத்தில் நீ இல்லையே. நீ எங்கே?'

ராவணன் பதிலளிக்கவில்லை.

'உன்னை நீ எங்கே பார்த்துக் கொள்கிறாய், அண்ணா?'

ராவணன் மௌனம் சாதித்தான்.

கும்பகர்ணன் ஓவியத்தைக் கூர்ந்து பார்த்தான். பிறகு அண்ணன் பக்கம் திரும்பினான். அவன் மகிழ்ச்சியைக் காணவில்லை. 'அண்ணா-'

மிகவும் கூர்ந்து பார்த்தால் தான் சுவரில் பத்து முகங்கள் தெரிந்தன. ஒன்பது முகங்கள் *நவரசங்களை* வெளிப்படுத்தின, *முக்கியமான ஒன்பது உணர்ச்சிகள்.* இவற்றை *நாட்டிய சாஸ்த்ரத்தில்* தெளிவாக உரைக்கிறார்கள்: அன்பு, ஹாஸ்யம், துக்கம், கோபம், துணிவு, பயம், அருவருப்பு, ஆச்சரியம், சாந்தம். நடுவில் இருந்த பத்தாவது முகத்தில் எந்தவித உணர்ச்சியும் இல்லை. அது ஒரு காலிப் பலகை.

இந்த ஓவியத்தில் ராவணன் என்ன முயற்சித்திருக்கிறான் என்பது கும்பகர்ணனுக்குப் புரிந்தது. குடிமக்கள் இலங்கை மன்னனைச் சில வேளைகளில் *தஷணன்* என்று

அழைப்பார்கள். அவனுக்குப் *பத்து தலைகளுக்கு* உண்டான அறிவும் சக்தியும் இருப்பதாகக் கருதினார்கள். தன்னுடைய இந்தப் பெயரையும், இந்தியக் கலை வடிவ சம்பிரதாயங்களில் உள்ள உணர்ச்சிகளின் குறியீடுகளையும் வைத்து ஒரு ஆழ்ந்த சிந்தனையைத் தெரிவிக்க முயற்சித்திருக்கிறான் ராவணன். இந்த மாய உலகில் நம்மைச் சிறை வைத்திருக்கும் உணர்ச்சிகளின் சுவரைத் தாண்டினால் தான் ஆன்மீக உள்ளுணர்வு விழிக்கும் என்று நம்முடைய பண்டைய தத்துவங்கள் கூறுகின்றன. ஓவியத்தில் ராவணன் தன்னையே சுவராகச் சித்தரித்து குழந்தை கும்பகர்ணனை அதை ஏறும்படி செய்கிறான்.

'என் மீது நீ வைத்திருக்கும் பாசமென்னும் உணர்ச்சியைத் தாண்டிச் செல், தம்பி,' என்றான் ராவணன். 'என்னைவிட்டு விலகிச் செல், தர்மத்தைத் தேடு. நான் அதிலிருந்து வெகு தூரம் சென்று விட்டேன். எனக்கு எந்த நம்பிக்கையும் கிடையாது. ஆனால் நீ நல்லவன். உன் அப்பாவித்தனத்தையும், உன் குழந்தைத்தனத்தையும் தேடு. என்னை விட்டுவிடு. முதலிலிருந்து தொடங்கு. தர்மத்தின் பாதையில் நட, உன் ஆன்மா அதைத்தான் விரும்புகிறது என்று எனக்குத் தெரியும்.'

கும்பகர்ணன் ஒன்றும் பேசாமல் அந்தக் கித்தானைச் சுருட்டினான், அதை ராவணனின் துணிப்பையில் வைத்தான்.

'கும்பா... நான் சொல்வதைக் கேள்...'

'நான் என் தர்மாவைத் தான் செய்து கொண்டிருக்கிறேன், அண்ணா.'

'கும்பா-'

'போதும்.'

நாடு கடத்தப்பட்டவர்களை இலங்கையர் நெருங்கும் பொழுது எதிர்பாராத, பருவநிலையில் குறிப்பிடப்படாத புயல் அடித்தது, புஷ்பக விமானம் ஆட்டம் கண்டது. எப்படியோ விமானத்துக்குச் சேதம் ஏற்படாமல் விமான ஓட்டிகள் அதைத் தரையில் இறக்கினர். விமானத்திற்கு இந்தப் புயல் அபாயகரமானது தான் என்றாலும், அது யதேச்சையாக இலங்கையருக்கு ஆதாயமாக இருந்தது. விமானத்தின்

ராட்சதக் காற்றாடிகளின் இறைச்சலை, ஊளையிடும் காற்று மங்கடித்துவிட்டது. யார் கண்ணிலும் படாமல் அவர்கள் விமானத்திலிருந்து இறங்கினார்கள். தற்காலிக முகாமை ஆச்சரியம் என்பதையே உபகரணமாகக் கொண்டு, தாக்கினார்கள்.

யுத்தம் தீவிரமாகவும் விரைவாகவும் நடந்தது.

மலயபுத்ரர்களைக் காட்டிலும் இலங்கை வீரர்களின் எண்ணிக்கை பன்மடங்காக இருந்ததால் இலங்கை வீரன் ஒருவனும் இறக்கவில்லை என்பதில் எந்த வியப்பும் இல்லை. தளபதி ஜடாயு, மற்றும் இரண்டு வீரர்களைத் தவிர மற்ற அனைத்து மலயபுத்ரர்களும் எக்கச்சக்க காயங்களுடன் உயிருக்குப் போராடினர், பலர் இறந்துவிட்டனர்.

ஆனால் ராம், லக்ஷ்மன் மற்றும் சீதையைக் காணவில்லை. கும்பகர்ணன் ஏழு குழுக்களை அமைத்தான். ஒவ்வொன்றிலும் இரண்டு வீரர்கள் இருந்தனர். இந்தக் குழுக்கள் சுற்று வட்டாரம் எங்கும் பரவி அந்த மூவரையும் தேடும் பணியில் களம் இறங்கினர்.

அதே சமயம் தளபதி காராவுக்குக் கொடுக்கப்பட்ட வேலை, உயிருடன் இருந்த மலயபுத்ர வீரர்கள், குறிப்பாக ஜடாயுவிடமிருந்து விஷயத்தைக் கறப்பது.

நேராக விஷயத்தில் இறங்காமல், ராவணனும், கும்பகர்ணனும் தொலைவில் நின்று நடப்பதைக் கண்காணித்தனர். முப்பது வீரர்கள் அவர்களை நெருங்கி நின்றனர். ஏதாவது அசம்பாவிதம் நடந்தால் சகோதரர்களைப் பாதுகாப்பதற்காக அரண் அமைத்தனர்.

'இது நிறைய நேரம் எடுக்கிறது,' என்று ராவணன் கும்பகர்ணனிடம் அலுத்துக் கொண்டான்.

'நாம் விமானத்தின் உள்ளே சென்று காத்திருக்கலாமா?' என்று கும்பகர்ணன் வினவினான்.

ராவணன் தலையசைத்து மறுத்தான். வேண்டாம்.

காரா இன்னமும் ஜடாயுவைப் பேசவைக்கும் முயற்சியில் இருந்தான். இரண்டு இலங்கை வீரர்கள் அவனைப் பிடித்திருக்க ஜடாயு மண்டியிட்டு இருந்தான். மலயபுத்ராவின் கைகள் பின்னால் கட்டப்பட்டிருந்தன. ஜடாயு சித்திரவதை செய்யப்பட்டிருந்தான்; எக்கச்சக்க காயம், ரத்தப்போக்கு, என்றாலும் அவன் மனம் உடையவில்லை.

‘எனக்குப் பதில் சொல்,’ கத்தியால் ஜடாயுவின் கன்னத்தைக் கீறியபடி, ரத்தம் சிந்த வைத்தபடி கேட்டான் காரா. ‘அவள் எங்கே?’

ஜடாயு அவன் மீது காறித் துப்பினான். ‘என்னைத் துரிதமாகக் கொல். இல்லை நிதானமாகக் கொல். என்னிடம் இருந்து ஒரு வார்த்தையும் பிடுங்க முடியாது.’

காரா தன் கத்தியைக் கோபத்தில் உயர்த்தினான். ஜடாயுவின் தொண்டையைக் குறி வைத்தான். சட்டென்று ஒரு அம்பு பறந்தது. எங்கோ காட்டுக்குள்ளேயிருந்து பறந்து வந்தது. கத்தி கீழே விழுந்தது. காரா வலியிலும் அதிர்ச்சியிலும் கத்தினான்.

ராவணனும் கும்பகர்ணனும் சட்டென்று திரும்பினார்கள். அதிர்ச்சியில் விழித்தார்கள். இலங்கை வீரர்கள் அவர்களைச் சூழ்ந்தனர், மனித அரணாக நின்றனர். ராவணனுடைய கையைப் பிடித்துத் தடுத்தான் கும்பகர்ணன், ஏன் என்றால் அண்ணன் யுத்தத்திற்கு எப்பொழுதும் தயாராக இருப்பான் என்று அவனுக்குத் தெரியும்.

மற்ற இலங்கை வீரர்கள் அம்பு வந்த திசையை நோக்கித் தங்கள் வில்லுடன் தயாராக இருந்தனர். அவர்களால் எதையும் காண முடியவில்லை. யாரோ அடர்ந்த காட்டின் நடுவிலிருந்து, இருட்டில் எதுவுமே தெரியாத இடத்திலிருந்து பதுங்கியபடிதான் அம்பை விட்டிருக்க வேண்டும்.

‘அம்பைத் தொடுக்காதீர்கள்!’ என்று உரக்க ஆணை யிட்டான் கும்பகர்ணன். அவனுக்கு விஷ்ணு உயிருடன் தேவைப்பட்டாள்.

உடனே இலங்கை வீரர்கள் தங்களுடைய வில்களை இறக்கினார்கள். காரா அம்பின் வால் பகுதியை உடைத்தான். அதன் கூரான பகுதி அவன் கையில் குத்தியிருந்தது, அது இப்போதைக்கு ரத்தம் அதிகம் வழிவதைத் தடுக்கும். அவனும் அடர்ந்த காட்டினூடே இருட்டில் தேடினான். கேலியும் வெறுப்புமாகக் கேட்டான், ‘அம்பு தொடுத்தது யார்? ரொம்ப நாளாகக் கஷ்டத்தில் இருக்கும் இளவரசனா? அவனுடைய பூதாகாரமான தம்பியா? அல்லது விஷ்ணுவேவா?’

பதிலில்லை.

‘வெளியே வந்து தீரமான வீரனைப் போல் சண்டையிடு!’ என்று காரா கத்தினான்.

அந்தச் சீண்டலுக்கும் பதிலில்லை.

ராவணனும் கும்பகர்ணனும் தங்கள் வீரர்களால் பாதுகாக்கப்பட்டிருந்தனர். அவர்கள் கேடயங்களை உயரப் பிடித்திருந்தார்கள்.

'வீரர்களை உள்ளே அனுப்பு,' என்று அம்பு வந்த காட்டின் திசையை நோக்கிச் சுட்டிக் காட்டியபடி பேசினான் ராவணன்.

'வேண்டாம்,' என்றான் கும்பகர்ணன். 'நம் படையை நீர்க்கச் செய்யவேண்டாம். அவர்கள் மூவர்தான். அவர்கள் பிரிந்து பதுங்கியிருக்கலாம். நம் வீரர்கள் இல்லையென்றால் அவர்களில் ஒருவர் உன்னைத் தாக்கலாம்.'

'கும்பா, நான் அவ்வளவு முக்கியம் இல்லை. அவர்களை-'

கும்பகர்ணன் அண்ணன் பேச்சை இடைமறித்தான். 'அண்ணா, இந்தத் திட்டத்தின் முழு முதல் காரணமே நீ தான். மலயபுத்ராவின் மருந்துகளைப் பயன்படுத்திக் கொண்டு உன்னை உயிருடன் வைப்பதற்காகத்தான் நாம் விஷ்ணுவையே கடத்துகிறோம். உன் உயிருக்கு அபாயத்தை நான் அனுமதிக்க மாட்டேன்.'

ராவணன் மறுத்துப் பேசுவதற்குள் கண் இமைக்கும் நேரத்தில் ஐந்து அம்புகள் பறந்தன. ஒன்று மாற்றி ஒன்று பறந்து வந்தன, ராவணனும், கும்பகர்ணனும் நிற்கும் இடத்தை தாக்கின. ஆனால் இவை வேறு திசையிலிருந்து வந்தன. முதல் அம்பு வந்த இடத்திற்கும் இவற்றிற்கும் சம்பந்தம் இல்லை.

சகோதரர்களைச் சூழ்ந்திருந்த வீரர்களை அம்புகள் தாக்கின. ஐந்து பேரைச் சாகடித்தன. ஆனாலும் மற்ற வீரர்கள் இருந்த இடத்திலிருந்து அசையவில்லை. ராவணனைச் சுற்றி இருந்த அரண் அசையாமல் நின்றது. தங்கள் அரசனுக்காக உயிரையும் கொடுக்கத் தயங்கவில்லை.

காவலர்களின் துணிவும், திடமும் தெரிந்தது.

'காட்டில் இருப்பது இரண்டு பேர்,' என்று கும்பகர்ணன் கிசுகிசுத்தான். 'விஷ்ணு தப்பவில்லை என்று நம்புகிறேன்.'

ராவணன் எதுவும் சொல்லவில்லை. அவனுக்குச் சந்தேகம் வலுத்தது. காராவின் மீது பாய்ந்த அம்புக்கும், கும்பகர்ணன் மற்றும் அவனைத் தாக்க வந்த ஐந்து அம்புகளுக்கும் நடுவே இருந்த நேர இடைவெளி அவனை யோசிக்கவைத்தது.

சமீபமாக வந்த தாக்குதலின் திசையை நோக்கி சில இலங்கை வீரர்கள் நகரத் தொடங்கினர்.

யாரோ சுள்ளியை மிதித்த சத்தம் கேட்டது. இது மற்றொரு திசையிலிருந்து கேட்டது. அந்தச் சத்தத்தை நோக்கி மூன்று வீரர்கள் சென்றனர்.

ராவணனுக்கு இப்பொழுது தெளிவாகப் புரிந்தது. 'இருப்பது ஒரு ஆள்தான். அதிவேகமாக நகர்ந்து வீரர்களைக் குழப்புகிறான்.'

'நிச்சயமாகவா?' என்றான் கும்பகர்ணன்.

ராவணன் பதிலளிப்பதற்குள் காரா நகர்ந்தான். அவன் ஜடாயு பின்னால் நின்றான். அடிபடாத இடது கையைப் பயன்படுத்தி, அவன் தொண்டையில் கத்தியை வைத்தான்.

பதுங்கியிருக்கும் ஆட்களை அனைத்துத் திசைகளிலும் தேடி ஓடலாம். அல்லது சரியான இலக்கை வைத்து அச்சுறுத்தி, பதுங்கியிருப்பவர்களை வெளியே கொண்டு வரலாம். காரா சாமர்த்தியசாலி. அவன் புத்திசாலித்தனமாக நடந்து கொண்டான்.

'நீ தப்பித்திருக்கலாம்,' என்று கொக்கரித்தான். 'ஆனால் நீ அப்படிச் செய்யவில்லை. அதனால் நான் பந்தயம் கட்டுகிறேன், சிறந்த விஷ்ணுவே, மரங்களின் பின்னால் மறைந்திருப்பவர்களில் நீயும் ஒருத்தி. உன்னை ஆராதிப்பவர்களைக் காப்பாற்ற நினைக்கிறாய்... மிகவும் ஊக்குவிக்கும் விஷயம் தான்... உணர்வுபூர்வமானது...' காரா கண்ணீரைத் துடைத்துக் கொள்வது போல் பாவனை செய்தான்.

தொலைவில் நின்ற ராவணனால் காராவைச் சரியாகப் பார்க்க முடியவில்லை, வீரர்கள் மறைத்தனர். ஆனாலும் அவன் பேச்சைக் கேட்டு ராவணன் சிரித்துக் கொண்டான். அவன் கும்பகர்ணனைப் பார்த்து, 'எனக்குக் காராவைப் பிடித்திருக்கிறது,' என்றான்.

காரா இன்னும் சத்தமாகப் பேசினான். 'நான் உனக்கு ஒரு சலுகை அளிக்கிறேன். முன்னே வா. உன் கணவனையும், உன் ராட்சத உயர மச்சினனையும் வெளியே வரச்சொல். உன் தளபதியை உயிருடன் விட்டு விடுகிறோம். பரிதாபமான அயோத்திய இளவரசர்களுக்குக் கூட எந்த தீங்கும் செய்யாமல் விட்டு விடுகிறோம். நீ சரணடைந்தால் போதும்.

பதிலில்லை.

காரா கத்தியை மெதுவாக ஜடாயுவின் தொண்டையில் அழுத்தினான். மேலும் ஒரு சிகப்பு கோடு விழுந்தது. கேலிக்

குரலில், 'நான் நாளெல்லாம் இங்கே நிற்க முடியாது…' என்றான்.

சட்டென்று ஜடாயு தலையைப் பின்னுக்குத் தள்ளி கவட்டிலேயே குத்தினான். இலங்கை வீரன் வலியில் மடங்கினான். ஜடாயு கத்தினான், 'ஓடுங்கள்! ஓடுங்கள் தேவி! எனக்காக உங்கள் உயிரைக் கொடுக்காதீர்கள்! அதற்கான தகுதி எனக்கில்லை!'

மூன்று இலங்கை வீரர்கள் முன்னேறி ஜடாயுவைத் தரையில் தள்ளினர். காரா திட்டியபடியே தள்ளாடி எழுந்தான். வலியில் இரண்டாக மடங்கி இருந்தான். சில நிமிடங்கள் கழித்து எழுந்து மலயபுத்ராவைக் கடினமாக உதைத்தான். அவன் மரங்களின் அடர்ந்த வரிசையைப் பார்த்து அனைத்துத் திக்கிலும் நோட்டம் விட்டான். அம்பு வந்த திசையைக் கண்டுபிடிக்க முடியுமா என்று பார்த்தான். அவன் நோட்டம் விட்ட நேரம் முழுவதும் ஜடாயுவை உதைத்தபடி இருந்தான். குனிந்து ஜடாயுவை எழுப்பி நிறுத்தினான்.

இந்த முறை, காரா, அடிபட்ட வலது கையினால் ஜடாயுவின் கழுத்தை வளைத்து இறுகப் பற்றினான். ஜடாயுவால் தலையை அசைக்கவே முடியவில்லை. காராவின் முகத்தில் நக்கல் திரும்பவும் குடி கொண்டது. 'நான் அவனுடைய பிரதான நரம்பை வெட்டி விட்டால் உன் தளபதி நிமிடத்தில் உயிர் நீப்பான், சிறந்த விஷ்ணுவே,' என்றான். மலயபுத்ராவின் அடி வயிற்றுப் பகுதிக்குக் கத்தியைக் கொண்டு சென்றான். 'இங்கே குத்தினால் அவன் மெதுவாக ரத்தம் சிந்திச் சாவான். உங்களுக்கு யோசிக்க அவகாசம் கிடைக்கும்.'

இன்னும் பதில் இல்லை.

'எங்களுக்கு விஷ்ணு மட்டும் தான் வேண்டும்,' என்று காரா கத்தினான். 'அவள் மட்டும் சரணடையட்டும், நீங்கள் எல்லோரும் செல்லலாம். என் வார்த்தையை நீங்கள் நம்பலாம். ஒரு இலங்கை வீரனின் வாக்கு!'

மரங்களின் பின்னாலிருந்து ஒரு பெண்ணின் குரல் கேட்டது. 'அவரைப் போக விடு!'

கும்பகர்ணன் ராவணனிடம் கிசுகிசுத்தான், 'அது அவள்தான், விஷ்ணு!'

காரா இன்னும் கத்தியை ஜடாயுவின் வயிற்றில் பிடித்து, 'முன்னால் வந்து சரணடைந்துவிடு. அவனை விட்டு விடுகிறோம்.'

மலயபுத்ரர்கள் விஷ்ணு என்று அடையாளம் காணும் சீதை, மிதிலையின் இளவரசி மரங்கள் அடர்ந்த காட்டிலிருந்து வெளியே வந்தாள். வில்லில் அம்பைப் பொருத்தியபடி வந்தாள். அவள் பின்னால் ஒரு அம்புறாத்துணி தொங்கிக் கொண்டிருந்தது.

இலங்கையின் அரச குடும்பத்தால் விஷ்ணுவைப் பார்க்க முடியவில்லை. தன்னைச் சுற்றி இருந்த மனித அரணைத் தாண்டி அவளைப் பார்க்க ராவணன் முயற்சித்தான். ஆனால் கும்பகர்ணன் அவனைத் தடுத்தான்.

'அண்ணா,' என்றான் கும்பகர்ணன், 'அவளுடைய கணவனும், மச்சினனும் எங்காவது மரங்களின் பின்னால் ஒளிந்து கொண்டு இருப்பார்கள். நீ திறந்தவெளியில் இருப்பது ஆபத்து.'

'கழிசடை.'

'நீ எனக்கு வாக்குக் கொடுத்திருக்கிறாய், அண்ணா.'

ராவணன் இருந்த இடத்திலேயே இருந்தான். ஆத்திரமடைந்தாலும் சொன்னபடி கேட்டான்.

'சிறந்த விஷ்ணுவே,' என்று காரா கேலி பேசினான். ஜடாயுவின் பிடியை ஒரு நிமிடம் தளர்த்தினான். பின்னந் தலையில் இருந்த பழைய வடுவைத் தடவிப்பார்த்தான். பழைய நினைவுகள் மனதில் அலை மோதின. 'எங்களைப் பார்க்க வந்தமைக்கு நன்றி. உன் கணவனும், ராட்சத மச்சினனும் எங்கே?'

சீதை பதிலளிக்கவில்லை. சில இலங்கை வீரர்கள் மெதுவாக அவளை நெருங்கினார்கள். அவர்களின் வாள்கள் உறைகளில் இருந்தன. அவர்கள் லத்திகள், நீளமான மூங்கில் கம்புகளை சுழற்றியபடி நின்றனர். அவற்றைப் பயன்படுத்தி காயப்படுத்தலாம், ஆனால் கொல்ல முடியாது. அவர்களுக்குக் கொடுக்கப்பட்ட உத்தரவுகள் தெளிவாக இருந்தன. விஷ்ணுவை உயிருடன் பிடிக்க வேண்டும்.

அவள் முன்னால் நகர்ந்து வில்லைக் கீழே இறக்கினாள், அதில் அம்பு பொருத்தப்பட்டிருந்தது. 'நான் சரணடைகிறேன். தளபதி ஜடாயுவை விட்டுவிடு.'

காரா மென்மையாகச் சிரித்தான். கத்தியை அடிவயிற்றில் பதித்தான். மென்மையாக, நிதானமாக. கல்லீரல்,

சிறுநீரகம் என்று விடாமால் மெதுவாகத் துளைத்தான், நிறுத்தவே இல்லை...

'வேண்டாம்ம்ம்!' என்று சீதை அலறினாள். அவள் தன் வில்லை எடுத்து காராவின் கண்ணை நோக்கி அம்பை பாய்ச்சினாள். அது கண் விழியை ஓட்டை போட்டு, மூளைக்குள் சென்று அவனை உடனே கொன்றது.

'அவள் உயிருடன் வேண்டும்!' என்று மனித அரணுக்குப் பின்னால் நின்று கத்தினான், கும்பகர்ணன்.

சீதையை நோக்கி நகரும் வீரர்களுடன் மேலும் சிலர் சேர்ந்து கொண்டனர். மூங்கில் கம்புகளை உயரப் பிடித்தபடி சென்றனர்.

'ராஆஆஆம்!' என்று சீதை கத்தினாள், மற்றொரு அம்பை அம்புறாத்துணியிலிருந்து உருவியபடி. அதைப் பொருத்தி அவள் மற்றொரு இலங்கை வீரனைக் கொன்றாள்.

மற்றவர்களின் வேகத்தை அது குறைக்கவில்லை. அவர்கள் முன்னால் நகர்ந்து வந்து கொண்டே இருந்தனர்.

சீதை இன்னொரு அம்பை விட்டாள். அதுதான் அவளிடம் இருந்த கடைசி அம்பு. மற்றொரு வீரன் இறந்தான். மற்றவர்கள் அவளை நோக்கி வந்து கொண்டே இருந்தனர்.

'ராஆஆஆம்!'

ஒரு இலங்கை வீரன் அவளை நெருங்கும்பொழுது அவள் வில்லின் நாணைச் சுருக்குக் கயிறு போல மாற்றி மூங்கில் கம்பை அவன் கையிலிருந்து பற்றினாள். அந்த மூங்கிலாலேயே அவன் தலையில் அடித்தாள். அவன் கீழே விழுந்தான். அவள் லத்தியை தலைக்கு மேலே சுழற்றினாள். அதன் சத்தம் வீரர்களைச் சற்றே பின்வாங்கச் செய்தது. அவள் லத்தியை அசையாமல் பிடித்தபடி நின்றாள்.

தன் சக்தி அனைத்தையும் திரட்டி, தயார் நிலையில் நின்றாள். லத்தியின் ஒரு முனையை கஷ்கத்தில் சொருகி இருந்தாள். லத்தியின் நடுவில் பிடித்தபடி, இன்னொரு கையை மேலே உயர்த்தி, கால்களைப் பரப்பித் தயாராக நின்றாள். அவளைச் சுற்றி ஐம்பது இலங்கை வீரர்கள் நின்றனர். ஆனால் விலகி நின்றனர்.

'ராஆஆஆம்!' காட்டில் இருந்த தன் கணவனுக்குத் தன் குரல் கேட்க வேண்டுமே என்று வேண்டிக்கொண்டாள்.

'உங்களைத் துன்புறுத்துவது எங்கள் நோக்கம் அல்ல, விஷ்ணு தேவியே,' என்றான் ஒரு இலங்கை வீரன் மரியாதையாக. 'நீங்கள் சரணடையுங்கள். தீங்கிழைக்க மாட்டோம்.'

சீதை ஜடாயுவைப் பார்த்தாள்.

'எங்கள் புஷ்பக விமானத்தில் அவனைக் காப்பாற்றக் கூடிய உபகரணங்கள் இருக்கின்றன,' என்றான் இலங்கை வீரன். 'உங்களைக் காயப்படுத்த வைத்து விடாதீர்கள்.'

தன் நுரையீரல்களில் காற்றை நிரப்பி அவள் திரும்பவும் கத்தினாள், 'ராஆஆஆம்!'

எங்கோ தொலைவில் இருந்து ஒரு சன்னமான குரல் கேட்டது. 'சீதாஆஆஆ...'

ஒரு வீரன் சட்டென்று நகர்ந்து லத்தியை கீழாகச் சுழற்றி அவள் கெண்டைக் காலைக் குறி வைத்தான். அவள் உயரமாகக் குதித்தாள், கால்களை மடக்கி அடியிலிருந்து தப்பினாள். அவள் காற்றில் குதித்தபொழுது கையில் இருந்த லத்தியைச் சுழற்றினாள். இடது கையால் பிடித்தபடி வேகமாக அடித்தாள். லத்தி, இலங்கை வீரனின் தலையை பதம் பார்த்தது. அவன் மயங்கி விழுந்தான்.

அவள் கீழே கால்களை வைக்கும் போது திரும்பவும் விளித்தாள், 'ராஆஆஆம்!'

கணவனின் குரல் தொலைவிலிருந்து மென்மையாகக் கேட்டது. 'அவளை... விட்டு...விடுங்கள்...'

கும்பகர்ணனுக்கும் அந்த மென்மையான குரல் கேட்டது. அவன் ராவணனைப் பார்த்தான். பிறகு உத்தரவைப் பிறப்பித்தான். 'அவளைப் பிடியுங்கள்! உடனே!'

பத்து வீரர்கள் அவளைத் தாக்கினார்கள். சீதை லத்தியை ஆக்ரோஷமாகச் சுழற்றியதில் பலர் அடிபட்டு விழுந்தனர்.

'ராஆஆஆம்!'

அவளுக்கு அந்தக் குரல் கேட்டது, 'சீதாஆஆஆ...'

இப்பொழுது இலங்கைத் தாக்குதல் தீவிரமடைந்தது. துரிதமாக அவளைச் சூழ்ந்தனர். அவள் சுழற்றியபடியே இருந்தாள். அவள் ஆற்றல் சிறப்பாக இருந்தாலும், அவளைச் சூழ்ந்தவர்களின் எண்ணிக்கை அதிகம். இலங்கை வீரன் ஒருவன் லத்தியை அவள் முதுகுப் புறத்தில் தாக்கினான்.

'ராஆஆஆ...!'

அவள் முட்டி மடங்கிக் கீழே விழுந்தாள். அவள் சுதாரிப்பதற்குள் இலங்கை வீரர்கள் அவளைப் பிடித்துக் கொண்டனர். ஒரு இலங்கை வீரன் வேப்ப மரக் குச்சியை எடுத்துக் கொண்டு அருகில் வந்ததால் போராடினாள். அதில் நீல நிறக் களிம்பு தடவியிருந்தது. அவள் நாசிக்கு நேரே அதை அழுந்தப் பிடித்தான். சீதை மயக்கத்தில் விழுந்தாள்.

'அவளை விமானத்தில் ஏற்றுங்கள்! சீக்கிரம்!'

கும்பகர்ணன் அண்ணனைப் பார்த்து, 'நாம் போகலாம், அண்ணா,' என்றான்.

' எனக்குச் சீதையைப் பார்க்கவேண்டும்.'

'அண்ணா, அதற்கான நேரம் இது இல்லை. மன்னன் ராமும், இளவரசன் லக்ஷ்மனும் அருகில் எங்கேயோதான் இருக்கிறார்கள். எப்பொழுது வேண்டுமானாலும் இங்கே வந்துவிடும் அபாயம் இருக்கிறது. அவர்களைக் கொல்லும் கட்டாயத்துக்கு ஆளாக வேண்டாம். இது சிறப்பு. நமக்கு விஷ்ணு கிடைத்துவிட்டாள், நாம் அயோத்தி மன்னனை இம்சிக்கவில்லை. விமானத்தில் நாம் அனைவரும் ஏறியபின் நீ அவளை நிதானமாகப் பார்க்கலாம். இப்பொழுது போகலாம், வா.'

ராவணனும் கும்பகர்ணனும் விமானத்தை நோக்கி நடந்தனர். காவலர்களின் அரண் தொடர்ந்தது. மயக்கமாக இருந்த சீதையை ஒரு தூக்குப் படுக்கையில் தூக்கியபடி இலங்கை வீரர்கள் பின் தொடர்ந்தனர்.

இலங்கைவாசிகள் விமானத்தில் ஏறி இருக்கைகளில் அமர்ந்தனர். கடைசியில் ஏறிய வீரன் கதவருகே இருந்த உலோகப் பொத்தானை அழுத்தினான். கதவு தானாக நகர்ந்து மூடியது. காற்றழுத்தத்தின் சீற்றம் கேட்டது.

சகோதரர்கள் தங்கள் இருக்கைகளுக்கு வந்தவுடன், கும்பகர்ணன் ஓட்டிகளிடம், 'இங்கிருந்து வேகமாக எங்களைக் கூட்டிச் செல்லுங்கள்,' என்றான்.

ராவணனும் கும்பகர்ணனும் விமானப் புறப்பாட்டுக்காக வார்களைக் கட்டிக் கொண்டு தயாரானார்கள்.

மயக்கமாக இருந்த சீதை தூக்குப் படுக்கையுடன் தரையில் கட்டப்பட்டிருந்தாள்.

'அவள் நல்ல போர் திறன் கொண்ட வீராங்கனை,' என்று கும்பகர்ணன் இளித்தபடி பாராட்டினான்.

தாக்குதல் நடந்த சமயம், மக்ரந்த் என்ற மலயபுத்ர வீரனுடன், சீதை, இரவு உணவுக்காக வாழை இலை அறுக்கச் சென்றிருந்தாள். ராமும் லக்ஷ்மனும் வேட்டையாடச் சென்றிருந்தார்கள். அவர்கள் அனைவருமே இலங்கை வீரர்கள் வழி தப்பி விட்டனர். அவர்களை நெருங்க முடியாது என்றே நினைத்தனர்.

இவர்களை அடையாளம் கண்டு கொண்ட இரண்டு இலங்கை வீரர்கள் மக்ரந்த்தைக் கொன்றனர், பதிலுக்கு சீதை அவர்கள் இருவரையும் கொன்றுவிட்டாள். பிறகு மெதுவாக நகர்ந்து மலயபுத்ர முகாமுக்கு வந்து, மரங்களின் பின்னே மறைந்து, பல இலங்கை வீரர்களைக் கொன்று வீழ்த்தினாள். அவள் நேர்த்தியாக அம்புகளைப் பிரயோகித்தாள். அவளுடைய விசுவாசியான ஜடாயுவை அவள் காக்க நினைத்ததுதான் அவளுக்குப் பிரச்சனையாக முடிந்தது.

'மலயபுத்ரர்கள் அவளை விஷ்ணு என்று நம்புகிறார்கள்,' என்றான் ராவணன் சிரித்தபடி. 'அதனால் அவள் வீராங்கனையாக இருப்பது அவசியம்!'

அவளைச் சுற்றிக் குழுமியிருந்த இலங்கை வீரர்கள் கலைந்து சென்று இருக்கைகளில் அமர்ந்தனர்.

ராவணன் அமர்ந்த இடத்திலிருந்து ஒரு இருபது அடி தள்ளி அவளுடைய மயங்கிய உடல் தூக்குப் படுக்கையில் கிடத்தப்பட்டிருந்தது, அவள் வெளிர் மஞ்சள் வேஷ்டியும் வெளிர் மஞ்சள் ஒற்றைத் துணி ரவிக்கையும் அணிந்திருந்தாள். அவளுடைய காவி அங்கவஸ்திரம் அவள் உடல் முழுவதையும் மூடியிருந்தது. தூக்குப் படுக்கையின் வார்கள் அவளை இறுக்கமாகப் பிணைத்திருந்தன. அவள் தலை ஒருபுறமாகத் திரும்பியிருந்தது. கண்கள் மூடியிருந்தன. அவள் வாயிலிருந்து எச்சில் வழிந்தது.

அவளை மயக்கமடையச் செய்ய அதிகமான கடும்விஷம் உபயோகிக்கப்பட்டது.

வாழ்வில் முதல் முறையாக ராவணனும், கும்பகர்ணனும் சீதையைப் பார்த்தார்கள்.

மிதிலையின் வீராங்கனை இளவரசி. ராமின் மனைவி. விஷ்ணு.

ராவணன் அவளையே வைத்த கண் வாங்காமல் பார்த்தான்.

மூச்சை இழுத்துப் பிடித்திருந்தான். இதயம் துடிப்பதை மறந்தது. ஸ்தம்பித்துப் போயிருந்தான்.

அதிர்ச்சியில் கும்பகர்ணன் அண்ணனின் முகத்தைப் பார்த்தான். பிறகு சீதையின் முகத்தைப் பார்த்தான். அவனால் தன கண்களை நம்ப முடியவில்லை.

குழந்தை தப்பித்துவிட்டது. முப்பத்தி-எட்டு வருடங்கள். அவள் இப்பொழுது வளர்ந்த மாது.

மிதிலையின் பெண் என்பதற்கு சீதை அசாதாரணமாக உயரமாக இருந்தாள். ஒல்லியான திடகாத்திரமான உடல் கட்டு. பிரபஞ்சத்தின் அன்னையின் படையில் உள்ள வீராங்கனையைப் போல இருந்தாள். கோதுமை நிற உடலில் போரின் வடுக்கள் பல இருந்தன.

ஆனால் ராவணனின் பார்வை அவள் முகத்திலேயே நிலை குத்தி நின்றது. அவன் அதைப் பார்த்திருக்கிறான்.

உடலை விட வெண்மையாக இருந்தது முகம். உயர்ந்த கன்ன எலும்புகள், கூரான, சிறிய மூக்கு. அவள் இதழ்கள் தடியாகவும் இல்லாமல், கீற்றாகவும் இல்லாமல் சீராக இருந்தன. சற்றே இடைவெளி அதிகமாகக் கொண்ட கண்கள் சிறிதாகவும் இல்லை. பெரிதாகவும் இல்லை. சுருக்கமற்ற இமைகளின் மீது வலுவாக இரு புருவங்கள் நேர்த்தியாக வளைந்திருந்தன. அவளுடைய நீண்ட பளபளப்பான கூந்தல் கட்டவிழ்ந்து அவள் முகத்தில் பரவியிருந்தது. இமயமலை வாழ்மக்களின் முக லக்ஷணம் அவளுக்கு இருந்தது.

அவனுக்கு இந்த முகம் நல்ல பரிச்சயம். அவனுக்கு நினைவிருந்த முகத்தைக் காட்டிலும் இது மெலிந்த முகம். கடினமாக இருந்தது. அவ்வளவு கருணையும் கனிவும் இல்லை. நெற்றியின் வலப்புறம் ஒரு சிறிய வடு இருந்தது; சிறு வயதில் ஏற்பட்ட காயமாக இருக்கலாம்.

ஆனால் சந்தேகத்திற்கு இடமே இல்லை. இயற்கை அன்னை இந்த முகத்தை அதே வார்ப்பிலிருந்துதான் வடிவமைத்திருக்கிறது.

ராவணனால் மறக்கவே முடியாத முகம். அவன் மனதில் அது வளர்ந்து பெரியவளாவதைப் பார்த்திருக்கிறான். அவன் அன்பு செலுத்தும் முகம் அது.

விமானம் மெதுவாக மேலே ஏறியது. ராட்சத காற்றாடிகள் சுழன்றன.

ராவணனுக்கு மூச்சுத் திணறல் ஏற்பட்டது. கைப்பிடிகளை இறுகப் பற்றிக் கொண்டான். அவனுடைய உலகம் கட்டுக்கடங்காமல் சுழன்று கொண்டிருந்ததை உணர்ந்தான்.

பழைய கர்மா கடனை செலுத்தும் நேரம் வந்துவிட்டதோ என்று எண்ணினான்.

க... க...

விமானம் குலுங்கியது, வலுவான காற்றில் அலைந்தது. ஆனால் ராவணன் இவற்றை எல்லாம் கவனிக்கவில்லை.

அவன் பேச்சின்றி தொடர்ந்து நோக்கினான்.

அவன் மூச்சு தாறுமாறாக இருந்தது.

அவன் இதயம் துடிக்க மறந்தது.

காலமே அசையாமல் நின்றது.

தெளிவாகப் புரிந்தது. அவள் முகம் அனைத்தையும் தெளிவாக்கியது.

சீதை ப்ரித்வியின் மகள்.

சீதை வேதவதியின் மகள்.

—ॐ—

‘குருஜி! குருஜி!’

மலயபுத்ரர்களின் ரகசியமான தலைநகரமான அகஸ்திய கூடத்தில் உள்ள குருவின் எளிமையான தனியறைக்குள் பதற்றமாக நுழைந்தான் அரிஷ்டநேமி.

ஆழ்ந்த தியானத்தில் இருந்த குரு விஸ்வாமித்ரர் கண்களை மெதுவாகத் திறந்தார். இது போன்ற தியானத்தில் அவர் இருக்கும் பொழுது யாரும் அதைக் கலைக்க மாட்டார்கள். ஆனால் இது ஒரு அசாதாரண சூழ்நிலை. அவர் ஏதோ ஒரு தகவலை எதிர்பார்த்திருந்தார், தகவல் கிடைத்ததும் தன்னிடம் வந்து கூறுமாறு அரிஷ்டநேமியிடம் பணித்திருந்தார்.

‘என்ன?’ என்று தெளிவான குரலில் கேட்டார்.

‘நடந்துவிட்டது, குருஜி!’

'அனைத்தையும் விவரமாகச் சொல்.'

'ராவணனுக்கும் கும்பகர்ணனுக்கும் சமிச்சீ மூலமாக ராம், சீதை மற்றும் லக்ஷ்மன் இருக்கும் இடம் பற்றிய தகவல் கிடைத்துள்ளது. அவர்கள் புஷ்பக விமானத்தில் சென்று அதிர்ச்சித் தாக்குதல் செய்துள்ளனர்.'

'அப்புறம்?'

'அவர்கள் சீதையைக் கடத்திவிட்டனர். முகாமில் உள்ள அனைவரும் கொல்லப்பட்டனர். ராமும் லக்ஷ்மன்னும் வேட்டையாடச் சென்றதால் பிழைத்தனராம்.'

விஸ்வாமித்ரர் வசதியாகப் பின்னால் சாய்ந்து கொண்டு புன்முறுவல் பூத்தார். விளையாட்டு தொடங்கிவிட்டது. *நாம் திரும்பவும் களம் இறங்கப் போகிறோம்.*

'அவர்களின் துணைக்குக் கூடுதல் மலயபுத்ர வீரர்களை அனுப்ப நாம் ஏன் நேரம் கடத்தினோம் என்று எனக்குப் புரியவில்லை, குருஜி? சூர்ப்பனகைக்கு நடந்த இழிவுக்கு ராவணன் பழி வாங்குவான் என்பது நாம் அறிந்தது தானே? நாம் அவர்களைக் காப்பாற்றி-'

'யாரைக் காப்பாற்ற வேண்டும்?'

'ஜடாயு மற்றும் மலயபுத்ர வீரர்கள். அவர்கள் அனைவரும் கொல்லப்பட்டுவிட்டனர்.'

'அன்னை இந்தியாவுக்காக, அதன் சிறப்புக்காக அவர்கள் உயிர்த் தியாகம் செய்தனர். அவர்கள் தியாகிகள். அவர்களை நாம் கௌரவிக்க வேண்டும். ஜடாயுவுக்கும் அவன் குழுவுக்கும் இந்தியா முழுவதும் கோவில் கட்டுவோம்.'

'ஆனால் சீதைக்கு என்ன ஆகும், குருஜி? இலங்கை வாசிகள் நம் விஷ்ணுவைப் பிடித்து வைத்திருக்கிறார்கள். அவளை உயிருடன் பிடித்ததாகத் தான் கேள்விப்பட்டேன். ஆனால் ராவணன் அவளுக்கு எந்தத் தீங்கும் விளைவிக்காமல் இருக்க வேண்டுமே என்பது என் கவலை. ஏன் கொலையே கூட செய்துவிடுவானோ என்ற அச்சம்.'

'அவளுக்கு எதுவும் நேராது. என்னை நம்பு.'

'குருஜி, உங்களுக்கும் எனக்கும் தெரியும் அவன் ஒரு அசுரன் என்று. ஒரு அசுரன் எப்படி நடந்து கொள்வான் என்று யாரால் கணிக்க முடியும்?'

அரிஷ்டநேமியைச் சிந்தனையுடன் பார்த்தார் விஸ்வாமித்ரர். அவனுக்கு ரகசியத்தைத் தெரிவிக்க வேண்டிய நேரம் வந்துவிட்டது.

'அவனை அசுரன் என்றா கூறினாய்? அப்பொழுது இந்தக் கேள்வியை உன்னிடம் கேட்கவேண்டும். இந்த அசுரன் யாரிடமாவது நல்லபடியாக நடந்து கொண்டதை நீ கவனித்திருக்கிறாயா?'

இந்த வினோதமான கேள்வியைக் கேட்டு அரிஷ்டநேமி முகம் சுளித்தான். 'அவன் தம்பி கும்பகர்ணன்தான் நினைவுக்கு வருகிறான். அவனையே கூடப் பலமுறை தவறாக நடத்தியிருக்கிறான்.'

'அவன் தம்பி மட்டும் தானா? நிஜமாகவா? வேறு யாரும் இல்லையா?'

'வேறு யார்? அவன் மகனிடம் கரிசனமாக இருக்கிறான். ஆமாம்! அவனுடைய நெடு நாள் காதலி, இறந்த வேதவதி.'

'அவன் சீதையை இம்சிக்காமல் இருப்பதற்கு வேதவதி தான் காரணம்,' என்றார் விஸ்வாமித்ரர்.

பல ஆண்டுகளாகவே அவர்கள் டோடீயில் நடந்த விஷயங்களை யூகித்தது தவறாக இருக்கக்கூடும் என்று தான் விஸ்வாமித்ரர் கருதினார். அவர் திரும்பவும் அரிஷ்டநேமியுடன் சிலரை அனுப்பி அங்கே நடந்த விவரங்களைச் சேகரிக்கச் சொன்னார். சடலங்களை அப்புறப் படுத்தியவர்களிடம் பேச்சுக் கொடுத்து அரிஷ்டநேமி கேட்டறிந்த விவரம், வேதவதியின் வீட்டின் அருகே, ஐந்து சடலங்கள் மரங்களில் கட்டப்பட்ட நிலையில் கிடந்தன என்பதுதான். ஒவ்வொரு சடலத்துக்கும் அதி கொடுமையான சித்திரவதை செய்யப்பட்டிருந்தது. இறந்த மற்ற சடலங்கள் கிராமம் முழுவதும் பரவிக் கிடந்தன. அவர்கள் ஓட முயலும் பொழுது துரத்திப் பிடித்து வெட்டப்பட்டுள்ளனர் என்றும் புரிந்தது. வன விலங்குகள் உண்ணட்டும் என்று அவற்றை அப்படியே விட்டுவிட்டனர். அரிஷ்டநேமி உறுதிப்படுத்திய வரையில் வேதவதி மற்றும் அவள் கணவன் உடல்கள் மட்டுமே வேத முறைப்படி தகனம் செய்யப்பட்டன.

இந்த விஷயங்களைக் கொண்டு அங்கே என்ன நடந்திருக்கும் என்று விஸ்வாமித்ரர் புரிந்து கொண்டார். அவர்கள் நினைத்ததைவிட ராவணன் ரொம்ப கண்ணியமாக

நடந்து கொண்டுவிட்டான். மரத்தில் கட்டப்பட்டுச் சித்திரவதை செய்யப்பட்டவர்கள் தான் வேதவதியையும் அவள் கணவனையும் கொன்றவர்களாக இருப்பார்கள் என்று அவரால் யூகிக்க முடிந்தது.

முடிவு தெளிவாக இருந்தது: ராவணன் வேதவதியின் மீது வைத்த அன்பு கௌரவமாக நடக்க வைத்தது. இறுதி வரை அவளை நன்றாக நடத்தியுள்ளான். அவளை இழந்த துக்கத்தில்தான் படுகொலைகளை நிகழ்த்தியிருக்கிறான். அவள் இறந்த ஆத்திரத்தில் அந்த ஆணையை அவன் பிறப்பித்திருக்க வேண்டும்.

மஹாதேவ் வழிவந்த பழங்குடியினரான, வாயுபுத்ரர் களும் இதே முடிவுக்குத்தான் வந்திருக்க வேண்டும் என்று விஸ்வாமித்ரர் புரிந்து கொண்டார். ஆனால் படுகொலைகளுக்குப் பிறகு என்ன நடந்தது என்று அவர்கள் அறியமாட்டார்கள். அந்த முக்கியமான இணைப்பை அவர்கள் யோசிக்கத் தவறி விட்டார்கள். வேதவதியின் குழந்தை இறக்கவில்லை. உயிர்தப்பியது. அப்படியாக இருந்தால் அவர்கள் சீதையை வித்தியாசமாக நடத்தியிருப்பார்கள்.

அரிஷ்டநேமி குழப்பமாக நின்றான். 'வேதவதிக்கும், சீதைக்கும் என்ன உறவு இருக்க முடியும், குருஜி? ராவணன் அவளை ஏன் துன்புருத்தமாட்டான்?'

'அவன் அவளை ஏன் துன்புறுத்த மாட்டான் என்றால் சீதை வேதவதியின் மகள்.'

அரிஷ்டநேமி ஸ்தம்பித்தான். 'என்னது?'

விஸ்வாமித்ரர் சிரித்தபடியே தலையசைத்தார். *ஆமாம், நாம் கண்டிப்பாக விளையாட்டுக்குள் வந்து விட்டோம்.*

'உங்களுக்கு எவ்வளவு நாட்களாக இந்த விஷயம் தெரியும்? எப்பொழுது கண்டு பிடித்தீர்கள்?'

'சீதையை விஷ்ணுவாக நியமிக்கத் தீர்மானிப்பதற்கு முன். அவளுக்குப் பதின்மூன்று வயது இருக்கும் பொழுது.'

'பரசுராமின் மீது ஆணை! அது இருபத்தி-ஐந்து ஆண்டுகளுக்கு முன்!'

'ஆமாம். மலை மைனாவின் சத்தம்தான் எனக்கு இந்த உண்மையை உணர்த்தியது. நானும் அவர்கள் தொடர்பைக் கண்டுபிடித்தேன்.'

'மலை மைனாவா? நிஜமாகவா?'

'ஆமாம். இந்த உறவைக் கண்டுபிடித்தபின் இந்தத் தேர்வுதான் மிகச் சரி என்பதையும் ஊர்ஜிதப்படுத்திக் கொண்டேன். சீதைதான் நேர்த்தியான விஷ்ணுவாக இருக்கத் தகுதி வாய்ந்தவள். கதாநாயகி. தீயவனுக்குக் கதாநாயகியைக் கொல்லவே மனம் வராது.'

பிரமிப்பில் தன் குருவை வணங்கினான் அரிஷ்டநேமி. 'பரசுராமக் கடவுளின் தீப்பந்தத்தை ஏந்தி நடக்க முற்றிலும் தகுதியானவர் நீங்கள்தான், பிரபுவே.'

பாராட்டைச் சிரிப்புடன் ஏற்றுக் கொண்ட விஸ்வாமித்ரர், 'ஜெய் பரசுராம்,' என்றார்.

'ஜெய் பரசுராம்,' என்று அரிஷ்டநேமியும் எதிரொலித்தான். 'அடுத்தது என்ன, குருஜி?'

'நம்முடைய அனைத்துப் படைகள், வீரர்கள், பணம் – ஹனுமான் – இவற்றைத் திரட்டி இலங்கை மீது படையெடுப்பது. சீதை, ராவணனை அழிப்பாள். இந்தியா முழுவதும் அவளை விஷ்ணுவாக ஏற்கும்.'

'ஹனுமான் எதற்கு? அவர் தான் நெருக்கமாக...' அரிஷ்டநேமி தன்னையே கட்டுப்படுத்திக் கொண்டான். குருவின் வைரியான வசிஷ்டரின் பெயரைச் சொல்ல வந்தான்.

'பல காரணங்கள்,' என்றார் விஸ்வாமித்ரர். 'முக்கியமாக ஹனுமான் சீதையைச் சகோதரியைப் போலப் பார்க்கிறான், அன்பு செலுத்துகிறான். அவளும் அவன் மீது நம்பிக்கை வைத்திருக்கிறாள்.'

அரிஷ்டநேமி சிரித்தபடி, அதிசயித்துத் தலையசைத்தான். 'உங்களைப் போல வேறு யாருமே இல்லை, குருஜி. வேறு யாருமே இதைத் திட்டமிட்டிருக்க முடியாது.'

'பொறுத்திருந்து பார். அன்னை இந்தியா காப்பாற்றப்படுவாள் என்பதில் எனக்கு எந்த ஐயமும் இல்லை. நம் விஷ்ணுவால் அவள் காப்பாற்றப்படுவாள். இதற்காக நாம் வரலாற்றில் என்றென்றும் பேசப்படுவோம். நம் மூதாதையர்கள் நம்மைப் பற்றி பெருமை கொள்வார்கள்,' என்று விஸ்வாமித்ரர் அறிவித்தார்.

அரிஷ்டநேமி மரியாதையுடன் கை கூப்பி வணங்கினான், '*ஜெய் ஶ்ரீ ருத்ரா. ஜெய் பரசுராம்.*'

ருத்ரக் கடவுளின் மகிமை, பரசுராமின் மகிமை.

விஸ்வாமித்ரரும் அதே மந்திரத்தை எதிரொலித்தார், 'ருத்ரக் கடவுளின் மகிமை, பரசுராமின் மகிமை.'

'திவோதாஸ்! என்னைத் திரும்பிப் பார்!'

குருகுல நாட்களில் வசிஷ்டரின் பெயர் திவோதாஸ், அவர் தன்னுடைய ஒரு காலத்து ஆப்த நண்பரைத் திரும்பிப் பார்த்தார்: விஸ்வாமித்ரர்.

'கௌஷிக்...' என்றார் வசிஷ்டர் பற்களைக் கடித்தபடி, விஸ்வாமித்ரரின் குருகுலப் பெயரைப் பயன்படுத்தினார். 'இது அனைத்தும் உன் தவறுதான்.'

விஸ்வாமித்ரர் சிதையைப் பார்த்துவிட்டு வசிஷ்டரின் மீது பார்வையைத் திருப்பினார். 'அவள் இறந்தது உன்னால்தான். ஏன் என்றால் செய்யவேண்டிய எளிய விஷயத்தை நீ செய்யவில்லை. சிகிரியாவும், த்ரிஷங்குவும்-'

வசிஷ்டர் அவர் அருகில் நெருங்கி விஸ்வாமித்ரரை இடைமறித்தார். 'உனக்கு என்ன தைரியம்? அவள் இறந்தது உன்னால்தான் கௌஷிக்! நீ தான் செய்யவே கூடாத விஷயத்தை செய்வேன் என்று அடம் பிடித்தாய். நான் உன்னிடம் ஏற்கெனவே சொன்னேன்! எச்சரிக்கை செய்தேன்!'

வசிஷ்டர் ஒல்லியாக நெடுநெடுவென்று இருந்தார். அவர் தலை முழுக்கவும் மழிக்கப்பட்டு உச்சிக்குடுமி மட்டுமே இருந்தது. அவர் ஒரு பிராமணர் என்பதை அது உணர்த்தியது. அவருடைய நீண்ட கரும் தாடி அவரைத் தத்துவ ஞானி என்று எடுத்துக்காட்டியது. ஆனால் தற்சமயம் அவர் மேன்மையானவராகத் தெரியவில்லை, அவர் கோபத்தில் முஷ்டியை மடக்கி நின்றார். அவர் கண்களில் கோபம் கொப்பளித்தது.

வசிஷ்டர் அவ்வளவு உயரமானவராக இருந்தாலும் அவரையே குள்ளமானவராகக் காட்டும் தோற்றத்தில் இருந்தார் விஸ்வாமித்ரர். அவர் சுமார் ஏழடி உயரம், கருத்த நிறம், பரந்த மார்பு, பானை வயிறு, விஸ்வாமித்ரரைப் பார்த்தாலே அனைவரும் மிரண்டனர். அவருடைய நீண்ட தாடியும் குடுமியிட்ட நீண்ட முடியும் காற்றில் பறந்தன. அவர்

கட்டுப்பாட்டை இழக்காமல் இருக்க பாடுபடுவது தெரிந்தது. வசிஷ்டரின் கழுத்தைப் பிடித்து நெரிக்கும் அளவுக்குக் கோபம் தெறித்தது.

'இங்கிருந்து போ,' என்று சீறினார், 'அவளுக்கு எதிரே உன்னைக் கொல்ல முடியாது.'

வசிஷ்டர் இன்னும் நெருக்கமாக அருகில் வந்து வெறுப்புடன் விஸ்வாமித்ரரை முறைத்தார். அவர்களின் நட்பு இறந்து பல காலம் ஆகிவிட்டது. அவர்கள் இருவருக்குமே பிடித்தமானவளின் சிதையில் அது எரிந்து கொண்டிருந்தது. கொழுந்து விட்டு எரியும் அந்த நெருப்பில் ஒரு புதிய எதிர்ப்புப் பிறந்தது. ஆயிரம் ஆண்டுகள் நீடிக்கக்கூடிய எதிர்ப்பு.

'எனக்கு என்ன உன்னைப் பார்த்தால் பயமா, என்ன? வா ஒரு கை பார்க்கலாம்! போரிட்டுப் பார்த்து விடுவோம்! எப்பொழுது என்று சொல்!' என்று வசிஷ்டர் அறிவித்தார்.

விஸ்வாமித்ரர் கையை உயர்த்தினார். பின் சிரமப்பட்டுத் தன்னைக் கட்டுப்படுத்திக் கொண்டு பின்னால் நகர்ந்தார். 'நான் அவள் கனவை நிறைவேற்றுவேன். நான் சிறந்தவன், உன்னிலும் சிறந்தவன் என்பதை உணர்த்துவேன்.'

'நீ அவளுக்கு எதுவும் செய்ய வேண்டாம். நீ அவளுக்கு ஒன்றுமே இல்லை! அவள் என்னுடையவள்! நான் வந்து-'

'குருஜி!'

கிட்டதட்ட நூறு ஆண்டுகளுக்கு முன்பான நினைவிலிருந்து வசிஷ்டர் நிகழ்காலத்துக்கு வந்து கண்களைத் திறந்தார்.

மனதில் ஒரு சிறிய பிரார்த்தனையைச் செய்தபடி கேட்டார், 'என்ன நடந்தது?'

அவர் தன் நண்பன் ஹனுமானை அனுப்பி ராம் மற்று சீதையைக் காப்பாற்றச் சொல்லியிருந்தார். ஹனுமான் சரியான சமயத்துக்கு அங்கே சென்றிருக்கவேண்டுமே என்று கவலைப்பட்டார்.

'ஹனுமானிடம் இருந்து நமக்குத் தகவல் வந்திருக்கிறது, குருஜி. மன்னிக்கவும், ராவணன் சீதையக் கடத்திவிட்டான்.'

'இளவரசன் ராம்?'

'இளவரசி சீதையுடன் இருந்த மலயபுத்ரர்கள் அனைவரும் கொல்லப்பட்டனர். ஆனால் நாங்கள் கேள்விப்பட்டவரை

இளவரசர்கள் ராமும் லக்ஷ்மன்னும் உயிருடன் இருக்கிறார்கள். நம் விஷ்ணு பாதுகாப்பாக இருக்கிறான். முதலில் கிடைத்த செய்தி அளவு கவலைக்கிடமானதாக இது இல்லை.'

வாயுபுத்ரர்கள் வசிஷ்டரின் நியமனப்படி ராமை விஷ்ணுவாக ஏற்றுக் கொண்டனர். அவர்களும் இந்த விஷ்ணுவால் இந்தியாவுக்கு நன்மை என்று கருதினார்கள். ஆனால் விதிப்படி அவர்கள் மஹாதேவ் பரம்பரையினர் என்பதால் அவர்களுக்கு விஷ்ணுவைத் தேர்வு செய்யும் அதிகாரம் இல்லை. மஹாதேவ்வை மட்டுமே அவர்கள் அடையாளம் காண முடியும்.

'இந்தச் செய்தி கவலையானது *தான்*, நண்பனே,' என்றார் வசிஷ்டர். 'போர் அறிவிக்கப்பட்டுவிட்டது.'

'ஆனால்... ஆனால் ராவணன் போருக்குத் தயாராக இல்லை என்றுதான் நான் நினைக்கிறேன், குருஜி. இலங்கை பலவீனமாக இருக்கிறது என்று நமக்குத் தான் தெரியுமே.'

'ராவணனுக்கு என்ன வேண்டும் என்பது முக்கியம் இல்லை. அவன் வெறும் கைப்பாவை. இதற்குப் பின்னால் செயல்படுவது அவன் இல்லை.'

'பின் யார்?'

'விஸ்வாமித்ரர்.'

'ஆனால்-' வாயுபுத்ர தூதுவன் ஊமையானான். வசிஷ்டருக்கும் விஸ்வாமித்ரருக்கும் இடையே உள்ள பகை அவன் அறிந்ததுதான். எப்பொழுதோ நல்ல நண்பனாக இருந்தவன், எதிரியாவது போன்ற கொடுமை வேறு இல்லை. இந்த இரு துருவங்களுக்கும் நடக்கும் பிரம்மாண்டமான போருக்கு நடுவே சிக்கிக் கொள்ள அவன் விரும்பவில்லை.

'இப்பொழுது நாம் என்ன செய்ய வேண்டும், குருஜி?'

வசிஷ்டர் முஷ்டியை இறுக மடக்கினார். தசைகள் முறுக்கேறின. சாதாரணமாகக் கனிவாகவும் மென்மையாகவும் இருக்கும் அவர் கண்கள் கோபத்தில் எரிந்தன. அவர் முகத்தில் ஒரு தீர்மானம் தெரிந்தது.

'இப்பொழுது... நாம் யுத்தம் செய்வோம்!'

... தொடரும்.

அமீஷின் பிற நூல்கள்

சிவா முத்தொகுதி

இந்திய வெளியீட்டின் வரலாற்றில் மிக வேகமாக விற்பனையான புத்தகத் தொடர்

மெலூஹாவின் அமரர்கள்

(சிவா முத்தொகுதி 1)

கிமு 1900. புவியில் வாழ்ந்த மிகச்சிறந்த அரசர்களில் ஒருவனாகிய ராமன் பல நூற்றாண்டுகளுக்கு முன்பு உருவாக்கிய முழுமைபெற்ற பேரரசு மெலூஹா எனும் நாட்டை அந்தக்காலகட்டத்தில் வாழ்ந்தவர்கள் அறிவர். இப்போது அவர்களின் முதன்மை நதி சரஸ்வதி மறைந்துகொண்டு வருகிறது. கிழக்கு திசையிலிருந்து எதிரிகளின் தீவிரவாதத் தாக்குதல்களை சந்திக்கிறார்கள். புராண நாயகன் நீலகண்டன் இந்தத் தீமைகளை அழிக்கத் தோன்றுவானா?

நாகர்களின் இரகசியம்

(சிவா முத்தொகுதி 2)

தீயவனாகிய போர்வீரன் நாகா என்பவன் பிரகஸ்பதியைக் கொன்றுவிட்டு இப்போது சதியை தொடர்கிறான். தீமையை அழிப்பவனாக அறிவிக்கப்பட்ட சிவா, அரக்கனின் அழிவு காணாமல் ஓயமாட்டான். கடுமையாக போரிடுவான், சிவா முத்தொகுதியின் இரண்டாவது நூலாகிய இதில் நம்பமுடியாத ரகசியங்கள் வெளிப்படும்.

வாயுபுத்ரர் வாக்கு

(சிவா முத்தொகுதி 3)

சிவா தன் படைகளைத் திரட்டுகிறார். நாகர்களின் தலைநகர் பஞ்சவடியை அடைகிறார். தீமை இறுதியாக தன்னை வெளிக்காட்டுகிறது. தனது உண்மையான எதிரியுடன் நீலகண்டன் ஒரு புனிதப் போருக்குத் தயாராகிறார். அவர் வெற்றி பெறுவாரா? பரபரப்பாக விற்பனையாகும் சிவா முத்தொகுதியின் இந்த கடைசி நூலில் இந்த மர்மங்களுக்கான விடையைக் கண்டடைவீர்.

இராமச்சந்திரா தொகுதி

இந்திய வெளியீட்டின் வரலாற்றில் மிக வேகமாக விற்பனையான இரண்டாவது புத்தகத் தொடர்

ராம் - இக்ஷ்வாகு குலத்தோன்றல்

(இராமச்சந்திரா தொகுதி 1)

ஒரு பயங்கரமான போர் உயிர்களைக் கொன்றது, அயோத்தியை பலவீனமாக்கியது. அழிவு மேலும் ஆழமாகிறது. இலங்கை மன்னனாகிய அசுரன் ராவணன், தோற்றவர்கள் மீது ஆட்சியை திணிக்கவில்லை. மாறாக அவன் வணிகத்தைத் திணிக்கிறான். பேரரசிலிருந்து செல்வம் உறிஞ்சப்படுகிறது. மக்கள் சகித்துக்கொண்டிருக்கும் துயரத்தின் ஊடாக, தங்களுக்குள் ஒரு தலைவன் இருப்பதை அவர்கள் உணர்ந்திருக்கவில்லை. விலக்கி வைக்கப்பட்ட ஒரு இளவரசன். ராமன் என்று அழைக்கப்பட்ட இளவரசன் அமீஷின் இராமச்சந்திர தொடர்களில் காப்பியப் பயணத்தைத் தொடங்குவீர்.

சீதா - மிதிலைப் போர் மங்கை

(இராமச்சந்திரா தொகுதி 2)

ஒரு கைவிடப்பட்ட குழந்தை வயலில் கிடந்து கண்டுபிடிக்கப்படுகிறது. எல்லோராலும் ஒதுக்கப்பட்ட ஒரு சக்தியற்ற அரசுப்பகுதியான, மிதிலையின் மன்னரால் அவள் தத்தெடுக்கப்படுகிறாள். இந்த குழந்தை பெரிய உயர்நிலைக்கு வருமென்று யாருமே நம்பவில்லை. ஆனால் அவர்கள் தவறாக நினைத்தார்கள். ஏனென்றால் அவள் சாதாரணப் பெண் அல்ல. அவள் சீதா. இராமச்சந்திர வரிசையில் இரண்டாவது நூலோடு புராணம் உடனான பயணத்தைத் தொடருங்கள்: பிரதம மந்திரியான ஒரு தத்தெடுக்கப்பட்ட குழந்தையின் காலக்கிரம வளர்ச்சியைச் சொல்லுவது ஒரு மெய்சிலிர்க்கும் சாதனையாகும்.

புனைவல்லாதது

நிலைத்த புகழ் இந்தியா

இந்தியாவின் சொந்தமான கதைகளை சொல்பவரான அமீஷ் இதனை அழகாக வெளிப்படுத்துகிறார். தொடர்ந்து எழுதிய பல அறிவுக்கூர்மை மிக்க கட்டுரைகள், பொருள் பொதிந்த உரைகள், அறிவு பூர்வமான விவாதங்கள் ஆகியவற்றின் மூலம் முன்பு எப்போதும் இல்லாத வகையில் இந்தியாவைப் புரிந்து கொள்வதற்கு அமிஷ் உதவியுள்ளார். இளமையான நாடாகவும், கால எல்லையற்ற நாகரீகத்தையும் கொண்டுள்ள *நிலைத்தபுகழ் இந்தியாவின்* மதம், புராணம், பாரம்பரியம், வரலாறு, மரபு, சமகாலத்தின் சமுதாய கொள்கைகள், ஆட்சிநிர்வாகம், ஒழுக்கநிலை ஆகியவற்றில் உள்ள ஆழ்ந்த புரிந்துணர்தலின் அடிப்படையில் கவர்ந்திழுக்கும் நவீன காலப்பார்வையுடன் பழமையான கலாச்சாரத்தின் அமைப்பு ஓவியத்தை அமீஷ் அழகுபடக் காட்டுகிறார்.